आधुनिक काळातील सर्वात वादग्रस्त विद्येची गुपिते माहीत करून घ्या...

तृतीय नेत्र

टी लोबसंग राम्पा

स्वबोधाकडे केलेल्या आध्यात्मिक प्रवासाची जगप्रसिद्ध कथा

वॉव पब्लिशिंग द्वारा वितरीत पुस्तके

१. आध्यात्मिक विकास साधण्यासाठी या पुस्तकांचा लाभ घ्या

- शोध स्वतःचा – In Search of Peace
- संपूर्ण जीवन रहस्य – जीवनाची ५ महान रहस्ये
- आत्मनिर्माण – पीस बाय पीस
- कसे प्राप्त कराल – ईश्वराचं मार्गदर्शन
- निःशब्द संवाद का जादू – जीवन जगण्याचे १११ उपाय
- The मन – कसे बनावे मन : नमन, सुमन, अमन आणि अखंड
- ध्यान दीक्षा – ध्यानाचे दान – 'स्व' साक्षीचं ज्ञान
- संपूर्ण ध्यान – २२२ प्रश्न
- कर्म सिद्धांत – कर्म करण्याची कला
- The मीरा – अंतरीचा भाव जैसा, तैसे घडते जीवन
- मोक्ष – अंतिम साफल्याचा राजमार्ग
- शोधयात्रा – ईश्वरप्राप्तीची सात पावलं
- मृत्यू अंत नव्हे वाटचाल... – पारटूचं रहस्य
- कर्मयोग नाइन्टी – प्रत्येकाची गीता वेगळी आहे
- साद मानवतेची – स्वभाव हाच धर्म

२. या पुस्तकांद्वारे स्वमदत करा

- संपूर्ण लक्ष्य – संपूर्ण विकास कैसे करें
- विचारनियम – आपल्या यशाचे रहस्य
- नींव नाइन्टी – नैतिक मूल्यांची संपत्ती
- स्वसंवाद एक जादू – आपला रिमोट कंट्रोल कसा प्राप्त करावा
- संपूर्ण सफलतेचं लक्ष्य – अपूर्व यशाची गुरुकिल्ली
- निर्णय आणि जबाबदारी – वचनबद्ध निर्णय आणि जबाबदारी कशी घ्यावी
- नोकरी ईश्वराची – कथा तुमचीच
- जाऊ आनंदाच्या गावा – तोडू तणावाचा पिंजरा
- गजर झाला जागे व्हा – ज्योत जागृतीची
- सूक्ष्म विकारांवर विजय – मन करा रे प्रसन्न
- उत्कर्षाकडे झेप – विकासपथावर मार्गक्रमण
- सूर छेडिता धीराचे – संतुलित जीवन संगीत – Power of Patience
- आळसावर मात
- नम्रतेची शक्ती – अहंकारातून मुक्ती
- ३६५ प्रेरणादायी तेजवाक्ये – आनंदी विचार
- आत्मनिर्भर कसे व्हाल – आजची स्त्री आणि आपण

३. या पुस्तकांद्वारे प्रत्येक समस्येचं समाधान प्राप्त करा

- भय, चिंता आणि क्रोध यांपासून – मुक्ती
- आनंदाचे रहस्य – सुखदुःखाच्या पलीकडे

४. या आध्यात्मिक कादंबरी द्वारे जीवनाचे गूढ रहस्य जाणा

- पृथ्वी लक्ष्य – मृत्यूचं महासत्य

आधुनिक काळातील सर्वात वादग्रस्त विद्येची गुपिते माहीत करून घ्या...
तृतीय नेत्र
टी लोबसंग राम्पा
स्वबोधाकडे केलेल्या आध्यात्मिक प्रवासाची जगप्रसिद्ध कथा

तृतीय नेत्र

This edition is licenced by
WOW Publishings Pvt. Ltd.

प्रकाशक : वॉव पब्लिशिंग्ज् प्रा.लि., पुणे
मुद्रक : ट्रिनिटी अकादमी, फॉर कॉर्पोरेट ट्रेनिंग लि., पुणे
प्रथम आवृत्ती : सप्टेंबर २०१५
प्रथम पुनर्मुद्रण : जानेवारी २०१६
पुनर्मुद्रण : जून २०१७, जून २०१८, सप्टेंबर २०१९, मे २०२५
अनुवादक : ग. नी. पुरंदरे

'THIRD EYE' या मूळ इंग्रजी पुस्तकाचा मराठी अनुवाद

Trutiy Netra
by Dr. T. Lobsang Rampa

गुरुदेव परमहंस योगानंदजींच्या

स्मृतिचरणी भक्तिपूर्वक

समर्पित

मूळ इंग्रजी पुस्तकाच्या प्रकाशकांचे निवेदन

एका तिबेटी लामाचे हे आत्मचरित्र आहे. त्यात त्याने आपल्या स्वतःचे असे विलक्षण अनुभव निवेदन केलेले आहेत. अर्थात अशा अनुभवांच्या खरेपणाची दुसऱ्याने परीक्षा करणे साहजिकपणे अवघड आहे. या पुस्तकात नमूद केलेल्या हकिकतींची सत्यता पारखून पाहण्याकरिता प्रकाशकांनी हस्तलिखित जवळजवळ वीस वाचकांकडे पाठविले होते. हे सर्व वाचक बुद्धिवान व अनुभवी असेच होते. त्यांपैकी काहींना तर ह्या गूढविद्येचे ज्ञान होते. पण त्यांची मते एकमेकांच्या अगदी विरुद्ध पडली व त्यातून नक्की असे निष्कर्ष काढता येईनात. या हकिकतीतील काही भागांचे वर्णन बिनचूक आहे की नाही, याबद्दल अनेकांनी संशय प्रदर्शित केले. एकाला जे पटले ते दुसऱ्याला पटेना, असा अगतिक प्रसंग ओढवला. शेवटी प्रकाशकांनी स्वतःलाच अशी पृच्छा केली, की ज्या पद्धतीने तिबेटमधील लामांचे अगदी अत्युच्च शिक्षण होत असते त्या शिक्षणपद्धतीच्या कसोटीतून हे मतप्रदर्शक वाचक पार पडले आहेत का? त्यांपैकी कोणी तिबेटी कुटुंबात राहून आलेला आहे काय?

चुंगकिंग विश्वविद्यालयाचे वैद्यकशास्त्राचे आपण पदवीधर आहोत, हे सिद्ध करणारी प्रशस्तिपत्रे लोबसंग राम्पा याने दाखविलेली आहेत. त्या प्रशस्ति पत्रात त्याचे वर्णन 'ल्हासाच्या पोताला मठातील लामा' असे केलेले आहे.

लोबसंग राम्पा याच्या आम्ही अनेक वेळा मुलाखती घेतल्या. त्याच्या अंगी असामान्य शक्ती व अतींद्रिय सिद्धी आहेत, असे आमच्या प्रत्ययास आले. आपल्या जीवनातील पुष्कळ घटनांविषयी त्याने मौनच धारण केले. प्रत्येक व्यक्तीचे गोपनीय असे काही असतेच मग लोबसंग राम्पा याने आपल्या जीवनातील काही प्रसंगांविषयी गुप्तता राखली तर त्यात आश्चर्य वाटण्याचे कारण नाही. त्याचे नातेवाईक अजून कम्युनिस्ट-

व्याप्त तिबेटमध्ये आहेत व त्यांना काही त्रास होऊ नये म्हणून अशी गुप्तता राखणे जरूरीचे आहे. आपल्या जीवनातील काही हकिकतींचा तपशील त्यांनी अजिबात दिला नाही. उदाहरणार्थ- आपल्या वडिलांचे तिबेटच्या राजमंडळातील स्थान या विषयाचा उल्लेख त्याने हेतुपुरस्सर टाळला आहे.

या कारणांमुळे पुस्तकातील विधानांच्या खरेपणाबद्दल ची सगळी जबाबदारी लेखकाने व ती सुद्धा खुशीने पत्करलेली आहे. पुस्तकात अशी काही स्थळे सापडतील, त्यात वर्णन केलेल्या घटना पाश्चिमात्यांच्या विचारसरणीला बिलकूल पटावयाच्या नाहीत. अर्थात अशा घटनांच्या खरेपणाबद्दलच पाश्चिमात्यांचे विचार क्वचितच निर्णायक असे ठरू शकतील. ते कसेही असो; तरी एका तिबेट कुमाराचे लालन-पालन व पोषण प्रथम त्याच्या घरी आणि नंतरच लामा-मठामध्ये कसे होत असते, याचे वास्तवपूर्ण वर्णन 'तृतीय नेत्र' या पुस्तकात दिले आहे, याबद्दल मात्र प्रकाशकांची खात्री आहे. या भूमिकेने आम्ही हे पुस्तक प्रसिद्ध करीत आहोत. आमच्या पुष्कळ वाचकांना आमचा दृष्टिकोन कदाचित पटणार नाही पण वाचकांच्या पुढे निरनिराळे चित्त थरारून टाकणारे प्रसंग व विलक्षण सामर्थ्यांच्या व्यक्ती उभ्या केल्या आहेत. त्यांचे आपल्या विशिष्ट अशा लेखनशैलीने वर्णन करण्याचे असामान्य सामर्थ्य लेखकाच्या ठिकाणी आहे, याबद्दल मात्र कोणाचे दुमत होणार नाही, याचा प्रकाशकांस पूर्ण भरवसा आहे.

अनुवादकाचे चार शब्द

महायोगी टी लोबसंग राम्पा यांनी आपल्या आत्मकथेच्या 'तृतीय नेत्र' या पहिल्या पुस्तकात सुरुवातीलाच सांगितले आहे की, मानवप्राण्याचे पतन होण्यापूर्वी त्याच्या ठिकाणी अणिमा, गरिमा, परचित्तज्ञान, दूर-संवीक्षण इत्यादी सिद्धी होत्या. त्याला सूक्ष्मात जाता येत असे. पण पतनानंतर त्याने या सिद्धी गमावल्या; कारण त्याने या सिद्धींचा दुरुपयोग केला; सर्वसाधारण मानवाची उत्क्रांती होण्याच्या दृष्टीने त्यांचा उपयोग न करता स्वतःच्या स्वार्थाच्या दृष्टीने त्यांचा उपयोग केला... अनादि काळात मानवप्राण्यासही हा तृतीय नेत्र होता. त्या काळात स्वर्गात विहार करणारे देवलोकसुद्धा पृथ्वीतलावर स्वच्छंदपणे वावरत व मनुष्यप्राण्यांत मिसळत. पण मनुष्याला असे वाटले, की आपण देवांचा नाश करावा व त्यांचे स्वर्गातील स्थान बळकावून घ्यावे; पण त्याला हे माहीत नव्हते, की त्याच्या मनातली ही इच्छा देवांनी अगोदरच जाणली, शिवाय शिक्षा म्हणून त्यांनी मानवाचा हा तिसरा नेत्र कायमचा बंद करून टाकला, त्याचबरोबर त्याच्या ठिकाणी असलेल्या सिद्धीही नष्ट झाल्या.

या विषयाच्या संबंधाने आपल्या पुराणात, शास्त्रग्रंथात काय उल्लेख आहेत, ते पाहणे उद्बोधक होईल. भगवान श्रीशिवशंकर यांचे वर्णन पुराणांतरी त्रिनेत्रधारी, त्रिलोचन असे केलेले आहे. शिवपुराण माहात्म्यामध्ये चवथ्या अध्यायात याविषयी उल्लेख आहे-

आप्यायनस्तमोहन्ता विद्यया दोषदाहकृत् ।
सोमसूर्याग्निनयन स्त्रिनेत्रस्तेन शंकरः ।।

याचा अर्थ - एक नेत्र, सूर्यासारखा, अज्ञानरूपी अंधकाराचा नाश करणारा;

दुसरा नेत्र चंद्रासारखा, जगतास आनंद देणारा; तिसरा नेत्र अग्नीसारखा, रागादी दोषांचे दहन करणारा. या कारणांनी शंकरास चंद्रसूर्याग्निनयन अथवा त्रिनेत्रधारी, त्रिलोचन असे म्हटलेले आहे.

ललाटाच्या मध्यभागी असलेला आपला तृतीय नेत्र शंकराने उघडला व त्यातून एक मोठी ज्वाला प्रकट झाली, मग त्याच अग्नीने आपणास त्रस्त करणाऱ्या मदनाचे त्याने दहन केले अशी कथा शिवपुराणामध्ये (रुद्रसंहिता, अ-१८-१९) दिली आहे.

तो अग्नी कामदेवाचे दहन करून शांत झाला नाही. त्रैलोक्याचे दहन करावयास उद्युक्त झालेल्या अशा त्या क्रोधमय अग्नीस ब्रह्मदेवाने एका घोडेस्वाराचे रूप दिले, ज्याच्या मुखातून एक सौम्य अशी ज्वाला प्रकट होऊ लागली. भगवान शंकराच्या इच्छेप्रमाणे हे वाडव-शरीर (घोड्याचे शरीर) तो क्रोधाग्नी धारण करून ब्रह्मदेव जगताच्या हितासाठी समुद्राच्या किनाऱ्यापर्यंत घेऊन गेला. त्या अग्नीचा समुद्राने स्वीकार केला व त्यामुळे त्या अग्नीस 'वडवानल' हे नामाभिधान प्राप्त झाले (शिवपुराण, उमासंहिता-अ. २०-२१).

नवनाथांपैकी जालंधरनाथ यांच्या जन्माची हकिकत शंकराने तृतीय नेत्राने दग्ध केलेल्या व भस्मीभूत झालेल्या मदनाशी निगडित आहे.

उमासंहितेमधील अध्याय २७ मध्ये पुढे दिले आहे की, तृतीय स्थानावर, भ्रूमध्यावर योग्याने ध्यान करावे. म्हणजे त्यास तत्रस्थित बालसूर्यासमान अग्निदेवाचा साक्षात्कार होईल व सिद्धी प्राप्त होतील. त्याला इच्छेनुरूप मनोवांछित देह, रूप धारण करता येईल; सूक्ष्म शरीरात, कारण शरीरात प्रवेश करता येईल; परकायाप्रवेश करता येईल; त्यास अणिमा लधिमादी सिद्धी प्राप्त होतील; मनानेच सर्व गोष्टी पाहता येतील; दूर संवीक्षण करता येईल; अदृश्य होता येईल; आकाशगमन करता येईल.

या तृतीय नेत्रास अध्यात्मनेत्र किंवा दिव्यचक्षू असेही म्हणतात. याचे स्थान म्हणजे दोन भुवयांमधील भ्रूमध्यस्थान. तीव्र ध्यानामध्ये हा आध्यात्मिक नेत्र कपाळाच्या मध्यभागी, भ्रूमध्यावर दृग्गोचर होतो. मृत्यूच्या वेळी माणसाची जाणीव या पवित्र स्थानी आकर्षित होते आणि म्हणून शरीरामध्ये नंतर डोळे ऊर्ध्वगामी झालेले दिसून येतात. मनुष्याच्या सूक्ष्म देहातली कुंडलिनीची सहा चक्रे या अंतश्चक्षूभोवती, तृतीय नेत्राच्या सूर्याभोवती फिरत असतात. ह्या दिव्यचक्षूतून योग्यास सर्वव्यापकतेची जाणीव होते. विश्वशक्ती (Cosmic Energy) ग्रहण करण्याचे शरीरातील हे प्रमुख द्वार आहे. याच स्थानी कूटस्थ चैतन्य आविर्भूत होत असते. याच भ्रूमध्यातून स्थूल देही आपल्या सूक्ष्म देहाशी व कारणदेहाशी संपर्क साधू शकतो.

परमहंस योगानंदजींना त्यांचे गुरू स्वामी श्री युक्तेश्वरजी यांनी समाधी

घेतल्यानंतर काही दिवसांनी पुनरुत्थान (Resurrection) पावून, स्थूल रूपात परत येऊन परलोकांविषयी ज्ञान दिले होते. त्यात ते म्हणतात, 'केवळ अंतःस्फूर्तीच्या साहाय्याने परलोकीच्या व्यक्ती पाहू, ऐकू, वास घेऊ शकतात, चव घेऊ शकतात, स्पर्श करू शकतात, त्यांना तीन डोळे असतात; त्यांपैकी दोन थोडेसे मिटलेले असतात. तिसरा प्रमुख व खास या लोकीचा असा डोळा हा आहे. हा डोळा अगदी कपाळावर मध्यभागी उभा व उघडा असतो.'

या तृतीय नेत्रात बिन्दुरूप ब्रह्मज्योतिदर्शन होऊ शकते, असे अद्वयतारकोपनिषदात दिलेले आहे.

भ्रूदहरादुपरि सच्चिदानंदतेजः कूटरूपम् ।
परब्रह्म अवलोकयन्तद्रूपो भवति गर्भजन्मजरा-
मरणसंसारभयात्संतारयिति तस्मात्तारकमिति ।।१।।

अर्थ : भ्रूमध्याच्या वरती सच्चिदानंदमय तेजोराशी विद्यमान असते. त्याला परब्रह्म असेही म्हणता येईल. त्या तेजोराशीवर दृष्टी केंद्रित केल्यावर साधक तद्रूप होऊन जातो व त्यामुळे त्यास गर्भ, जन्म, जरा, मृत्यू व भय यांपासून 'त्राण' किंवा रक्षण मिळते. यास्तव उपनिषदामध्ये त्याला 'तारकब्रह्म' अशी संज्ञा दिली आहे.

या दिव्यचक्षूचा उल्लेख श्रीभगवद्गीतेतही आहे. अकराव्या अध्यायात विश्वरूप दर्शनाच्या वेळी भगवान श्रीकृष्ण म्हणतात, 'हे अर्जुना, माझे विश्वरूप तू पार्थिव डोळ्यांनी पाहू शकणार नाहीस. तर ते पाहू शकण्याकरिता मी तुला दिव्यचक्षू प्रदान करतो.' स्थूल विश्वांतर्गत नेत्र सूक्ष्म व कारण विश्वातली दृश्ये दिव्यचक्षूखेरीज पाह-ता येत नाहीत. अशी दिव्यदृष्टी व्यासांनी संजयास दिली होती. त्या दृष्टीमुळे त्याला रणभूमीवरची सर्व दृश्ये दिसू लागली व त्यांचे वर्णन तो राजा धृतराष्ट्रापुढे करू शकला. त्या दिव्यदृष्टीमुळेच त्याला अतिदूरवीक्षणाची व श्रवणाची सिद्धी प्राप्त झाली होती, त्याची कबुली तोच पुढे देत आहे.

राजन् संस्मृत्य संस्मृत्य रूपमद्भुतं हरेः ।
विस्मयो मे महान् राजन् दृष्यामि च पुनः पुनः ।।१८-७७

तृतीय नेत्राचा, दिव्यचक्षूचा असा जागोजागी उल्लेख आहे व त्या नेत्राचे अनुग्रहाविना, उन्मीलन होण्याकरिता प्रदीर्घ, तीव्र ध्यानाची जरुरी असते. एवढेच फक्त निर्देशन योगविषयक ग्रंथात दिलेले आढळते. तो उघडण्याकरिता तिबेटमधील पद्धतीसारखा या पुस्तकात वर्णिल्याप्रमाणे एखादा कृत्रिम शस्त्रक्रियेचा उपचार असू शकतो यास मात्र आधार आमच्या ग्रंथांत नाही.

तरी पण सिद्धी प्राप्त होण्याकरिता जी काही साधना सांगितली आहे, त्यात

पुष्कळशा योगासनांचा, बंधांचा व मुद्रांचा समावेश होतो. योगासनांमध्ये, बंधांत व मुद्रांमध्ये शरीरातील स्नायूंची, हाडांची, अवयवांची हालचाल निरनिराळ्या प्रकारांनी, विपरीत प्रकारांनीसुद्धा करण्याचा अभ्यास सांगितला आहे. खेचरी मुद्रेमध्ये जीभ, पडजीभ व घसा यांवर काही अस्वाभाविक प्रक्रियांचा अभ्यास करावा लागतो, प्रसंगी थोडीशी शस्त्रक्रिया ही करावी लागते. तसेच वज्रोली मुद्रेतही काही अघोरी स्वरूपाची प्रक्रिया करावी लागते. ह्या सर्व प्रक्रिया केवळ शारीरिक व यांत्रिक स्वरूपाच्या आहेत; त्यांचा ध्यानाशी, धारणेशी किंवा इतर मनोव्यापाराशी संबंध नाही. पण त्या प्रक्रिया केल्या असता ध्यानधारणेच्या साधनेप्रमाणे सिद्धी प्राप्त होतात, हे मात्र स्पष्ट सांगितले आहे. तसे पाहिले तर उपोषण ही सुद्धा हठयोगांतर्गतच एक साधना आहे. शरीर शिणविण्याचाच तो एक प्रकार आहे.

याव्यतिरिक्त हठादी साधनांनी अतींद्रिय सामर्थ्य मिळविण्याचे मार्गदर्शन आम च्या ग्रंथात नाही. भारतीय योगसाधना ही शरीर, मन व आत्मा ह्या तिन्ही अंगांच्या विकासावर आधारलेली आहे. अष्टांग योगसाधनेतील यम, नियम, आसन, प्राणायाम व प्रत्याहार ही पहिली पाच अंगे शारीरिक स्वरूपाची आहेत. धारणा व ध्यान ही मानसिक आहेत तर समाधी ही आत्मिक स्वरूपाची आहेत, अशी ही योगसाधना क्रमवार करावी असा आदेश आहे.

तिबेटमधील लामांचा योग हा अशाच प्रकारचा आहे, असे खुद्द या पुस्तकाचे लेखक महायोगी टी. लोबसंग राम्पा यांनी आपल्या पुढल्या एका पुस्तकात ('Wisdom of the Ancients') सांगितलेले आहे. अर्थात तिबेटी योगात हठयोगाइतकेच ध्यानयोगाला व लययोगाला स्थान आहे.

या चार शब्दांव्यतिरिक्त अनुवादकास काही जास्त सांगणे नाही. ग्रंथात प्रतिपादिलेल्या विषयाचा परिचय करून देण्यापुरता या चार शब्दांचा उपयोग होईल. ग्रंथातील शब्द व भाषा ही फार बोलकी आहे व वाचकांचे लक्ष वेधून घेणारी आहे. इत्यलम्.

गणेश नीलकंठ पुरंदरे

अनुक्रमणिका

१

बालपणी घरी असताना

“चार वर्षांचा झालास आणि तट्टावर नीट बसून राहता येत नाही. कसा तू लढाई करणार? तुझे वडील काय म्हणतील?” असे बोलून म्हाताऱ्या झूबाबाने तट्टाच्या आणि माझ्या दोघांच्याही कुल्ल्यांवर असा काही रपाटा मारला की, आमची हाडे खिळखिळी झाली. इतके बोलल्यावर झूबाबाने जमिनीवर एक पिचकारी मारली.

समोर 'पोताला'मधील घरांची सोन्याची छपरे व घुमट चकचकीत सूर्यप्रकाशात चमकत होते. जरा अलीकडे नागमंदिराजवळच्या तळ्याच्या निळ्या पाण्यात पाणकोंबड्यांच्या हालचालीने तरंग उत्पन्न होत होते. पुढे समोरच्या खडकाळ रस्त्यावरून लमाण आपल्या याक बैलांना जोरजोराने पुढे दामटीत होते. त्यांचे ते मोठ्या आवाजातले बोलणे स्पष्ट ऐकू येत होते. हे लमाण ल्हासाहून बैलावर माल भरून पुढे जात होते. जवळच शहराच्या वस्तीबाहेर मोकळ्या मैदानात जोगी गवई जमले होते. हातात भल्या मोठ्या लांबलचक तुताऱ्या घेऊन 'बम्', 'बम्' अशा आवाजात निरनिराळे सूर काढण्याची तालीम करीत होते. तुतारीतून आवाज काढताना त्यांची छाती अगदी हबकून निघत होती.

पण ही सर्व जुजबी दृश्ये नेहमीची, दररोजची होती. तिकडे पाहायला मला वेळ नव्हता. माझ्याकडे सध्या एकच काम होते. ते म्हणजे नाठाळ तट्टावर मांड मजबूत राखणे. त्या तट्टाला 'नक्कीम' नाव ठेवले होते. त्याची सारी खटपट वरच्या चिमुकल्या स्वाराला उडवून टाकण्याकरिता होती; म्हणजे चरायला, इकडे-तिकडे खेळायला व हवेत दुगाण्या झाडायला ते मोकळे झाले असते.

म्हातारा झूबाबा मोठा कडक. दुसऱ्याकडून काम करवून घेतल्याखेरीज स्वस्थ

बसायचा नाही. सारी हयात त्याने कष्टात काढली होती. आता चार वर्षांच्या मुलाला सांभाळायचे व त्याला घोड्यावर बसायला शिकवायचे काम त्याला दिले होते. आता त्याच्या स्वभावातला धिमेपणा पार गेला होता. तो खाम भागातला होता. त्या भागातली माणसे अंगाने धिप्पाड व बळकट. त्याकरिताच त्याला नोकरीत ठेवला होता. त्याची उंची जवळजवळ सात फूट होती. आडवाही तो तसाच होता. त्याची साक्ष त्याचे वृषस्कंध देत होते. तिबेटच्या पूर्व भागात एक परगणा आहे. तिथले लोक फारच उंच. धिप्पाड व ताकदवान. सात फुटांच्या उंचीवरचे पुष्कळच असतात. मठामध्ये त्यांना रखवालदारलामा म्हणून नेमतात. ते आपल्या जाडजूड खांद्यावर आणखी गिरद्या चढवीत, त्यामुळे अधिकच धिप्पाड दिसत. तोंडाला काळा रंग लावीत, त्यामुळे ते आणखीच भेसूर दिसत. हातात ते एक मोठा दंडा राखीत. ज्याच्यावर त्या दंड्याचा प्रयोग होई, त्याचे दुर्दैवच ओढवायचे.

झूबाबाने आजवर रखवालदार-लामाचे काम केलेले होते. मला, आता त्याला मला सांभाळायचे काम दिले होते. त्याच्या पायांना बऱ्याच जखमा झालेल्या होत्या. त्यामुळे त्याला फारसे चालता येत नसे. तेव्हा तो सारी मुशाफरी घोड्यावरूनच करायचा.

सन १९०४ मध्ये ब्रिटिशांनी कर्नल यंगहसबंड याच्या आधिपत्याखाली तिबेटवर स्वारी केली, खुप नासधूस केली. जणू त्यांना असे वाटत होते की, आमच्या देशामधील माणसे मारून आमची घरेदारे जाळून टाकली तर आम्हाला घाबरून टाकल्यावर आमची मैत्री संपादण्याचा अगदी सोपा उपाय हाती येईल. या लढाईत झूबाबा शिपाई म्हणून लढला होता व लढाईत झालेल्या गोळीबारात त्याच्या कमरेचा डावा भाग उडून गेलेला होता.

तिबेटच्या सरकारात जे प्रमुख लोक होते, त्यात माझ्या वडिलांची गणना होत असे. आमचे घराणे व माझ्या आईचे घराणे, ही घराणी तिबेटमधील वरच्या दर्जाच्या खानदानी घराण्यात मोडत होती. त्यामुळे देशाच्या एकंदर राज्यकारभारात माझ्या आईबापांचा बराचसा दबदबा असे. आमच्या देशाच्या राज्यव्यवस्थेविषयी मी पुढे तपशीलवार लिहिणार आहे.

आमच्या वडिलांची अंगकाठी धिप्पाड, उंचीपुरी. जवळजवळ सहा फुटांची त्यांची उंची होती. ताकदही तशीच, कोणालाही हेवा वाटावा अशी. तरुणपणी ते तट्टू हातावर उचलून धरत. खाम परगण्यातील धिप्पाड अशा पहिलवानांशी त्यांनी सामना केलेला होता व त्यांना कुस्तीत भुईसपाट केलेले होते.

बहुतेक तिबेटी लोकांचे केस काळे व डोळे पिंगट असतात. पण या नियमाला माझे वडील अपवाद होते. त्यांच्या केसांचा रंग किंचित तांबूस होता व डोळे घारे होते. त्यांचा स्वभाव संतापी होता. कधीकधी काही एक कारण नसताना ते एकदम भडकत.

पण आमचे वडील घरी फार क्वचित असत. त्यावेळी तिबेटची राजकीय परिस्थिती बरीचशी अस्थिर होती. १९०४ मध्ये ब्रिटिशांनी आक्रमण केले, तेव्हा दलाई लामा मंगोलियात पळून गेला होता. जाण्यापूर्वी राज्यकारभार त्याने माझ्या वडिलांच्या व इतर मंत्र्यांच्या हातात सोपवून दिला होता. ब्रिटिशांच्या आक्रमणामुळे आणि त्यांना मिळालेल्या विजयामुळे चीनलाही आमच्या देशावर स्वारी करावेसे वाटले. १९१० मध्ये ते ल्हासावर चालून आले. त्यावेळी दलाई लामाने भारतात आश्रय घेतला. पुढे चीनमध्ये १९११ साली राज्यक्रांती झाली व तिबेटी लोकांनी चिनी फौजांना पिटाळून लावले. पण त्यांनी तेथून पाय काढण्यापूर्वी आमच्या लोकांवर निर्घृण अत्याचार केले.

सन १९१२ मध्ये दलाई लामा पुनरपि ल्हासात परत आला. त्याच्या गैरहजेरीत तिबेटच्या राज्यकारभाराची सारी जबाबदारी माझ्या वडिलांवर व इतर मंत्र्यांवर होती. ते दिवस मोठे कठीण असे गेले; पण अशा कठीण दिवसात राज्यकारभाराची धुरा वाहिल्याने आमच्या वडिलांचा स्वभाव पार बदलून गेला, असे माझी आई म्हणत असे. मुलांशी बोलायला-चालायला त्यांना मुळी वेळच मिळत नसे. आम्हा मुलांना त्यांच्याबद्दल पितृवात्सल्य असे कधीच वाटले नाही. मला पाहिल्यावर तर त्यांना क्रोधच येई व त्यामुळे मला दृष्टीआड करण्याकरिता झूबाबाच्या स्वाधीन करण्यात आले होते. 'तू त्याचे वाटेल ते कर' असे त्यांनी झूबाबाला सांगून टाकले होते.

मला तट्टावर बसता न येणं ही बाब झूबाबाला स्वत:ची नामुष्की वाटे. तिबेटमध्ये वरच्या वर्गातील लहान मुलांना जणू चालण्याच्या अगोदरच तट्टावर बसायला शिकवीत असत. आमच्या देशात रस्ते फार कमी. मुलूख डोंगराळ. तेव्हा घोड्यावर बसायला सगळ्यांना शिकावे लागत असे. सारा प्रवास पायी किंवा घोड्यावर बसून करायचा. तिबेटमधले उमराव लोक भरधाव घोडा फेकण्यात पटाईत. अरुंद अशा खोगिरावर मांड ठेवून व प्रसंगी उभे राहून धावत्या शिकारीवर ते नेम धरून न चुकता गोळी मारीत. नंतर हातात धनुष्यबाण घेऊन शिकार करीत. कधीकधी असे अनेक घोडेस्वार रांग धरून भरधाव दौडत. कधीकधी मध्येच घोडा बदलून नवीन घोड्यावर मांड ठेवून रांग विसकटू न देता पुन: दौड मारीत, पण मला आता चार वर्षे होऊनही तट्टावर धड बसून राहता येत नसे, अशी दयनीय स्थिती होती.

माझे तट्टू नक्कीम केसाळ होते व त्याची शेपटी लांबच लांब होती. डोळे बारीक

पण तेज. आपल्या पाठीवर बसणाऱ्या स्वाराला कसे खाली पाडावे, याच्या त्याला अनेक युक्त्या अवगत होत्या. त्याची एक युक्ती अशी की, प्रथम पुढे थोडे धावायचे, मग एकदम थांबून डोके खाली करायचे. नंतर जसा मी पुढे त्याच्या मानेवर घसरत येऊन डोक्यावर येई, तेव्हा एकदम ते डोके वर करीत असे. म्हणजे मी कोलमडून पाठीमागे पडून जाई. आणि मग ते ताठ उभे राहून माझ्याकडे खोडसाळपणे पाहत राही.

तिबेटी लोक घोड्यावरून दुडदुड करीत जात नाहीत. तट्टावरून दुडदुड करीत जाणारा स्वार काहीसा गमतीदारच दिसतो. साधारणत: तेथल्या लोकांची घोड्यावरून चाल ही सावकाश असायची. भरधाव घोडा फेकणे हा एक व्यायामाचा, कसरतीचा प्रकार समजला जाई.

तिबेटमधील राजसत्ता धर्मगुरूंच्या हातात आहे. बाहेरच्या जगात घडून येणाऱ्या 'प्रगती'बद्दल आम्हाला आस्था नाही. ध्यान करण्यास व अंगी विरक्ती पूर्णपणे बाणविण्यास मन:शांती मिळावी एवढीच आमची आकांक्षा असते. पाश्चिमात्यांचा तिबेटमधील खनिज संपत्तीवर डोळा आहे, हे आमच्यामधील सुज्ञ मंडळींच्या पूर्वीच ध्यानात आलेले आहे आणि त्या उद्देशाने जेव्हा ते आक्रमण करतील; तेव्हा येथील शांत वातावरण नष्ट होईल, हेही त्यांना माहीत होते. आता हे कम्युनिस्ट तिबेटमध्ये येऊन पोचले आहेत यावरून त्यांनी वर्तविलेले भविष्य खरे ठरले आहे.

माझे घर ल्हासामध्ये होते. ल्हासा हे शहर लिंगकोर या परगण्यात आहे. शहराभोवती वर्तुळाकार रस्ता आहे. त्या रस्त्याच्या कडेला व शिखराच्या (Peak) अगदी छायेखाली हे घर आहे. असे वर्तुळाकार रस्ते एकूण तीन आहेत. सर्वांत बाहेरचा जो भाग आहे, त्यास लिंगकोर हे नाव असून त्या रस्त्यावर यात्रेकरूंची नेहमी वर्दळ असते. ज्या काळात माझा जन्म झाला त्या काळातील रिवाजाप्रमाणे आमचे घर दुमजली असून रस्त्याच्या कडेला होते. घरे दोन मजल्यांचीच बांधीत. दलाई लामाच्या प्रासादापेक्षा कोणत्याही घराची उंची जास्त ठेवीत नसत, असा निर्बंध असे. दलाई लामाची स्वारी शहरातून फक्त एकच वेळ निघे. काही लोक दुसऱ्या मजल्यावर जे हंगामी बांधकाम करून ठेवीत, ते मिरवणुकीच्या वेळी काढून टाकीत व मिरवणूक निघून गेल्यावर पुन: उभे करीत.

आमचे घर दगडी असून पुरातन काळात बांधलेले होते. घर एखाद्या गढीसारखे असून मध्ये एक प्रशस्त अंगण होते. तळमजल्यावर गोठा असे व राहण्याच्या जागा वरती असत. वरती जाण्याकरिता दगडांच्या पायऱ्यांचा जिना होता. गोरगरिबांच्या घरी लाकडाची शिडी असे; किंवा खाचा मारलेला लाकडाचा भलामोठा ओंडका असे. तो

छपरावर टाकून ठेवायचा. ओंडक्यावरील ह्या खाचा पुढे निसरड्या होत. तिबेटमध्ये लोकांचे हात नेहमी याकच्या लोण्याने बरबटलेले. ते हात लागून लागून या खाचा निसरड्या झाल्याने व एखादा मनुष्य घाईघाईने वर चढू लागला तर त्याचा हात घसरून तो खाली येत असे.

सन १९१० मध्ये तिबेटवर चीनचे परचक्र आले व आमच्या घराचा विध्वंस झाला. घराची आतली भिंत पाडून टाकली गेली. त्यानंतर ती भिंत आमच्या वडिलांनी परत अगदी चार मजल्याच्या उंचीइतकी बांधून काढली. पण उंचीवरचा निर्बंध कसोशीने पाळला. जेव्हा दलाई लामाची मिरवणूक निघे, तेव्हा ती उंची कमीच दिसे व त्याबद्दल कधी कोणी तक्रार केली नाही.

आमच्या घराचा दरवाजा म्हणजे हत्ती दरवाजाच; जाडजूड लाकडाचा व जुनेपणामुळे काळा कुळकुळीत झालेला. तो दरवाजा चिनी शिपायांना पाडता आला नाही म्हणून त्यांनी फक्त भिंत पाडून टाकली. दरवाजावर आमच्या दिवाणजींची कचेरी असे. त्यांची सर्व नोकरचाकरांवर देखरेख असे. आमच्या घरचा कारभार म्हणजे जणू एखाद्या संस्थानाचाच कारभार. तो सर्व कारभार ते करीत. जेव्हा संध्याकाळ होई व मठातल्या तुताऱ्यांचा आवाज कानी ऐकू येई, तेव्हा कचेरीच्या खिडकीच्या खाली भिकाऱ्यांचा तांडा जमे. त्यांना अन्नदान होई. त्या अन्नावर त्यांचा रात्रीचा गुजारा होई. त्या काळात शहरातली सर्व खानदानी कुटुंबे अशी अन्नछत्रे चालवीत. पुष्कळदा तुरुंगातले कैदी या भिकाऱ्यांच्या तांड्यात सामील होत व भिक्षा घेत. तिबेटमध्ये तुरुंग थोडेच असत. तेव्हा हातापायात बेड्या घातलेले हे कैदी रस्त्यातून हिंडत व भिक्षा मागीत.

तिबेटमध्ये कैद्यांना बहिष्कृत मानीत नसत. लोकांची समजूत अशी असे की, पुष्कळसे संभावित लोक मनाने गुन्हेगारच असतात. पण त्यांचा गुन्हा शाबीत झाला नसल्याने ते समाजात उजळ माथ्याने हिंडू-फिरू शकतात. म्हणून अशा दुर्दैवी माणसांकडे पाहण्याची तिबेटी लोकांची दृष्टी उदार असे.

दिवाणजींच्या कचेरीच्या उजव्या बाजूस काही खोल्या असून तेथे दोन भटजींच्या राहण्याची सोय असे. ते आमच्या घरातले भटजी असून त्यांचे काम म्हणजे आमच्या कल्याणासाठी दररोज प्रार्थना म्हणायची. आमच्यापेक्षा कमी खानदानीचे जे उमराव असत, त्यांच्या घरात एकच भटजी (भिक्षू) असे. आमच्या घरात दोन असत. कोणत्याही नैमित्तिक प्रसंगी या भटजींचा सल्ला घेण्यात येई व त्याप्रमाणे संकल्पसिद्धीसाठी प्रार्थना करण्याचेही काम त्यांच्याकडेच देण्यात येत असे. दर तीन वर्षांनी हे भटजी किंवा भिक्षू आपापल्या मठात परत जात आणि त्यांच्या बदली नवे भिक्षू येत.

घराच्या प्रत्येक दालनात एकेक मंदिर असे. त्या मंदिरात लाकडाचा एक चौरंग असे. त्या चौरंगापुढे नेहमी मेणबत्त्या लावून ठेवलेल्या असत. मंदिरात पवित्र अशा जलाचे सात कुंभ ठेवलेले असत. ते कुंभ दिवसातून अनेक वेळा बदलले जात. वापरलेले कुंभ धुवून पुसून स्वच्छ करीत व पुनः वापरीत. भटजींना सुग्रास जेवण घालीत.

दिवाणजींच्या कचेरीच्या डाव्या बाजूस आमच्या घराण्याच्या वकीलसाहेबांची राहावयाची जागा असे. त्यांचे काम म्हणजे आमच्या जहागिरीचा, संस्थानाचा कारभार योग्य रीतीने व कायदेशीरपणे चालला आहे की नाही, हे पाहणे. तिबेटी लोक फार कायद्याने चालणारे असल्याने कायद्याचे काटेकोर पालन करण्याकडे माझ्या वडिलांचा फार कटाक्ष असे.

घरात आम्ही मुले तीन. मी, माझा भाऊ पालघोर व बहीण यशोधरा. आम्हा मुलांकरिता एक नवीन जागा तयार केलेली होती. अंगणाच्या अगदी पलीकडची, रस्त्यापासून दूर अशी जागा, आमच्या जागेच्या डाव्या बाजूस शाळा होती. त्या शाळेत आमच्या नोकराचाकरांचीही मुले शिकायला येत. आमच्या अभ्यासाचे विषय अनेक व पुस्तकातील धडेही लांबलचक. माझा भाऊ पालघोर फार दिवस जगला नाही. तो प्रकृतीने अशक्त होता व त्याला कष्ट सहन होत नसत. सातवे वर्ष पूर्ण होण्याच्या अगोदरच तो वारला. त्यावेळी यशोधरा सहा वर्षांची होती व मी चार वर्षांचा होतो. पालघोर वारला तो दिवस मला चांगला आठवतो. त्याचे शरीर थंडगार व अगदी लाकडासारखे झाल्यावर काही लोक आले व त्यांनी आमच्या चालीरीतीप्रमाणे त्याच्या शवाचे तुकडे करून ते स्मशानात गिधाडांपुढे टाकून दिले.

आता घराण्याचा वारस मी एकटाच उरलो. तेव्हा अभ्यासक्रमही कठीण करण्यात आला. माझे वय चार वर्षांचे होते. पण मला घोड्यावर बसता येत नसे. माझ्या वडिलांची शिस्त मोठी कडक होती. ते खानदानी उमराव घराण्यातील असल्याने आपल्या मुलाचे शिक्षण परिपूर्ण व त्याचा आचार आदर्श असावा, याकडे त्यांचे फार लक्ष असे.

आमच्या देशात विद्यार्थ्यांचे खानदान जितके मोठे, तितकी त्याच्यावर अधिक शिस्त धरण्यात येई. आमच्या वडिलांच्या खेरीज जे बडे लोक होते, त्यांना आम्हा मुलांवर इतक्या कडक शिस्तीचे निर्बंध लावू नयेत असे वाटत असे; पण वडिलांची गोष्ट अगदी वेगळी होती. त्यांचा दृष्टिकोन असा- गरीब मुलाला पुढे आयुष्यात आराम मिळणे कठीण तेव्हा त्याच्या बाबतीत माणसाने दया दाखवावी, पण श्रीमंत मुलाला मात्र आयुष्यभर ख्यालीखुशालीचे जीवन जगायचे असते. तेव्हा त्याला शिस्त लहानपणीच,

विद्यार्थिदशेतच धरावी म्हणजे कष्ट काय असतात, हे प्रत्यक्ष कळून आल्याने पुढच्या आयुष्यात तो गोरगरिबांशी कनवाळूपणाने वागेल असे त्यांना वाटत असे. त्यांचाच काय, पण साऱ्या समाजाचा, सरकारचा हाच दृष्टिकोन असे. अशा कडक शिस्तीखाली अशक्त विद्यार्थ्यांचा निभाव लागत नसे. जी मुले टिकाव धरून राहत, ती जणू हठयोगीच बनत. कोणतीही शारीरिक, मानसिक हाल-अपेष्टा सहन करण्यास ती लायक ठरत.

झूबाबाची खोली तळमजल्यावर व हत्तीदरवाजाशेजारी. सारी हयात त्याने पोलिसात घालविलेली. नाना प्रकारच्या माणसांत तो वागलेला. नेहमी माणसांत वावरलेला. त्याला एकांत कसा पसंत पडणार? त्याच्या खोलीच्या बाजूला तबेले होते. त्या तबेल्यात वीस घोडी, तट्टे, बैल वगैरे जनावरे बांधलेली असत.

या घोड्यांचे जे सईस असत, त्यांना झूबाबाचा फार धाक वाटे. कारण झूबाबा त्यांच्यावर अधिकार गाजवीत, त्यांच्या कामात फार लक्ष घालीत. आमचे वडील जेव्हा घोड्यावरून जात, तेव्हा त्यांच्याबरोबर सहा हत्यारबंद घोडेस्वार जात. त्यांच्या अंगावर लष्करी पोशाख असे. तो पोशाख बरोबर घालतात की नाही, सोबत न्यायचे सामान नीट घेतात की नाही, हे झूबाबा फार कसोशीने तपासून घेत असत.

हे सहा घोडेस्वार आपली घोडी भिंतीशी उभी करून माझे वडील जेव्हा त्यांच्यासमोर घोड्यावर बसून येत तेव्हा ते त्यांना सामोरे जात व सलामी देत. हे सर्व मी आमच्या कोठीच्या खोलीच्या खिडकीतून पाहत असे. खिडकीतून जरा पुढे वाकले की, एखाद्या घोडेस्वाराच्या अंगाचा स्पर्श व्हायचा. एकदा मी काय केले! मला काही उद्योग नव्हता. तेव्हा एका घोडेस्वाराच्या खोगिरातल्या पट्ट्यातून तो ते घोड्यावर घालीत असताना मी एक दोर गोवून घेतला व त्याची दोन टोके खिडकीच्या आतल्या एका खिळ्याला बांधली. खोगीर घालण्याच्या गडबडीत घोडेस्वाराच्या ते काही ध्यानात आले नाही. काही वेळाने माझे वडील घोड्यावर बसून आले. मग हे घोडेस्वार त्यांना सामोरे जाण्यास पुढे आले. पण पाचच घोडेस्वार पुढे आले. सहाव्याला काही पुढे येता येईना. घोड्याला भुताने झपाटले की काय, म्हणून तो मोठ्याने ओरडू लागला. पट्टा तुटला आणि त्या गोंधळात मी तो दोर मागे खेचून मागच्या मागे पसार झालो. अशी गंमत मी त्या घोडेस्वाराची केली. 'तुला घोड्यावर नीट बसताच येत नाही' असे म्हणून मी त्याला खिजवीत असे.

तसे आमचे जीवन कष्टाचे असे. चोवीस तासांपैकी अठरा तास आम्ही काम करीत असू. तिबेटी लोकांची अशी समजूत असे की, दिवसा उजाडल्यावर झोपून राहायचे नाही, कारण मग दिवसाची भुते झोपणाऱ्याला पछाडतात. अगदी लहान तान्ह्या

मुलांनासुद्धा भूतबाधा होऊ नये म्हणून पहाटेच उठवून ठेवीत. जी माणसे आजारी असत, त्यांनाही उठवून ठेवीत. या नियमाची अंमलबजावणी फार कडकपणे केली जात असे, त्यातून कोणाची सुटका होत नसे. मरणाऱ्या माणसांनासुद्धा शुद्धीवर आणून ठेवीत. जागे असताना जर त्यांचा मृत्यू ओढवला, तर त्यांना सद्गती मिळते, असा लोकांचा विश्वास असे.

शाळेत आम्हाला निरनिराळ्या भाषा शिकाव्या लागत. चिनी व तिबेटी. तिबेटी भाषेचे दोन प्रकार. एक बोली व दुसरी भारदस्त. बोली भाषेचा उपयोग आम्ही नोकरचाकरांशी व हलक्या जातीच्या माणसांशी बोलताना करीत असू. आणि भारदस्त भाषेचा उपयोग वरिष्ठ दर्जाच्या माणसांशीच काय पण त्यांच्या पाळीव जनावरांशी, कुत्र्या-मांजरांशीसुद्धा आम्ही आदब राखून बोलत असू.

शाळेतील आमच्या वर्गाची जागा चांगली मोठी असे. एके काळी ती जागा जोगी-पाहुण्यांकरिता वापरीत असत. पुढे त्यांच्याकरिता वेगळा आश्रम तयार झाल्यावर या मोठ्या जागेत आमच्या शाळेचा वर्ग भरू लागला. वर्गात एकूण साठ मुले असत. आम्ही मुले जमिनीवर मांडी घालून बसायचो. आमच्या पुढे एक लांबलचक बाक असे. जमिनीवर थोड्या उंचीवर ते मांडलेले असे. आम्ही मास्तरांच्याकडे पाठ करून बसत असू. म्हणजे त्यांची आमच्यावर नजर राहावी पण ते मात्र आमच्या दृष्टीस पडू नयेत. मास्तर आमच्या कडून अभ्यास अगदी कसोशीने करून घेत असत. त्या काळात आमच्या देशात कागद हाताने तयार करीत व त्यामुळे तो महाग असे. मुलांना नासायला तो देत नसत. आम्ही पाट्या वापरीत असू. पाट्या मोठ्या, चांगल्या चौदा-बाराच्या लांबी-रुंदीच्या असत. पेन्सिल म्हणून आम्ही खडूचा उपयोग करीत असू. हे खडू ल्हासापेक्षा बारा हजाराहून अधिक उंच अशा 'सू ला' पहाडात मिळत असत. ल्हासाच मुळी समुद्रसपाटीपासून बारा हजार फूट उंचीवर होते. तांबड्या झाकीचा खडू मला आवडे तर यशोधरेला निळसर झाकीचा खडू आवडे. त्या पहाडात खडू निरनिराळ्या रंगाचे सापडत; तांबडे, पिवळे, निळे, हिरवे. खडूंच्या थराखाली धातूंच्या मातीचे जे खडक असत, त्या मातीचे वेगवेगळे रंग त्या खडूंच्या थरात मिसळल्याने व त्यासारखा रंग खडूंना येई.

अंकगणितामध्ये मी अगदी 'ढ' होतो. सातशे त्र्याऐंशी जोगी दररोज सांपाचे बावन कप पीत असल्यास आणि एका कपात ५/८ पिंट सांपा मावत असेल तर सात दिवसास पुरेल इतका सांपा साठून ठेवण्याकरिता टाकीचा आकार काय असावा? अशी ही अंकगणितातली उदाहरणे यशोला चटकन सुटत, पण माझी त्यात गती चालत नसे.

आमच्या अभ्यासक्रमात एक लाकूड तासण्याचा विषय असे. हा विषय मला फार आवडत असल्याने लाकूड कापण्यात व तासण्यात मी अगदी पटाईत होतो. तिबेटमधील शाळांत हा विषय मोठ्या आस्थेने शिकवीत, कारण आमच्याकडे छापण्याचे काम लाकडाच्या पातळ तक्त्यावर करीत. तसे तक्ते तयार करण्याचे काम मोठ्या हुशारीने करावे लागे. त्यात लाकूड वाया जाऊ देता उपयोगाचे नव्हते. लाकूड महाग. ते सगळे लांब अंतरावरून भारतातून आणावे लागे. आमच्या देशातले लाकूड फार जड. त्याच्या फळ्या करता येत नसत. त्यात फक्त एकाच प्रकारचे लाकूड तक्ते तयार करण्याच्या कामी उपयोगी पडे.

आमच्या अभ्यासक्रमातील प्रमुख विषय म्हणजे सदाचार संहितेचे पठण व तशी प्रार्थना म्हणणे. वर्गात पाऊल टाकले म्हणजे ही प्रार्थना म्हणायची. तसेच शाळा सुटल्यानंतर ही पुन: म्हणायची. आमच्या या प्रार्थनेचा सारांश असा,

उपकाराची फेड उपकाराने करा.

सज्जनांशी विरोध करू नका.

धर्मशास्त्राचे पठण करा व त्यातील अर्थ समजून घ्या.

शेजाऱ्यांना मदत करा.

श्रीमंतांच्या अंगी सहिष्णुता व समता यावी म्हणून त्यांच्या बाबतीत आचारधर्म फार कडक आहे. गरिबांच्या बाबतीत तो इतका कडक नाही. ते दयेला पात्र असतात.

कोणाचे ऋण म्हणून ठेवू नका. ते सत्वर देऊन टाका. हे सदाचार संहितेचे नियम कोणी विसरून जाऊ नये म्हणून कापडावर आम्ही ते लिहून काढून त्यास वर व खाली लाकडी पट्ट्या मारून वर्गात ते फलक चारी भिंतींवर टांगून ठेवीत असू.

पण आमचा वेळ सगळाच अभ्यासात जात होता, असे नव्हे. आम्ही खेळतही असू. पण आमचे सारे खेळ असे तयार केलेले असत, जेणेकरून आमचे शरीर बळकट व्हावे. कडक थंडी व कडक उन्हाळा सहन करता यावा अशी ताकद आमच्या अंगात यावी. उन्हाळ्याच्या दिवसात दुपारी उष्णतामान कधीकधी पंच्याऐंशी (फॅरनहीट) पर्यंत जाई. पण रात्री ते इतके खाली येई की, गोठणबिंदूच्या चाळीस अंश खाली जात असे. हिवाळ्यात तर ते फारच खाली जाई व थंडी अगदी कडाक्याची पडे.

आम्हाला शरसंधानही करावे लागे. यात आम्हाला फार मौज वाटे व हाताचे स्नायूही बळकट होत. धनुष्य ज्या लाकडाचे करीत, ते लाकूड आमच्या देशात भारतातून

येत असे. आम्ही अहिंसावादी बुद्धधर्मीय असल्याने जिवंत प्राण्याची कधी शिकार करीत नव्हतो. निशाणाला दोरी लावून नोकर ती दोरी खाली किंवा वर करीत. नोकर झुडुपात लपलेले असत. त्या निशाणावर घोड्यावर बसून तो भरधाव दौडत असताना आम्हाला अचूक बाण मारावा लागत असे. घोड्यावर बसण्यात मी मूळचाच कच्चा. मला अशी ही नेमबाजी जमत नसे. उंच उडी मारण्याचाही खेळ आम्ही कधीकधी खेळायचो. तो खेळ म्हणजे पंधरा फूट उंचीची काठी हातात घेऊन जोराने पळायचे व पळण्याचा वेग वाढला म्हणजे ती काठी जमिनीवर रोवून पुढे लांबलचक उडी मारायची. अशा तऱ्हेची उंच उडी मारण्याचा सराव प्रवासात वाटेत येणारा ओहोळ ओलांडण्याच्या कामी उपयोगात येत असे.

काठीचा घोडा करून त्यावरून चालत जाण्याचा असाच एक खेळ आमच्या काळात असे. त्यावर पाय ठेवून चालतचालत जात आम्ही एकमेकांशी लढाई खेळत असू. जो घोड्यावरून खाली पडे, त्याची हार झाली असे समजण्यात येई. हे घोडे आम्ही घरीच करीत असू. बांबू सरळसोट, मध्ये पेर नाही असे पसंद करून त्याच्यावर पाय ठेवण्याच्या आडव्या फळ्या समान अंतरावर ठोकून टाकीत असू.

मुली व तरुण स्त्रिया पिस चेंडूसारखा एक खेळ खेळत. लाकडाच्या चेंडूत एका बाजूवर भोके तयार करीत व त्यात पिसे खोचून ठेवीत. तो चेंडू पायाने उडवून हवेत सतत ठेवायचा. मुली आपले परकर जरा वर उचलून धरून पायांनी तो चेंडू उडवीत. जर त्या चेंडूला हाताचा स्पर्श झाला, तर ती मुलगी खेळातून बाद झाली समजायची. एखादी चपळ मुलगी तो चेंडू दहा-दहा मिनिटे नुसती पायाने उडवीत राहायची.

पण तिबेटमध्ये सर्वांत लोकप्रिय खेळ म्हणजे पतंग उडविण्याचा. ल्हासा ज्या परगण्यात आहे, त्या 'यू' परगण्यात तर तो फार आवडीचा खेळ होता. हा खेळ जणू राष्ट्रीय खेळ समजत असत. पण हा खेळ काही ठराविक ऋतूत व काही ठराविक वेळाच खेळत असत. पूर्वापारची अशी समजूत असे की, ज्या डोंगरावर हा खेळ खेळत, त्या डोंगरावर पावसाळ्यात भरपूर पाऊस पडे आणि त्यामुळे वर्षा ऋतूत हा खेळ खेळत. आता वर्षा ऋतू म्हणजे तिबेटमध्ये साधारण कोरडीच हवा. वर्षा ऋतूच्या अगदी पहिल्याच दिवशी पोतालाच्या छपरावरून पहिला पतंग उडवीत. नंतर काही मिनिटांच्या आत असंख्य पतंग, निरनिराळ्या आकारांचे, रंगांचे एकदम हवेत उडायला लागत. वाऱ्याची झुळूक आली की ते पतंग हवेत जहाजांसारखे हलायला व डोलायला लागत. मग एकंदर दृश्य मोठे रमणीय व नेत्राकर्षक दिसायचे.

मला पतंग उडविणे फार आवडत असे व सगळ्यांच्या पतंगापेक्षा माझा पतंग

अगदी वरती उडत राहावा याकरिता मी जीवाची पराकाष्ठा करीत असे. आम्ही पतंग स्वत:च बनवीत असू. बांबूच्या काड्यांची चौकट करून व त्यावर पातळ कागद रेशमी धाग्यांनी बांधायचा. हे साहित्य जमविण्यास फारसे सायास पडत नसत. घरोघरी पतंग उडवीत. ज्याचा पतंग अगदी उत्तम, त्याचे घराणे उच्च समजत. कधीकधी पतंग आकाशदिव्याचे करीत असू. त्याच्या बाहेरील चिवट कागदावर राक्षसाचे चित्र काढून त्यास पंख व शेपूट लावीत असू.

आमच्या प्रतिपक्षांचे पतंग खाली खेचून तोडून टाकण्यात आम्हाला धन्यता वाटे. त्याकरिता आमच्या लढाया होत. आम्ही पतंगाच्या दोरीला मांजा लावीत असू. मांजा म्हणजे काचेचा चुरा. त्या चुऱ्याचा दोरीला लेप लावीत असू. अशा दोरीने दुसऱ्याचा पतंग वरच्यावर आम्हाला कापता येत असे.

कधी आम्ही रात्रीचे बाहेर पडून आकाशदिव्यात तेवणारी पणती लावून ते आकाशात उडवीत असू. ते दिवे उंच आकाशात तांबड्या रंगाने चमकत व नीलवर्ण पार्श्वभूमीवर मोठे उजळून दिसत. ल्हासा शहरात जवळपासच्या भागातून लमाणांचे तांडे येत असत. ते लमाण याक बैलांवर आपले सामान लादून संथ सावकाशपणे प्रवेश करीत. त्यांच्यापुढे आम्ही पतंग उडवून आपण किती 'आधुनिक' आहोत, हे त्या खेडवळ लमाणांना जणू सांगायचो. कधीकधी त्यांना आमची भीती वाटे.

आकाशदिव्यात आम्ही कधीकधी निरनिराळ्या गमती करीत असू. त्यात आम्ही पोकळ नळ्या एका विशिष्ट पद्धतीने ठेवीत असू की; ज्यावेळी मोठा सोसाट्याचा वारा त्या नळ्यांत शिरे, तेव्हा किंचाळल्यासारखा भेसूर आवाज त्यातून येई. अशा आकाशदिव्यांना आम्ही आग ओकणारे व आरोळ्या मारणारे 'राक्षस' म्हणत असू. बैलांवरून माल वाहून नेणाऱ्या लमाणांना या राक्षसांची भीती वाटे व ते घाबरून गेले म्हणजे आम्हाला मोठी गंमत वाटे.

मला त्या काळात कल्पना नव्हती की, हा पतंग उडविण्याचा खेळ पुढील आयुष्यात उपयोगी ठरेल; कारण पुढील आयुष्यात मी या पतंगात बसून उड्डाण केलेले आहे. एकूण हा खेळ जरा धोक्याचाच होता. याहूनही जास्त धोक्याचा आणखी एक खेळ होता. अगदी मोठे पेटीसारखे पतंग आम्ही तयार करीत असू. सात-आठ फूट उंचीचे व बाजूंना पंख असलेले. असे हे कागदी पेटारे आम्ही एखाद्या दरीत सपाट जमिनीवर ठेवून देत असू, जेथे वाऱ्याचा प्रवाह खालून वर जात असे. या कागदी पेटाऱ्याच्या पंख्यांना दोन दोर लावून त्या दोरांची टोके दोघा इसमांच्या कमरेभोवती घट्ट गुंडाळून घ्यायची. मग ते दोन इसम तट्टांवर बसून दौडायला लागत, त्याबरोबर

तो कागदी पेटाराही जमिनीवरून उचलला जाई व दोन्ही इसमांच्या बरोबर पुढे जाई, उड्डाण करायला लागे. हवेची पोकळी, जेथे लागे, तेथे तो पेटारा एकदम वर वर जाई व याबरोबर दोघे इसमही तट्टांवरून वर उचलले जात. कधीकधी दहा फूट वरती उचलले जात आणि नंतर मग हळूहळू कमरेचा दोर सोडायला लागल्यावर जमिनीवर येत. ज्यांना पेटाऱ्याने वर उचलायला लागल्यावर रिकिबीतून ताबडतोब पाय बाहेर काढता येत नसे, त्यांची मोठी दुर्दशा उडे व त्याचे अंग खरचटून जाई. मी जरी घोड्यावर बसण्यात एवढा तयार नव्हतो, तरी असा प्रसंग माझ्यावर कधी आला नाही. वरती उचलले जाण्यात मला मोठी मौज वाटे.

एकदा काय झाले, मोठ्या उत्साहाने मी तट्टावर स्वार झालो व पतंगाच्या पेटाऱ्याबरोबर दौडू लागलो. हवा चांगली असल्याने मग जो मी उतरलो तो एका शेतकऱ्याच्या छपरावर. त्या छपरावर शेणाचा ढीग वाळविण्यासाठी ठेवलेला होता.

तिबेटी शेतकऱ्यांच्या घरांच्या छपरावर लहानसा कठडा असे. छपरावर ते शेण गोळा करून ठेवतात व त्याच्या गोवऱ्या करतात. ज्या घराच्या छपरावर मी आदळलो, तेथे मी शेणाच्या ढिगाऱ्यात पडलो. त्या घराला धूर जाण्यासाठी धुराडे नसून फक्त एक मोठे भोक होते; त्यातून खालचा धूर बाहेर जात होता. शेणावर पडल्याने माझ्या अंगाला शेण लागले. ते एका लाकडी फळकुटाने मी अंगावरून काढले व ते शेण त्या धुराडेवजा भोकात टाकून दिले. आता मला काय माहीत, खाली माणसे बसली आहेत. त्यांच्या अंगावर शेण पडल्यावर ती वरती आली आणि मग त्यांनी माझा जो समाचार घेतला, तो काही विचारू नका. त्यांनी मला ओढतओढत माझ्या वडिलांकडे नेले. तेथे आणखी हजेरी झाली. इतकी की सारी रात्र मी नुसता निपचित पडून राहिलो होतो.

दुसऱ्या दिवशी आमच्या शिक्षेची अंमलबजावणी सुरू झाली. सकाळी उठून गोठ्यात गेलो, घमेलेभर शेण गोळा केले व ते शेण त्या शेतकऱ्याच्या घरी जाऊन देऊन आलो. हे काम माझ्या मानाने जरा कठीणच होते. माझे वय त्यावेळी सहा वर्षांचे होते. माझ्याखेरीज सगळ्यांची करमणूक झाली. माझ्या बाळमित्रांना चेष्टा करायला एक नवीन विषय मिळाला, शेतकऱ्याला त्याचे जेवढे शेण नासले होते, त्याच्या जवळजवळ दुप्पट शेण मिळाले. वडिलांची कठोर पण न्यायी कीर्ती झाली, पण माझे मात्र हाल झाले.

या सर्व गोष्टींवरून असा समज होईल की, ही शिक्षा मोठी कडक, पण आमच्या देशात अशक्त मुलांचा व माणसांचा निभाव लागत नसे. ल्हासाची सपाटीपासून उंची बारा हजार फूट व हवामान अतिविषम, कडक थंडी व प्रखर ऊन, इतर काही सुभे त्याहूनही उंच, तेथले हवामान ल्हासापेक्षाही अतिविषम. तेव्हा अशक्त राहून उपयोग

नाही. उलट त्यामुळे इतरांना त्रास. त्यामुळे शिस्त मोठी कडक असे. त्यात निर्दयतेचा भाग नसे.

याहूनही उंच अशा ठिकाणी तर लोक तान्ह्या मुलांना बर्फाच्या पाण्यात बुचकळतात, त्यांची परीक्षा घेतात की अशा बर्फाळ पाण्यात ती टिकाव धरतात की नाही? अशाच मुलांचे ते संवर्धन करतात. अशा एखाद्या बर्फाळ ओढ्याच्या काठी माणसांची जणू रांग लागत असे. नवीन उपजलेली अर्भके घेऊन त्यांच्या आया, आज्या, त्यांचे बाप व इतर आप्त येऊन गर्दी करीत. तान्ह्या अर्भकांचे कपडे काढीत व मग त्याची आजी त्याला पाण्यात बुडवी. मुलाचे फक्त डोके व तोंड पाण्यावर ठेवी. त्या कडक थंडीत मुलाचे अंग प्रथम लालबुंद होई, नंतर निळे होई. प्रथम घाबरून ते ओक्साबोक्सी रडे व मग त्याचे रडणे थांबे. मूल जणू मेल्यासारखे दिसे. पण मुलाची आजी चांगली माहीतगार असते, मग ती त्या मुलाला पाण्यातून बाहेर काढून त्याच्या अंगावरचे पाणी पुसून काढी आणि मग त्याला कपडे घाली. यानंतर जर ते मूल जगले तर परमेश्वराने त्याला आयुष्य दिले असे समजत. जर ते जगले नाही तर पुढील आयुष्यात होणाऱ्या हालअपेष्टांपासून ते वाचले असे समजत. अशा या कडक थंडीच्या देशात या चालीला कोणी नावे ठेवीत नाहीत. उलट हा कनवाळूपणाच समजत. लोकांची समजूत अशी की, थोडीफार अर्भके मरून गेली तरी हरकत नाही. पण हयातभर अशी व्याधिग्रस्त माणसे समाजाने पोसायला नकोत. कारण आमच्या देशात वैद्यकीय उपचार साधारण नसल्यासारखेच असत.

माझ्या वडीलभावाचा मृत्यू झाल्याने माझ्या अभ्यासावर आता वडील अधिक लक्ष देऊ लागले. माझे वय आता सात वर्षांचे झाले होते व ज्योतिषीबुवा जसे माझे भविष्य वर्तवतील त्याप्रमाणे मला शिक्षण द्यायचे होते. तिबेटमध्ये ज्योतिषावर लोकांचा फार विश्वास. प्रत्येक गोष्ट करायची की करायची नाही, हे ज्योतिषी सांगतील त्याप्रमाणे ठरे. अगदी एखादा बैल विकत घेण्यापासून मुलाला कोणत्या प्रकारचे शिक्षण द्यायचे, या सर्व गोष्टी ज्योतिषाने ठरवायच्या. आता माझे अभ्यासाचे वय झाले होते. सातवा वाढदिवस जवळ येऊन ठेपला होता, तेव्हा आई मोठा समारंभ करणार होती. आप्तेष्ट व घरंदाज पाहुणे यांना आमंत्रणे जाणार होती. मोठे प्रयोजन होणार होते व ज्योतिषीबुवांच्या तोंडून माझे भविष्य सर्वजण श्रवण करणार होते.

माझी आई शरीराने चांगलीच स्थूल. चेहरा गोल व केस काळेभोर. तिबेटमध्ये बायका डोक्यावर एक लाकडी चौकट ठेवीत व त्यावर आपले लांबलचक केस पसरून ठेवीत. हा जणू त्यांना दागिनाच वाटे. या चौकटी तयार करणे म्हणजे कलाकुसरीचे काम असे. त्या लाल रंगाच्या लाखेच्या करीत व त्यामध्ये प्रवाळ, पोवळी व मणी मोठ्या

सुबकपणे घालीत आणि त्यावर लांब काळेभोर केस, सुवासिक तेल लावलेले पसरून ठेवले म्हणजे स्त्रीचे सौंदर्य शतपटीने वाढत असे.

तिबेटी स्त्रियांना रंगीबेरंगी कपडे घालायची फार आवड. वस्त्रे काही लाल रंगाची तर काही हिरव्या व पिवळ्या रंगाची असत. साधारणपणे परकर एका रंगाचा तर वरचे वस्त्र विरुद्ध रंगाचे पण रंगसंगती राखणारे असे. मग अलंकार असे, डाव्या कानातली बिगबाळी. बाईचा समाजातला जितका मोठा दर्जा, तितका तिच्या बिगबाळीचा आकार मोठा. आमची आई म्हणजे प्रमुख खानदानी घराण्यातली. तेव्हा तिच्या कानातल्या बिगबाळीचा आकार सहा इंचांहून जास्तच होता.

आमच्या देशात स्त्रीपुरुषांना समान हक्क असत. पण आमच्या आईची गोष्ट वेगळी. घरातला सारा कारभार ती आपल्या हातात ठेवी. घरात तिचीच सत्ता चाले व तिला पाहिजे असलेलं ती वडिलांकडून करून घेत असे.

आता हा असा समारंभ साजरा करायचा म्हणजे तिला फार हुरूप येई. निमंत्रणे द्यायची, पाहुण्यांच्या उतरण्याची, जेवण्याखाण्याची व्यवस्था करायची. त्यात उणेपणा कोठे दिसू नये, याबद्दल दक्षता घ्यायची. उलट इतरांपेक्षा जरा अधिकच असा सगळा प्रबंध करायचा. या कामात आईचा अगदी हातखंडा असायचा. वडिलांबरोबर नाना देशात ती हिंडलेली. भारतात, पेकिंग, शांघायसारख्या मोठ्या शहरात, प्रतिष्ठित समाजात वावरलेली. तेव्हा तिला देशोदेशीचे आदरातिथ्याचे भिन्नभिन्न रिवाज चांगले माहीत होते.

या समारंभाचा मुहूर्त ठरला. त्याप्रमाणे आमंत्रणे खास कागदांवर लिहिली गेली. निमंत्रणपत्रिका जोगी, लेखक एका भारी किमतीच्या कागदावर लिहीत. उच्च दर्जाच्या पाहुण्यांना पाठविण्याच्या निमंत्रणपत्रिकांचा कागदही तसा उंची असे. दोन फूट लांब व एक फूट रुंद असा तो कागद असे. पत्रिकेतील मजकुराच्या खाली आमच्या घराण्याचा शिक्का असे. आमची आईही वरच्या दहा प्रतिष्ठित घराण्यातली असल्याने तिचाही आणखी शिक्का त्या पत्रिकेवर असे. शिवाय माझे वडील व आई यांचा एक संयुक्त वेगळा शिक्का होता. तोही त्या पत्रिकेवर उठवीत. म्हणजे एकूण शिक्के तीन. अशा तऱ्हेने ही निमंत्रणपत्रिका एक भारी दस्तऐवज बनून जाई. आणि हा सर्व खटाटोप माझ्याकरिता होत असल्याच्या विचाराने मी तर अगदी चांगलाच भेदरून गेलो. पण मला हे माहीत नव्हते की, या सगळ्या समारंभात माझे स्थान दुय्यम प्रतीचे होते. प्रथम महत्त्व होते ते आमच्या मोठेपणाला. पण या सामाजिक महत्त्वाचा मला काही बोध झाला नाही व माझी भीती काही कमी झाली नाही.

ही निमंत्रणे घरोघरी पोचविण्याकरिता आम्ही खास हरकाऱ्यांची योजना केलेली होती. प्रत्येक हरकारी म्हणजे अबलख वारूवर आरूढ झालेला एक घोडेस्वार. त्याच्या हातात एक काठी. त्या काठीच्या टोकाशी एक लहानशी पेटी बांधलेली. त्या पेटीत निमंत्रणपत्रिका ठेवलेली. त्या पेटीवर बाहेर आमच्या घराण्याचे ध्वजचिन्ह लावलेले असे. काठीला रंगीबेरंगी कागद गुंडाळलेला. त्यावर काही बोधवचने लिहिलेली. अशी ती काठी घोडा दौडू लागल्यावर ठळकपणे घोडेस्वाराच्या हातात दिसायची व त्याच्यावरील ध्वजा हवेत फडफडायची. निरनिराळ्या ठिकाणी पत्रिका घेऊन जाणारे हे सगळे घोडेस्वार आमच्या वाड्याच्या प्रांगणात जेव्हा जमा होत, तेव्हा मोठी गडबड उडून जाई. कारण सगळे हरकारे अगदी एकाच क्षणी तेथून प्रस्थान ठेवीत. प्रस्थान ठेवण्याच्या वेळी सगळीकडे हलकल्लोळ उडून जायचा. घोड्यांच्या सईसांच्या त्या कर्णकठोर आरोळ्या, घोड्यांचे खिंकाळणे आणि भल्या मोठ्या कुत्र्यांचे पिसाळल्यागत भेसूर भुंकणे. हे हरकारे प्रस्थान ठेवण्यापूर्वी थोडे सौम्य मद्य घेत. पेले खाली ठेवीत तोच वाड्याचा हत्ती-दरवाजा कर्रर आवाज करीत व त्यामधून ते घोडेस्वार जल्लोष करीत दरवाजातून बाहेर पडत, पुढल्या मार्गाला लागत.

आता हे हरकारे निमंत्रणपत्रिका जागच्या जागी पोचवीत. पण शिवाय तोंडीही निरोप देत. कधीकधी हे निरोपे अगदी वेगळेच असत. पूर्वीच्या काळी या हरकाऱ्यांवर वाटेत डाकू हल्ला करीत व त्यांच्याजवळचे कागद हस्तगत करून ते ज्यांच्याकडे पोचवायचे असत त्यांचा पत्ता काढून त्यांच्यावर, घरादारावर दरोडा घालीत. म्हणून हरकाऱ्यांबरोबर खोट्याच लेखीपत्रिका देऊन खऱ्या मजकुराच्या पत्रिका तोंडाने सांगावयास सांगत. त्यामुळे अशी ही निरोप देण्याची पद्धत अमलात आली. तोंडी निरोप हा अर्थात अधिक विश्वसनीय समजला जाई.

घरी लगीनघराचे स्वरूप आले होते. सगळी गडबड व धामधूम. भिंती साफ करून त्यांना रंग दिला. जमिनींना पुन: सारवण दिले व जमिनींवरच्या लाकडी फळ्यांना पुन: पॉलिश दिले. त्यांवरून चालायला धोक्याचे वाटायचे. पूजा मंदिरातील लाकडी वेदीला नवे पॉलिश दिले. खाचाखोचात लाखेचे रोगण घातले. त्या वेदीपुढे तेवत ठेवण्याकरिता नवीन निरांजने आणली. त्यांपैकी काही सोन्याची तर काही चांदीची होती. त्याला चकचकीत पॉलिश दिले. आई व मुख्य दिवाणजी सारखे इकडून तिकडे फिरत. कुठे काही न्यून असेल तर ते काढून टाकण्याकरिता नोकराचाकरांना हुकूम सोडीत. त्या हुकुमांची तामिली करताना नोकरांचा जीव अगदी कासावीस होई. आमच्याकडे त्या काळात पन्नासावर नोकर होते. त्या सगळ्यांना भरपूर काम पडे, पण ते काम मन लावून करीत. प्रांगणामधील फरशीवर टाकी मारताच ती फरशी अगदी नवीन फरशीसारखी दिसू

लागली. फरशीमधील भेगा चुन्याने बुजवल्या. त्या भेगा स्पष्ट दिसाव्यात म्हणून त्या चुन्यात रंग घातलेला होता. हे सगळे झाल्यावर सगळ्या नोकरांना आईने आपल्यासमोर बोलाविले व कपडे स्वच्छ घालावेत म्हणून त्यांना निक्षून बजावले.

स्वयंपाकघरात तर फारच गडबड. अन्नाची नुसती रास पडली होती. तिबेट म्हणजे जणू शीतगृहच. पदार्थ केल्यावर नुसता जरी तसाच ठेवून दिला, तरी तो कधी नासत नसे. हवामान फार थंड व तसेच सुके; पाण्याचा अंश नसायचा आणि जरी हवेतले उष्णतामान थोडेसे वाढले तरी सुक्या हवेमुळे अन्न बरेच दिवस टिके. मांस तर वर्षभर चांगले राही व धान्य तर शेकडो वर्षे तसेच्या तसेच राही.

बौद्ध धर्मीय हिंसा करीत नाहीत. तेव्हा जे मांस मिळायचे, ते कड्यावरून पडलेल्या जनावरांचे किंवा अपघाताने मरण पावलेल्या जनावरांचे. खाटकांकडे असे मांस भरपूर मिळे. आमच्या देशात खाटीक असत. पण त्यांस आम्ही 'अस्पृश्य' समजत असल्याने अगदी कडक सोवळे पाळणारी माणसे त्यांस शिवत नसत.

पाहुण्यांना अगदी मोठी मेजवानी द्यायची असे आईने ठरविले होते. आता त्या मेजवानीला खर्च मोठा येणारच. हिमालयाच्या पायथ्याशी सदैव हिरवीगार अशी वनस्पती उगवत असे. त्यांना बोंडे आली म्हणजे ती तोडून त्याची भाजी करीत. ही भाजी म्हणजे खासा पदार्थ. ही बोंडे तशीच कोवळी ठेवून देत. नोकर कित्येक दिवस अगोदर हिमालयाच्या पायथ्याशी जाऊन ही बोंडे तोडून आणून ठेवीत. आमच्या देशात ही झाडे चांगलीच वाढतात व वेगवेगळ्या झाडांच्या बोंडांनाही वेगवेगळा स्वाद व रंग असतो. ही बोंडे कच्ची असतानाच तोडून, धुऊन मधात टाकतात व त्याचा मुरंबा करतात. बोंडे तोडताना त्यास कोठे नख लागता उपयोगी नाही. नाहीतर मुरंबा बिघडतो. हे मुरंबे काचेच्या बरण्यात काळजीपूर्वक भरून ठेवीत व झाकणांशी फडके गुंडाळून ठेवीत. दररोज या बरण्या उन्हात ठेवीत व मधूनमधून आतील मुरंबा हलवीत. म्हणजे फुलांच्या सर्व पाकळ्यांना सूर्यप्रकाश मिळावा व ऊन लागावे. फूल हळूहळू वाढते व मध व पाणी यातून जणू ते अमृत शोषून घेते. काही लोक मुरंबा खाण्यापूर्वी फुले मोकळ्या हवेत वाळण्याकरिता ठेवीत. म्हणजे तो मुरंबा अधिक स्वादिष्ट लागे. पाकळ्यांवर थोडी पिठीसाखर पसरून टाकीत. ती साखर जणू हिमासारखी दिसते. एकंदर हा मुरंबा करण्याचा सोपस्कार मोठ्या कष्टाचा व खर्चाचा. एवढा खर्च करणे वडिलांना पसंत नव्हते. ते म्हणाले, "या कोवळ्या फुलांवर तू जो खर्च केलास, त्यात दहा सवत्स गायी खरेदी करता आल्या असत्या." यावर माझ्या आईचे उत्तर स्त्रीस्वभावाला साजेसे असे. तिने उत्तर दिले, "तुम्ही यात काही बोलू नका. घरातला हा कारभार माझ्या

अखत्यारीतला आहे.''

दुसरा एक रुचकर पदार्थ म्हणजे शार्क माशाच्या पंखांचे केलेले सूप. हे मासे चीनमधून आणतात. त्यांचे पंख कापतात व त्यांचे मसाल्याचे पदार्थ टाकून सूप करतात. कोणी असे म्हटले आहे की, 'उदरातील वायूवर व सर्व उदररोगावर या सुपासारखे जगात दुसरे कोणतेही गुणकारी औषध नाही'. पण मला हे सूप अजिबात आवडत नसे. त्याची नुसती चव घेणे म्हणजे मला किती यातना होत व ते घशाखाली घालणे म्हणजे एक भयंकर दिव्यच!

माझ्या आवडीचा पदार्थ म्हणजे कळकाचे कोवळे रसाळ कोंब, हेही चीनमधून आणीत. या कोवळ्या कोंबांचे अनेक स्वादिष्ट पदार्थ करीत. पण मला ते कोवळेच थोडे मीठ लावून खाणे आवडे. थोडे पिकलेले, पिवळसर झालेले कोंब मी पसंत करीत असे. शिजल्यानंतर ते कोंब ओळखायलाच येत नसत, इतका त्यांचा लगदा होई.

आमच्या देशात आचारी स्वयंपाक करीत. बायकांना हे जमत नसे. सांपा किती हलवायचा, त्यात कोणत्या प्रमाणात मसाला टाकायचा, हे बायकांना समजत नसे. आचारी हे सर्व बिनचूक करीत. त्यांच्या हातची भट्टी सहसा बिघडत नसे. झाडलोट करणे, साफसफाई करणे, बोलणे-चालणे हे सर्व बायकांना जमे, आणखीही काही कामे त्या कुशलतेने करीत पण रसोईचे काम त्यांना जमत नसे.

सांपा हे तिबेटी लोकांचे प्रमुख अन्न. कित्येक लोक सारी हयात नुसत्या सांपावर काढीत. हेच त्यांचे जेवण, हा पदार्थ जव किंवा सातूचा करतात. हे धान्य प्रथम चांगले भाजतात; मग त्याचे पीठ करतात. पीठ पुन: भाजतात. मग ते पीठ एका भांड्यात ठेवून त्यात गरमागरम चहा ओततात व त्या मिश्रणात लोणी सोडतात. मग ते मिश्रण चांगले हलवून त्याचा हलवा करतात. मग त्यात थोडे मीठ व पापडखार चवीकरता टाकतात. म्हणजे सांपा तयार झाला. मग त्याच्या निरनिराळ्या आकाराच्या वड्या करायच्या. हे खाद्य सारखे खाल्ले तर कंटाळा येईल, पण आमच्या देशात साऱ्या ऋतूत हे कसदार व पूर्णान्न समजले जाई.

स्वयंपाकघरात काही आचारी सांपा तयार करीत होते तर काही आचारी लोणी तयार करीत होते. लोणी तयार करण्याची आमची पद्धत सुधारलेल्या देशातील लोकांना आवडायची नाही. ओंगळ वाटेल. मोठमोठ्या कातड्याच्या पखाली घेऊन त्यात आम्ही याक गाईचे किंवा शेळीचे दूध भरून ठेवतो. मग त्या पखालीची तोंडे बंद करतो. मग त्या पखालीच्या पिशव्या आम्ही फूटबॉलसारख्या जमिनीवर आदळत राहतो. बराच

वेळ अशा आदळल्याने त्यातील दुधाचे लोणी तयार होत असे. अशा तऱ्हेने लोणी तयार करायला आम्ही जमिनीवर मधूनमधून दगडाचे ओंडे ठेवीत असू. म्हणजे पखाली आदळताना त्यांना चांगलाच मार बसत असे व आतील दुधाचे चांगलेच मंथन होई. स्वयंपाकघरात जवळजवळ दहा एक आचारी हे दुग्धमंथनाचे अशा तऱ्हेने काम करत असताना पाहणे मोठे कंटाळवाणे असे. कारण हे काम बराच वेळ चाले. एखादे वेळी पिशवी खाली दगडावर टाकल्यावर फुटायची. मला आठवते की, एकदा एक चांगलाच गलेगठ्ठ नोकर हे काम करीत होता. त्याला आपली ताकद दाखवायची होती व तो पिशवी दणादण दगडांवर आपटीत होता. तो अगदी घामाघूम झाला होता. त्याच्या मानेवरच्या शिरा श्रमाने बाहेर आलेल्या दिसत होत्या. कोणीतरी त्याला म्हणाले की, 'टिमू, तू आता म्हातारा झालास, अंगात ताकद आहे हे तू नुसते दाखवत आहेस.' यावर टिमू इतका उसळला की, त्याने त्या पिशवीची मानगूट आपल्या अजस्त्र हातांनी धरली. ती पिशवी उचलली व दाणकन खाली दगडी ओंड्यावर आपटली. पण त्याच्या नुसत्या उचलण्याच्या शक्तीने काम केले. त्याचे हात व पिशवीची मानगूट वरच्या वर हवेतच राहिली. पण पिशवी तुटून खाली दगडी ओंड्यावर मोठ्या जोराने आपटली. त्याबरोबर अर्धवट तयार झालेल्या लोण्याचा एक लोटच्या लोट वरती उफाळून येऊन त्याने टिमूच्या तोंडावर शिपका मारला व लोणी त्याच्या तोंडात, डोळ्यांत, कानांत व केसांत गेले. जवळजवळ बारा ते पंधरा गॅलन दुधाच्या लोण्याने त्याला माखून टाकले.

जोराने आपटण्याच्या आवाजाने घाबरून आईने आत येऊन पाहिले व लोण्याने माखलेले टिमूचे ते भूत पाहून ती अगदी अवाक् झाली. तिच्या तोंडून शब्द उमटेना. इतकी नि:शब्द झालेल्या तिला पाहण्याचा हा माझा पहिलाच प्रसंग. तिला काय वाटले असेल, याचा मला तर्क करता येईना. एवढे लोणी नासले गेले म्हणून तिला राग आला असेल का टिमूच्या नाकातोंडात लोणी गेल्याने तो गुदमरून गेला असेल, म्हणून ती घाबरली की काय, पण तिने हातात कातडी पट्टा घेतला व त्याने टिमूच्या डोक्यावर चांगले फटके मारले. त्या माराने तो घसरड्या जमिनीवर घसरला व खाली पसरलेल्या लोण्यातच पडला.

टिमूसारखे गबाळ नोकर अशा तऱ्हेने लोण्यासारख्या महागामोलाच्या वस्तूची नासधूस करीत. लोणी आणखी एका कारणामुळे खराब होत असे. ते कारण म्हणजे दगडी ओंड्यांवर दुधाच्या पिशव्या आपटीत असताना त्या कातड्याच्या थैलीवरचे काही केस त्या दुधात आणि मग लोण्यात मिसळून जात. एक-अर्ध्या केसाने लोणी इतके खराब होत नसे. खाणारा ते बाजूला काढून ठेवी. पण केसांचे झुबके न झुबके जेव्हा त्याला लोण्यात मिसळलेले आढळून येत, तेव्हा त्याचा इलाज चालत नसे व

सारे लोणी खराब म्हणून बाजूला काढून ठेवी. मग ते दिव्यासाठी वापरीत किंवा गरीब भिकाऱ्यांना देऊन टाकीत. ते भिकारी असे लोणी कढवीत व मग गाळून घेऊन खायला वापरीत.

पण भिकाऱ्यांना तसे चांगले लोणीही खायला मिळत असे. त्याचे असे की, एखाद्या घरी लोणी तयार झाल्यास ते चांगले झाले असे लोकांकडून म्हणवून घ्यायचे झाल्यास त्या घरातील मंडळी भिकाऱ्यांना बोलावीत व त्यांना जेवू घालीत. लोणी चांगले असल्यास ते भिकारी दुसरीकडे भीक मागायला किंवा जेवायला गेले असल्यास पहिल्या घराच्या लोण्याची तारीफ करीत व मग ते लोणी चांगले झाले असल्याचा नावलौकिक होई. भिकाऱ्यांना आमच्या देशात हलके किंवा उपेक्षित समजत नाहीत. त्यांचा निर्वाह किंवा योगक्षेम व्यवस्थित चाले. एका मठातून दुसऱ्या मठात ते भिक्षा मागण्यास प्रतिष्ठेने जात. दुसऱ्या देशात धर्मादाय म्हणून लोक पैसा बाजूला काढून ठेवतात व मग गरीब लोकांना तो वाटून टाकतात. इत्यर्थ एकच. उलट भिकाऱ्यांना किंवा जोग्यांना जो अन्नदान करी, त्याचा दानशूर म्हणून लौकिक होई. भिकाऱ्यांचीसुद्धा एक प्रकारची आचारनिष्ठा असे. ज्या घरी एकदा ते अन्नग्रहण करीत, त्या ठिकाणी ते पुन: भीक मागण्यास काही काळ जात नसत.

आता आमच्याकडे हा जो समारंभ होणार होता, त्यात आमच्या घरी जे दोन पुरोहित कायमचे आश्रित म्हणून ठेवलेले होते, त्यांचेही काम असे. ज्या प्राण्यांची त्यांच्या मांसाकरिता हिंसा होई, त्यांच्या आत्म्यांची प्रार्थना करण्याचे काम या पुरोहितांचे असे. त्या प्रार्थनेत कृतज्ञबुद्धी व्यक्त केली जाई. आमच्याकडे अशी समजूत आहे की, ज्या प्राण्याच्या श्रमाचा आपण उपयोग करून घेतो; एवढेच नव्हे तर ज्याच्या मांसाचा आपण भक्ष्य किंवा अन्न म्हणून उपयोग करतो, त्याचे आपण ऋण लागतो. त्या ऋणविमोचनाकरिता पुरोहितांकरवी त्याच्या आत्म्याची प्रार्थना करण्यात येई. शिवाय त्या आत्म्यास पुढे उच्च योनीत जन्म मिळावा म्हणूनही प्रार्थना करण्यात येई. आम च्याकडे मंदिरात व मठात अशी प्रार्थना करणारे कित्येक पुरोहित असत. आमच्याकडे घोड्यांवर बसून लांबच्या प्रवासाला जेव्हा माणसे निघत, तेव्हाही प्रवासात घोड्यांना फार शीण होऊ नये, प्रवास सुखाचा व्हावा म्हणून प्रार्थना करीत. आमच्याकडे अशा प्रवासात लागोपाठ दोन दिवस आम्ही घोड्यांना राबवीत नसू. एक दिवस चालणे झाल्यावर दुसऱ्या दिवशी आम्ही घोड्याला विश्रांती देत असू. शेतीच्या व बिगारीच्या जनावरांच्या बाबतीतही हाच नियम पाळण्यात येत असे. आणि त्या जनावरांनासुद्धा हा नियम माहीत असे. एखाद्या घोड्याला रपेटीला बाहेर काढला व त्याच्या आदल्या दिवशी त्याला रपेटीला लावला असेल तर दुसऱ्या दिवशी तो रपेटीला निघायचा नाही.

शुंभासारखा नुसता उभाच राही. हालचाल बिलकूल करायचा नाही आणि मग त्याच्या पाठीवरचे खोगीर काढल्यावर तो ताबडतोब खुशीत यायचा व मान वळवून बाजूला सरायचा. जणू तो म्हणे, 'ठीक आहे आता. माझ्यावर अन्याय होत होता. त्यातून वाचलो.' गाढवे तशीच हुशार पण मिस्कील. आपल्या पाठीवर बोजा लादीपर्यंत ती उभी राहायची; काही हालचाल करायची नाहीत. मग सगळा बोजा लादल्यावर ती खाली बसून पाठीवरचा बोजा काढून टाकायची खटपट करायची.

आमच्याकडे तीन मांजरे होती. या तिन्ही मांजरांना भरपूर काम असे. एक मांजर तबेल्यात राहत असे व तेथल्या उंदरांचा बंदोबस्त करण्याचे काम ते चोख बजावी. दुसरे मांजर स्वयंपाकघरात असे. हे मांजर म्हातारे व भोळसट असे. यंगहसबंडने जेव्हा तिबेटवर स्वारी केली व जागोजागी गोळीबार केला, तेव्हा या मांजराची आई फार भेदरून गेली. ती त्यावेळी पोटाशी होती. भीतीमुळे हे मांजर पुरती मुदत होण्याच्या आतच जन्मले व त्या काळात जी मांजरे जन्माला आली त्यांतले हे एकच वाचले. बाकीची मरून गेली. तेव्हा या मांजराला आम्ही 'यंगहसबंड' हे नाव दिले होते, जे अगदी सार्थ होते. तिसरे मांजर फार प्रतिष्ठित होते. ते नेहमी आमच्याबरोबर राहायचे. तिला नेहमी पिल्ले व्हायची. ज्यावेळी तिला पिल्लांना पोसण्याचे काम नसे, तेव्हा ते आमच्या आईबरोबर सतत वावरायचे. ते आकाराने लहान व रंगाने काळे होते. त्याला खायला फार लागायचे. पण अंगाने हडकुळे असायचे. तिबेटमध्ये प्राण्यांचे कोणी लाड करीत नसत. तसेच त्यांना गुलामांसारखेही कोणी फार राबवीत नसत. पण प्रत्येकाला काही काम आखून दिलेले असायचे. माणसांना जसे हक्क असत, तसे त्यांनाही हक्क असत. बौद्ध धर्मातील समजुतीप्रमाणे माणसांप्रमाणे इतरही प्राण्यांनाही आत्मा असतो व मरणानंतर ते पुन्हा जन्मास येतात. उत्तरोत्तर त्यांची प्रगती होऊन उच्च योनीत त्यांचा जन्म होत असतो.

असो. समारंभाच्या निमंत्रणपत्रिकेला उत्तरेही ताबडतोब येऊ लागली. आमच्या वाड्याच्या दरवाजाशी निमंत्रित पाहुण्यांच्या हरकाऱ्यांची गर्दी होऊ लागली. घोड्यांवरून दौडत ते दरवाजाशी गर्दी करीत. त्यांना सामोरे जाण्यास आमचे दिवाणजी आपल्या कचेरीतून बाहेर येत. हे हरकारे प्रथम आपल्या काठीतून पत्राची थैली बाहेर काढीत. ती थैली हातात ठेवूनच त्या पत्राचा मथितार्थ तोंडाने सांगीत. आणि मग धापा टाकीत जमिनीवर अंग टाकीत. निरोप पोचविण्याचे काम किती मोठे कष्टाचे झाले, हे जणू त्यांना इतरांस दाखवायचे असते. आमचे नोकरचाकर या हरकाऱ्यांच्या भोवती गोळा होत व त्यांचे कौतुक करीत उद्‌गार काढीत, 'किती वेगाने तुम्ही येऊन पोचलात हो. पण तुम्हाला काही त्रास झाला नाही ना!' किंवा 'तुम्ही तर अगदी उरी फुटेतोपर्यंत

भरधाव दौडत आला की हो! आता जरा विश्रांती घ्या.' पण मी मोठा खवचट. बासरी वाजवीत मी तेथे येई आणि म्हणे, 'अहो तसं काही नाही. पलीकडच्या नाक्यापर्यंत हे बुवा अगदी सावकाश डुलतडुलत येत होते. नंतर येथे येऊन पोचण्याच्या अगोदरच काही वेळ धापा टाकीत धावू लागले.' मग माझी नोकराचाकरांकडून जी काय खरडपट्टी व्हायची त्याबद्दल न लिहिलेलेच बरे.

शेवटी तो दिवस उजाडला. ज्या दिवसाला मी आतापर्यंत भीत होतो तो दिवस उजाडला. आता माझे भवितव्य ठरणार. मी कोणता व्यवसाय, अभ्यास करायचा, हे आज ठरणार होतं. त्यात मला कोणी विचारणार नाही की, माझी स्वत:ची अशी काय आवड आहे, याची कुणाला जिज्ञासा नाही. समोर दूर असलेल्या पर्वतराजीकडे भगवान सूर्यनारायण उदय पावलेला आहे. त्या बालरवीचे सोनेरी किरण पर्वतांच्या पाठीवरून चोहीकडे पसरत आहेत. हे रमणीय दृश्य पाहत असताना एक नोकर माझ्या खोलीत जोराने धापा टाकत आला व मला उद्देशून म्हणाला, ''काय, अजून उठला नाहीस? लोबसंग राम्पा. आता अंगावर उन्हं आली तरी उठायचा विचार नाही. चार आताच वाजले. अजून कितीतरी कामे उरकायची आहेत. चल ऊठ.'' मी ब्लँकेट बाजूला सारले व उठून उभा राहिलो. आज माझे भवितव्य निश्चित व्हायचे होते.

तिबेटमध्ये मुलाला दोन नावे ठेवतात. पहिले नाव म्हणजे ज्या वारी तो जन्माला आला त्या वाराचे नाव. मी मंगळवारी जन्मास आलो, तेव्हा माझे पहिले नाव 'मंगळ्या' असे ठेवले गेले. त्यानंतरचे माझे दुसरे नाव म्हणजे 'लोबसंग' हे मला माझ्या मातापितरांनी दिलेले आहे. एखाद्या मुलाला जर मठात जोगी बनण्याकरता ठेवायचे असेल तर त्याला आणखी तिसरे नाव त्यावेळी ठेवीत. ते नाव जोग्याला साजेल असे असते. आता मला असे हे तिसरे नाव धारण करावयास लागणार की काय, हे थोड्या तासांच्या अवधीत समजणार होते. मी सात वर्षांचा असताना मला वाटे की, आपण नावाडी व्हावे व त्सांग-हो नदीतून नाव वल्हवत जावे. ही नदी आमच्या घरापासून चाळीस मैलांच्या अंतरावर असेल, पण मला नावाडी होता येत नव्हते. नावाडी हे हलक्या जातीचे असत. लाकडाच्या चौकटीवर याक बैलाचे कातडे ताणून ते लहानलहान नावा तयार करतात. तेव्हा तो विचार मी सोडून दिला. आमच्या देशात पतंग उडविणाऱ्यांचा धंदेवाईक वर्ग असतो. या धंद्यात पडावे असे मला वाटू लागले. मला हा धंदा पसंत होता. अगदी स्वतंत्र, वाऱ्यासारखे जीवन. नदीतून कातड्याच्या बोटीत बसून ती वल्हविण्यापेक्षा शतपटीने बरे. पतंग उडविणे, नाना तऱ्हेचे पतंग, त्यांच्यावर राक्षसांच्या चेहऱ्याचे अजस्त्र मुखवटे बसवलेले, त्या मुखवट्यामधील डोळे किती भेसूर. पण आज ज्योतिषी, पुरोहित माझे भवितव्य ठरविणार होते. त्यातून मला पळवाट काढता येण्यासारखी

नव्हती; नाहीतर मी खिडकीतून केव्हाच पळून गेलो असतो. पण आता तसे पलायन मला करता येणार नव्हते. आणि जरी मी पळून गेलो असतो तरी वडिलांनी मला शोधून पकडून येथे परत आणले असते. काही झाले तरी मी राम्पा होतो. आमचे खानदानी घराणे होते. पूर्वीपासून चालत आलेल्या परंपरेप्रमाणेच आम्हाला चालावे लागणार होते. कदाचित ज्योतिषीबुवा मी पतंग उडविण्याचा धंदा करावा असे सुचवितील, कोणी सांगावे? आता पाहूया ते माझे काय भविष्य वर्तवितात ते!

२

माझे बालपण संपले

''माझं डोकं उपटून टाकतोयस की काय? यूल्गी, जर तुझे हे मालिश तू थांबवले नाहीस तर तुझ्यासारखे माझ्या डोक्यावरचे सारे केस खलास होतील.''

''वाईच दम्यानं घ्या. छोटे धनीसाब. तुमच्या डोक्याला मला चांगलेच मालिश केले पाहिजे. तेल लावून शेंडी कशी ताठ व तजेलदार झाली पाहिजे, नाहीतर आईसाहेब मला फोडून काढतील.''

''पण यूल्गी, त्याकरिता इतकी दांडगाई करायची काय जरुरी! तू माझे डोकेच जणू उपटून काढीत आहेस!''

''पण छोटे धनीसाब, मला हे काम आटोपून दुसऱ्या कामाला लागायचे आहे.''

ओटीवर मी असा बसलो होतो व एक जाडजूड माणूस माझ्या डोक्याचे मालिश करीत होता. त्याच्या मालिश करण्याने माझी शेंडी अगदी कडक व ताठ होऊन गेली व सरोवरातील पाण्यावर जसे चंद्राचे किरण चमकावेत तशी चमकू लागली.

माझ्या आईची तारांबळ तर काही विचारू नका. या दालनातून त्या दालनात तिची सारखी धावपळ चालू होती. मला जणू वाटू लागले की, मला पाच-सहा आया आहेत की काय! तिला कामे किती करायची होती. अगदी तातडीचे हुकूम सोडायचे होते; सर्व बाबतीत तयारी परिपूर्ण झाली आहे की नाही, हे पाहावयाचे होते. आणि हे सर्व करताना अनेकांशी तावातावाने बोलावयाचे होते. माझ्यापेक्षा दोनच वर्षांनी वडील असणारी माझी बहीण, यशो. जणू चाळीस वर्षांच्या बाईसारखी दिसत होती. इतकी तिची गडबड. वडील आपल्या खाजगी दालनात बसून होते. त्यांना या गदारोळाची धग

पोचत नव्हती. मलासुद्धा वाटले की, आपणही त्यांच्यासारखे निपचित पडून राहावे.

ल्हासाला एक मुख्य मंदिर होते. त्याचे नाव जो-कांग. तेथे जाऊन यावे असे माझ्या आईने ठरविले होते. त्याचे तसे कारणही होते. तेथे जाऊन आल्याने पुढील सर्व कार्याला एखाद्या धार्मिक समारंभाचे स्वरूप येईल व कार्य सिद्धीस जाईल, अशी तिची अटकळ होती. एके दिवशी सकाळी दहा वाजता आमच्या घरातील मोठी घंटा वाजली. आमच्या घरात अशी शिस्त होती की, त्या घंटेचे टोल वाजताच, सर्वांनी मोठ्या दिवाणखान्यात जमायचे. त्याप्रमाणे आम्ही जमलो. सामानसुमान बांधून घेतले. मग सगळी घोड्यांवर बसली. बाबा, आई, यशो, इतर पाच माणसे, आणि अर्थात मी. मी या सफरीत सामील व्हायला जरा नाखूश होतो. आम्ही निघालो. लिंगकोर मार्ग ओलांडून आम्ही वळलो व पोतालापहाडाच्या पायथ्याच्या दिशेने आम्ही दौडू लागलो. हा पहाड म्हणजे डोंगरांची एक रांग आहे. चारशे फूट उंच व बाराशे फूट लांब. वाटेत एक खेडे लागले व पुढे मैदान लागले. अर्ध्याएक तासाने आम्ही जो-कांग मंदिराजवळ जाऊन पोचलो. त्या मंदिराच्या सर्व बाजूस लहान लहान घरे, दुकाने, उघडी दुकाने पसरलेली होती. त्यांत मांडून ठेवलेले पदार्थ यात्रेकरूस जणू बोलावीत होते. हे मंदिर तेराशे वर्षांचे जुने आहे व पवित्र मानले गेलेले आहे. मंदिराच्या आतल्या फरशीच्या जमिनी यात्रेकरूंच्या जाण्या-येण्याने जागोजाग खोलगट झालेल्या होत्या. मुख्य मंदिराच्या भोवती यात्रेकरू भाविकतेने प्रदक्षिणा घालीत. त्या घालीत असताना हातातले प्रार्थना-चक्र शेकडो वेळा फिरवून ते सारखा मंत्रजप करीत, 'ओम् मणिपद्मे हुम्' हा तो मंत्र.

मंदिराच्या तक्तपोशी अजस्त्र लाकडाच्या होत्या व त्या आता इतक्या वर्षांनी अगदी काळ्या-कुळकुळीत झाल्या होत्या. धूप, अगरबत्ती, ऊद वगैरेंच्या वासांनी मंदिराचा गाभारा अगदी सुगंधित व कुंद होऊन जाई. तो सुगंध त्या तक्तपोशीच्या तुळयांमध्येसुद्धा भिनून राही. मंदिराच्या बाजूंस देवदेवतांच्या सुवर्णमूर्ती लावून ठेवलेल्या असत. त्या मूर्तीसभोवार धातूच्या पत्र्याची जाळी लावलेली असे. हेतू हा की त्या मूर्तीचे दर्शन तर व्हावे, पण मूर्तीची नासधूस यात्रेकरूंकडून होऊ नये. त्या मूर्तीपैकी ज्या मूर्ती प्रसिद्ध देवादिकांच्या असत, त्यावर हिऱ्यामोत्यांचे ढीगच्या ढीग लागलेले असत. ज्या भक्ताला देव नवसाला पावे, तो त्या देवावर हिरे किंवा मोती वाही. मूर्तीसमोर मोठमोठी सोन्याची चिरागदाने ठेवलेली असून त्यात मेणबत्त्या सतत तेवत ठेवलेल्या होत्या. मेण संपायच्या आत त्यात नवीन मेण पडायची व्यवस्था होती. आज तेराशे वर्षे होऊन गेली, पण या चिरागदानातून मेणबत्त्या सतत अविरतपणे तेवत ठेवलेल्या आहेत. गाभाऱ्याच्या आतून अंधारातून घंटांचा, झांजांचा व शंखाचा आवाज बाहेर ऐकू येत आहे. आम्ही

त्या मंदिरात देवांभोवती रीतिरिवाजाप्रमाणे प्रदक्षिणा घातली.

देवदर्शन झाल्यावर आम्ही वरती माडीवर गेलो. तेथे फक्त खास पाहुणे येऊ शकत. माझे वडील त्या मंदिराच्या व्यवस्थापकांतील एक होते. ते नेहमी या मंदिरात येत व त्या माडीवर उतरत.

आमच्या राज्यकारभाराची व्यवस्था तुम्हाला जरा गमतीची वाटेल.

राज्यकारभाराचे व धार्मिक बाबतीत प्रमुख म्हणजे दलाई लामा. राजा व धर्मगुरू एकच. तेच शेवटचे न्यायालय. त्याच्यापुढे अपील नाही. दलाई लामाकडे कोणीही फिर्याद अर्ज करावा. जर फिर्याद रास्त असेल किंवा अर्जदारावर खरोखर अन्याय झाला असेल, तर दलाई लामा फिर्यादीचा अर्ज मंजूर करतो किंवा त्याच्यावर झालेला अन्याय दूर करतो. त्यामुळे या देशातील प्रत्येकजण त्याच्यावर प्रेम करतो किंवा त्यांच्याविषयी आदर बाळगतो असे म्हटल्यास ते चुकीचे ठरणार नाही. आता ही गोष्ट खरी की, त्याची राजसत्ता एकतंत्री होती व तो ती अनियंत्रितपणे गाजवीतही असे. पण स्वत:करिता ती त्याने कधीही गाजविली नाही. फक्त आपल्या देशाच्या हिताकरिताच तो ती गाजवीत असतो. आपल्या देशावर कम्युनिस्टांचे आक्रमण होणार आहे, हे भविष्य दलाई लामाला कित्येक वर्षे अगोदर कळून चुकले होते. आपल्या देशाच्या स्वातंत्र्याला काही काळ ग्रहण लागणार आहे, हे त्याला माहीत होते. म्हणून त्याने आमच्यासारख्या काही थोड्या लोकांना असे विशिष्ट प्रकारचे शिक्षण दिले होते, जेणेकरून ही पुरोहितविद्या कामयची लोप पावू नये.

दलाई लामाच्या हाताखाली दोन मंडळे (कौन्सिले) असत. पहिले धर्ममंडळ. यात सदस्य चार व ते सगळे लामाच्या दर्जाचे. देशातील सगळ्या लामा-आश्रमांचे व मठांचे जे कारभार चालत, त्याबद्दल हे धर्ममंडळ जबाबदार धरले जाई. अर्थात त्यावर 'अंत:श्रेष्ठां'चे नियंत्रण रहातच असे. कारण सगळ्या धार्मिक प्रश्नांवर अंतिम निर्णय 'अंत:श्रेष्ठ'च घेत.

दुसरे राजमंडळ. या मंडळात सदस्य चार. तीन साधारण सदस्य व एक कारभारी. हे मंडळ राज्यकारभार करते तसेच दोन्ही मंडळांच्या कारभारात समन्वय राखते.

या दोन मंडळांच्या कारभारात समन्वय राखणारे दोन 'संपर्क अधिकारी' असतात. त्यांना मुख्यमंत्रीसुद्धा म्हणता येईल. हे दोन मुख्यमंत्री दलाई लामापुढे आपले विचार मांडतात, त्यानंतर राष्ट्रीय सभा. या सभेचे सभासद पन्नास. प्रत्येक सभासद ल्हासा शहरामधील प्रतिष्ठित, वजनदार घराण्याचा व आश्रमांचा प्रतिनिधी असतो. या राष्ट्रीय सभेच्या बैठकी फार

क्वचित भरत. तेव्हा सगळा कारभार हे दोन मुख्यमंत्रीच करतात. देशावर एखादे संकट कोसळले तरच या राष्ट्रीय सभेची बैठक होई. १९०४ साली या सभेची बैठक भरली होती. त्या वर्षी ब्रिटिशांनी ल्हासा शहरावर हल्ला केला व दलाई लामा मोंगोलियात पळून गेला होता. त्याच्या या पलायनाने पाश्चिमात्य लोकांची जरा चुकीची समजूत झाली होती. त्यांनी आमच्या या 'अंत:श्रेष्ठा'वर भ्याडपणाचा आरोप केला. वास्तविक तो पळून गेला नव्हता. आता आमच्याकडे लढ्यांकडे पाहण्याचा दृष्टिकोन जरा वेगळा असतो. युद्ध म्हणजे जणू बुद्धिबळाचा डाव. त्या डावात 'राजा' जर हस्तगत झाला तर डाव संपला असे असते. दलाई लामा म्हणजे आमचा 'राजा.' तो जर नसेल तर लढाई निरर्थक ठरते. म्हणजे राष्ट्रावर परचक्र आले तर देशात एकजूट टिकावी म्हणून राजाला स्वसंरक्षणाकरिता दुसरीकडे कोठेतरी जावेच लागते. तेव्हा त्याच्यावर भ्याडपणाचा आरोप करणे म्हणजे ह्या आमच्या लोकसमजुतीविषयी अज्ञान दर्शविणे होय.

तिबेटमध्ये एकूण पाच प्रांत. ते प्रांत असे गारटोक म्हणजे पश्चिम तिबेट. चांग म्हणजे उत्तर तिबेट. खाम म्हणजे पूर्व तिबेट व लो-झाँग म्हणजे दक्षिण तिबेट व मध्यभागी असलेला उ-त्सांग हा पाचवा प्रांत. राजधानी ल्हासा ही या मध्यवर्ती प्रांतात येते. दलाई लामाची सत्ता जसजशी वाढत गेली, तसतसे या राष्ट्रीय सभेला किंवा मंत्रिमंडळाला काही कामच उरले नाही; पण राज्यकारभार जरी एकतंत्री असला तरी तो लोकमतानुवर्ती व लोकप्रिय होता.

मंदिराच्या गच्चीवरून फार रमणीय देखावा दिसे. पूर्वेला ल्हासाचे मैदान दृष्टी पोचेल तेथपर्यंत दूरवर पसरलेले. जागोजाग विखुरलेली हिरवीगार झाडी लक्ष वेधून घेते. मधूनमधून पाण्याचे ओहोळ आडवेतिडवे वाहतवाहत शेवटी चाळीस मैल दूर असलेल्या त्सांग-पो नदीला जाऊन मिळत आहेत. उत्तरेला व दक्षिणेला पर्वतांच्या रांगा आणि मध्ये ल्हासाचे खोरे. आमचा बाह्य जगाशी जणू संपर्क तुटलेला. लामांचे आश्रम हे खालच्या भागात असतात. उंच डोंगरांच्या कड्यावर काही तुरळक मठ दिसतात. पण तेथे जाणे-येणे म्हणजे महाकठीण. पश्चिमेकडे दोन जुळे पर्वत-पोताला व चाकपोरी. चाकपोरीला भिषकमंदिर असेही नाव आहे. या दोन पर्वतांमध्ये पश्चिमेकडली वेस सकाळच्या कोवळ्या उन्हात सोन्यासारखी चमकून दिसणारी. वरती निळे आकाश. नीलवर्ण अगदी पाजळलेल्या तलवारीच्या पात्यासारखा. या आकाशाला भिडणाऱ्या उंच पर्वतांची हिमाच्छादित शुभ्र धवल शिखरे. मधूनमधून कापसासारखे विरळ व पातळ ढग. आकाशाकडून दृष्टी खाली आणली म्हणजे खाली पसरलेले ल्हासा शहर. त्यामधील तो काउन्सिल टू लॉज. देवळाच्या उत्तरेकडील भिंतीशी लागून असलेली जामदारखान्याची इमारत. त्या हॉलच्या शेजारीच जामदारखान्यात खजिना असे. त्या इमारतीच्या सर्व

बाजूस व्यापाऱ्यांची छोटी छोटी दुकाने व पुढे मंडी. तेथे कोणतीही वस्तू विकत मिळे. पुढे पूर्वेकडे जवळच संन्यासिनी आश्रम व पुढे मांगांची वस्ती.

मंदिरात देवदर्शनास येणाऱ्यांची वर्दळ चोवीस तास रहात असे. हे मंदिर बौद्ध धर्मीयांचे अत्यंत पवित्र असे एक स्थान. मंदिराच्या आवारात फार दूर दूर अशा मुलुखातून आलेल्या यात्रेकरूंची नेहमी गडबड असे. मूर्तीपुढे ठेवण्याकरिता आणलेल्या फळांच्या, मिठाईच्या पेट्यांनी ते आवार नेहमी भरून जात असे. मूर्तीपुढे काही ठेवले म्हणजे आपल्याला आशीर्वाद मिळतात, अशी भक्तांची भोळी समजूत. खाटकाच्या तावडीतून त्याला किंमत देऊन सोडवून आणलेली मुकी जनावरेही काही भक्त घेऊन येत. अशी जनावरे त्या मंदिरात मोकाट सुटलेली असत. बौद्ध धर्मात भूतदयेला फार मोठे स्थान आहे. कोणाचाही प्राण वाचवला, मग तो मनुष्याचा असो की पशूचा असो, तर महापुण्य मिळते अशी धर्माची शिकवण आहे.

अशा प्रकारे आम्ही त्या जुन्याच जागी पण आकाशातली नित्य नूतन दृश्यं पाहत असताना खालून निरनिराळ्या आवाजांचा व वाद्यांचा कोलाहल आम्हाला ऐकू येऊ लागला. त्यात जोग्यांचे निरनिराळे पट्ट्यांतले पठनाचे आवाज, ढोलाचे, तुताऱ्यांचे आवाज मिसळलेले होते. ढोलाचा रौद्र आवाज व तुतारीची, शहनाईची मृदु-मधुर गोड लकेर एकमेकांत मिसळलेली होती. त्या संमिश्र आवाजात सर्व रागांचा मिलाफ घडून आलेला होता. त्यात हुंकार, घुमणे हेसुद्धा मिसळलेले होते.

खाली मंदिरात जोगी लोक आपापल्या कामात गुंतलेले होते. त्यांची गडबड चालू होती. काहींच्या कफन्या पिवळ्या रंगाच्या तर काहींच्या निळ्या रंगाच्या होत्या. पण भगव्या रंगाच्या कफन्या धारण करणारे योगी सगळ्यात जास्त होते. हे म्हणजे अगदी मामुली जोगी. काहींच्या सोनेरी रंगाच्या होत्या, ते जोगी पोताला भागातील होते तर काहींच्या कफन्या अगदी लालबुंद रंगाच्या होत्या. शागीर्द मंडळी पांढऱ्या वस्त्रात व रखवालदार जोगी किरमिजी रंगाच्या वस्त्रात होते. या जोगीमंडळींची वस्त्रे कोणत्याही रंगाची असोत, पण एका बाबतीत त्यांच्या विविध रंगांच्या वस्त्रात एक साम्य होते. ते म्हणजे प्रत्येकाच्या कफनीला ठिगळे लावलेली होती. कारण भगवान गौतम बुद्धाच्या कफनीला अशीच ठिगळे होती. तिबेटी योग्यांची वस्त्रे किंवा त्यांची चित्रे जेव्हा परदेशी लोक पाहतात, तेव्हा त्यांना या ठिगळांचे मोठे नवल वाटते. म्हणजे ही ठिगळे वस्त्राचाच भाग, असे त्यांना वाटते. अगदी बाराशे वर्षांपूर्वीचे जोगी ही ठिगळे अगदी बरोबर लावीत. त्यांची ठिगळे अगदी त्यासमान रंगाची नसत तर त्यांच्या वस्त्राचाच रंग पण किंचित फिका असा असे.

जोग्यांच्या वस्त्रांचे रंग हे त्यांची श्रेणी दाखवीत. तांबड्या रंगात अनेक प्रकार असत . लोकरी वस्त्राला जो रंग देत, त्याच रंगाची कफनी तयार होई. काही तांबडा रंग तर अगदी रक्तासारखा लाल तर काही विटकरीच्या रंगासारखा फिका. पोताला येथील मठात काही अधिकारी आपल्या कफनीवर सोनेरी रंगाची बिनबाह्याची जाकिटे घालीत असत. तिबेटमध्ये कफन्यांचा रंग पवित्र समजला जातो. सोन्यावर हवा, पाणी, उष्णता यांचा काही परिणाम होत नाही. म्हणून हे सोने शुद्ध समजले जाते. दलाई लामाचा दरबारी रंग सोन्याचाच असतो. दलाई लामाच्या अगदी निकटवर्ती अशा लामांना आपल्या नेहमीच्या तांबड्या रंगाच्या कफनींवर सोनेरी रंगाची जाकिटे घालण्याची परवानगी असते.

जो-कांग मंदिराच्या गच्चीवरून खाली पाहिले तर असे सोनेरी रंगाची जाकिटे परिधान केलेले पुष्कळ जोगी दिसून येत. आम्ही मंदिरामधील ध्वजाकडे पाहू लागलो. मंदिराच्या कळसावरून तो ध्वज मोठ्या दिमाखाने फडफडत होता. आकाश कसे सुंदर दिसत होते. निळे पण मधूनमधून पांढऱ्या अभ्रांचे लहानलहान पुंजके त्या निळ्या पार्श्वभूमीवर उठून दिसत होते. जणू काय एखाद्या चित्रकाराने आपला पांढऱ्या रंगाचा ब्रश त्या निळ्या पडद्यावर हलक्या हाताने ठेवून पांढरे ठिपके चितारलेले होते. या शांततेचा भंग आईसाहेबांच्या आवाजाने झाला. ''नुसता वेळ दवडू नका. नोकरमाणसे काय करताहेत कोणास ठाऊक. चला, निघा लवकर.'' त्या बरोबर सगळी माणसे आवराआवर करून तट्टांवर स्वार झाली व तट्टे लिंगकोर मार्गाने घरी परत जायला चालू लागली. त्यांच्या एक एक पावलाने सगळे जवळजवळ येत होते. एका मोठ्या 'दिव्या'तून मला जायचे होते. पण आईला त्याचे काही वाटत नव्हते. तिच्या दृष्टीने जणू एखादा सणच साजरा व्हायचा होता.

घरी येऊन पोचल्यावर आईसाहेबांनी सगळी तयारी चोख, व्यवस्थित झाली आहे की नाही, हे तपासून घेतले. मग आम्ही जेवायला बसलो. जणू आता पुढे काय व्हायचे आहे, काय ठरणार आहे, त्याकरिता आम्ही पोटपूजा करून सज्ज झालो. कारण काय, अशा मोठ्या समारंभाच्या वेळी काय होते? पाहुणेमंडळींचे जेवणखाण, मानपान सर्व व्यवस्थित होतात. पण घरातली यजमानमंडळी उपाशीच राहतात. त्यांना पोटात दोन घास टाकायलासुद्धा वेळ मिळत नाही व समारंभ झाल्यानंतरही वेळ उरत नाही हे आम्हाला माहीत होते.

मग काही वेळाने वाजंत्रीवाले जोगी आपापली वाद्ये वाजवीतच नाना तऱ्हेचे सूर काढीत आमच्या वाड्यात येऊन पोचले. त्यांची बसायची सोय बागेत केली होती.

नोकरांनी त्यांना तिकडे नेले त्यांच्याबरोबर सनया, झांजा, ढोल, तुताऱ्या वगैरे वाद्ये होती. झांजा त्यांनी गळ्यातच अडकविल्या होत्या. बागेत गेल्यावर त्यांनी थोडे मद्य मागविले. वाजविण्याला रंग चढायला मद्य घेण्याची आमच्याकडे प्रथा आहे. मद्य घेतल्यावर अर्ध्या तासाने काही विचारू नका. त्यांनी आपली सर्व वाद्ये अगदी छाती फुगवून अशी काही वाजविली की, त्यांच्या एक तर छात्या तरी फुटून जाणार किंवा वाद्यांच्या तारा तरी तुटून जाणार असे मला वाटू लागले. ढोलाचा पडदा कातड्याचा केला होता, म्हणूनच निभावले. नाहीतर तोसुद्धा फुटून गेला असता.

पाहुण्यांचा पहिला जथा येताना दिसल्याबरोबर अंगणात एकदम गडबड उडाली. हा जथा म्हणजे जणू राजाची स्वारी. पुढे वाजंत्रीवाले, नंतर ध्वजा, पताका, निशाणवाले, नंतर हत्यारबंद शिपाई व मग घोड्यावरून हळूहळू पुढे सरकत जाणारी खासा स्वारी. आमचा वाडा म्हणजे जणू एक गढीच. पाहुण्यांची स्वारी आल्यावर वाड्याचे दरवाजे सताड उघडून ठेवले गेले. दरवाजाबाहेर दोन्ही बाजूस पाहुण्यांचे स्वागत करण्यासाठी सलामी देण्यास शिपाई उभे राहिले. शिपायांचा जमादार दोन हशमांना बरोबर हातात रेशमी रुमाल घेऊन उभा होता. रेशमाच्या रुमालाने स्वागत करण्याची तिबेटमध्ये पूर्वापारपासूनची चाल आहे. रुमालांचे आठ प्रकार असतात व त्यातला पाहुण्याच्या दर्जाप्रमाणे योग्य तो रुमाल वापरायला लागतो. नाहीतर पाहुण्यांचा अवमान होण्याची भीती असते. पहिल्या दर्जाचा रुमाल फक्त दलाई लामाच घेतो व देतो. त्या रुमालाला 'खाता' असे नाव असते. आणि तो देण्याची पद्धती अशी, की देणारा व घेणारा जर एकाच दर्जाचे असतील तर देणाऱ्याने जरा मागे उभे राहून हात पुरते पुढे करायचे. घेणारासुद्धा हात पुढे करून चांगला मागे सरून उभा राहायचा. मग देणारा पुढे येतो, किंचित खाली वाकून घेणारास नमस्कार केल्यासारखे करतो आणि घेणाऱ्याच्या मनगटाला तो रुमाल गुंडाळतो. घेणारा वाकून नमस्कार करतो. मनगटावरचा तो रुमाल काढतो व शेजारी उभ्या असलेल्या नोकराजवळ देतो. रुमाल घेणाऱ्या माणसाचा दर्जा जर देणाऱ्या माणसाच्या दर्जापेक्षा उच्च असेल तर देणाऱ्याने घेणाऱ्यासमोर गुडघे टेकून अर्धवट उभे राहायचे व आपली जीभ पुढे काढायची. (युरोपियन स्वागत करताना जशी हॅट काढून हातात घेतात तशा चालीप्रमाणे) व रुमाल घेणाऱ्याच्या पायांवर नम्रतेने ठेवायचा. अशा वेळी घेणारा मनुष्य तो रुमाल देणाऱ्याच्या गळ्याभोवती गुंडाळतो. तिबेटमध्ये सरदार-दरकदारांमध्ये भेटीगाठी घेण्या-देण्याच्या वेळी असे 'खाता' रुमाल वापरले जातात. जणू अभिनंदनाची पत्रेच ती. तिबेटचे सरकार पांढऱ्या रुमालांऐवजी पिवळे रुमाल वापरते. दलाई लामाला जर कोणाचा बहुमान करायचा असेल, त्याला अत्यादर दर्शवायचा असेल तर तो त्याच्या गळ्याभोवती गुंडाळतो. मग त्या रुमालाची

टोके मानेच्या पाठीमागे एका तांबड्या रेशमी दोऱ्याने तीन पिळाची गाठ मारून जोडतो. त्याबरोबर जर त्याने आपल्या हाताचे पंजे उभारून दाखविले तर त्याने त्याचा फार बहुमान केला असे समजले जाते. आम्हा तिबेटी लोकांचा असा दृढ विश्वास आहे की, माणसाचे सगळे भविष्य त्याच्या हाताच्या पंजावर लिहिलेले असते व जर दलाई लामाने अशा तऱ्हेने आपल्या हाताचे पंजे एखाद्या प्रजाजनास दाखविले, तर ते त्याच्या सद्‌भावनेचे व कृपापूर्ण दृष्टीचे द्योतक आहे. पुढे काही वर्षांनी मला हा सन्मान दोनदा मिळाला होता.

दरवाजावर जमादार दोन हशमांना घेऊन उभा होता. एका बाजूस एक, दुसऱ्या बाजूस दुसरा. कोणी नवीन अभ्यागत आला की, तो त्याच्यापुढे वाकून त्याला नमस्कार करी. त्याच्या 'खाता' रुमालाचा स्वीकार करी व तो रुमाल डाव्या बाजूच्या हशमाकडे देई. त्याच वेळी उजव्या बाजूचा हशम पाहुण्याच्या दर्जास योग्य अशा रंगाचा रुमाल काढून जमादाराच्या हातात देई व जमादार त्या पाहुण्याच्या हातातल्या मनगटावर बांधी किंवा योग्यतेप्रमाणे त्याच्या गळ्यात घाली. अशा तऱ्हेने या सर्व रुमालांची देवघेव चाले व ते सर्व उपयोगात येत.

आता जमादार व त्याचे हशम कामाला लागले. पाहुणे मोठ्या संख्येने येऊ लागले. ल्हासा शहरातून, शेजारच्या वाड्यांतून, आसपासच्या मुलुखातून येणाऱ्या पाहुण्यांची एकदम गर्दी उसळली. लिंगखोर मार्गावरून या स्वाऱ्या पोतालाच्या छायेखाली उभ्या असलेल्या आमच्या प्रासादात येऊ लागल्या. पाहुण्यांपैकी ज्या स्त्रिया असत व ज्या दूर अंतरावरून आलेल्या असत, त्या आपल्या चेहऱ्यावर कातड्याचा बुरखा घालीत. त्यामुळे प्रवासात वाऱ्यापासून व उन्हापासून त्यांच्या चेहऱ्याला संरक्षण मिळे, त्वचा करपून जात नसे. कधीकधी या बुरख्यावर तो वापरणाऱ्याच्या तोंडावळ्याची ओबडधोबड आकृती काढलेली असे. मुक्कामावर पोचली म्हणजे ती स्त्री आपल्या चेहऱ्यावरचा बुरखा व अंगावरचा कातडी झगा काढून ठेवी. या बुरख्यावर काढलेल्या चित्राची, मुखवट्यांची मला मोठी मौज वाटे आणि गंमत अशी की, स्त्री जितकी कुरूप व म्हातारी, तितका तिचा मुखवटा सुंदर व तरुण स्त्रीचा असे.

घरामध्ये तर फार गडबड माजून राहिली होती. फरासखान्यातून जास्त बैठकी, लोड तक्के आणले जात होते. आमच्या देशात खुर्च्या वापरत नाहीत तर आम्ही बैठकीवर किंवा गालिचावर दोन्ही हात बाजूच्या लोडावर टेकून मांडी घालून बसतो. याच बैठकी रात्री निजण्याकरिता बिछाने म्हणून उपयोगी पडत. आम्हाला या बैठकीच खुर्च्यांपेक्षा अधिक आरामशीर वाटत.

पाहुणे आल्याबरोबर त्यांना प्रथम फराळघरात नेण्यात येई. तेथे त्यांना लोणी टाकलेला चहा देत. फराळघरात निरनिराळ्या मेवामिठाईच्या पदार्थांची ताटे टेबलावर ठेवून दिलेली असत. त्यातून पाहुण्यांनी आपल्याला आवडतील ते पदार्थ घेऊन नाष्टा करावा. कारण मुख्य पंक्तीचे भोजन व्हायला फार अवकाश असे. सरदार- दरकदार घराण्यातील सुमारे चाळीस प्रतिष्ठित स्त्रिया व त्यांच्याबरोबरच्या लवाजम्यातील आणखी काही स्त्रिया त्या दिवशी तेथे आल्या होत्या. त्यांपैकी काही प्रमुख स्त्रियांचा पाहुणचार आई जातीने करायची. बाकीच्या स्त्रिया घरातील आजूबाजूच्या दालनात जाऊन एकंदर खाद्यपदार्थांची, सामानाची पाहणी करीत व आपल्या मनात एकंदर खर्चाचा अंदाज करीत. अशा तऱ्हेने आमच्या घरात जणू एक मीनाबाजारच भरला होता. तेथे लहान-मोठ्या, लठ्ठ-बारीक, उंच-बुटक्या, जाडजूड सर्व प्रकारच्या स्त्रिया आलेल्या होत्या. फार दूरदूरच्या अंतरावरून ही मंडळी आली होती. त्यांपैकी काही अगदी निर्भीड होत्या. एखादी वस्तू पाहिली की त्या जवळपासच्या नोकराला तिची किंमत विचारीत. जगात कुठेही जा, बायकांचा स्वभाव सारखाच. यशोचा - माझ्या बहिणीचा आजचा थाट काही विचारू नका. अगदी शान करून ती सगळीकडे हिंडत होती. केसांची वेणी तर तिने आपल्या समजुतीनुसार अगदी अद्ययावत पद्धतीची घातली होती. पण मला ती वेणी मोठी भयंकरच वाटली. बायकांच्या बाबतीत पहिल्यापासून माझा जरा कटाक्षच असे.

स्त्रियांचा आणखी एक वर्ग आमच्याकडे असे. तिबेटमधील खानदानी स्त्रियांच्या अंबारखान्यात भरपूर वस्त्रे, दागदागिने, हिरे, माणके असत. अशा समारंभाच्या प्रसंगी ती उंची वस्त्रे व दागदागिने घालीत, पण ती घालण्याचा सायास मोठा. तेव्हा ती अंगावर घालण्याकरिता थोरामोठ्यांकडे दासी-बटकी असत. या दासी कधी आईची वस्त्रे स्वत: घालीत व सगळीकडे मिरवीत. पंधरा-पंधरा मिनिटांनी चहा ढोसत. मग पुन्हा अंबारात जाऊन अंगावरची वस्त्रे बदलीत. नवीन पेहराव धारण करीत व तेथे आलेल्या सर्व दर्जाच्या, लहानमोठ्या स्त्रियांशी बेमुर्वतपणे मिसळून गप्पा मारीत. दिवसातून निदान सहा वेळी तरी ते वस्त्र बदलीत.

पुरुष मंडळींची आवड वेगळी. त्यांचे करमणुकीकडे जास्त लक्ष. पाहुण्यांच्या करमणुकीला काही डोंबारीही बोलावले होते. त्यांना उतरायला बागेत जागा दिली होती. त्यांचा एक खेळ असा होता- तिघे मिळून एक जाडजूड पंधरा फूट लांबीचा खांब हातात उंच करून धरीत व मग चवथा डोंबारी त्या खांबावर सरसर चढून त्याच्या टोकावर डोके ठेवून शीर्षासन करून दाखवी. मग बाकीचे तिघे तो खांब त्याच्या डोक्याखालून काढून घेत. पण तो चवथा डोंबारी मोठ्या शिताफीने उलटा फिरे व

हळूच मांजराच्या पावलाने जमिनीवर उतरे. काही लहान मुलांना या खेळाची मोठी गंमत वाटे. ती लगेच कोठे बाजूला जायची व आपापसात हा खेळ करायला लागायची. आठ-दहा फूट लांबीची एक जाडजूड काठी ती मुले शोधून काढीत, उंच धरून ठेवीत व त्यांच्यातला एक सर्वांत जास्त धीट असा मुलगा त्या काठीवर चढून जाऊन तिच्या टोकावर डोके ठेवून शीर्षासन करायचा प्रयत्न करी. पण त्याला हे जमत नसे. तो धपकन खाली कोणाच्या तरी डोक्यावर पडे. पण त्या मुलांची डोकी जाड व बळकट. एखाद्या लहानशा टेंगळाखेरीज त्यांना काही इजा होत नसे.

इतक्यात आपल्या परिवारातल्या स्त्रियांना घेऊन माझी आई ते खेळ पाहायला व संगीताचा कार्यक्रम ऐकायला आली. गवयी मंडळींनी भरपूर तिबेटी मद्य घेऊन आपापल्या वाद्यांची पुरेपूर बंदोबस्ती करून बैठक मारली होती. त्यामुळे गाण्याच्या कार्यक्रमाला चांगलाच रंग आला होता.

अशा कार्यक्रमाला हजर राहताना माझ्या आईचा पोशाख नेहमी उंची असे. तिने यावेळी दाट जास्वंदी रंगाचा तांबडा लोकरीचा परकर घातला होता. तो थेट तिच्या पायाच्या घोट्यापर्यंत पोचत होता. पायात पांढरेशुभ्र फेल्टचे उंची बूट होते. त्या बुटाचे बंद लाल रंगाचे होते.

अंगावरले जाकीट नारिंगी रंगाचे होते. पुढे मी जेव्हा डॉक्टर झालो, तेव्हा या रंगाला मी बँडेजवरचे आयोडीन म्हणे. त्या जाकिटाखाली तिने अस्मानी रंगाचा ब्लाऊज घातलेला होता. या सर्व रंगात एक प्रकारची सुसंगती असे. संन्याशाच्या कपड्याचे रंग जसजसे बदलत जात, ते सर्व रंग या अशा पोशाखात दाखविले जात. उजव्या खांद्यापासून खाली कमरेच्या डाव्या भागापर्यंत आलेला असा जरीचा पट्टा तिने घातलेला होता. कमरेपर्यंत आल्यावर त्या पट्ट्याला एक लहानशा सोन्याच्या कड्याने अडकवून ठेवलेले होते. खांद्यापासून कमरेपर्यंत त्या पट्ट्याचा रंग अगदी रक्तासारखा लाल, तेथून पुढे लिंबोणी रंगाचा व पुढे परकराच्या कडेपर्यंत केशरी रंगाचा होता.

तिच्या गळ्यात सोन्याचा सरकफास असून त्यात ताइतांच्या तीन लहान पेट्या बांधून ठेवलेल्या होत्या. या पेट्या तिला लग्नाच्या वेळी दिलेल्या होत्या. एक पेटी माहेरची होती. दुसरी सासरची होती व तिसरी खुद्द दलाई लामाकडून एक खास सन्मान म्हणून आलेली होती. तिने अंगावर बरेच जवाहीर घातलेले होते. तिबेटी स्त्रिया समाजातील आपल्या दर्जाप्रमाणे अंगावर जवाहीर व दागदागिने घालीत. तिच्या नवऱ्याचा समाजामधील दर्जा ज्या ज्या वेळी वाढे, त्यावेळी त्याला आपल्या बायकोसाठी नवीन नवीन दागिने करायला लागत.

गेले कित्येक दिवस माझी आई एका अजब उद्योगात गढून गेलेली असे. तो उद्योग म्हणजे केसांच्या वेण्या घालणे आणि त्या वेण्या म्हणजे दोनतीन नव्हे तर एकशेआठ आणि प्रत्येक वेणी म्हणजे जाड दोरखंडासारखी. एकशे आठ ही संख्या तिबेटमध्ये शुद्ध, पवित्र समजली जाते. आणि ज्या बाईला आपल्या केसांच्या एकशे आठ वेण्या घालता येतील, ती बाई भाग्यवान समजली जाते. केसांचा भांग पाडून ते वरती एका लाकडी चौकटीवर वळवीत. ही चौकट एखाद्या हॅटसारखी डोक्यावर ठेवायची. या चौकटीतील लाकडाच्या पट्ट्यांना लाखेची पुटे दिलेली असत व त्या लाखेत हिरे, माणके, मोती, सोन्याचे मणी जडवलेले असत. म्हणजे या रत्नखचित चौकटीवर वेण्यांचे झुपके गुलाबाच्या फुलांप्रमाणे स्वैर रुळायचे.

आईच्या कानात कर्णफुले होती, ती कर्णफुले प्रवाळांच्या खड्यांची होती. ते खडे इतके जड असत की, कानांची भोके वाढून कानपाळ्या फुटून जाऊ नयेत म्हणून त्या खड्यांना तांबडा रेशमाचा दोरा बांधून तो कानावरून नेऊन बांधून टाकीत. ही कर्णफुले अगदी खांद्यांपर्यंत येत व तिला इकडेतिकडे वळायला जरा त्रासच पडे.

पाहुणेमंडळी इतस्ततः येरझारा घालीत होती; बागेची शोभा वाखाणीत होती किंवा बागेत बाकांवर बसून एकमेकांत सार्वजनिक प्रश्नांची चर्चा करीत होती. बायकांच्या टोळक्यात अशा चर्चेला फार रंग येई. 'अहो, आमच्या मालकिणीने घराला नवीन मजला चढवलाय हो! फरशीचे तुकडे तर काय चकचकीत दिसतायत.' किंवा 'तू ऐकलास का गं की तो तरुण लामा अमकी-अमकीच्या बरोबर राहतो.' असे त्यांचे बोलण्याचे विषय. पण आजच्या समारंभाच्या प्रयोजनाच्या मुख्य कार्यक्रमाकडे मात्र सगळ्याजणींचे लक्ष लागून राहिले होते. सुरुवातीचे कार्यक्रम, गाणे-बजावणे, डोंबाऱ्याचे खेळ हे सर्व मुख्य कार्यक्रमाला रंग आणण्याकरिता योजिलेले होते. आणि तो मुख्य कार्यक्रम म्हणजे ज्योतिषीपुरोहितांकडून माझे भविष्यकथन. जीवनाचा कोणता मार्ग मी स्वीकारावा, हे ते सांगणार होते. त्यांनी सांगितलेल्या मार्गाने मला पुढील आयुष्यात जीवन कंठावे लागणार होते.

दिवसाचा तिसरा प्रहर उलटून गेला. सूर्याचे किरण अगदी लांबलचक पसरू लागले तेव्हा पाहुणेमंडळींची गडबड कमी होऊ लागली. त्यांची जेवणे वगैरे झाली होती व आता पुढच्या कार्यक्रमात भाग घेण्यास ते मोकळे झाले होते. मुदपाकखान्यातली खाद्यपदार्थांची पातेली व ताटे खाली होऊ लागली होती. नोकरमंडळी पुनः ती भरून ठेवीत व काही वेळाने तीही रिकामी होत होती. कलाकार मंडळी थकून गेली होती; एकेकजण हळूहळू मुदपाकात जाऊन थोडी पेटपूजा करून येत असे. पण खाद्यापेक्षा पेयांवर त्याचा अधिक भर होता.

पण गवईमंडळी रंगात आली होती, तुताऱ्या वाजत होत्या, सनईचे सूर कानात घुमत होते, झांजा वाजत होत्या व ढोलांचा आवाज दुमदुमत होता. या आवाजामुळे व कल्लोळामुळे जवळपासच्या झाडांवरचे पक्षीसुद्धा तेथून उडून दूर कोठेतरी निवांतस्थळी निघून गेले होते. पक्षीच काय पण आमच्या घरातली पाळीव मांजरेही दूर कोठेतरी आडोशाला जाऊन निपचित पडली होती. दरवाजाशी रखवाली करणारे आमचे मोठाले विक्राळ जबड्याचे कुत्रेसुद्धा गप्प होते. काहींना तर डुलकी लागली होती, तर काही पेंगतही होते. त्यांना पोटभर खाऊ घातलेले होते.

बागेच्या आवारात जसजसा अंधार पडू लागला, तसतशी गडबड कमी होऊ लागली. लहान मुले हातात पणत्या घेऊन व अगरबत्ती लावून झाडांमधून इतस्तत: फिरत होती. त्या अंधारात त्या पणत्या काजव्यासारख्या दिसत होत्या.

बागेत जमिनीवर अंतराअंतराने चिरागदाने हारीने मांडून ठेवलेली होती. त्या चिरागदानात ऊद, धूप जळत होता. त्याच्या धुराची वलये वरवर जात होती. त्या चिरागदानात धूप टाकण्याचे काम म्हाताऱ्या बायका करीत होत्या. एका हाताने धूप टाकीत व दुसऱ्या हाताने त्या प्रार्थना-चक्र फिरवीत होत्या. चक्राचा एक फेरा झाला की सहस्त्र नामस्मरणाचे पुण्य लागायचे.

माझे वडील नेहमी भीतिग्रस्त दिसत. आमच्या बागेच्या भोवती उंचच उंच भिंती होत्या व बागेत परदेशातून मागविलेली रोपे लावलेली होती. सगळ्या तिबेटमध्ये आमच्या बागेच्या नामांकितपणाचा लौकिक होता. ती बाग म्हणजे अजब वृक्षांचे एक उद्यान होते. एखादा पाहुणा आला व बागेत फिरत असताना त्याने एखादे फूल किंवा कळी तोडली, तर आमच्या वडिलांच्या मनाला कसेसेच होई. ते अशावेळी दु:खाचे सुस्कारे टाकीत. त्या बागेत जर्दाळूची व पीअरची झाडे होती. लहान उंचीची सफरचंदाची झाडे होती. उंच उंच जी झाडे होती, त्यांच्यावर प्रार्थनेची अक्षरे रंगविलेली निशाणे होती व संध्याकाळी वाऱ्याची एक मंद झुळूक आली की ती निशाणे मोठी दिमाखाने फडफडत. ते दृश्य मोठे रमणीय दिसे.

हिमालय पर्वताच्या अगदी दूरवर पसरलेल्या शिखरापलीकडे सूर्य अस्तास गेला व दिन मावळला. मठातून संध्याकाळ झाल्याने तुताऱ्यांचे आवाज ऐकू येऊ लागले. आणि त्याबरोबर शेकडो पणत्या एकदम पेटवल्या गेल्या. त्या पणत्यांत आम्ही याकचे लोणी टाकत असू. काही पणत्या दिव्यात घालून ते दिवे आम्ही झाडांच्या फांद्यावरून खाली सोडलेले होते. काही घराच्या वळचणींवरून खाली सोडलेले होते, तर काही उद्यानामधील एका लहानशा जलाशयात नावा करून त्यात ते दिवे ठेवले होते. त्या

लाकडी नावा इकडेतिकडे पाण्यात फिरत व त्याच्याबरोबर ते दिवेही फिरताना दिसत. काही दिवे पाण्यातील वेलींना बिलगून राहायचे. पाण्यात काही हंसही सोडलेले होते व त्या जलाशयात एक लहानसे बेटही तयार केलेले होते. दिव्यांना भिऊन ते हंस त्या बेटाचा आश्रय शोधीत. पण गंमत अशी ते पुढे पाण्यात सरकले की, त्यांच्या मागोमाग हे दिवेही येत व त्यांच्याच शेजारी फिरत राहत.

मग काही वेळाने घंटा वाजली. त्या घंटेचा आवाज धीरगंभीर. तो आवाज ऐकल्यावर सगळी माणसे एका दिशेकडेच पाहू लागली. त्या बागेत एक भलीमोठी राहुटी तयार केलेली होती. त्या राहुटीची एक बाजू अगदी मोकळी ठेवलेली होती. त्या राहुटीच्या आत एक व्यासपीठ मांडून ठेवलेले असून त्याच्यावर खुर्च्या ठेवलेल्या होत्या. घंटेचा आवाज ऐकल्यावर सर्व माणसे त्या व्यासपीठाकडे पाहू लागली. त्या व्यासपीठाकडे एक मिरवणूक येत होती. मिरवणुकीच्या अग्रभागी चार माणसे हातात पलिते घेऊन चालली होती. त्या पलित्यांच्या टोकांना मशाली लावलेल्या होत्या. त्यानंतर चार सनईवाले आपल्या हातात चांदीच्या सनया घेऊन सुस्वर काढीत चालले होते. त्यानंतर माझी आई व माझे वडील चालले होते. मिरवणूक व्यासपीठापर्यंत आल्यावर थांबली. तेथे माझे आईवडील व्यासपीठावर चढून आले. त्यानंतर दोन वृद्ध माणसे- अगदी जखख म्हातारी, व्यासपीठावर चढून आली. ती वृद्ध माणसे म्हणजे राजज्योतिषी होते. या राजज्योतिषांचा मठ नेचुंग या गावी होता. बरोबर भविष्य वर्तविण्याची या ज्योतिषांची सर्व देशभर ख्याती होती. त्यांची भविष्ये अगदी बिनचूक ठरत. अगदी गेल्याच आठवड्यात दलाई लामाने त्यांना मुद्दाम बोलाविले होते. आता सात वर्षांच्या मुलाचे भविष्य वर्तविण्याकरिता त्यांना बोलाविले होते. कित्येक दिवस त्यांचे पत्रिका पाहणे व गणित करणे चालले होते. अंतर्दशा, महादशा, स्थानफल, दृष्टिफल, अन्योन्य दृष्टी, शुभ दृष्टी, अशुभ दृष्टी या विषयांवर त्यांचा एकमेकांत काथ्याकूट चालला होता. आता हे ज्योतिष म्हणजे काय, हे मी पुढे एका प्रकरणात सांगणार आहे.

ज्योतिषांची टिपणे व त्यांनी तयार केलेल्या कुंडल्या या दोन लामांच्या हातात होत्या. आणखी दोन लामा पुढे झाले व त्यांनी त्या वृद्ध ज्योतिषांना हाताने धरून पायऱ्या चढण्यास मदत करून व्यासपीठावर आणून पोचविले. त्यांना आसनांवर बसविल्यावर त्यांच्या मागे ते उभे राहिले. जणू हस्तिदंताच्या पुतळ्यांसारखे निश्चल असे ते दिसत होते. ज्योतिषाच्या अंगांवरचे झगे पिवळ्या रंगाचे असून त्यावर चिनी पद्धतीचे जरीकाम केलेले होते. ते झगेही त्यांच्याइतकेच पुरातन होते. त्यांच्या डोक्यावर भिक्षूंच्या कानटोप्या होत्या. अगदी त्यांच्या जराजर्जर मानेपर्यंत त्या कानटोप्या आलेल्या होत्या.

त्या वजनदार असल्यामुळे त्यांना त्यांचा थोडा त्रास होत असावा, असे दिसत होते.

त्यांच्याभोवती माणसे जमली. त्यांना टेकण्याकरिता लोड, तक्के बैठकीवर ठेवले होते. नंतर गप्पा बंद झाल्या व सर्व मंडळी आता ज्योतिषीबुवा काय सांगताहेत ते कान टवकारून ऐकू लागली. मग राजज्योतिषी आपल्या धीरगंभीर वाणीने बोलू लागले, ''देव, दानव व मनुष्यप्राणी यांचा आचारधर्म एकच असतो.'' नंतर त्यांनी बारीक आवाजात भविष्य सांगायला सुरुवात केली. वार्धक्यामुळे त्यांना बारीक आवाजात, सावकाशपणे बोलावे लागे. त्यांचे भविष्यकथन सुमारे एक तासभर चालल्यानंतर त्यांनी दहा मिनिटे विश्रांती घेतली. नंतर आणखी एक तास ते कथन चालले होते. सारे भविष्य सांगून झाल्यावर ते बोलायचे थांबले व ''काय विलक्षण नशीब आहे'' असे आश्चर्य दर्शविणारे उद्‌गार श्रोत्यांच्या तोंडून एकदम निघाले.

असो. अशा रीतीने माझे भविष्य त्यांनी वर्तविले. सात वर्षांच्या एका मुलाला लामा-मठामध्ये घालावे असे त्यांनी सांगितले व तेथे मठामध्ये खडतर असे काही आयुष्य घालविल्यावर त्यास शस्त्रक्रिया करण्याच्या भिक्षूचे-लामाचे शिक्षण द्यावे. आता हे जीवन म्हणजे हालअपेष्टांनी भरलेले. घरदार, आईबाप सोडून परक्या माणसात राहायचे. सर्वस्वाचा त्याग करायचा. नवीनच जीवन जगायचे आणि पुढे यशस्वी व्हायचे.

हा मुख्य कार्यक्रम झाल्यावर पाहुणेमंडळी उठू लागली व आपापल्या घरी जाण्याच्या तयारीला लागली. परगावाहून आलेली माणसे रात्रीच्या मुक्कामाला आमच्याच घरी राहणार होती व दुसऱ्या दिवशी सकाळी प्रस्थान ठेवणार होती. रात्रीच निघणारी माणसे आपला सारा लवाजमा घेऊन बाहेर पडू लागली. अंधारात रस्ता दाखविण्याकरिता हातात पेटलेले पलिते घेऊन नोकर चालले होते. ही सर्व मंडळी प्रांगणात जमली. त्यांच्या बोलण्याने, नोकरचाकरांच्या आरडाओरडीने व घोड्यांच्या खुरांच्या आवाजाने घरासमोरचे वातावरण तंग होऊन गेले. पुन: एकदा मोठा दिंडी दरवाजा कर्र आवाज करीत सताड उघडला गेला व त्या दरवाजातून मंडळी हळूहळू बाहेर पडू लागली. बाहेर पडल्यावर त्यांची गडबड कमी झाली. मग दूर अंतरावरून त्यांच्या बोलण्याचे व घोड्यांच्या टापांचे अस्पष्ट आवाज काही वेळ ऐकू आले. काही वेळाने तेही ऐकू येईनासे झाले. मग अगदी नि:स्तब्ध शांतता व पलीकडे काळोखी, अंधारी रात्र.

३

घर सुटण्यापूर्वीचे काही दिवस

घरात अजून गडबडच चालू होती. चहाचे पेलेच्या पेले रिकामे होत होते. रात्रीला मुक्काम करणाऱ्या मंडळींनी पुन: भरपूर जेवून घेतले. आमच्या घरातल्या सर्व खोल्यांत पाहुणेच पाहुणे दाटावाटीने उतरले होते. मला झोपायला एकही खोली मोकळी नव्हती. मी अगदी बेचैन झालो, इकडेतिकडे नुसता हिंडत होतो. पायाखाली जे येईल त्याला तुडवीत होतो. तरीही मला उल्हास वाटेना. माझी कोणीच दखल घेत नव्हते. पाहुणेमंडळी आरामात विश्रांती घेत होती. नोकरचाकर दमलेले होते. त्यांच्याशी बोलायची काही सोय नव्हती. मी मनात विचार केला की, 'आता तबेल्यात जावे. निदान घोड्यांना तरी माझी कणव येईल, तिथेच झोपावं.

मी तबेल्यात गेलो. तिथली हवा उबदार लागली. चाऱ्यावर पहुडलो. ती गादी मऊ लागली पण बराच वेळ मला काही केल्या झोप येईना. कष्टाने झोप आणावी, डुलकी घ्यायला लागावे तर मध्येच घोडे खिंकाळायचे व माझी झोप उडायची. काही वेळाने सगळीकडे शांत झाले. मी एका कुशीवर वळलो व बाहेर पाहिले. बाहेर टिप्पूर चांदणे पडलेले असून दूरवरच्या हिमाच्छादित शिखरांवर ते चकाकत होते. आसमंतात चंदेरी झाक पसरून राहिली होती. घोडीही झोप घ्यायला लागली होती. काही उभ्यानेच व काही किंचित लवंडून. मिणमिण जळणारे दिवे एकामागून एक विझून जात होते. मला पण मग झोप लागली. दुसऱ्या दिवशी सकाळी मी जो उठलो तो कोणीतरी मला जोराने हलवले. त्या धक्क्याने मी उठलो. ''ऊठ, मंगळ्या, मला घोडे बाहेर न्यायचे आहेत. कसे नेऊ? तू असा मध्येच अजगरासारखा पडून राहिलेला आहेस.'' तेव्हा मी उठलो व लगेच स्वयंपाकघरात गेलो. माझ्या पोटात जणू आग पेटलेली होती. तिथेही अजून बरीच गडबड चालू होती. पाहुणेमंडळी निघण्याच्या तयारीत होती. त्यांना निरोप देतेवेळी त्यांच्याशी आईला थोडे थोडे बोलावे लागत होते. वडीलही पाहुण्यांशी बोलत

होते. घरात व बागेत आता काय सुधारणा, दुरुस्त्या करायच्या, याविषयी ते पाहुण्यांशी चर्चा करीत होते. एका जुन्या मित्राला ते सांगत होते की, ''मी आता हिंदुस्थानमधून काच मागविणार आहे. म्हणजे या खिडक्यांना काचेची तावदाने बसवता येतील.'' तिबेटमध्ये काच मिळत नसे. कोणी काच तयार करीत नसे. आणि हिंदुस्थानमधून आणायची म्हणजे भारी खर्चाचे काम. आमच्याकडे खिडक्यांना तुपात भिजवलेला जाड कागद वापरीत. तो कागद थोडासा पारदर्शक असे. पण काचेइतका नव्हे. खिडक्यांच्या पलीकडे जाडजूड लाकडाच्या खाली-वर करता येणाऱ्या जाळ्या असत. त्यांचा मुख्य उद्देश दुहेरी असे. एकतर दरोडेखोरांकडून घराचा बचाव व्हावा आणि दुसरा म्हणजे वादळीवाऱ्यांपासून घराचे संरक्षण व्हावे. या वादळी वाऱ्यात वाळूचे बारीकबारीक खडे येत व ते खिडक्यांवरचा जाडजूड कागद फाडून टाकीत. खिडक्यांमध्ये हात ठेवला असल्यास हात कापला जाई व रक्तबंबाळ होई. तोंडावरही चांगलाच मार बसे व बाहेरही अशा वादळी हवेत प्रवास करायचा म्हणजे वाळूचा मार खातच चालावे लागत असे. ल्हासा शहरातील लोक नेहमी शिखरावर दृष्टी ठेवून राहत. त्या शिखराभोवती ढगांची काजळी आली व ते पुरते झाकून गेले म्हणजे लोक अंदाज काढीत की, आता मोठे वादळ होणार व वाळूच्या खड्यांचा वर्षाव होणार आहे. मग सगळीकडे सुरक्षित जागी, आडोशाच्या जागी जाण्याकरिता सगळ्यांची धडपड सुरू होऊ लागे. अशा वेळी माणसेच काय, पण मुकी जनावरेसुद्धा धावपळ करू लागत. अशा वेळी घोड्यांच्या व कुत्र्यांच्या पाठीमागे माणसे धावाधाव करीत असल्याचे दृश्य नेहमी दिसायचे. पण मांजर मात्र अशा वादळाच्या तडाख्यात सापडत नसत व याक बैलांना तर काही होत नसे. त्यांचे शरीर जणू वज्रासारखे असे.

अगदी शेवटच्या पाहुण्याने प्रस्थान ठेवल्यावर वडिलांनी मला बोलावले आणि म्हणाले, ''जा, दुकानात जा व तुला काय लागेल ते घेऊन ये. तुला काय लागेल ते झूला माहीत आहे.'' आता मला काय काय वस्तू लागणार, याचा मी विचार करू लागलो. सांपा घेण्याकरिता लागणारा लाकडी कटोरा, एक पेला आणि मण्यांची जपाची माळ. पेला म्हणजे तीन जिनसा, ती ठेवायची चकती, पेला व त्यावर ठेवायची झाकणी. ही झाकणी चांदीची असते. माळेचे मणी लाकडाचे पॉलीश केलेले व एकूण मणी एकशे आठ. ही संख्या पवित्रशी समजली जाते.

बाजारात वस्तू विकत घ्यायला मी व झूबाबा निघालो. झूबाबा आपल्या घोड्यावर व मी आपल्या तट्टावर बसून निघालो. घराचे आवार सोडल्यावर आम्ही उजवीकडे वळलो, पुढे काही अंतरावर गेल्यावर पुन: उजवीकडे वळलो आणि पोतालाजवळून जाणारा रिंगरोड सोडल्यावर बाजार लागला. बाजारात गेल्यावर पुन: गावातच आपण आहोत, असे मला वाटले. आता बाजारात हिंडण्याची माझी ही अखेरची वेळ ठरणार

या विचाराने मला कसेसेच झाले. दुकानात माणसांची ही गर्दी! बाजारात येऊन माल विकणारे काही व्यापारी ल्हासा शहरात अगदी प्रथमच आलेले दिसत होते. काही व्यापारी चीनहून चहा घेऊन आले होते तर हिंदुस्थानातून आलेले व्यापारी कापडचोपड घेऊन आलेले होते. बाजारातून हिंडत हिंडत ज्या दुकानात आम्हाला जायचे होते, त्या दुकानांशी आम्ही येऊन ठेपलो. बाजारातून हिंडता हिंडता झूबाबाला दरेक पाच-पाच मिनिटांनी कोणी ओळखीचे माणूस भेटायचे व मग त्यांचे नमस्कार-चमत्कार व्हायचे, गप्पा-टप्पा व्हायच्या व त्यातच बराच वेळ निघून जायचा.

मला विटकरी तांबड्या रंगाचे भलेमोठे धोतरवजा एक वस्त्र घ्यायचे होते. भले मोठे घ्यायचे एक कारण असे होते की, माझे आता वाढते वय होते, पण त्याला दुसरेही एक कारण होते व ते अगदी व्यावहारिक स्वरूपाचे होते. तिबेटमध्ये पुरुष भला अगडबंब असा अंगरखा घालीत व तो कमरेवर घट्ट बांधीत, कमरेवरचे वस्त्र वर ओढून घेऊन त्याची एक पिशवी करीत म्हणजे त्या पिशवीत काहीही बांधून घेऊन जाता येत असे. साधारण भिक्षूला, जोग्याला त्या पिशवीत सांपा घ्यायचा आपला वाडगा, चाकू, काही कंकणे, ताईत, जपाची माळ, भाजलेल्या लाह्यांची पुरचुंडी व मधूनमधून सांपाचे पीठ या सर्व गोष्टी त्या पिशवीत बांधून घेता येत. भिक्षू म्हणजे त्याचा सर्व संसार या पोतडीत असायचा!

मी आता जोगी होणार तेव्हा मला विकत घ्यायच्या वस्तू म्हणजे अगदी किरकोळ. पण त्यासुद्धा झूबाबाने तपासून घेतल्या. अगदी आवश्यक तेवढ्याच वस्तू घेतल्या व त्यासुद्धा अगदी हलक्या प्रतीच्या. त्या वस्तूंमध्ये लाकडी खडावा होत्या. त्यांच्या तळव्याला याकच्या कातड्याचे सील मारलेले होते. सातूच्या लाह्या बरोबर घेऊन जायला एक लहानशी कातड्याची पिशवी. सांपा घ्यायचा एक लाकडी वाडगा; तसाच एक लाकडी पेला. आता चांदीचा पेला कायमचा विसरला. आणखी एक चाकू. याशिवाय एक जपाची माळ. त्यातले मणी साफसूफ मीच करायचे. ही माझी सगळी खरेदी. माझे वडील कोट्यधीश; त्यांच्या मालकीचा जमीनजुमला देशभर पसरलेला, त्यांचा खजिना जडजवाहिरांनी, सोन्याने भरलेला, पण त्यांच्या संपत्तीशी, धनदौलतीशी आता माझा काही संबंध उरणार नव्हता. माझे जीवन आता बैराग्याचे, भिक्षूचे, जणू भिकाऱ्याचे होणार होते.

बाजारातून परत फिरण्यापूर्वी, मी त्या रस्त्याकडे, त्या दुमजली दुकानांकडे, रस्त्यावर पसरलेल्या हंगामी दुकानांकडे, त्यातील मांडून ठेवलेल्या जिनसांकडे केविलवाण्या नजरेने अखेरचे पाहून घेतले. दुकानातली व्यापाऱ्यांची गडबड, गिऱ्हाइकांशी होत असणारी त्यांची ती अजीजीची बोलणी, पुढे किमतीवरून होणारी घासाघीस, ते आवाज आता पुढे माझ्या कानी पडणार नव्हते. हे रस्ते, ही दुकाने मला आज फार आकर्षक वाटली

व त्यातून वावरणाऱ्या लोकांचा, त्यांच्या ऐश्वर्याचा मला आज मोठा हेवा वाटला.

रस्त्यांच्या कोपऱ्याकोपऱ्यावरून कुत्री भटकत होती. मध्येच एकमेकांवर गुरगुरत होती. रस्त्यावरच घोड्यांच्या गाड्या उभ्या करून माणसे दुकानात माल खरेदी करायला जात असत. गाड्यांचे घोडे स्वस्थपणीच खिंकाळत. याक बैल माणसांच्या गर्दीतून रस्ता काढीत काढीत मध्येच डरकाळी फोडीत. खिडक्यात जाड तेली कागदांच्या पाठीमागे काय काय माल भरलेला होता देव जाणे! या बाजारात काय नाना तऱ्हेचा माल व ठिकठिकाणांहून आलेला होता! त्या मालाला जर वाचा फुटती तर त्यांनी आपली रामकहाणी किती रंगवून सांगितली असती.

या सर्व वस्तूंकडे मी जेव्हा अखेरचे पाहून घेतले, तेव्हा एका जुन्या मित्राचा निरोप घ्यावा असे मला वाटले. मला त्यावेळी असे काही वाटेना की, या बाजारात या रस्त्यावरून मला पुढे वारंवार जरी येता येण्यासारखे नसले तरी मधूनमधून यावेच लागेल. माझ्या मनात या दुकानातल्या काय काय वस्तू मी खरेदी केल्या असत्या, यांचा मी विचार करू लागलो आणि त्या स्वप्नातून मी एकदम दचकून जागा झालो. त्या स्वप्नसृष्टीतून मला कर्णकठोर अशा झूबाबाच्या शब्दांनी उठविले. त्याने माझा कान धरला व चांगलाच पिळला व माझ्याकडे पाहून ओरडून म्हणाला, ''काय रे मंगळ्या, जिंदा आहेस की नाही! का मुडदा झाला तुझा? तुम्हा पोरांना आताशा झालंय काय? आमच्या वेळी असं नव्हतं.'' आता माझा कान तुटला काय किंवा शाबूत राहिला काय, झूबाबाला त्याचे काहीच वाटत नव्हते, इतक्या जोराने त्याने माझा कान पिळून धरला होता. त्याचा हुकूम पाळल्याखेरीज गत्यंतर नव्हते. तेव्हा आम्ही तिथून परत निघालो. वाटेने झूबाबाची सारखी बडबड चालू होती. नवीन पिढीला तो शिव्या देत चालला होता. आळशी, कुचकामाची, नालायक ही हल्लीची पोरे आहेत. यांचे पुढे कसे काय होणार, याची त्याला काळजी लागून राहिली होती. परतताना लिंगकोर रोडवरून वळून आम्ही घरात शिरलो. तेव्हा थंडगार वाऱ्याचा एक झोत आमच्या समोरून आला. पण माझ्यासमोर झूबाबाचे अजस्त्र धूड चालत असल्याने त्या वाऱ्याच्या माऱ्यापासून मी बचावलो. नाहीतर माझी काही धडगत नव्हती. त्यांच्याबरोबर चालण्याने हा फायदा झाला खरा!

घरी आल्यावर मी काय वस्तू आणल्या, त्या आईने पाहून घेतल्या. त्या पाहिल्यावर तिला समाधान झाल्यासारखे वाटले. तिला बरे वाटले याचे मला मात्र वाईट वाटले. माझी अशी कल्पना होती की, झूबाबाने खरेदी केलेल्या या वस्तू तिला हलक्या प्रतीच्या वाटाव्यात, याहून जरा भारी किमतीच्या चांगल्या वस्तू त्याने माझ्याकरिता घेऊन याव्यात असे आईला वाटावे, अशी माझी इच्छा होती. म्हणजे चांदीचा निदान एक तरी पेला मला मिळावा ही माझी इच्छा धुळीला मिळाली व बाजारात मिळणाऱ्या

ओबडधोबड अशा लाकडी पेल्यावर मला समाधान मानावे लागणार हे स्पष्ट झाले.

घरीसुद्धा मला आईने एकटे राहून दिले नाही. दररोज ती मला हाताशी धरून ल्हासा मधील इतर बड्या-बड्या लोकांच्या घरी घेऊन जायची व त्या लोकांच्या पाया पडायला लावायची. घर सुटण्यापूर्वी एक आठवडाभर हा कार्यक्रम दररोज चालायचा! रस्त्यांवरून जातायेता, लोकांशी बोलताना, मध्येच थोडासा वार्तालाप करताना तिची सारखी बडबड चालू राहायची. ती बडबड ऐकून माझे कान अगदी किटले. या सगळ्या औपचारिक दिव्यातून जायची मला काय जरुरी आहे, असे मला वाटे. घर सुटण्यापूर्वी निदान चार-पाच दिवस मला माझ्या मनासारखे हे लोक का वागू देत नाहीत, याचे मला वाईट वाटले. माझ्या मनातून उघड्या मैदानात खेळायचे, बागडायचे होते, पतंग उडवायचे होते. लाकडी घोड्यावरून चालायचे होते, नेमबाजी करायची होती. याच्या ऐवजी आई मला एखाद्या ढोरासारखे बड्याबड्या लोकांकडे घेऊन जायची व एखादा दरवेशी अस्वलाला जसे नाचवितो, तशी लोकांसमोर मला नाचवायची, आणि कुणापुढे? तर जाडजूड भारदस्त खुशालचेंडू म्हाताऱ्या बायका, ज्यांना दिवसभर काही कामधाम नाही, नुसते लोडाला टेकून बसायचे व क्षणाक्षणाला नोकरचाकरांना यत्किंचित कामाकरता राबवायचे.

केवळ आईनेच मला असे सतावले असे नाही तर वडिलांनीही. त्यांना ड्रेबुंग येथील लामा मठात जायचे होते. जाताना ते तेथे मला घेऊन गेले. ड्रेबुंग येथील मठ म्हणजे जगातला सर्वांत मोठा मठ. त्या मठात दहा हजार भिक्षू राहतात. मठात उंच उंच देवळे, लहानशी दगडी घरे, तशीच तीन-तीन, चार-चार मजल्यांच्या उंच हवेल्या, त्यावरील गच्च्या, जणूकाय एखादे तटबंदी असलेले एक गावच! पण स्वयंपूर्ण. त्याचा बाह्य जगाशी काही संबंध नाही. ड्रेबुंग या शब्दाचा अर्थ आहे, 'तांदळाची रास' आणि दूर अंतरावरून हे गाव, हा मठ खरोखरच एखाद्या तांदळाच्या राशीसारखा दिसायचा. मठातले मनोरे व घुमट पांढरेशुभ्र व चमकून उठून दिसायचे. पण यावेळी हे सगळे सौंदर्य न्याहाळण्याची व वाखाणण्याची माझी मन:स्थिती नव्हती. उलट माझी ही धिंड सात-आठ दिवस काढली होती, त्यात माझे दिवस वाया जात असल्याने मला खेद वाटला.

वडील मठाध्यक्ष व त्यांचे मदतनीस यांच्याशी बोलण्यात गुंतले होते. मी मात्र वादळात सापडलेल्या एखाद्या पानासारखा सैरावैरा फरफटत ओढला जात होतो. पण मठात नवीन दाखल झालेली कोवळी मुले पाहून, त्यांच्या हालअपेष्टा होत असलेल्या पाहून माझ्या छातीत धडकीच बसली. या मठात तसे पाहिले तर सात मठ होते. निरनिराळ्या अशा सात श्रेणींचे, प्रत्येक मठाचे महाविद्यालय (कॉलेज) वेगवेगळे. मठ इतका मोठा होता की, त्याचा कारभार एका अशा व्यक्तीकडे नव्हता. चौदा मठाध्यक्ष

होते व त्यांची शिस्त फार कडक होती. पण ही आमची, वडिलांच्या शब्दात सांगायचे म्हणजे उघड्या मैदानावरली सफर फलद्रूप झाली नाही याचे मला समाधान वाटले. कारण या द्रेबुंग मठात माझी सोय होत नाही हे नक्की ठरले. तसेच लहानपणापासून तीन मैलांवर असलेल्या सेरा मठात माझी रवानगी होत नाही हे नक्की ठरले.

शेवटी हा आठवडा संपला. माझे पतंग माझ्याकडून काढून घेतले गेले. माझे धनुष्य घरातल्या माणसांनी मोडून टाकले व बाण, त्यांना किती सुरेख पिसे मी लावलेली होती, ते बाणही त्यांनी मोडून टाकले; जणू माझे बालपण आता संपले हे त्यांना माझ्या खेळण्याचा विध्वंस करून सांगायचे होते. आता खेळ सारे बंद. त्यांचा विध्वंस करीत असताना माझ्या हृदयाला जखमा होत होत्या, पण ते दु:ख माझ्याखेरीज दुसऱ्या कोणालाही वाटत नव्हते.

रात्री मला वडिलांनी त्यांच्या खोलीत बोलावून नेले. त्यांची खोली नेहमीच सजविलेली असायची. भिंतीजवळच कपाटात जुनी व दुर्मीळ पुस्तके व्यवस्थितपणे ठेवलेली होती. खोलीच्या एका टोकाला मुख्य व्यासपीठ होते. त्याच्यावर मूर्ती होती, वडिलांनी मला प्रथम त्यांना वाकून नमस्कार करायला लावले. आज आमच्या कुलवृत्तांताच्या ग्रंथाची पाने उघडायची होती. हाही एक समारंभ होता. हा ग्रंथ चांगलाच जाडजूड होता. तीन फूट लांब व एक फूट रुंद असा हा ग्रंथराज होता. या ग्रंथात आमच्या घराण्यातील हकिकतींची शेकडो वर्षांपासूनची पुरातन अशी नोंद केलेली होती. आमच्या घराण्याच्या मूळ पुरुषाचे नाव व त्याने केलेले पराक्रम यांची सगळी नोंद त्या ग्रंथाच्या सुरुवातीला केली होती; की ज्या पराक्रमामुळे सांप्रतची प्रतिष्ठा व मानाचे स्थान प्राप्त झालेले होते. त्यानंतर त्याच्या नंतरच्या पूर्वजांची नावे व हकिकती नमूद केलेल्या होत्या. देशाकरिता व राज्यकर्त्यांकरिता त्यांनी वेळोवेळी जी सेवा केली होती; त्या सेवेची नोंद होती. त्या ग्रंथाच्या जीर्ण, पिवळसर झालेल्या पृष्ठांवर लिहिलेला तो सारा इतिहास मी वाचला. माझ्याकरिता हा ग्रंथ आता दुसऱ्या वेळी उघडला गेला. ज्यावेळी माझी आई गरोदर झाली व माझा जन्म झाला, त्यावेळी प्रथमच हा ग्रंथ माझ्याकरिता उघडला गेला. ज्योतिषांनी त्यावेळी माझी जी कुंडली केली, तिची सारी सविस्तर टिपणे येथे लिहून काढलेली होती. त्यावेळी त्यांनी जी कोष्टके तयार केली होती, तीही जशीच्या तशी या पुस्तकात टिपून ठेवली होती. आता या पुस्तकात माझ्याबद्दलच्या हकिकतीखाली मला सही करायची होती. कारण उद्यापासून माझ्या नवीन आयुष्याला प्रारंभ होणार होता. मी उद्या लामा मठात प्रवेश करणार होतो.

ती सही करून झाल्यावर त्या पोथीवजा ग्रंथावर लाकडी फळ्या पूर्वीप्रमाणे बसविल्या. त्याला सोनेरी कागदाचे वेष्टन घातले व मग वडिलांनी सोनेरी संदुकीत तो ग्रंथ उचलून जागच्या जागी ठेवून दिला. तो ग्रंथ इतका जड होता की, उचलून ठेवताना

वडिलांचे हात जरासे कापतच होते. व्यासपीठाच्या खाली एक दगडी कोनाडा होता तेथे ती संदूक वडिलांनी मोठ्या अभिमानाने ठेवून दिली. नंतर त्यांनी त्या कोनाड्याचे दार बंद केले व त्या फटीवर आपल्या सीलची लाखेची मोहोर केली. म्हणजे त्या कोनाड्याचे दार आता दुसरे कोणी उघडू नये.

नंतर ते माझ्याकडे वळले व आपल्या बैठकीवर निवांतपणे बसले. कोपऱ्यापाशी घंटा होती. तिला हात लावल्यावर दरवाजा उघडून एक नोकर चहादाणी घेऊन आला. चहा घेतल्यावर ते काही वेळ गप्प बसले. नंतर ते मला तिबेटचा गुप्त असा इतिहास सांगू लागले. इतका जुना इतिहास, हजारो वर्षांपूर्वीचा इतिहास. पृथ्वीवर सगळीकडे जेव्हा पाणीच पाणी झाले होते व त्या पाण्यात सारा भू-भाग बुडून गेला होता. त्या प्रलयकालापासूनचा इतिहास. त्यावेळी तिबेट देशाच्या भोवती समुद्रच समुद्र होता. उत्खननाने हे सिद्ध केले गेले आहे, असे ते म्हणाले. पुढे ते म्हणाले की, ''आजही जरी कोणी ल्हासाच्या जवळ जमीन खणून पाहिली तर त्याला लक्षावधी वर्षांपूर्वीचे जमिनीत गाडलेले व आता ज्यांचा कोळसा झालेला आहे अशा अजस्त्र नक्रांचे, देवमाशांचे व शिंपल्यांचे सांगाडेच सांगाडे आढळून येतील. त्याबरोबर काही अतिप्राचीन काळातील धातूची भांडीही सापडतील. कधी कधी जोगी लोक अंतर्भागातील गुहेत जातात. त्यांना तेथे अशी भांडी सापडतात, जे ती माझ्याकडे घेऊन येतात.'' अशी भांडी त्यांनी मला कोठारातून काढून दाखविली. नंतर ते निराळ्या विषयाकडे वळले.

''आमचा कायदाच असा आहे की, खानदानी लोकांनी कडक शिस्त पाळावी, पण खालच्या लोकांना सर्वांनी दया दाखवावी. आश्रमात प्रवेश होण्यापूर्वी तुला कठीण दिव्यातून जावे लागेल.'' तेथे गुरुजन ज्या काही आज्ञा करतील त्यांचे काटेकोर पालन मला पुढे करावे लागेल याचे जणू ते सूतोवाच करीत होते. त्यानंतर शेवटी जे वाक्य मला उद्देशून ते म्हणाले, ते ऐकून मला त्या रात्री झोपच आली नाही. ते म्हणाले, ''माझ्या मुला, तुला वाटेल, मी फार कठोर आहे व मला तुझी काही काळजी नाही. पण हे ध्यानात ठेव की, आपल्या कुलाच्या इभ्रतीला काही डाग लागू नये याची मला सर्वांत जास्त काळजी आहे. म्हणून म्हणतो, तू जर या कसोटीस उतरला नाहीस तर येथे येऊ नकोस. या घरात तुला आसरा मिळणार नाही.'' इतके बोलून ते थांबले व मला जायला अनुज्ञा दिली.

संध्याकाळी मी माझ्या बहिणीचा, यशोचा निरोप घेतला. मी आता घरातून जाणार याचे तिला फार दुःख झाले. आम्ही एकत्र असे कितीदा तरी खेळलो होतो, तिचे वय नऊ व माझे सात. आई मला काही भेटली नाही. ती झोपलेली होती व त्यामुळे तिचा मला निरोप घेता आला नाही. मी माझ्या खोलीत गेलो. आता पुढे ही खोली माझी राहणार नव्हती. बिछाना पसरला व त्यावर निपचित पडलो. पण झोप आली

नाही. कितीतरी वेळ वडिलांनी सांगितलेल्या गोष्टीवर मी विचारचिंतन करीत होतो. त्यांना आपल्या मुलाबद्दल काही वाटत नव्हते, याचे मला राहूनराहून आश्चर्य वाटत होते. उद्याच्या दिवसाची मला भीती वाटू लागली. कुठे परक्या, अनोळखी जागी मला पहुडावे लागणार, याचे सारखे विचार डोक्यात येऊ लागले. हळूहळू वरती आकाशात चंद्र पुरता ढळला. खिडकीच्या पट्टीवर बाहेर रातपक्षी फडफडून गेला. खिडकीच्या बाहेर खांबांवर पताका होत्या. त्यांच्या फडफडण्याचा सौम्य आवाज मधूनमधून कानांवर येत होता. माझा डोळा लागला. सकाळी सूर्याचे बालकिरण खोलीच्या आत डोकावू लागल्यावर मला नोकराने झोपेतून उठविले व सांपाचा एक वाडगा व लोणी टाकलेल्या चहाचा कप माझ्या पुढे ठेवून दिला. ही तुटपुंजी न्याहरी जो मी घेत आहे, तोच झूबाबा खोलीत येऊन आदळला व गरजला, ''बरंय बेटा. आता आपले मार्ग वेगळे झाले. बरं झालं, आता मला माझ्या घोड्यांकडे नीट लक्ष देता येईल. नीट वाग. मी जे काही तुला शिकविले आहे ते ध्यानात ठेव, विसरू नकोस.'' इतके बोलून तो मागे वळला व तेथून पसार झाला.

निरोप देण्या-घेण्याची ही साधी पद्धत खरोखरी फार चांगली होती, हे त्यावेळी माझ्या लक्षात आले नाही. निरोप देण्याच्या वेळी जर भावना उफाळून आल्या असत्या, डोळ्यांत अश्रू आले असते तर घर सोडणे माझ्या अगदी जिवावर आले असते. आता घर मला कायमचे मुकणार. निरोप द्यायला आई जर पुढे आली असती तर घरीच राहवून घेण्याबद्दल तिला गळ घालण्याचा मोह मला झाला असता. तिबेटमध्ये लहान मुलांना तसे ममतेने वागवितात. पण माझ्या नशिबी ते भाग्य नव्हते. माझ्याशी सगळे कठोर. आई, बाप, नोकरचाकरसुद्धा. मला कोणी प्रेमाने, ममतेने निरोप देऊ नये असे वडिलांनीच सगळ्यांना बजावून ठेवले होते, हे मला पुढे कळले. त्यात मला कठीण जीवनक्रमाची सवय व्हावी, शिस्त लागावी, माझे सारे मायामोह सुटावेत, हाच त्यांचा हेतू होता.

सकाळचा फराळ मी संपविला. सांपाचा वाडगा व पेला अंगावरच्या झग्यात गुंडाळून घेतला. दुसरा झगा व कोट, बूट यांचे एक बोचके बांधले. मी खोलीतून बाहेर पडलो. नोकराने हळूच कानात सांगितले की, ''आवाज करू नका. माणसे झोपली आहेत.'' सोप्यावरून मी खाली उतरलो. खोटी पहाट जाऊन पुन्हा अंधकाराचे साम्राज्य सर्वत्र पसरले होते. यानंतर येणारी पहाट ती खरी पहाट. घराच्या पायऱ्या मी उतरलो व रस्त्यावर येऊन आपल्या मार्गाला लागलो. एकाकीपणे असा मी घराबाहेर पडलो. छातीत धडकी भरली होती. उदासपणे मी पुढे पावले टाकीत टाकीत चाललो.

४
मठाच्या दरवाजाशी

रस्ता सरळ चाकपोरी आश्रमाकडे जात होता. चाकपोरी आश्रम म्हणजे तिबेट वैद्यकशास्त्राचे मंदिर व विद्यालय. येथला अभ्यासक्रम मोठा कठीण. दिवस चांगला उजाडल्यावर मी दहा-एक मैल चाललो व मंदिराच्या दरवाजापाशी येऊन पोचलो. तेथे माझ्या सारखेच दोन आणखी उमेदवार विद्यालयात प्रवेश मिळविण्याच्या हेतूने आलेले होते. आम्ही एकमेकांकडे उगीचच पाहून घेतले. वेगळे असे कोणातही आढळले नाही. आता अभ्यास एकत्र करायचा तेव्हा एकमेकांची ओळख करून घेणे ओघाओघानेच आले.

प्रथम आम्ही दरवाजा हळूवार हाताने ठोठावला. पण काही झाले नाही. तेव्हा तेथे आलेल्या एकाने एक मोठा धोंडा उचलून आणला व त्या धोंड्याने दार चांगले ठोठावले. काम झाले, दरवाजा उघडला व आतून एक जोगी बाहेर आला. त्याच्या हातात एक भली मोठी काठी होती. काठी कसली! एक लहानसे झाडच तोडून आणले होते त्याने. तो आमच्याकडे पाहून ओरडला, ''काय गडबड चालवली आहे तुम्ही पोरट्यांनो? तुम्हाला काय वाटते की, तुमच्यासारख्या उडाणटप्पू पोरांना दार उघडण्याखेरीज दुसरे काम नाही मला.'' मी धिटाईने त्याला म्हणालो, ''आम्हाला जोगी व्हायचंय.'' त्यावर तो म्हणाला, ''मला तर तुम्ही माकडेच दिसताय. तेथेच थांबा. पुढे येऊ नका. आमच्या गुरुजींना वेळ झाला म्हणजे ते तुम्हाला भेटतील.'' असे बोलून त्याने तो दरवाजा इतक्या जोराने बंद करून घेतला की, त्याच्या शेजारी पाठमोरा उभा असलेल्या एकाची पाठ चांगलीच शेकली गेली. मग आम्ही तेथे खाली जमिनीवरच बसलो. कारण उभे राहून आमचे पाय दुखू लागले होते. मधूनमधून आश्रमात माणसे येतजात व तेवढ्यापुरता दरवाजा उघडला जाई व आतल्या एका खिडकीतून सुग्रास अन्नाचा खमंग वास येई मग आमच्या तोंडाला पाणी सुटे. अन्न इतक्या जवळ होते. पण ते खाणे आमच्या नशिबात नव्हते.

शेवटी दरवाजा एकदाचा सताड उघडला आणि दरवाजाच्या आत उभा असलेला एक उंच व हडकुळा इसम आमच्या दृष्टीस पडला. तो आम्हाला पाहून एकदम ओरडला, ''काय पाहिजेय तुम्हा चटोर पोरांना?''

''आम्हाला जोगी, भिक्षू व्हायचं,'' आम्ही म्हणालो.

''काय निकृष्ट उमेदवार येत आहेत आज-काल आश्रमात भिक्षू व्हायला!'' तो उद्गारला.

नंतर त्याने आम्हाला आत घेतले. आश्रमास जणू एक तटबंदीच होती. त्याने आम्हाला आम्ही काय आहोत, कोण आहोत, हे खडसावून विचारले. एवढेच नव्हे तर का आलोत, हेसुद्धा विचारले. आमच्याविषयी त्याचा काही चांगला ग्रह झाला नाही, हे आम्ही ताबडतोब ताडले. इतर मुलांपैकी एक गुराख्याचा मुलगा होता. त्यास तो म्हणाला, ''चल हो आत. परीक्षेस पास झालास तर ठेवू.'' दुसऱ्याला तो म्हणाला, ''पोरा, काय म्हणालास तू? खाटकाचा पोरगा काय, जनावरं कापतोस काय? बुद्धदेवाच्या अहिंसेचे चांगलेच पालन करतोस! आणि इथे मठात येतोस होय? चल जा इथून निघून. नाहीतर या फोकाने फटके मारीत मारीत तुला हाकलून देईन.'' त्याबरोबर त्या पोराने असा सूं बाल्या केला की त्याच्या पायाची धूळ आमच्या सर्वांच्या तोंडावर उडाली.

आता मी उरलो. आज माझा सातवा वाढदिवस. त्या हाडकुळ्या भिक्षूने मला आपादमस्तक पाहून घेतले. भीतीने माझ्या छातीत धडकी बसली. हातातली काठी माझ्यावर उगारून मला म्हणाला, ''आता तू, राजघराण्यातला तू. तुला काय जोगी व्हायचेय होय! तुझी कितपत तयारी आहे हे आम्हास प्रथम पाहिले पाहिजे. येथे तुझे काही लाड व्हायचे नाहीत. जा चाळीस पावले पाठीमागे आणि ध्यान लावून बस. डोळ्याची पापणी हालता कामाची नाही. मी बोलावीन तोपर्यंत बसून राहा.'' इतके बोलल्यावर तो पाठीमागे वळला व आत निघून गेला. मी आपले छोटेसे बोचके हातात घेतले व निमूटपणे चाळीस पावले मागे गेलो. नंतर गुडघे टेकून मांडी घातली व ध्यान लावून निश्चल बसलो. सर्व दिवसभर मी तसा बसून राहिलो. अगदी हूं की चूं केले नाही. माझ्या अंगावर धूळ साचायला लागली. माझ्या हातांच्या मुठीत धूळ जमू लागली आणि केसातही. संध्याकाळ जशी होऊ लागली, तसे माझ्या पोटात कावळे कोकलायला लागले व घशाला तहानेने कोरड पडली. कारण अगदी पहाटेपासून आतापर्यंत माझ्या पोटात अन्नाचा एक कणही किंवा घशात पाण्याचा एक थेंब गेला नव्हता. माझ्या आजूबाजूने जोगी लोक जात. पण माझ्याकडे कुणीही ढुंकूनही पहात नसे. इकडेतिकडे

भटकणारी कुत्री माझ्याजवळ येत, माझे अंग हुंगीत व पुढे जात. काही वेळाने लहान मुलांची एक टोळी माझ्याजवळ आली. त्यांपैकी एकाने माझ्या दिशेने एक धोंडा भिरकावला. तो माझ्या कानशिलावरती डोक्याला लागला व तिथून रक्त वाहायला लागले. पण मी हललो नाही. भीतीने माझी बोबडी वळली होती. अशा कसोटीतून मी जर पार पडलो नाही तर वडील मला घरात घेणार नव्हते. मला कोठेही दुसरीकडे जाता येण्यासारखे नव्हते. काही करता येण्यासारखे नव्हते. तेव्हा मीसुद्धा निश्चल बसून राहिलो. माझे अंग बधीर होऊन गेले व सांधे जड झाले.

समोर सूर्यनारायण डोंगराच्या पाठीमागे हळूहळू जात जात नाहीसा झाला व सर्वत्र अंधाराचे साम्राज्य पसरले. त्या अंधाराच्या पार्श्वभूमीवर मधूनमधून तारे चमकू लागले. आश्रमातील खिडक्यांतून हजारो पणत्या सगळीकडे लागलेल्या दिसून येऊ लागल्या. मध्येच एखादी गार वाऱ्याची झुळूक येई. झाडांची पाने हलू लागत. थोडा आवाजही होई व माझ्या भोवती अस्पष्ट असा रातकिड्यांचा आवाज ऐकू येऊ लागला.

तरी मी तसाच निश्चल बसून राहिलो; आणि त्याला कारणेही तशीच जबरदस्त होती. हालचाल करण्याची मला भीती वाटत होती व माझे अंग अगदी जड झालेले होते. सांधे धरले होते. इतक्यात समोरून माणसाच्या पावलातील पादुकांचा आवाज ऐकू येऊ लागला. अंधारातून मार्ग काढीत काढीत व खडावांचा आवाज करीत एक वृद्ध व्यक्ती माझ्याकडेच येत आहे, असे मला आढळून आले. ती व्यक्ती समोर येऊन उभी राहिली. ती व्यक्ती म्हणजे एक वृद्ध भिक्षू होते. वार्धक्याने त्यांची कंबर वाकलेली होती व हात कापत होते. कारण त्यांच्या हातात चहाचा कप होता व हात कापताना त्या कपातील चहा खाली सांडत-लवंडत होता. दुसऱ्या हातात सांपाचा एक लहानसा वाडगा होता. कप व वाडगा त्यांनी माझ्यापुढे ठेवला. प्रथम ते पदार्थ घ्यावेत की नाही, मला समजेना. ते जाणूनच की काय, ते वृद्ध भिक्षू म्हणाले, ''मुला, घे ते. म्हणजे तुला अंधारात इकडेतिकडे करता येईल.'' मी तो चहाचा कप घेतला व चहा पिऊन टाकला व सांपा माझ्या वाडग्यात ओतून घेतला. त्यावर ते वृद्ध भिक्षू म्हणाले, ''आता झोप घे व पहाट झाली की, पुन्हा या आसनातच ध्यानस्थ बस. ही ह्या हटयोगातली एक कसोटी आहे. तुला वाटेल की, हा काही निर्दयपणे छळण्याचा प्रकार आहे. पण तसे काही नाही. ही एक साधना आहे. ह्या कसोटीतून जे पार पडतील, त्यांनाच फक्त आमच्या या भिक्षूंच्या वरच्या श्रेणीत प्रवेश करता येतो.'' हे वृद्ध भिक्षू आश्रमाच्या कारभारातील प्रमुख मदतनीस होते.

इतके बोलून त्यांनी तो कप व वाडगा आपल्या हातात घेतला व तेथून ते निघून

गेले. मी नंतर जरा उभा राहिलो व हातपाय ताणले. नंतर खाली जरा टेकून बसलो व वाडग्यातला सांपा खाऊन टाकला. आता मला चांगलाच थकवा आला. पाठीला चांगलीच रग लागली होती व कंबर दुखत होती. माझा दुसरा झगा मी जमिनीवर गुंडाळून ठेवून त्याची उशी केली व निपचित पडून राहिलो.

आतापर्यंतची माझी सात वर्षे तशी आरामात गेली नव्हती. आमच्या वडिलांची शिस्त मोठी कडक होती. भीतीचा थरकाप व्हायचा त्यांना पाहिल्यावर. तरीपण ही माझी पहिली रात्र घराबाहेर, उघड्यावर अशी मी काढली होती. अन्न नाही की पाणी नाही. एका आसनात निश्चल असा मी सर्व दिवसभर बसून राहिलो. आता उद्या माझे कसे होणार? आणखीन नवीन काय मला करायला सांगणार, याची काही कल्पना करता आली नाही. आता सारी रात्र 'शय्या भूमितलं दिशोऽपि वसनम्' अशी काढायची होती. वरती आकाशात धुके पसरलेले होते. बाहेर अंधाऱ्या रात्रीची भयानकता व मनात आता माझे पुढे काय होणार, या विचारांची भयानकता.

माझा किंचित डोळा लागला न लागला, तोच तुतारीचा आवाज कानावर येत आहेसे मला वाटले. मी डोळे उघडले व सभोवार पाहिले तो ती खोटी पहाट होती असे मला आढळून आले. क्षितिजाखालच्या बालरवीचे किरण समोरच्या डोंगरावरून परावर्तित होऊन मागे फिरत व पहाट झाल्याचा भास होतो. त्यास आम्ही खोटी पहाट झाली असे म्हणतो. मी ताबडतोब उठलो. पक्षासन घालून बसलो व ध्यान लावायला सुरुवात केली. हळूहळू समोर आश्रमात सगळीकडे जाग येऊ लागली. प्रथम तो आश्रम निद्रेच्या अवगुंठनात झोपून गेला होता. नंतर मृतवत झालेला दिसत होता, कोठेही हालचाल नाही असा. मनुष्य जसा झोपेतून उठताना हळूहळू आळोखेपिळोखे, जांभया देतो, त्याप्रमाणे त्या आश्रमात हळूहळू जाग येऊ लागली. जाणाऱ्या-येणाऱ्यांच्या पावलांचे सौम्य आवाज ऐकू येऊ लागले. नंतर हळूहळू गडबड ऐकू येऊ लागली व जसजसा दिवस वर येऊ लागला, तसतसे आश्रमाला एखाद्या मधमाश्यांच्या पोळ्याचे स्वरूप प्राप्त झाले. मधमाश्यांच्या गुंजारवासारखा सगळीकडे आवाजच आवाज. मध्येच पक्ष्यांच्या किलबिलाटासारखी एखादी तुतारी वाजे किंवा शंखांचा खोल म्हशीच्या रेकण्यासारखा आवाज ऐकू येई. सकाळ होऊन गेल्यावर खिडक्यांच्या पलीकडून मुंडन केलेल्या भिक्षूंचे जथे जात-येत असताना दृष्टीस पडत. त्या खिडक्यांना खिडक्या अशा म्हणताच येणार नाहीत. झरोके म्हणा हवे तर. फार पुरातन काळी भिंतीमध्ये ओबडधोबड असे ते खोदलेले. जणू एखाद्या कवटीमध्ये डोळ्यांची भोके जशी दिसतात, तशी भिंतीमध्ये रिकामी ठेवलेली अशी ती भोकेच दिसत.

दुपारची वेळ होऊ लागली आणि सारखे बसून राहण्याने माझे हातपाय बधीर होऊन गेले; पण काही हालचाल करायचे मला धाडस होईना. झोपही घेण्याचे धाडस होईना. कारण या कठीण कसोटीतून मी जर पार पडलो नाही तर मला कोठेही जाता येण्यासारखे नव्हते. वडिलांनी स्पष्ट बजावून ठेविले होते की, मठातून जर मला अर्धचंद्र मिळाला तर घरातूनही अर्धचंद्र मिळाल्यासारखेच आहे. जोगी मंडळींचे लहान-लहान जथे निरनिराळ्या इमारतीतून बाहेर पडत. कोणत्या कामात ते असतात कोणास ठाऊक! मठातला सारा कारभारच अजब! माझ्या बालबुद्धीला न कळणारा. लहानलहान पोरं आसपास भटकत, कधीकधी माझ्या बाजूने धूळ व दगडही फेकीत जात व शिव्याही देत जात. पण माझ्याकडून त्यांच्या खोडसाळपणाला काही पडसाद न मिळाल्याने ती कंटाळून पुढे जात. म्हणताम्हणता संध्याकाळ झाली व आश्रमाच्या इमारतीत जागोजाग पणत्या लागल्या. वरती आकाशात तारकांच्या सौम्य व मंद प्रकाशाने रात्रीचा अंधकार किंचितसा उजळून निघाला होता. हे दिवस कृष्णपक्षाचे होते. चंद्र उशिराने उगवत होता. आमच्या भाषेत सांगायचे म्हणजे चंद्र सध्या बालदशेत होता व त्यामुळे त्याची गती मंद होती.

मला आता भीती वाटू लागली की, हे लोक मला विसरून गेले की काय! ही उपाशी ठेवण्याची आणखी एक परीक्षा, कसोटी आहे की काय! सबंध दिवसभर मी अगदी काहीएक हालचाल न करता आसन घालून बसलो होतो. पोटात काही नसल्याने मला आता ग्लानी आली. एकदम मला हायसे वाटू लागले व मला उठून उभे राहावेसे वाटले. समोर थोडासा आवाज झाला व एक काळी भव्य आकृती माझ्या दिशेने येऊ लागली. जवळ आल्यावर निरखून पाहिले तर काय, एक भला मोठा काळा शिकारी कुत्रा काही जड वस्तू फरपटत घेऊन जात होता. त्याने माझ्याकडे ढुंकूनही पाहिले नाही. तो आपल्या कामातच मग्न झाला होता. इकडे माझी काय दुर्दशा झाली होती, त्याची त्याला बिलकूल पर्वा नव्हती. माझी दारुण निराशा झाली. मी अगदी रडकुंडीस आलो, मी अंगी धारिष्ट आणण्याचा प्रयत्न करू लागलो. मनात म्हटले, की मुली व बायकाच रडतात. पुरुष रडत नाहीत.

शेवटी तो वृद्ध मनुष्य माझ्याकडे येत आहे असा आवाज ऐकू आला. तो माझ्याजवळ येऊन माझ्याकडे जरा कारुण्यभावाने पाहू लागला.

''मुला, हे तुझे अन्न-पाणी. अजून तुझी परीक्षा संपली नाही. उद्याचा दिवस बाकी आहे. अगदी हलू नकोस. पुष्कळसे उमेदवार या अगदी शेवटच्या कसोटीत गळाठतात म्हणून काळजी घे.''

इतके बोलून तो निघून गेला. तो बोलत असतानाच मी चहा पिऊन घेतला

व त्याने आणलेला सांपा माझ्या वाडग्यात ओतून घेतला. नंतर जरा मी लवंडलो. कालच्यासारखीच आजची रात्र. मी असा निपचित पडलो असताना मनाशी विचार करू लागलो, की माझ्या बाबतीत हा अन्याय का? मला काही जोगी, भिक्षू कोणत्याही श्रेणीचा व्हायचे नाही. पण माझ्या इच्छेला येथे कोण विचारतो? एखाद्या ओझ्याच्या बैलाला जसे डोंगरमाथ्यावरून लादून घेऊन जातात ना; तसाच मी एक बैल. नंतर मला झोप लागली.

तिसऱ्या दिवशी मी आसन घालून ध्यानाला बसलो असताना मला चांगलीच अशक्तता वाटू लागली; डोळ्यांपुढे अंधारी येऊ लागली. आश्रमाच्या परिसरात सगळे संमिश्र वातावरण होते. निरनिराळ्या इमारती. त्यात मधूनमधून लावलेले दिवे. त्या दिव्यांच्या मधून श्याम धूसर असे अंधकाराचे पुंजके, समोर पर्वत शिखरे व आश्रमात जोगी मंडळींची ये-जा. माझं मस्तक अगदी सुन्न झालं होतं. मनाला हुरूप आणण्याचा मी जबरदस्तीने प्रयत्न करू लागलो. आता खाली कोसळून पडणार अशी मला भीती वाटू लागली. तीन दिवस मी यातना सहन करीत होतो. मांडीखालच्या दगडांना जणू चाकूची धार आली होती की काय कोणास ठाऊक! माझी कातडी जणू कापून निघत होती असे वाटले. मनात मध्येच एक गमतीचा विचार आला. कोंबडी नाही का अंडी उबविण्यासाठी अशीच तासन् तास बसून राहत!

आकाशात सूर्य जणू स्थिरच असावा असे मला वाटू लागले. कारण दिवस संपता संपेना. शेवटी संपला बिचारा व रात्रीचे थंडगार वारे वाहू लागले. पक्ष्याने टाकलेले एक पीस त्या वाऱ्यात इकडेतिकडे उड्या मारू लागले. खिडक्यांतून हळूहळू आत दिवे लागल्याचे दिसून येऊ लागले. मी मनाशी म्हणू लागलो की, 'आज रात्री जर मरून गेलो तर किती छान होईल. या यातना तरी चुकतील.' आणि इतक्यात दूरच्या एका दरवाजात त्या वृद्ध भिक्षूची देहाकृती दृग्गोचर झाली. तेथूनच ते मला बोलावू लागले. ''मुला, इकडेच ये.'' माझे पाय जड व बधीर झाले होते. मोठ्या कष्टाने मी कसाबसा उठून उभा राहिलो.

''मुला, तुला जर आणखी विश्रांती घ्यायची असेल तर आणखी एक रात्र तू तिथे पडून राहा. मला थांबायला वेळ नाही.''

मी घाईघाईने बोचके उचलले व लंगडत त्यांच्याजवळ येऊन उभा राहिलो. ते बोलू लागले,

''नाही तर आता मठात ये. संध्याकाळच्या कार्यक्रमाला हजर राहा व उद्या सकाळी मला भेट.''

इतके बोलून ते आत निघून गेले. मी आत गेलो. आत चांगलेच उबदार वाटले. आणि त्यात धुपाचा वास सगळीकडे येत होता. भुकेलेली माझी इंद्रिये मला सांगू लागली की जवळपासच भरपूर अन्न तयार करून ठेवले आहे. उजव्या बाजूला माणसे जात होती. मीही तिकडेच मोर्चा वळविला. जवळच खाण्याचे पदार्थ, सांपा, लोणी घातलेला चहा वगैरे पदार्थ मांडून ठेवलेले होते. मी घुसत घुसत अगदी पहिल्या रांगेत येऊन उभा राहिलो. जणूकाय मला हा घुसायचा पूर्वीचाच सराव होता. गर्दीत माझ्या तंगड्या इतरांच्या पायांना लागत होत्या. तेव्हा एकदोघांनी माझी शेंडी पकडून ठेवण्याचा प्रयत्न केला. पण आता मला खाण्याच्या पदार्थांखेरीज काही दिसत नव्हते व तिकडे मी जात होतो, आता मी कोणाच्या आडवण्याला जुमानणार नव्हतो.

शेवटी मी खाऊन घेतले. आता माझ्या पोटात काही अन्न गेल्याने जरा हुशारी वाटली. नंतर इतर माणसे जिकडे जात होती त्या आतल्या देवळाकडे मीही त्यांच्या पाठोपाठ गेलो. तेथे संध्याकाळचा कार्यक्रम चालू होता. मी जाऊन बसलो. मला त्या कार्यक्रमातले एक अक्षरही कळले नाही. पण माझ्याकडे कोणाचे लक्षही नव्हते. नंतर जोगी मंडळी प्रार्थनेनंतर जेव्हा बाहेर पडू लागली, तेव्हा मीही बाहेर पडलो व एका अजस्त्र खांबांच्या पलीकडे दगडी फरशीवर अंग टाकून दिले. उशाला बोचके घेतले व लवकर झोपी गेलो.

एकदम मोठा आवाज झाला. मला वाटले की, आता माझे डोके फुटणार की काय आणि एकदम गडबड कानी ऐकू आली, 'नवीन पोऱ्या आलाय मठात. म्हणे फार श्रीमंत आहे. चला आपण त्याला लंबे करूया.' आणि पोरांचे एक टोळके माझ्या अंगावर धावून आले. एकाने माझ्या उशाचा शिलकीचा झगा ओढून घेतला. एकाने माझे फेल्ट बूट लंपास केले. काहींनी तोंडावर सांपा फेकला. मग सगळ्यांनी लाथाबुक्क्यांनी मला बडवायला सुरुवात केली. पण मी त्यांना काहीएक प्रतिकार केला नाही. मला वाटले की, असा हा मार खाणे हीसुद्धा एक परीक्षाच आहे. आमच्या आचारधर्मातील सोळावा नियम आहेच की नाही, 'हाल-अपेष्टा, विपत्ती धैर्याने व निमूटपणे सहन करा.' तो नियम पाळायचे मी ठरविले आणि मग एकदम हळू आवाजात, "तो बुढ्ढा खोकड पाळतीवर आहे रे गड्यांनो" आणि मी माझ्या नाकातोंडावरचा, कानात गेलेला सांपा हाताने पुशीत होतो. आणि इतक्यात ते कारभारी वृद्ध भिक्षू तेथे येऊ लागले व माझ्यापर्यंत येऊन पोचले. त्यांनी माझी शेंडी पकडून मला पायांवर उभे केले व माझ्याकडे पाहत म्हणाले, "काही ताकद आहे की नाही तुझ्यात? असा कमजोर आदमी काय कामाचा! आणि तू म्हणे पुढे पुढारी होणार! खा मार." झाले आणि मग त्या पोरांनी माझ्यावर लाथाबुक्क्यांचा नुसता वर्षाव केला. आता हा मार किती वेळ खावा लागणार, हे

काही उमजेना. मग एकदम झूबाबांच्या शब्दाची मला आठवण झाली, 'नीट वाग. मी जे काही तुला शिकविले आहे ते नीट ध्यानात ठेव. विसरू नकोस.' आणि मी जरा थोडा आपसूक बाजूस वळलो. जे हाताला लागले ते किंचित दाबले आणि त्याबरोबर ते वृद्ध भिक्षू, कारभारी माझ्या गवसणीत सापडले व किंचाळी मारून माझ्या डोक्यावरून जे पलीकडे फेकले गेले ते फरशीवर आदळले, जाऊन नाकावर पडले व शेजारच्या खांबांवर त्यांचे डोके आपटले. 'मेलो, मेलो' म्हणून आक्रोश करू लागले. माझी घाबरगुंडी उडाली. मला वाटले की, आता माझी धडगत नाही. आता यातून मी काही जिवंत सुटत नाही. बरं होईल. या हालअपेष्टांतून, यातनांतून कायमची सुटका होईल. मी बाजूला वळून पाहिले. आता कसे सगळे शांत झाले. पोरांची तर घाबरगुंडी उडाली. ती बाजूला भिऊन उभी राहिली. नंतर मग मोठ्याने किंचाळ्या मारीत ते म्हातारबाबा जमिनीवरून धडपडत उठले. त्यांचे नाक रक्तबंबाळ झाले होते. ते ओरडत होते. पण आता त्यांच्या बोलण्यात हास्याची छटा येऊ लागली. ते गरजले, ''मोठा दांडगेश्वर दिसतोयस की रे तू! निशाणबाजी करायला तुझा ठोकळा करून पाहायला पाहिजे. तुझीच शिकार केली पाहिजे.'' असे गरजून जवळच्या पोरांपैकी एका चौदा वर्षांच्या धिप्पाड, धडधाकट मुलाकडे पाहून ते म्हणाले, ''ए, गवांग, या आश्रमातल्या गुंडांतला तू मेरुमणी, तुझा बाप याक बैलाची गाडी हाकतो ना, पाहू दे तुझ्यात काही दम आहे का, या 'बडे बाप के बेटे' पोराशी कुस्ती खेळून दाखीव. पाहू तुझी ताकद किती आहे ती!''

आता मला आमच्या झूबाबाची, हवालदार जोग्याची अगदी कृतज्ञतापूर्वक आठवण झाली. त्याच्या लहानपणी तो खाम भागात 'ज्युडो' कुस्तीतील अगदी नावाजलेला असा पहिलवान होता. त्याने मला एक अजीब पेच शिकविला होता. तो म्हणायचा की, ''हा पेच तुला शिकवला म्हणजे बस! दुसरे काही शिकवायला नको!'' आता मला या चांगल्या धडधाकट पोरांशी कुस्ती खेळायचा प्रसंग आला. पोरे कसली ती, मिश्रूड फुटलेले बाप्येच ते. झूबाबाने शिकविलेल्या कुस्तीतील पेचात मी अगदी तरबेज झालेलो होतो. समोरचा कितीही मजबूत व मोठा असेना का, तो खाली चीत पडलाच पाहिजे अशी त्या पेचात खुबी होती. आता मला कळून चुकले की, या कुस्तीचा जो काय निकाल लागेल त्यावर माझे भविष्य ठरणार आणि या विचाराने मला जरा बरे वाटले.

गवांग चांगलाच मजबूत, कमावलेल्या शरीराचा गुंड होता. पण त्याची हालचाल मात्र बेडौल दिसायची. मी पाहिले की, तो आपला राकट कुस्तीतलाच पेहलवान होता. त्या कुस्तीत नुसत्या अंगातल्या ताकदीवरच भर आणि गवांगच्या अंगात नुसती ताकतच होती. त्याने माझ्यावर झडपच घातली व हाताने नुसता मला दाबूनच टाकण्याचा विचार

केला. पण मी मुळीच घाबरून गेलो नाही. झूबाबाने मला एक अजीब पेच शिकविला होता. गवांग जसा माझ्या अंगावर आला, तेव्हा मी जरा बाजूला झालो व हलक्या हाताने त्याचा हात पिरगाळला. त्याबरोबर त्याचे पाय त्याच्या अंगाखालूनच बाहेर उधळले. त्याने अर्धी-एक गिरकी घेतली व पलीकडे डोक्यावर पडला. थोडा वेळ तो माराने कण्हत होता. पण उठला व पुन: माझ्या अंगावर धावून आला. त्याबरोबर मी जमिनीवर पडलो. तोही माझ्या अंगावर पडला. त्याबरोबर मी त्याची तंगडी थोडीशी पिरगाळली. यावेळी त्याने गिरकी घेतली व पलीकडे डाव्या खांद्यावर तो जमिनीवर कोसळून पडला, तरी त्याची खुमखुमी अजून जिरली नव्हती. तो उठला. वर्तुळाकार फिरला व जरा बाजूला झाला. त्याच्या हाताला एक जड समई लागली. ती घेऊन माझ्या अंगावर भिरकावून दिली. हे असे जड, बोजड हत्यार हुकवायला चांगले. मी खाली वाकलो. त्या समईचा प्रहार चुकवला व त्याच्या मागे जाऊन मानेच्या खाली एका शिरेवर मी बोट दाबले. हाही पेच मला झूबाबाने शिकविला होता. बोट दाबल्यावर तो पलीकडे कोसळून जाऊन पडला. समईच्या साखळीवरची त्याची हाताची पकड निसटली व समई एखाद्या खेळण्याप्रमाणे भोवती जमलेल्या पोरांच्या व जोग्यांच्या जमावाकडे घरंगळत गेली.

नंतर सुमारे अर्धा-एक तास गवांग बेशुद्धच होता. कारण मी जो त्याला पेच घातला होता, तो पेच माणसाला स्थूल देहातून सूक्ष्म देहात नेण्याकरिता बहुधा वापरला जातो असा होता. सूक्ष्म विश्वात आत्मा विहार करायला लागला म्हणजे स्थूल जगाचा त्याला विसर पडतो.

नंतर ते वृद्ध प्रमुख कारभारी भिक्षू माझ्याकडे वळले व त्यांनी माझ्या पाठीवर अशी काही थाप मारली की मी जमिनीवर उताणा पडलो. आतापर्यंतच्या एकूण प्रसंगाला विसंगत अशा शब्दात ते मला म्हणाले, ''मुला, मर्द आहेस तू!'' मी हे शब्द ऐकून अगदी आश्चर्यचकित पडलो. पण ताबडतोब उत्तरादाखल म्हणालो, ''मग आता मला भरपूर जेवायला मिळेल ना, मला कित्येक दिवसांत जेवण मिळाले नाही.'' त्यावर ते मला म्हणाले, ''ठीक आहे, मुला. जा आता, भरपूर पोटभर जेव. आणि मग या टवाळ गुंडांना बजावून ठेव की, आता यापुढे तू करशील तो हुकूम त्यांनी पाळलाच पाहिजे.''

त्यानंतर लामामठात प्रवेश करण्यापूर्वी ज्या म्हाताऱ्या जोग्याने मला सांपा व चहा आणून दिला, त्याने मला येऊन सांगितले, ''माझ्या पोरा, तू बहादूर खरा. हा गवांग म्हणजे अगदी गुंडातला गुंड होता. त्याला सगळे भिऊन असत. आता तू त्याची जागा घे व इतर पोरांशी समजूतदारपणे व ममतेने वाग. तू चांगला शिकला-सवरला आहेस,

तुझ्या शिक्षणाचा चांगला उपयोग होऊदे येथे. त्याचा दुरुपयोग करू नकोस. आता चल माझ्याबरोबर. मी तुला भरपूर खायला-प्यायला देतो.''

त्यानंतर ते वृद्ध कारभारी भिक्षू माझ्याशी फार चांगल्या रीतीने वागले. ते मला आपल्या दालनात घेऊन गेले.

''मुला, बैस. आता मला पाहू दे तुझी बुद्धी ताकदीइतकीच तेज आहे की नाही. आता तुझी मी वेगळीच परीक्षा घेणार आहे. सांभाळून राहा.''

त्यानंतर त्यांनी मला कित्येक गमतीदार, चमत्कारिक, काही तोंडी, काही लेखी असे अनेक प्रश्न विचारले. जवळजवळ सहा तास एकमेकांसमोर आसनावर आम्ही बसून राहिलो होतो. सहा तासांनी कसून परीक्षा घेतल्यावर त्यांनी समाधान व्यक्त केले. एखाद्या याक बैलाच्या चामडीसारखे मला वाटू लागले. भिजून चिंबल्यासारखे व लवचिक. नंतर ते उभे राहिले व म्हणाले, ''मुला, माझ्या पाठोपाठ ये. मी तुला आता मठाध्यक्षांकडे घेऊन जातो. त्यांच्याकडे घेऊन जाणे म्हणजे मोठा बहुमान समजला जातो. ते तुला नंतर समजेल. तू नुसता माझ्याबरोबर चल.''

आम्ही मोठ्या इमारतीच्या पडवींतून चालू लागलो. मी त्यांच्या पाठोपाठ जात होतो. वाटेने निरनिराळ्या कचेऱ्या, देवळे, शाळेचे वर्ग लागले. मध्येच जिने चढावे लागले. मोठमोठ्या रुंदशा व जागोजाग वळणे असलेल्या पडव्यांतून आम्ही पुढे जात होतो. वाटेत मोठमोठे सभामंडप, निरनिराळ्या औषधी वनस्पती जिथे जमा करून ठेविल्या आहेत अशा कोठ्या लागल्या. पुन: आणखी जिने चढावे लागले. नंतर एका मोठ्या पटांगणवजा गच्चीवरून आम्ही पुढे गेलो व शेवटी मठाध्यक्षांच्या घरापर्यंत जाऊन पोचलो. त्यांचे निवासस्थान त्या गच्चीवरच बांधले होते. घराचा दरवाजा पितळी असून त्याला सोन्याचा मुलामा चढविला होता. दाराशी गौतम बुद्धाची आसनस्थ मूर्ती होती. पलीकडे वैद्यकपीठाचे मोठे बोधचिन्ह होते. नंतर आम्ही मठाध्यक्षांच्या खास दालनात प्रवेश केला.

''मुला, मी दाखवितो तसा वाकून नमस्कार कर'' असे त्या वृद्ध भिक्षूने मला सांगून नमस्कार कसा करायचा ते दाखविले.

''महाराज, हा तो मुलगा, मंगळवार लोबसंग राम्पा'' असे बोलून त्यांनी मठाध्यक्षांपुढे तीनदा वाकून, हात जोडून नमस्कार केला. नंतर त्यांच्यासमोर साष्टांग दंडवत घातले. मीही त्यांच्याप्रमाणे त्रिवार वाकून हात जोडून नमस्कार घातला व साष्टांग दंडवत घातले. पोटात सारखी धाकधूक होत होती, मी हे सगळे बरोबर करतोय की

नाही; का काही चूकवाक होतीय. निश्चल आसनस्थ अशा मठाध्यक्षांनी आमच्याकडे दृष्टी वळविली व आम्हाला उद्देशून ते म्हणाले, ''बसा तुम्ही.'' त्याबरोबर आम्ही त्यांच्यासमोर बैठकीवर मांडी घालून बसलो.

मठाध्यक्ष कितीएक वेळ माझ्याकडे नुसते पाहत होते. बोलले काही नाहीत. नंतर ते बोलू लागले, ''मंगळवार लोबसंग राम्पा, मला तुझ्याबद्दल सगळे काही माहीत आहे. तुझे भविष्य काय वर्तविले आहे, तेही मला माहीत आहे. तुझी परीक्षा फार कडक अशी झाली; पण त्याला तशीच कारणे आहेत. ती कारणे तुला पुढे काही वर्षांनी कळतील. आता फक्त एवढेच लक्षात घे की, हजारएक जोग्यांमध्ये एखादाच योग्याभ्यासाला लायक, पात्र असा ठरतो. 'मनुष्यानां सहस्त्रेषु कश्चित् भवति साधकः।' त्याचीच पुढे प्रगती होते. बाकीचे त्या कसोटीला टिकत नाहीत. ते फक्त जुजबी कामे करतात; कोणी मजुराची कामे करतात तर कोणी प्रार्थनाचक्र फिरवीत बसण्याची कामे करतात. अशा जोग्यांचा आम्हाला तुटवडा नाही. पण आमचे ज्ञान, आमची विद्या शिकून घेणाऱ्या लायक अशा जोग्यांची आमच्याकडे फार उणीव आहे. पुढे जेव्हा आपला देश परक्यांच्या सत्तेखाली जाईल, तेव्हा ही विद्या जतन करून ठेवली पाहिजे. ती नष्ट होऊ देता उपयोगी नाही. तर त्याकरिता तुला खास असे प्रशिक्षण देण्यात येईल. सखोल असे प्रशिक्षण देण्यात येईल. आणि आणखी काही थोड्याच वर्षांत तुला याहूनही आणखी ज्ञान शिकविले जाईल, ते शिकायला सामान्य प्रतीच्या लामाला सारा जन्म घालवावा लागेल. तर हा सगळा अभ्यासक्रम फार कठीण आहे. तुला कष्ट सहन करावे लागतील. अतिदूरवीक्षणाची सिद्धी कृत्रिमरीत्या प्राप्त करून घेण्याची पद्धती फार क्लेशदायक आहे आणि सूक्ष्मदेहातून त्या विश्वात संचार करण्यास मनोधैर्य चांगलेच असावयास पाहिजे. इंद्रियातीत अवस्थेत टिकून राहण्याची जिद्द अगदी खडकासारखी टणक असावयास पाहिजे.''

मी ते सगळे भाषण ऐकत होतो. मला ते सगळे अवघड वाटले. तितकी ताकद माझ्या अंगात नव्हती.

मठाध्यक्ष पुढे बोलू लागले. ''या मठात तुला वैद्यक व ज्योतिष हे शिकवतील. आम्हाला जी तुला मदत करता येईल ती मदत, ते मार्गदर्शन आम्ही देऊ. काही गूढ रहस्येसुद्धा आम्ही तुला सांगू. राम्पा, तुझा मार्ग आता निश्चित ठरला आहे. तू जरी सात वर्षांचा मुलगा दिसतोस तरी तू एक चांगला वयस्कर मनुष्य आहेस असे धरून मी तुला हे सर्व सांगत आहे. कारण आतापर्यंत तुला तसेच वाढविलेले आहे.''

त्यानंतर त्यांनी आपले मस्तक वळविले व त्याबरोबर ते वृद्ध कारभारी भिक्षू उठले

व त्यांनी मठाध्यक्षांना अतिशय लवून नमस्कार केला. मीही त्याचप्रमाणे केले व आम्ही दोघे त्या दालनातून बाहेर पडलो आणि मग आम्ही परत त्यांच्या खोलीत जाईपर्यंत त्या वृद्ध भिक्षूंनी तोंडातून एक शब्दही काढला नाही.

''पोरा, तुला फार काम करावे लागेल. कष्ट होतील तुला. पण आम्ही तुला शक्य तितकी मदत करू. आता तुला मी न्हाव्याकडे केस कापायला नेतो.'' ते बोलू लागले.

तिबेटमध्ये मुलाला जेव्हा भिक्षुकीच्या पेशाकरिता तयार करतात तेव्हा त्याचे मुंडन करतात. फक्त केसाची एक बट ठेवतात व ही बट; जेव्हा त्याची मुंज होते, त्याला संध्येतले नाव देतात, तेव्हा काढून टाकतात. मग त्यावेळी त्याचे जुने नाव जाऊन त्याला नवीन नावाने ओळखतात. याविषयी मी पुढील प्रकरणात सांगणार आहे.

त्या वृद्ध भिक्षूंनी मला वळणावळणांच्या रस्त्यांनी एका लहान जागेत नेले. ती जागा म्हणजे 'न्हाव्याचे दुकान.' तेथे मला जमिनीवर बसविले. मग त्यांनी न्हाव्यास हाक मारली.

''टामचू, या मुलाच्या डोईचे केस काढून टाक. नाव ठेवण्याची बटसुद्धा काढून टाक. कारण मुलाला लगोलग नवीन नावही देऊन टाकणार आहोत.'' त्याबरोबर टामचू पुढे आला व त्याने माझी शेंडी आपल्या उजव्या हातात ताठ धरली व म्हणाला, ''काय सुबक शेंडी आहे तुझी पोरा, तेल-बिल लावून चांगली ठेवली आहेस. आता ती कापून टाकायला काय मजा येईल.'' आणि मग कुठूनतरी त्याने एक भली मोठी कात्री आणली, माळ्याची असते तशी. आणि आपल्या मदतनीसाला हाक मारली. ''टिशा, इकडे ये आणि या दोरखंडाचे हे टोक हातात धर.'' टिशा एकदम धावतच तेथे आला व त्याने माझी शेंडी इतक्या जोराने वर उचलली की, तिच्याबरोबर मीसुद्धा जमिनीवर उचलला गेलो. आणि नंतर मग टामचूने दाताड वेंगाडत, कात्री इकडेतिकडे विनाकारण हलवीत माझी शेंडी कापून टाकली. ही त्याच्या नापित कर्माची नुसती सुरुवात होती. नंतर मग टिशाने गरम पाण्याची एक वाटी भरून आणली. ते पाणी इतके कढत होते की, त्याने ते माझ्या डोक्यावर ओतल्यावर माझे डोके इतके भाजले की, किंचाळून मी तिथून उडीच मारली. टामचू विचारतो, ''काय रे बाळा; काय झालं? डोके भाजले होय?'' मी उत्तर दिले, ''होय.'' त्यावर तो म्हणाला, ''काही भिऊ नकोस. गरम पाणी ओतलं म्हणजे केस कसे भराभर निघतात,'' असे म्हणून त्याने माझ्या भाजलेल्या डोक्यावर फुंकर मारली. नंतर त्याने तीन बाजू असलेला एक वस्तरा हातात घेतला आणि त्याने माझी अगदी पुरती हजामत केली व माझ्या डोक्याचा चमनगोटा करून टाकला.

लगेच ते वृद्ध भिक्षू तेथे आले व म्हणाले, ''आता चल माझ्याबरोबर.'' त्यांनी मला आपल्या खोलीत नेले व एक भलीमोठी जाडजूड चोपडी काढली व पुटपुटायला लागले. ''आता नाव काय ठेवायचे रे तुझे? आं, हे पाहा. आता आजपासून तुला नवीन नावाने आम्ही हाक मारणार. ऐक तुझे नवीन नाव आता; झा-मिग-द्मार-लाहलू.'' आता हे माझे अगडबंब नाव मी माझ्यापुरतेच ठेवून देतो. या पुस्तकात वाचकांच्या सोयीसाठी मी माझे पूर्वीचेच नाव, 'मंगळवार लोबसंग राम्पा' हेच ठेवतो.

माझ्या डोक्यावरचे केस काढून टाकल्यामुळे मला जणू नागडेउघडे केल्यासारखे वाटू लागले. नंतर मला वर्गात नेण्यात आले. माझे घरीच चांगले शिक्षण झालेले असल्या कारणाने मला एकदम सतरा वयाच्या जोगी मुलांच्या वर्गात बसविले. वर्गात येऊन बसलो तो काय, इतर मुले चांगली मोठी, धडधाकट. त्या राक्षसांमध्ये मी किती ठेंगू दिसत होतो. पण त्या पोरांना मी गवांगची कशी वाट लावली होती, हे माहीत होते, म्हणून मला कोणी त्रास दिला नाही. पण एका जाडजूडशा मूर्ख पोराने मला सतवायचे ठरविले. तो माझ्या पाठीमागून चोरासारखा आला व त्याने आपले घाणेरडे जाडजूड हात माझ्या मुंडन केलेल्या डोक्यावर ठेवले. माझ्या डोक्याची अजून आग होत होती. पण मी काय केले, माझी बोटे फक्त मी त्याच्या खांद्यावर रोविली. त्याबरोबर तो एकदम किंचाळून पलीकडे उताणा जाऊन पडला. मला हा पेच म्हाताऱ्या झूबाबाने शिकविला होता. 'खांद्यात दोन जमतीची बोटे खुपस आणि पाहा काय गंमत होते ती.' आणि त्याने या पेचाची प्रॅक्टिसही माझ्याकडून चांगली करून घेतली होती. यानंतर दोन-तीन दिवसांनी मला जूडो* (कुस्ती) शिकविणाऱ्या वस्तादांकडे नेणार होते. या वस्तादांना झूबाबाचे नाव चांगलेच माहीत होते. त्या सगळ्यांच्या मते साऱ्या तिबेटमध्ये जूडो कुस्तीत झूबाबाचा हात धरणारा दुसरा कुणी नव्हता. आता त्या खोडसाळ पोराने माझ्या डोक्यावर घाणेरडा हात जेव्हा ठेवला, त्यावेळी आमच्या मास्तरांची पाठ वळलेली होती. पण पुढे काय होत आहे हे त्यांच्या लवकरच ध्यानात आले. झालेल्या प्रकाराने त्यांना इतके हसू आले की, त्यांनी आम्हा सर्वांना त्या दिवशी लवकर सोडून दिले.

आता संध्याकाळचे साडेआठ वाजले होते. संध्याकाळची प्रार्थना सव्वानऊ वाजता असे. अजून पाऊण तास मोकळा होता. पण विश्रांतीचा आनंद मला फार वेळ भोगता आला नाही. कारण आम्ही खोलीतून बाहेर येताक्षणीच एका लामाने मला बोलाविले

---

* कुस्तीची तिबेटी पद्धत जरा वेगळी व अधिक प्रगत अशी आहे. पण तिला मी 'जुडो'च नावाने संबोधण्याचे ठरविले आहे. कारण त्या कुस्तीच्या तिबेटी नावाने पाश्चिमात्य वाचकांस काही बोध होणार नाही.

आणि माझ्याबरोबर चल म्हणून तो म्हणाला. मी त्याच्या पाठोपाठ चालू लागलो. आता आणखी कोणत्या प्रसंगाला तोंड द्यावे लागणार, मला काही कळेना. त्याने मला गायनाच्या वर्गात नेले. तेथे माझ्यासारखी आणखी वीस शिकाऊ मुले बसलेली होती. तीन कलाकार आपापली वाद्ये घेऊन बसले होते. एकाजवळ पडघम होता. दुसऱ्याजवळ शंख व तिसऱ्याजवळ चांदीची तुतारी होती. तो लामा म्हणाला, ''आता आपण गाऊया. म्हणजे तुझा आवाज कसा काय आहे, हे कळून येईल.'' गवयांनी गायला सुरुवात केली. पण तो सूर अगदी सोपा होता. कोणालाही त्या सुरात गाता येण्यासारखे होते. आम्हीही आपला आवाज चढविला. पण गायनमास्तरांची तबियत बिघडली. आमचा आवाज ऐकून ते प्रथम गोंधळून गेले. नंतर मग त्यांच्या चेहऱ्यावर रागाची छटा आली. त्रासून त्यांनी आपले दोन्ही हात वरती केले व गर्जना केली. 'तुमचा हा आवाज ऐकून, संतापून देवसुद्धा खाली उतरतील. थांबवा हे तुमचे रडगाणे. आता पुन: स्वर धरून बरोबर गायला लागा.'' आम्ही त्याचप्रमाणे पुन: गायला सुरुवात केली आणि पुन्हा त्यांनी आम्हाला थांबविले. यावेळी गायनमास्तर थेट माझ्याकडे चाल करून आले. ''गद्ध्या, माझी चेष्टा करतोस काय! दुसरी मुले वेगळी, एकत्र गातील. तू एकटा गाऊन दाखव पाहू. तुला इतरांच्याबरोबर गाता येत नाही.'' पुन्हा एकदा गायला सुरुवात झाली. गाताना मी माझा आवाज चढविला. तो ऐकून लगोलगच आमचे मास्तर किंचाळले, ''मंगळवार लोबसंग, तुला गायचे जमायचे नाही. इतका बदसूर आवाज मी गेल्या पंचावन्न वर्षांत कधी ऐकला नाही. आवाजाला बिलकूल काही ताळमेळ नाही. पोरा, तुला गाता यायचे नाही. गायनाच्या तासाला तू आपला इतर अभ्यास करीत जा. देवळात भजनाच्या वेळी त्या सुरात तू आपला आवाज मिळवीत जाऊ नकोस. कारण तुझ्या आवाजाने सगळा बेरंग होऊन जाईल. जा इथून आता, जंगली कुठला!'' हे सगळे ऐकल्यावर मी तेथून निघून गेलो.

आणि मग काही वेळ मी नुसताच इकडेतिकडे भटकत राहिलो. काही वेळाने संध्याकाळच्या प्रार्थनेची तुतारी ऐकू आली. आज कार्यक्रमाला कालच्यापेक्षा जरा उशीर झाला. अन् काय मी कालच या मठात आलो, पण एकच दिवस मला जणू एका युगासारखा वाटला. मला वाटले की काय स्वप्नात आहे की काय, कारण एका दिवसात केवढी गडबड. मला आता भूक लागली. तरी बरं सकाळी मी पोटभर जेवलो नाही. नाही तर प्रार्थनेच्या वेळी मला चांगली डुलकी लागायची. इतक्यात कोणीतरी पाठीमागून माझा झगा धरला व मला एकदम हवेत उचलून धरले. एका धिप्पाड लामा दोस्ताने मला उचलून कौतुकाने खांद्यावर घेतले. ''लवकर चल, गड्या. नाहीतर उशीर होईल. आणि मग सगळा घोटाळा होईल; जेवणाचीही वेळ टळून जाईल; अन् मग तुला उपाशी राहावे लागेल.'' आणि मग तो मला तसेच खांद्यावर घेऊन गेला. आम्ही मुलांच्या

अगदी शेवटच्या रांगेत जाऊन बसलो. त्याने आपल्यापुढे एक लहानसा तक्क्या ठेवला व त्याच्यावर मला बसविले आणि म्हणाला, ''मी गातो, तू नुसते तोंडाने हावभाव कर. आवाज काढू नकोस.'' इतके त्याने मला सांभाळून घेतले. अशी कनवाळू माणसे मला फार कमी भेटली.

मला वाटते, मला डुलकी लागली असावी. कारण मी जागा झालो व सभोवार पाहिले तर गाणे-बिणे, भजन वगैरे कुठे काही ऐकू येईना. मला झोप लागल्यावर त्या धिप्पाड लामाने मला भोजनालयात आणून ठेवले व माझ्यासमोर चहाचा कप, सांपाचा वाडगा व उकडलेल्या भाजीची वाटी ठेवून दिली. मला त्याने उठविले, ''खाऊन टाक हे सगळे आणि मग निवांत झोप घे. कुठे झोपायचे ते दाखवतो मी तुला. आज चांगली पाच वाजेपर्यंत झोप घे, अन् उठल्यावर माझ्याकडे ये.'' आणि या शब्दानंतर मला काही ऐकू आले नाही आणि जो मी झोपी गेलो तो दुसऱ्या दिवशी पाच वाजेपर्यंत. परवाच्या नवीन मित्र झालेल्या मुलाने मोठ्या कष्टाने उठवीपर्यंत उठून पाहिले तो काय आश्चर्य! मी एका मोठ्या अशा दिवाणखान्यात तक्क्या व दोन गिरद्या बाजूला अशा थाटात पहुडलो होतो, असे मला आढळून आले. तो मुलगा मला म्हणाला, ''मिंग्यार डोंडुप लामाश्रींनी तुला पाच वाजता उठवायला सांगितले आहे.'' मी ताबडतोब उठलो. गिरद्या भिंतीशी ठेवून दिल्या. सर्वांनी तसेच केलेले मी पाहिले होते. इतर मुले दिवाणखान्यातून बाहेर पडत होती. माझा सोबती मला म्हणाला, ''चल, आता नाष्टा उरकून घेऊ आणि मग तुला मिंग्यार डोंडुप लामाश्रींकडे घेऊन जायचे आहे.'' आता मला आश्रमातले हे जीवन हळूहळू आवडू लागले. म्हणजे मला हा आश्रम किंवा तेथे राहणे हे मनापासून आवडले असे नव्हे; पण मला दुसरा पर्यायच उरलेला नव्हता. हे जीवन माझ्यावर सक्तीने लादलेले होते.

नाष्टा किंवा सकाळचा उपाहार घेतेवेळी स्तोत्रपाठ चालू होता. एक पाठक स्तोत्र म्हणत होते. बौद्ध धर्मात असे स्तोत्रांनी भरलेले एकशे वीस मोठे ग्रंथ आहेत. माझे लक्ष दुसरीकडेच होते हे त्याने पाहिले वाटते. कारण माझ्याकडे पाहून तो चटकन म्हणाला, ''काय रे मुला, तू नवीनच आलेला दिसतोस. बोल मी कुठपर्यंत आलो होतो?'' मी त्याला ताबडतोब उत्तर दिले, ''तुम्ही म्हणत होता, 'त्या मुलाचे लक्ष दिसत नाही, त्याला आता पकडतो.' येथपर्यंत तुम्ही आला होता.'' या माझ्या उद्गारांनी सगळ्यांना हसू आले व त्यांची करमणूक झाली. तो पाठक मला उद्देशून म्हणाला, ''तसे नव्हे रे. स्तोत्राच्या पठणात कोणत्या श्लोकापर्यंत आलो होतो, असं मी तुला विचारत होतो.''

मठात असा शिरस्ता असे की, भोजनाच्या वेळी या पाठकांनी उभे राहायचे.

लाकडी मांडणीवर पोथी ठेवायची व त्यातून स्तोत्रे म्हणावयाची. जोगी मंडळींनी भोजन चालू असताना बोलायचे नाही की अन्नाचा विचार मनात आणायचा नाही. आम्ही सगळे जेवायला जमिनीवर गाद्यांवर बसलो. ताटे अठरा इंच उंचीच्या टेबलावर मांडलेली होती. जेवताना कोणत्याही तऱ्हेची गडबड, आवाज करायचा नाही, अशी सक्त ताकीद होती. तसेच टेबलावर कोपर टेकण्यास बंदी होती.

चाकपोरीच्या आश्रमात शिस्त फार कडक. चाकपोरी याचा शब्दश: अर्थ 'लोहपर्वत.' दुसऱ्या आश्रमात किंवा मठात शिस्त इतकी कडक नसते; किंवा तेथील दैनिक कार्यक्रम इतके दोरीसूत नसतात. तेथल्या भिक्षू किंवा जोगी मंडळींनी वाटले तर काम करावे किंवा वाटले तर करू नये. हजारात एखाद्यालाच अध्यात्मात आपली प्रगती व्हावी असे वाटे आणि ही मंडळी पुढे लामा होत. लामा म्हणजे 'श्रेष्ठ.' वाटेल त्याला लामा होता येत नसे. आमच्या मठात शिस्त फारच कडक. ज्या विषयाचे आम्हाला शिक्षण देणार होते, त्या विषयात आम्हाला तज्ज्ञ व्हावे लागणार होते. म्हणजे त्या विषयात आम्ही पारंगत होणार होतो आणि त्याकरिता शिक्षणाबरोबर शिस्तीचे पालनही अत्यावश्यक होते. सर्वसाधारण जोग्यांसारखे पांढरे झगे आम्ही विद्यार्थी वापरत नसू. आम्ही भगव्या रंगाची वस्त्रे वापरीत असू. भगवा रंग म्हणजे भिक्षूच्या कफनीचा, झग्याचा रंग. मठात घरगुती कामे करणारेही जोगी असत. ते मठातील जेवण्याखाण्याची, बाजारहाटाची, कोठीची व्यवस्था पाहत. आम्ही भिक्षू-विद्यार्थी मंडळीसुद्धा आळीपाळीने स्वयंपाकाचे काम करीत असू. हेतू असा की, सर्व कामे आपापल्या परीने श्रेष्ठ आहेत, हे तत्त्व आमच्या मनात बिंबावे व नुसत्या पुस्तकी ज्ञानाने आम्ही स्वत:ला कामकरी लोकांपेक्षा उच्च समजू नये. बौद्ध धर्माची एक शिकवण आम्हाला नेहमी ध्यानात ठेवावी लागे, 'तुम्ही स्वत: दुसऱ्यांवर उपकार करा. कोणाचे नुकसान करू नका.' बुद्धदेवांच्या शिकवणीचे हे सार आहे. आमचे मठाध्यक्ष लामाश्री अगदी माझ्या वडिलांसारखेच कडक शिस्तीचे भोक्ते होते. आपल्या आज्ञांचे पालन ताबडतोब झालेच पाहिजे, यावर त्यांचा फार कटाक्ष असे. ते नेहमी म्हणत की, 'लिहिण्यावाचण्याने मनुष्यास सर्व ज्ञानाची, गुणांची द्वारे खुली होतात.' आणि लिहायला, वाचायला आम्हाला अगदी भरपूर वेळ होता.

५

शिष्याची भूमिका

चाकपोरी आश्रमात दैनिक कार्यक्रमाला मध्यरात्री सुरुवात व्हायची. मध्यरात्रीला तुतारी वाजे. तिच्या आवाजाचे आश्रमातील इमारतीच्या पडव्यांमधून प्रतिध्वनी उमटत. पडव्यांमधील पणतींचा प्रकाशही यावेळी मंद होत आलेला असायचा. तो आवाज ऐकल्यावर आम्ही आपल्या अंथरुणावरून उठून अंधारातच अंगावरची वस्त्रे शोधायला लागायचो. तिबेटमध्ये रात्री नग्न स्थितीतच झोपण्याची चाल आहे. आमच्याकडे नाहीतरी खोटा औपचारिकपणा कमीच. उठल्यावर आम्ही झगे, कफनी अंगावर चढवून पुढल्या सोग्यात इतर कपडे, वाडगा, भांडे कोंबून पुढे चालू लागत असू. आमच्या शिकवणीत एक बोधवाक्य असे, 'बुद्धदेवासारखे नुसते आसनात बसून, मनात क्रोध ठेवून प्रार्थना करण्यापेक्षा शांत मनाने निपचित पडून राहिलेले बरे.' माझ्या मनात विचार येई, आम्हाला शांत मनाने निपचित का पडता येत नाही? रात्रीच्या वेळी मनात क्रोधाच्या भावना येतातच. याचे मला कोणी समाधानपूर्वक उत्तर दिले नाही. आणि मग इतरांबरोबर मीही प्रार्थनामंदिरात जाई. मंदिरात धूपाची धूम्रवलये चोहीकडे पसरलेली असायची व त्या धूम्रमय वातावरणात हे असंख्य पणतीचे दिवे काजव्यासारखे चमकत. त्या मिणमिणणाऱ्या ज्योतीच्या प्रकाशात, हलत राहणाऱ्या सावल्यांमधून जागोजागी ठेवलेल्या देवांच्या अजस्त्र मूर्ती आमची प्रार्थना जणू ऐकत व त्याला दाद द्यायची म्हणून की काय, त्या मूर्तींच्या आकृती सावल्यांच्या रूपाने डोलू लागत.

प्रार्थनामंदिरात शेकडो भिक्षू व शिकाऊ मुले जमिनीवरच मांडी घालून प्रार्थनेला बसायची. दालनाच्या एका टोकापासून दुसऱ्या टोकापर्यंत एकमेकांसमोर तोंडे करून बसलेल्यांच्या रांगा असायच्या. कडेच्या रांगा मात्र पाठीशी पाठ करून बसलेल्यांच्या असायच्या. प्रार्थनामंदिरात स्तोत्रे, भजने स्वरांवर म्हटली जात. आमच्याकडे गायनात स्वराला फार महत्त्व. ती स्वरात जर म्हटली गेली नाहीत तर त्यामधील मंत्रांचा प्रभाव

पडत नाही, असा समज आहे. एखाद्या संगीताच्या सुराने काच फुटणे जसे शक्य आहे, त्याचप्रमाणे अनेक सुरांचे मिश्रित असे वाद्य-संगीत आध्यात्मिक शक्ती निर्माण करते. प्रार्थनामंदिरात शेकडो लहानमोठी माणसे मांडी घालून शिस्तीत बसलेली होती. त्यांपैकी काहींची वस्त्रे किंवा झगे भगव्या रंगाचे, काहींचे लाल रंगाचे तर काहींचे जरतारी सोनेरी रंगाचे होते. ते सगळे एका सुरात भजने म्हणत होते. सर्वांच्या तोंडातून एकाच सुरात मंत्रघोष होत होता. त्यात मधूनमधून लहानशा घंटांतला मंद व सौम्य स्वर व तबल्याची थाप मिसळून जायची. हे सर्व दृश्य मोठे हृदयस्पर्शी व परिणामकारक दिसे. त्यात जागोजाग लावलेल्या अगरबत्तींची धूम्रवलये पसरत पसरत मूर्तीच्या भोवती सारखी वेटोळी घालत राहायची व मिणमिण जळणाऱ्या पणत्यांच्या अंधुकशा प्रकाशात त्या मूर्ती आपणाकडेच निरखून पाहत आहेत, असा भास व्हायचा.

हा कार्यक्रम साधारणपणे तासभर चालायचा. नंतर आम्ही परत अंथरुणावर जाऊन झोपायचे ते सकाळच्या चार वाजेपर्यंत निपचित पडून राहायचे. दुसरा कार्यक्रम सव्वाचार वाजता सुरू व्हायचा. पाच वाजता सकाळचा चहा व सांपा. हे चहापान चालू असतानासुद्धा पाठ म्हणणारे पाठक बारीक आवाजात स्तोत्र गुणगुणत राहत व पर्यवेक्षक मधूनमधून हिंडून सर्वजण नीट ध्यान लावताहेत की नाही, हे पाहत राहत. तसेच या वेळी काही खास निवेदन, घोषणा करणे, माहिती पुरविणे अशांसारखी कामेही उरकली जात. मठामधल्या रहिवासी भिक्षूंना ल्हासाहून काय काय जिन्नस आणावयाचे असतील ती यादी त्यासाठी नेमलेल्या लामाकडे तजविजीकरिता देत, पूर्वी दिलेल्या यादीप्रमाणे ज्यांचे ज्यांचे सामान, जिन्नस ल्हासाहून आले असेल त्यांची नावे व मागविलेल्या पदार्थांचे तपशील यावेळी जाहीर व्हायचे. तसेच कोणत्या भिक्षूला कोणते बाहेरचे काम दिले गेले आहे व त्याची किती दिवसांची मठातली गैरहजेरी मंजूर झाली आहे, हेही याचवेळी जाहीर केले जाई.

नंतर सकाळी सहा वाजता शाळेतल्या वर्गात व तेथे आमचा खरा शालेय शिक्षणाचा अभ्यास सुरू व्हायचा. आमच्या तिबेटी आचारसंहितेमधील दुसरा नियम असा आहे की, 'प्रथम पूजापाठ, भजन, प्रार्थना वगैरे धार्मिक कार्यक्रम उरका व मग नित्याच्या अभ्यासाला लागा.' त्या संहितेमधील पाचवा नियम असा आहे की, 'वडीलमाणसांना, गुरुजनांना व कुलीन ज्येष्ठ व्यक्तींना मान द्या.' या पाचव्या नियमाचे पालन कोणी करीत नसे. मग दुसऱ्या नियमाचे तरी पालन का करावे, हे मला सात वर्षांच्या मुलाच्या अजाण बुद्धीला कळत नसे. आतापर्यंतचा माझा असा अनुभव होता की, कुलीन असणे, खानदानीच्या कुळात जन्मास येणे ही जरा शरमेचीच गोष्ट आहे. मला स्वत:ला कुलीनत्वाचे दुष्परिणाम सहन करावे लागले आहेत. मनुष्याचे मोठेपण त्याच्या जन्मावर

(कुलीनत्वावर) अवलंबून नसून त्याच्या शीलावर, आचरणावर अवलंबून असते, हे मला त्या वयात कळले नाही.

नऊ वाजता दुसऱ्या धार्मिक कार्यक्रमास आम्हास हजर राहावे लागत असे. म्हणजे वर्गातल्या अभ्यासक्रमाला चाळीस एक मिनिटांची सुट्टी मिळे. ही सुट्टी आम्हाला बरी वाटायची. पावणेदहा वाजता पुनः आम्ही वर्गात हजर. आता यावेळी वेगळे विषय घेत. एक वाजेपर्यंत हा खराखुरा शालेय अभ्यासक्रम चाले. त्यानंतर ताबडतोब आम्हाला जेवायला मिळत नसे; तर आणखी अर्धा-एक तास फिरून ध्यान-प्रार्थना वगैरेचा धार्मिक कार्यक्रम असे. नंतर मग भोजन. भोजन म्हणजे सांपा व लोणी घातलेला चहा. नंतर एक तास शारीरिक काम करावे लागे. या कामामुळे शरीराचा व्यायामही होत असे व मनाला नम्रतेचे शिक्षणही मिळत असे.

नंतर तीन वाजता विश्रांती, विश्रांती म्हणजे खरोखरची विश्रांती. नुसते पडून राहायचे, कुठे जायचे नाही. फिरकायचे नाही. धड कुणाशी बोलायचे नाही. ही विश्रांतीची वेळ जरा गैरसोयीची असे, झोपही घेता येत नसे व नुसते पडून राहायचे तर काही वेळाने त्याचा कंटाळा यायचा. त्या वेळेचा आम्हाला सदुपयोग करता आला असता. ही एक तास विश्रांती घेतल्यानंतर चार वाजता पुन्हा वर्गातला अभ्यास सुरू. दिवसाच्या कार्यक्रमामधला सगळ्यात कंटाळवाणा हा भाग. पाच तास सारखा अखंड अभ्यास. या दीर्घ अवधीत वर्ग सोडून जरा बाहेर गेले तर कडक शिक्षा व्हायची. आमचे शिक्षक वेताच्या छडीचा अगदी यथेच्छ उपयोग करीत. छडीसुद्धा जाडजूड वेताच्या फोकाची असे.

बरोबर नऊ वाजता आमची शाळा सुटायची. त्यानंतर मग रात्रीचे जेवण. जेवण तेच, सांपा व लोणीमिश्रित चहा. एखादे वेळी थोडी भाजी, भोपळ्याची किंवा मटाराची उसळ. भाजी किंवा उसळ पुष्कळदा कच्चीच राहायची, तरी ती आम्ही आवडीने खात असू. अगदी एकदाच आम्हाला अक्रोडाचा मुरंबा खायला मिळाला. त्यावेळी माझे वय आठ वर्ष होते. हा मुरंबा घरी असताना मी नेहमी खात असे; इतका मला तो आवडायचा. मठात ज्या दिवशी हा मुरंबा मला खायला मिळाला, तो दिवस मी विसरणार नाही. त्या दिवशी मला चांगली अद्दल घडली. त्याचे असे झाले. मला हा मुरंबा इतका आवडायचा की, त्या दिवशी माझ्या शेजारच्या मुलाशी मी संगनमत केले. मी त्याला माझा शिलकी झगा द्यायचा व त्याने आपल्या वाटचा मुरंबा मला द्यायचा. ते आमचे बोलणे शिस्त व बंदोबस्त राखणाऱ्या भिक्षूने ऐकले. त्याने मला लगोलग मधल्या मोकळ्या आवारात नेले व या शिस्तभंगाचा कबुलीजबाब द्यायला लावला

आणि या माझ्या जिव्हालौलित्याकरिता पुरे चोवीस तास मला अन्नपाण्यावाचून राहावे लागले. माझा शिलकी झगा जप्त झाला. कारण त्याचा मला उपयोग नसल्याने मी तो दुसऱ्या मुलाला मुरंब्याच्या मोबदल्यात देऊ केला होता.

साडेनऊ वाजता आमचा दैनिक कार्यक्रम संपे व मग झोपेची वेळ येई. या कार्यक्रमाला सहसा कोणालाही उशीर होत नसे. दिवसाचा वेळ कधी संपेल असे मला होऊन जात असे. सबंध दिवसभर सारा उद्योग, मी अगदी थकून जात असे. इतके कष्ट सोसण्याऐवजी एकदाचे मरून जावे किंवा गाढ झोप लागल्यावर पुन्हा जागेच होऊ नये असे वाटे. दिवसा मधूनमधून आम्हाला डुलकी येई, तेव्हा आम्ही कुठे कोपऱ्यात, अंधारात लपून बसून थोडी झोप घेत असू. पुढे पुढे आमची ही सवय गेली व दिवसभराच्या लांबलचक कार्यक्रमात अशा मध्यंतराची जरुरी वाटेनाशी झाली.

दुसऱ्या दिवशी सहा वाजण्याच्या जरा अगोदर मी डोळे उघडून पाहिले, तो मला मिग्यार डोंडुप लामाश्रींच्या घराच्या दरवाजाशी कोणी तरी आणून सोडल्याचे माझ्या ध्यानात आले. मी जरी दरवाजा ठोठावला नाही तरी तो उघडला गेल्यावर त्यांनी 'आत ये' म्हणून मला खुणावले. त्यांची बसण्याची जागा एका मोठ्या दालनात होती. भिंतीवर मोठमोठी तैलचित्रे टांगून ठेवलेली होती. त्यांपैकी काही चित्रे भिंतीवरच काढलेली होती, तर काही रेशमी कापडावर काढलेली होती. दालनात लहान लहान टेबलांवर देवादिकांचे लहान लहान मुखवटे नीटनेटकेपणाने मांडून ठेवलेले होते. ते सोन्याचे, गडद हिरव्या रंगाच्या दगडाचे केलेले होते. एक भलेमोठे 'जीवनचक्राचे' चित्र भिंतीवर टांगून ठेवलेले होते. लामाश्री आपल्या गादीवर पद्मासन घालून बसलेले होते. त्यांच्यासमोर एक कमी उंचीचे टेबल असून त्यावर बरीचशी पोथ्या-पुस्तके ठेवून दिलेली होती. मी ज्यावेळी दालनात प्रवेश केला त्यावेळी ते एक पुस्तक वाचीत होते.

''माझ्या जवळ येऊन बस लोबसंग'' मला पाहताक्षणी ते म्हणाले. ''मला तुझ्याशी पुष्कळ बोलायचे आहे; चर्चा करायची आहे. पण मला तुला प्रथम विचारायचं आहे की, तुझे जेवणखाण यथास्थित झाले ना?'' माझे भरपूर जेवण झाले असल्याचे मी त्यांना सांगितले. ते पुढे बोलू लागले.

''मठाध्यक्षांनी मला सांगून ठेवले आहे तुझ्याबद्दल. तुला माझ्याबरोबरच काम करायचे आहे. तुझ्या पूर्वीच्या जन्मांचा आम्ही शोध घेतला आहे. चांगला होता तो तुझा जन्म. त्या जन्मात तुझ्या ठिकाणी काही सिद्धी होत्या, त्या या जन्मात आम्हाला वाढवायच्या आहेत. एखाद्या साध्या लामाला साऱ्या हयातीत जे ज्ञान ग्रहण करता येणार नाही, ते तुला आम्ही थोड्या वर्षांत देऊन टाकणार आहोत.'' एवढे बोलून ते थांबले

आणि माझ्याकडे टक लावून निरखून पाहू लागले. त्यांचे डोळे फार भेदक होते.

''सगळ्यांना आपापला मार्ग पसंत करण्याचे स्वातंत्र्य असावे.'' ते पुढे बोलू लागले, ''तू जर बरोबर मार्ग निवडलास तर चाळीस वर्षे तो फार कठीण असेल, पण पुढल्या जन्मात त्याचा तुला फायदा होईल. जर तू चुकीचा मार्ग निवडलास तर या जन्मी तुला कष्ट सोसावे लागणार नाहीत. धनदौलत, ऐषआराम सर्व काही तुला मिळेल. पण तुझी आध्यात्मिक प्रगती होणार नाही. आता कोणता मार्ग स्वीकारायचा, हे सर्वस्वी तुझ्यावर आहे.'' इतके बोलून ते थांबले व माझ्याकडे पाहू लागले.

मी उत्तर दिले, ''महाराज, माझ्या वडिलांनी मला बजावून ठेविले आहे की आश्रमातून जर काढून टाकले तर मी तुला घरात घेणार नाही. आता जेथे मला घरच राहिले नाही तेथे मला स्वास्थ्य किंवा सुखसोयी कशा मिळणार?'' त्यावर ते किंचित हसले व म्हणाले, ''तुझा पूर्वीचा जन्म आम्ही शोधून काढला आहे हे तू विसरलास काय? आता जर तू चुकीचा मार्ग निवडलास, ऐष-आरामी जीवन पसंत केलेस तर तुला आश्रमात पूर्वीच्या जन्मातच राहावे लागेल. तोच जन्म पुढे चालू राहील आणि काही वर्षांत तू त्या मठाचा मठाध्यक्ष होशील. म्हणजे तुझा निवड चुकली असे तुझ्या वडिलांना म्हणता येणार नाही.''

ते जे मला बोलले त्यातून त्यांना आणखी एक प्रश्न मला विचारावासा वाटला. ''पण तुम्ही ती निवड चुकली असे म्हणाल काय?''

त्यांनी उत्तर दिले, ''होय, तुझा निवड चुकली असेच मी म्हणेन.''

''मग मला बरोबर मार्ग कोण दाखविणार?'' मी विचारले.

''मी दाखवीन; पण तू बरोबर निवडला पाहिजेस. त्याची निवड तुलाच करावी लागेल. कोणी तुला भीड घालणार नाही की तुझ्यावर जबरदस्ती करणार नाही.''

मी त्यांच्याकडे अगदी निरखून पाहू लागलो. तसे करण्यास मला फार बरे वाटले. त्यांची भव्य शरीरयष्टी, काळेभोर डोळे, सिंहासारखी धीरगंभीर मुद्रा व रुंद भालप्रदेश. त्यांच्या व्यक्तित्वाच्या दर्शनाने मी भारावून गेलो. माझे वय अवघे सात वर्षांचे होते व आतापर्यंतचे आयुष्यही कष्टात गेले होते. मला ह्या अल्पशा कालावधीत अनेक माणसे भेटली, पण त्यातील सत्त्वगुणी मनुष्य मला ओळखता येत असे.

''महाराज,'' मी म्हणालो, ''आपला शिष्य व्हावे अशी माझी इच्छा आहे. मला वाटते, माझी निवड बरोबर आहे. पण मला आता कष्टमय जीवनाचा कंटाळा आला आहे.''

माझे हे उद्गार ऐकून त्यांना हसूच कोसळले. त्यांच्या हसण्याने मला हायसेच वाटले. ''लोबसंग, लोबसंग, कष्टमय जीवन जगायला कोणालाच आवडत नाही. पण ते तसे कोणी कबूल करीत नाहीत. तुझ्या कपाळावर आम्हाला थोडी शस्त्रक्रिया करावी लागेल. म्हणजे अतिदूरवीक्षणाचे सिद्धिसामर्थ्य आम्हाला तुझ्यात जबरदस्तीने घालावे लागेल आणि मग तुझी प्रगती द्रुतगतीने करता येईल. नुसती मोहनिद्रा आणून अध्यात्म व वैद्यक या शास्त्रांच्या अभ्यासात तुला अगदी वरच्या कोटीपर्यंत नेण्याचा आमचा विचार आहे.''

हे ऐकून मला एकदम औदासीन्य आले. कारण आणखी अभ्यास म्हणजे कष्टच. आजपर्यंत मी कष्टच करीत आलो आहे. मला मनासारखे वागायला, खेळायला, पतंग उडवायला सवडच कोणी दिली नाही. पण माझ्या मनात कोणते विचार आले आहेत, हे लामाश्रींनी ओळखले असावेत. कारण लगेच ते म्हणाले, ''पतंग उडवायला तुला पुढे पुष्कळ वेळ मिळेल. मोठी गंमत असते नाही पतंग उडविण्यात व ते उडविताना माणसांनाही उचलण्यात; पण तुझ्या अभ्यासाचे वेळापत्रक मला प्रथम आखले पाहिजे.'' असे म्हणून त्यांनी आपल्या हातातल्या कागदांची जुळवाजुळव केली आणि पुनः ते बोलू लागले, ''नऊ ते एकपर्यंत असा दैनिक कार्यक्रम ठेवावा. निदान सुरुवातीला तरी दररोज सकाळी येथे नऊ वाजता नेमाने ये. तुला प्रार्थनामंदिरात हजर राहण्याची जरुरी नाही. आता पाहू उद्यापासून कसं काय जमतंय ते. पुष्कळ गोष्टींविषयी तुला सांगायचे आहे. तुझ्या वडिलांना, आईला काही निरोप सांगायचाय का? बोल. मी आज त्यांना जाऊन भेटणार आहे. तुझी कापलेली शेंडी त्यांना देऊन टाकायची आहे.''

माझ्या जीवात आता जरा धीर आला. जेव्हा आश्रमात, मठात एखाद्या मुलाला दाखल करतात, तेव्हा त्याचे मुंडन करतात व त्याची शेंडी कापून टाकतात. नंतर ती शेंडी एक वरकाम करणारा आश्रमातील भिक्षू त्या मुलाच्या बापाकडे आणून देतो. म्हणजे तो मुलगा आश्रमात आता रीतसर दाखल झाला, असा त्याचा अर्थ होतो. माझ्या बाबतीत माझे गुरू डोंडुप लामाश्री हे स्वत: जातीने काम करणार होते. याचा अर्थ असा की, त्यांनी मला आपला स्वत:चा शिष्य म्हणून मान्य केले आहे. आता माझी सगळी देखभाल ते करणार. मी त्यांचा जणू 'धर्मपुत्र.' हे आमचे गुरू फार विद्वान होते. श्रेष्ठ माणसांत त्यांची गणना होत होती व साऱ्या तिबेटमध्ये कोणीही हेवा करावा, असे त्यांचे स्थान होते. आता त्यांच्या हाताखाली वागल्यावर या नवीन जीवनक्रमात अपयश मिळणार नाही, हे मी लगेच ओळखले.

त्या दिवशी सकाळी मी पुन्हा वर्गात आलो. पण वर्गात माझे बिलकूल लक्ष

नव्हते. माझे मन कुठेतरी भरकटत चालले होते. नाना तऱ्हेचे विचार मनात येत होते. आज आमच्या मास्तरांना एका लहान मुलाला वारंवार शिक्षा करण्याची चांगली संधी मिळाली होती.

मास्तरांची शिक्षा मोठी कडक असायची. हातावर छडीचे वळ उठायचे; पण मी स्वत:चे समाधान केले की, मी येथे शिकायला आलो आहे तेव्हा थोडा बहुत मार खावा लागणारच. म्हणून तर मला पुनः जन्म घ्यावा लागला आहे. आता गेल्या जन्मी मी जे काय शिकलो ते पुन्हा या जन्मी शिकावे लागणार की काय, हे मला नीटसे समजले नाही. आमच्याकडे पुनर्जन्मावर लोकांचा पूर्ण विश्वास असतो. आध्यात्मिक मार्गावर फार पुढे गेलेले साधक जीवनमुक्त होतात, जीवन्मुक्त म्हणजे इच्छामरणी. इच्छेनुसार या लोकातून परलोकात जातात. कधी परत या मृत्युलोकात येतात किंवा परलोकातच कायम चे राहतात. मर्त्य लोकांना त्यांच्या मनातून काही शिकवायचे असल्यास त्याकरिता ते किंचितकाळ मृत्युलोकात येतात. एखाद्या प्रगत साधकास या जन्मी काही कार्य करायचे किंवा एखादे ध्येय साध्य करायचे असेल व ते करण्यापूर्वीच त्याला मृत्यू आला तर आमच्या समजुतीप्रमाणे त्या कार्यपूर्तीचा किंवा ध्येयपूर्तीचा इतर मर्त्य लोकांस फायदा होणारा असेल तर ते पुनर्जन्म घेतात. आपले पूर्वीचे जे जन्म फारच थोड्या लोकांना शोधून काढता येतात. त्याच्या काही खुणा असतात, त्या पटायला बराच कालावधी लागतो. मोठे खर्चाचे काम असते ते. असे ज्यांचे पूर्वीचे जन्म ओळखता येतात, त्यांना आम्ही 'जीवित आत्मे' म्हणतो. अशांना त्यांच्या बालपणीच अत्यंत कडक शिस्तीत ठेवले जाते. यमनियमादिकांचे कठोर पालन त्यांना करावे लागते. पुढे ते मोठे झाले म्हणजे सगळे त्यांना मान देतात. ते आदरणीय महात्मे होतात. माझी गोष्ट जरा वेगळी होती. माझ्या कपाळावर काही शस्त्रक्रिया करून ते सिद्धिसामर्थ्य कृत्रिमरीत्या जागृत करणार होते. पण ते का, हे मला त्यावेळी कळले नाही.

या माझ्या तंद्रीतून मी एकदम जागा झालो. स्वप्नसृष्टीतून भूलोकी परत आलो. माझ्या खांद्यावर व पाठीवर ठोशांचा वर्षाव होऊ लागला. मला एकदम धसका बसला. सारे शरीर हादरले. "गधड्या, बेवकूफ. तुला काय भूतांनी पछाडलंय होय? तुझ्या डोक्यात काय चाललंय? तुझ्यापुढे आता हद्द झाली," असे बोलून आमच्या मास्तरांनी एक जबरदस्त ठोसा माझ्या पाठीवर मारला व तावातावाने ते वर्गाबाहेर हातपाय आपटीत निघून गेले. माझ्या शेजारचा मुलगा जवळ आला व ममतेने मला म्हणाला, "घाबरू नकोस. आज दुपारी आपली स्वयंपाकघरातल्या कामावर नेमणूक आहे. आपल्या पिशव्या आपण 'सांपा'ने चिकार भरून घेऊ." स्वयंपाकघरातील काम जरा कष्टाचे, अंगमेहनतीचे असे. तेथे नेहमी काम करणारे स्वयंपाकी, आचारी आम्हाला जणू गुलाम,

वेठीचे मजूर समजत. मुदपाकखान्यातले हे काम झाल्यावर आम्हाला विश्रांती अशी मिळतच नसे. कारण पुनः लगेच वर्गात अभ्यासाला हजर राहावे लागत असे. कधीकधी मुदपाकातले काम आटोपले नाहीतर ते संपवून वर्गात यायला जरा उशीर होत असे; अशा वेळी वर्गात प्रवेश केल्यावर छडीचा मार हा हमखास ठरलेलाच. मास्तर आमचे काहीही ऐकून घ्यायला तयार नसत.

मुदपाकखान्यातील माझा पहिला दिवस शेवटचाच ठरला. त्या दिवशी आम्ही मुदपाकखान्यात जरा रेंगाळतच गेलो. तिकडे जायच्या रस्त्यांवर दगडांचे गाडगे रचलेले होते. दरवाजावरच आमची एका कोपिष्ट भिक्षूशी गाठ पडली. तो एकदम आमच्या अंगावरच खेकसून ओरडला. ''चला कामाला लागा. उडाणटप्पू कुठले! तुम्ही दहाजण शेगडी पेटवायला लागा.'' त्या दहाजणांत मी होतो. नंतर जिन्याने आम्ही खाली गेलो. आत उष्णता भयंकर होती. आत तळघरात गेल्यावर आमच्या समोरच एक मोठी भट्टी पेटलेली होती. शेजारी याक बैलाच्या शेणाच्या गोवऱ्यांची रास रचलेली होती. या गोवऱ्या म्हणजे भट्टीचे सरपण. तो कोपिष्ट भिक्षू ओरडला, ''त्या लोखंडी सळया घ्या व गोवऱ्या भट्टीत घाला व चांगल्या पेटवा.'' आता त्या दहा दांडग्या पोरांत मी सात वर्षांचे कोवळे पोर. आणि बाकीच्यांत सतराच्याखाली कोणी नव्हते. गोवऱ्या भट्टीत टाकायला एक घमेले होते व त्याला लोखंडी सळई जोडलेली होती. त्या सळईला धरून गोवऱ्यांनी भरून घमेले मी भट्टीत ओतायच्या ऐवजी त्या कोपिष्ट भिक्षूच्या पायावर ओतले. त्याचबरोबर तो इतका भडकला की, त्याने माझी मान पकडून मला गर्रकन पाठीमागे भिरकावले. माझ्या मानेला तीव्र वेदना होऊन लागल्या व कुठेतरी अंग भाजल्याचा वास येऊ लागला. कारण भट्टीतून बाहेर आलेल्या एका तापून लालबुंद झालेल्या लोखंडी कांबेवर मी जाऊन पडलो. त्या तापलेल्या राखेवर माझे शरीर अगदी भाजून निघाले व मी आक्रोश करू लागलो. माझ्या डाव्या गुडघ्यामध्ये ती लोखंडी कांब अगदी हाडापर्यंत जाऊन खुपसली गेली. ती जखम अजूनही माझ्या गुडघ्यावर आहे आणि अजूनही मला त्या ठिकाणी लागलं-खुपलं तर मनस्वी वेदना होतात. या जखमेच्या खुणेमुळेच पुढे काही वर्षांनी जपान्यांनी मला हुडकून काढले होते.

मी आक्रोश करू लागल्याबरोबर एकदम गलबला झाला. चोहोबाजूंनी माणसे धावत आली. मी त्या तापलेल्या राखेवर तळमळत होतो. मला त्यांनी तिथून उचलून बाहेर काढले. माझ्या अंगावर जागोजाग भाजल्याच्या जखमा होत्या, पण गुडघ्यावरची कांब घुसल्याची जखम सर्वांत मोठी. लोकांनी मला उचलून वरच्या मजल्यावर एका लामाकडे घेऊन गेले. तो लामा वैद्य होता; आणि तो माझ्या जखमांवर मलम चोळू लागला. गुडघ्यात घुसून गेलेली लोखंडी कांब गंजलेली होती व ती जरी बाहेर काढून

घेतली तरी तो गंज व त्याचा कीस आत मांसात राहिलेला होता. त्या वैद्याने तो सगळा गंज टिपून घेऊन काढून टाकला व जखम प्रथम स्वच्छ केली. नंतर त्यावर काही औषधी वनस्पतीपासून तयार केलेले मलम चोळले. मग त्यावर पट्टी बांधली. अंगावरल्या इतर बारीकसारीक जखमांवर त्याने कापसाने लोशन शिंपडले. त्याने माझ्या वेदना कमी झाल्या. माझी तंगडी थरथर कापत होती. मला वाटले की, मला आता चालताच यायचे नाही. हे सर्व झाल्यावर लामाने एका माणसाला बोलावले. तो मला उचलून शेजारच्या एका लहान खोलीत घेऊन गेला व तेथे त्याने मला बिछान्यावर निजविले. काही वेळाने तेथे एक म्हातारा जोगी आला; माझ्या शेजारी जमिनीवर बसला व माझ्यावर तोंडाने पुटपुटत काही मंत्र घालू लागला. काय गंमत पाहा. जखम झाल्यावर ती लवकर बरी व्हावी म्हणून मंत्र घालायचा. आमच्याकडे समजूत अशी की, माझे अंग भाजले म्हणजे जाळपोळ करणाऱ्या पिशाच्चांनी माझ्यावर हल्ला चढविला आणि मला छळायला सुरुवात केली. आणि मंत्र घालायचे म्हणजे त्या त्रस्त पिशाच्चांना शांत करायचे. ही पिशाच्चे माणसाला कशी छळतात, त्याची चित्रे मी पाहिलेली होती.

आता वाचकांना असे वाटेल की, आश्रमातले किंवा मठातले हे जोगी लोक मोठे भयंकर प्राणी असावेत. पण तसे काही नाही. जोगी म्हणजे कोण? आश्रमात कायमचे राहणारे सगळे पुरुष-सेवक म्हणजे जोगीच; म्हणजे काही धार्मिक प्रवृत्तीचेच असावेत असा काही प्रकार नाही. तिबेटमध्ये बहुतेक सगळेच पुरुष या अर्थाने जोगीच असतात. लहान मुलांना त्याची इच्छा असो, नसो, त्यांचे आईबाप आश्रमात 'जोगी' व्हायला पाठवितात. किंवा एखादा चांगला वयस्कर मनुष्यही आश्रमात जोगी व्हायला येतो. एखादा धनगर सारी हयात मेंढरे वळण्यात गेल्यावर आता पुरे हे काम म्हणून निवाऱ्याकरिता, 'जोगी' बनण्याकरिता मठात येतो. तेथे निदान माणसात आल्यासारखे त्याला वाटते. बाहेर माळरानावर थंडीत कुडकुडत राहण्यापेक्षा मठात बरे. आमच्याकडे थंडी फार कडाक्याची. तापमान गोठणबिंदूच्या खाली चाळीस अंश. आता तो जो 'जोगी' बनतो तो काही त्याच्या ठिकाणी आध्यात्मिक प्रवृत्ती आहे म्हणून नव्हे, तर तो निवाऱ्याकरिता, खायलाप्यायला थोडे का होईना पण वेळचे वेळेवर, म्हणूनच जोगी होतो. जगणे सुखावह व्हावे म्हणूनच होतो. आश्रमात असे बरेच सेवक, सेवाभावी लोक असतात. काही सुतार असतात, काही गवंडी, काही लोहार, काही स्वयंपाकी तर काही भंगीही असतात. सर्व तऱ्हेच्या मजुरांची, कामकरी माणसांची आश्रमात जरुरी असते. त्यांनाही 'जोगी'च म्हणतात. इतर देशात अशा संस्थेत काम करणाऱ्या माणसांना नोकर किंवा मजूर म्हणतात. आमच्याकडे मठात येणाऱ्या माणसांना सर्व प्रकारच्या कष्टांची सवय असते. सारांश, मठात काम करणारा माणूस म्हणजे 'जोगी'च संबोधिला जातो. पण आमच्याकडे पुरोहित वर्गाला अगदी सुरुवातीपासूनच वयोमानानुसार वेगवेगळी

नावे आहेत. 'चेला' म्हणजे अगदी कुमार. त्यानंतर तो वयात आला म्हणजे त्याला 'त्रापा' म्हणतात. आश्रमातले बहुसंख्य जोगी 'त्रापा' श्रेणीचे असतात. त्यानंतरची श्रेणी म्हणजे 'लामा.' या श्रेणीचाच सर्वांत जास्त परिचय पाश्चात्त्य लोकांना असतो. पण 'त्रापा' व 'लामा' यांतला फरक असा- 'त्रापा' म्हणजे फौजेमधील साधा शिपाईगडी व 'लामा' म्हणजे 'राजपत्रित' हपीसर किंवा अधिकारी. पाश्चिमात्यांना वाटते की, आमच्या मठातले सगळे लोक म्हणजे लामाच. तसे काही नाही. लामा म्हणजे गुरू. आता मिंग्यार डोंडुप लामाश्री माझे गुरू होणार होते; व मी त्यांचा चेला किंवा शिष्य होणार होतो. लामांच्या वरची श्रेणी म्हणजे धर्माध्यक्ष. सगळेच धर्माध्यक्ष मठांचे प्रमुख नसत. काहींना कारभाराचे, वाकनीसाचे व फिरतीचेही काम करावे लागत असे. कधीकधी एखाद्या लामाचा दर्जा धर्माध्यक्षापेक्षासुद्धा वरचा असू शकतो. तो जे काम करीत असतो, त्यावर ते अवलंबून असते. जे 'जीवित आत्मे' असतात, त्यांना त्यांच्या चौदाव्या वर्षीसुद्धा धर्माध्यक्ष करतात. मी तशा प्रकारचा आत्मा आहे, हे त्यांनी शोधून काढले होते. अगदी कडक परीक्षा ते उत्तीर्ण होऊ शकत असत. या संघात मोडणारे धर्माध्यक्ष कडक शिस्तीचे व उग्र मुद्रेचे असतात, पण निर्दय नसतात. ते नेहमी न्यायबुद्धीने वागतात. जोग्यांचा आणखी एक वर्ग म्हणजे रखवालदार किंवा पोलिस-जोग्यांचा. त्यांचे काम रखवाली करण्याचे. मंदिरातील किंवा मठातील पूजे-अर्चेशी त्यांचा काही संबंध नसतो. फक्त त्यावेळी मठात बंदोबस्ताचे काम त्यांनी करायचे. हे रखवालदार जोगी बहुधा मोठे तापट असत. त्याचप्रमाणे वरकाम, बाजारहाट करणारे जोगीसुद्धा तापटच. पण खालच्या जोग्याने गैरवर्तणूक केली तर वरच्या दर्जाच्या भिक्षूला कोणी दोषी धरीत नाहीत. तसेच तो एखाद्या सत्त्वशील वरिष्ठ लामाच्या हाताखाली काम करतो म्हणून तोही संत असावा, अशी कोणी अपेक्षा करीत नाही.

आश्रमात एक तुरुंगही असे. ती काही मोठी सुखावह जागा नसायची की त्यामध्ये वावरणारी मंडळीही सज्जन नसायची. तेथली हवा मला फक्त एकदा चाखावी लागली होती. तेथील एक कैदी आजारी पडला होता; त्याच्यावर उपचार करण्याकरिता मला तुरुंगात जावे लागले होते. तेसुद्धा केव्हा तर आश्रम सोडून जाण्याच्या थोडे दिवस अगोदर. तुरुंगात अगदी पाठीमागल्या अंगणात तीन फूट उंच अशा भिंतीच्या वर्तुळाकार कोठ्या असत. भिंतीचे दगडही चांगले लांबरुंद. त्या भिंतीवर दगडी खांब. तेही माणसाच्या मांडीसारखे जाडजूड व त्यावर तसेच जाडजूड छप्पर. त्या छपरात नऊ फूट लांबीच्या व्यासाची वर्तुळाकार सोडलेली जागा किंवा विवर. चार पोलिस जोग्यांनी मधली तुळई बळकट धरून बाजूला केली. नंतर एक पोलीस खाली वाकला व त्याने एक दोरखंडाचे टोक वरती उचलले. हा दोरखंड बैलाच्या केसांचा वळलेला

होता. तो नुसता पाहूनच अंगाचा थरकाप व्हायचा. मी त्या दोरखंडाकडे नुसता पाहत राहिलो. तितक्यात त्या पोलिसांपैकी एक मला उद्देशून म्हणाला, ''वैद्यबुवा, इकडे या. या गाठीमध्ये असा पाय घाला म्हणजे आम्ही तुम्हाला तळाशी नेऊन पोचवू.'' भकासपणे मी त्या रिकिबीत पाय घातला. ''तुम्हाला उजेड लागेल काय?'' म्हणून त्याने विचारले. आणि माझ्या हातात एक पेटविलेली दिवटी दिली. ती दिवटी सुताची असून त्याला लोणी लावलेले होते. माझा चेहरा आणखी भकास झाला. कारण आता मला एका हातात दोरखंड व दुसऱ्या हातात दिवटी धरून खाली पायऱ्या पायऱ्यांनी उतरायचे होते. दिवटी दोरखंडापासून चांगलीच लांब धरायला लागली. नाहीतर आग माझ्या कपड्याला नाहीतर त्या दोरखंडाला लागायची. पण मी सरळ आत पंचवीस-तीस फूट गेलो व खाली फरशीवर जाऊन पोचलो. तेथे अगदी घाण झालेली होती. भिंतीच्या चिऱ्यांमधून पाणी ठिबकत व चमकत होते. दिवटीच्या प्रकाशात भिंतीला लवंडलेला एक भेसूर चेहऱ्याचा इसम माझ्या दृष्टीस पडला. त्याच्याकडे नुसते एकवार मी पाहिले. त्याच्याभोवती जिवंतपणीचे वलयच नव्हते. त्याचा मुडदा झालेला होता. त्याचा आत्मा भू व भुवर लोकांच्या दरम्यान कोठेतरी भटकत असावा. मी त्या मुडद्याचे डोळे हातांनी मिटविले, त्याच्या आत्म्याकरिता प्रार्थना केली व दोरखंड हलवून मला वरती ओढून घ्या म्हणून खुणावले. माझे काम झालेले होते. आता मुडदे-फरासाचे काम व्हायचे होते. त्या इसमाने असा कोणता गुन्हा केला म्हणून मी त्या पोलिस-जोग्यांना विचारले. तेव्हा ते म्हणाले, ''हा एक भुरटा भिकारी आश्रमात भीक मागायला व निवाऱ्याला आला होता. पण रात्री एका जोग्याचा त्याने खून केला आणि त्याच्याजवळ जे काही होते ते पळविले. पळून जाता जाता त्याला पोलिसांनी गाठून व पकडून आणले व गुन्ह्याच्या ठिकाणी उभा केला.''

पण हे सगळे विषयांतरच झाले. मी काय सांगत होतो? या, मुदपाकखान्यात मी प्रथम काम करीत होतो.

जखमांवर थंड होण्याकरिता लावलेले लोशन आता वाळून गेले व तेथे ठणका मारू लागला. जणू कातडेच शरीराच्या बाहेर उफाळून पडत आहे, असे वाटू लागले. तसेच पायातला कंप अधिकच वाढला; जणू तेथे आता भडका होणार, असे वाटू लागले. त्या जखमेच्या भोकात जणू पेटलेला पलिता खुपसत आहोत अशी माझी वाताच्या भरात कल्पना होऊ लागली. असे काही दिवस गेले. आसपास वर्दळ असायची. कानी काही ओळखीचे आवाज ऐकू येत तर काही अगदी अनोळखी असत. सबंध अंग ठणकून निघत होते. मी तोंडावर पहुडलो होतो. पण तोंडावरसुद्धा मला जागोजागी भाजले होते. इतक्यात जवळपास थोडी हालचाल ऐकू आली. कोणीतरी माझ्या जवळ बसले. आणि

माझ्या गुरुजींचे ममतेचे, कळवाळूपणाचे शब्द कानी ऐकू आले, ''बेटा, फार जखमा झाल्या आहेत तुला. झोप.'' त्यांनी माझ्या पाठीवरून हळुवारपणे हात फिरविला आणि ते किती तरी वेळ नुसता हातच फिरवीत राहिले.

माझे डोळे निस्तेज झाले होते. ते अर्धवट उघडलेलेच होते. मला झोप अशी येतच नव्हती, आणि थोडा शुद्धीवर येऊ लागलो तर मला कोणीतरी लाथांनी 'ऊठ' म्हणून बडवीत आहे असा भास झाला. प्रार्थनेला उशीर झाला म्हणून उठायचा मी प्रयत्न केला. पण तो निष्फळ ठरून मी खाली कोसळून पडलो. माझ्या अंगाची लाही लाही होत होती. माझा पाय सारखा ठणकत होता. इतक्यात काही ममतेचे शब्द कानी ऐकू आले. ''लोबसंग स्वस्थ पडून राहा. आज विश्रांती घे.'' मी डोके जरा वळवून पाहिले तो मी लामाश्रींच्या खोलीत असून ते माझ्या शेजारी बसून आहेत, असे माझ्या दृष्टीस पडले. त्यांनी माझ्या डोळ्यांकडे पाहिले व किंचित स्मित करून ते म्हणाले, ''आश्चर्य काय वाटतं तुला? दोघेजण मित्र असल्यावर एक आजारी पडला तर दुसऱ्याने त्याच्याजवळ बसून राहावे, नाही का?'' त्यावर मी अस्पष्ट आवाजात उत्तर दिले, ''पण आपण येथले वरिष्ठ आहात. मी तर काय लहान मूल आहे.''

''लोबसंग, पूर्वीच्या पुष्कळ जन्मांत आपण एकत्र आलेले आहोत, एकत्र हिंडलो, फिरलो आहोत. पण हे तुला अद्यापि स्मरत नाही. त्याला वेळ आहे. पण मला ते चांगले स्मरते. पूर्वीच्या कित्येक जन्मांत आपण अगदी निकटवर्ती होतो. पण आता तू विश्रांती घे. तुझ्या अंगात ताकद आली पाहिजे. तुझा पाय आम्ही चांगला बरा करू. काही काळजी करू नकोस तू.''

जीवनचक्राच्या फेऱ्याची मला आठवण झाली. आमच्या बौद्ध धर्मातील शिकवणीची मला आठवण होऊ लागली.

'उदार माणसाचे वैभव कधी कमी होत नाही. कृपणाची दया कोणालाही येत नाही.'

जो माणूस सशक्त आहे त्यांनी दुबळ्यांवर उपकार करावा. आपल्याला किती तरी जन्मांतून जायचे आहे; फिरायचे आहे. हे ध्यानात ठेवावे. गाडीच्या चाकाच्या फेऱ्याप्रमाणे माणसाची धनदौलत वर खाली कमी जास्त होत असते. कधी तो श्रीमंत असतो तर कधी तो भिकारी असतो. कधी अमीर तर कधी फकीर.

हे माझे गुरू मोठे महात्मा होते. त्यांच्या शिकवणुकीप्रमाणे वागायचा मी आटोकाट प्रयत्न करीत होतो. मला स्वत:ला माझ्याबद्दल जितके माहीत नव्हते, तितके त्यांना

माहीत होते. त्यांच्या हाताखाली अध्ययन करायची मी उमेद राखून होतो. त्यांच्या इतर कोणत्याही शिष्यापेक्षा अधिक पात्र असा त्यांचा शिष्य होण्याचा मी निश्चय केला होता. आम्हा दोघांमध्ये फार घनिष्ट आत्मीयत्व होते, यात बिलकूल संशय नव्हता. शिवाय अनेक जन्म होऊन गेल्यावरही पुन्हा मी त्यांच्याकडे शिष्य म्हणून आलो. या दैवाच्या गतीचे मला फार फार आश्चर्य वाटून राहिले होते.

खिडकीतून बाहेर पाहण्याकरिता मी डोके जरासे वळविले. माझी गादी टेबलावरच घालून ठेवलेली होती. त्यामुळे मला खिडकीबाहेरचे दिसत होते. जमिनीपासून वरती, निदान चार फूट तरी वरती विश्रांती घेत पडून राहण्याची मला जरा गंमतच वाटली. तशी मला पूर्वी सवय नव्हती. आपण एका उंच अशा पक्ष्याच्या घरट्यात जाऊन बसलो आहोत, असे माझ्या बालमनाला वाटले. पण खिडकीतून कितीतरी दृश्यं दिसत होती. खिडकीच्या खाली छपरावरून नजर फिरवली तर सूर्यप्रकाशात ल्हासा नगरी जणू न्हाऊन निघत होती. लहानलहान टुमदार घरे, त्यामधील अंतरे मोठी. त्यामुळे ती अधिकच लहान दिसत होती. पुन्हा त्या घरांच्या भिंतींचे रंगही वेगवेगळे. पलीकडे तीरांवरील हरितपर्ण वृक्षराजीतून मार्ग काढीत काढीत पुढे जाणारी 'की' नदी दिसत होती. दूर क्षितिजावर हिमाच्छादित पर्वतांची शिखरे. अलीकडील पर्वतांच्या उतरणीवर आश्रमांची व मठांची वस्ती. त्यातील घरांची छपरे सोनेरी रंगाची, सूर्यप्रकाशात चमकून दिसत होती. डाव्या बाजूला पोतालाचा मठ त्याच्या विस्तारामुळे एखाद्या लहानशा डोंगरासारखा दिसत होता. उजव्या बाजूला थोड्याशा अंतरावर झाडीमधून देवळे व कॉलेजांच्या इमारती उठून दिसत होत्या. या ठिकाणी तिबेटच्या राजमांत्रिकांचे वसतिस्थान होते. राज्याच्या कारभारात राजमांत्रिकांचे फार महत्त्वाचे स्थान होते. त्यांचे फक्त एकच काम होते. ते म्हणजे ऐहिक व पारमार्थिक जीवनाची जोड घालून देणे. त्या इमारतींच्या प्रांगणातून निरनिराळ्या श्रेणींचे जोगी जात-येत होते. काहींच्या अंगावर विटकरी रंगाचे भगवे झगे होते. ते म्हणजे मजूर-जोगी. मुलांचा एक लहानसा मेळावा तेथे जाताना दिसला. त्यांच्या अंगावरची वस्त्रे पांढरी शुभ्र होती. ती मुले म्हणजे कोठल्या तरी अतिदूर अंतरावरच्या मठातून आलेले विद्यार्थी-जोगी होते. यावरच्या श्रेणींचेही जोगी तेथे वावरत होते. काहींच्या अंगावरच्या कफन्या अगदी गडद लाल रंगाच्या होत्या, तर काहींच्या जांभळ्या रंगाच्या होत्या. त्यांचे पदर जरतारी होते. म्हणजे त्या जोग्यांचा मठाच्या कारभारात संबंध येत असे. काहीजण घोड्यांवरून, तट्टांवरून जात-येत होते. श्रीमंत लोक काळ्या तपकिरी रंगाच्या घोड्यांवरून तर पुरोहित लोक पांढऱ्या घोड्यावरून फिरत होते. पण मी हा कुठे भरकटत चाललो आहे? आता मला माझी स्वत:ची दखल घेऊ द्या. मला ही काळजी लागून राहिली होती की, मी पुन्हा

बरा होऊन बाहेर हिंडू फिरू केव्हा लागेन?

आणखी तीन दिवसांनी मी उठून जरा आसपास चालायला लागावे असे वैद्यांनी ठरविले. माझा पाय अजून ताठच होता व जरा हालचाल केल्या की वेदना होत. जेथे जखम झाली होती, तो भाग सुजला होता व आतून आग होत होती. कारण गंजाचे तुकडे सगळे बाहेर निघालेच नाहीत व जे काही काढले ते काढताना रक्तस्त्राव बराच झाला होता. मला स्वत:ला आधाराशिवाय चालता येत नव्हते. म्हणून कुबडी दिली होती. तिच्यावर कोपर टेकून मी उडी मारून चालू लागलो. ते माझे ध्यान एखाद्या मार लागलेल्या पाखरासारखे दिसे. शरीरावर भाजल्याच्या अनेक जखमा होत्या व जळजळीत राखेने काही ठिकाणी कातडी निघाली होती. पण त्या जखमा पायाच्या जखमेइतक्या गंभीर स्वरूपाच्या नव्हत्या. जखमांमुळे मला बसणे शक्यच नव्हते. म्हणून मला उजव्या कुशीवर किंवा तोंडावर पडून राहावे लागे. तेव्हा मला मठातील दैनिक कार्यक्रमाला किंवा वर्गात अभ्यासाला हजर राहता येत नसल्याने माझ्या गुरुजींनी माझ्या जवळच बसून माझा अभ्यास घेतला. मी आतापर्यंतच्या आयुष्यात जो काही अभ्यास केला, त्याबद्दल त्यांनी समाधान व्यक्त केले. पण ते म्हणाले की, ''यातले पुष्कळसे तू आपल्या पूर्वजन्मीच्या पूर्वाभ्यासावरून अजाणतेपणे शिकला आहेस.''

६

लामा मठातील जीवनक्रम

असेच दोन आठवडे गेले. माझ्या जखमा बऱ्याचशा भरून आल्या होत्या. पायाला अजून त्रास होतच होता, पण एकंदर सुधारणा होती. तेव्हा आता नित्याच्या कार्यक्रमात भाग घ्यायला व इकडेतिकडे जास्त हिंडा-फिरायला जाऊ का, म्हणून मी गुरुजींना विचारले. त्यांनी परवानगी दिली; फक्त मंदिरात आसन घालतेवेळी पद्मासन घालून बसण्याची सक्ती कमी केली. मला त्या आसनात दुखऱ्या पायामुळे बसता येत नव्हते. म्हणून मी कसेही किंवा पालथे बसावे असे सांगितले.

माझ्या पुनरागमनाच्या पहिल्याच दिवशी दुपारी मला मुदपाकखान्यात काम करायला लागले. काम म्हणजे बार्लीची किती पोती स्वयंपाकाला लागली, याची पाटीवर नोंद ठेवणे. बार्लीच्या लाह्या करीत. पोत्यातली बार्ली दगडाच्या फरशीवर ओतीत. त्या फरशीखाली भल्या मोठ्या विस्तवाच्या शेगड्या ठेवलेल्या असत. त्यामुळे ती फरशी अगदी तापून निघालेली असे. अशा शेगडीवरच पडल्यामुळे मला भाजल्याच्या जखमा झाल्या होत्या. फरशीवर बार्ली सारखी पसरलेली होती. जणू गादीच; आम्ही तेथून पुढे दुसऱ्या खोलीत गेलो. तेथे बार्लीच्या लाह्या करीत होते. जमिनीवर एक दगडाची टाकी किंवा कुंडी ठेवलेली होती. पण तिचा आकार मात्र शंकूसारखा. तोंडावरची रुंदी जवळजवळ आठ फूट. त्या टाकीच्या तळाला व बाजूंना टाकी मारून पृष्ठभाग खडबडीत केलेला होता. त्या शंकूच्या आकृतीच्या टाकीत थोडासा सैल असा बसणारा त्याच आकाराचा दुसरा भला मोठा दगड होता. तो त्या टाकीवर सैल बसेल असा एका भल्या मोठ्या लाकडी तुळईने वरच्या वर टांगून ठेवलेला होता. ते लाकूड आता अगदी जुने झालेले होते. तो भला मोठा दगड त्या तुळईच्या टोकाशी बसविलेला होता. त्या तुळईला जमिनीशी समांतर असे चक्राकार दांडे बसविलेले होते. फक्त त्याला वर्तुळाकार कड नव्हती. भाजलेली बार्ली त्या टाकीत ओतीत आणि मग आम्ही सगळी

मुले व जोगी त्या चक्राकार दांड्यांना धरून तो वरचा दगड त्या टाकीमध्ये फिरवीत बसायचो. तो दगड फार जड होता. त्याचे वजन कितीतरी टनांचे होते. आम्ही सगळे जेव्हा नेटाने ते काटे फिरवायला लागू, तेव्हाच ती तुळई फिरायला लागे. आणि मग एकदा ती फिरायला लागली म्हणजे आम्ही गाणी म्हणायचो. आता येथे मी आपल्या वेड्यावाकड्या आवाजाने त्या संघगीतात माझा सूर मिळवून टाकीत असे. त्याला बदसूर म्हणायला येथे कोणी गायनमास्तर माझी हजेरी घ्यायला नसे. पण तो दगड प्रथम हलवायलाच फार कठीण पडे. एकदा का तो फिरायला लागला म्हणजे सारखा फिरत ठेवण्याकरिता फार काळजी घ्यायला लागे. टाकीत वरून भाजलेल्या बार्लीची पोतीच्या पोती ओतीत. ती चांगली त्या जात्यात दळून निघे व टाकीच्या खाली ते सारे पीठ गोळा होई. ते पीठ पुन्हा तापवलेल्या दगडांवर पुन्हा भाजत आणि मग त्या पिठाचा 'सांपा' हा पदार्थ तयार करीत. आम्ही मुले आठ-आठ दिवस पुरेल इतका सांपा जवळ थैलीत बाळगीत असू. जेवायच्या वेळी तो वाडग्यात घेऊन लोणी घातलेला चहा ओतून, त्याचा गोळा करून मग तो बोटांनी खात असू.

दुसऱ्या दिवशी आम्हाला चहा करण्याच्या कामात मदत करण्याचे काम पडले. मुदपाकखान्यातल्या दुसऱ्या एका आवारात आम्ही गेलो. तेथे दीड-एकशे गॅलन पाणी मावेल असे एक भले मोठे पातेले होते. त्याला वाळूने घासून आम्ही चकचकीत करीत असू. सकाळ झाल्यावर ते अर्धेएक असे पाण्याने भरून ठेवीत. आणि ते पाणी आता चांगले उकळत असे व त्यातून वाफा येत. आमचे काम चहाच्या विटा आणायच्या, त्या कुसकरायच्या व तो चुरा उकळत्या पाण्यात टाकायचा. वीट चौदा ते सोळा पौंडांची असायची. तो सगळा माल ल्हासाला चीनहून व भारतातून डोंगरदऱ्या ओलांडून यायचा. चहा चांगला उकळीत. मग त्यात एक इसम सैंधवाचा खडा टाकी व दुसरा सोडा टाकी. मग पुन्हा ते रसायन उकळीत. पुनः चांगली उकळी आली म्हणजे त्यात शुद्ध केलेले लोणी टाकीत. आणि मग पुनः ते रसायन आणखी काही तास उकळीत. त्यामुळे ते केवळ पेय म्हणून बनत नसून अन्न म्हणूनच तयार होई. असा हा चहा व सांपा घेतला म्हणजे पोटभर जेवण होई. मग काही तास भूक लागत नसे. चहा मात्र सारखा गरम ठेवीत, तो निवून देत नसत. चहा बनविण्याच्या या कामात सगळ्यात त्रासदायक भाग म्हणजे भट्टीतला जाळ सारखा कायम ठेवणे. सरपण म्हणून चुलाणात आम्ही गोवऱ्या टाकीत असू. या गोवऱ्या आमच्याकडे भरपूर असत. प्रथम पेटविताना त्यातून धूर निघे; पण एकदा पेटल्यावर त्यांचा जाळ चांगला होई. त्या धुराने स्वयंपाकघरातल्या भिंती व आढे, तुळया काळ्याकुळकुळीत होऊन जात व स्वयंपाकघरात काम करणाऱ्या माणसांच्या चेहऱ्यालाही चांगली काळोखी येई.

हे सारे अंगमेहनतीचे काम आम्हाला करावे लागे. आमच्याकडे तसा मजुरांचा किंवा कामकरी माणसांचा तुटवडा नव्हता. पण श्रमाची सवय सगळ्यांना लागावी व मेहनतीचे काम कोणी कमी समजू नये हा त्यात हेतू होता. आमची अशी एक समजूत असे की, माणूस ज्याला आपला शत्रू समजतो, त्याला तो समजून घेत नाही. म्हणून तो शत्रू बनतो. त्याच्याबरोबर तुम्ही काम करायला लागा, त्याच्याशी बोला, त्याची विचारपूस करा. मग तो तुमच्याबद्दल शत्रुत्वाचा भाव बाळगणारच नाही. तिबेटमध्ये एक अशी प्रथा आहे की, वर्षातून एक दिवस सगळ्या श्रीमंत-गरिबांनी एकत्र यायचे व काही संकोच न बाळगता एकमेकांशी बातचीत करायची. अगदी एखाद्या अधिकाऱ्याशी त्याच्या नोकराने, गडीमाणसाने बोलायचे व आपले हितगुज त्याला सांगायचे; एखादा धर्माध्यक्ष कधीकाळी कठोरपणे कोणाशी वागला असेल तर तो त्याला त्यावेळी भेटून तसे स्पष्ट शब्दात सांगी. ही आमच्याकडे एक चांगली प्रथा असे व तिचा कधीही दुरुपयोग होत नसे. वरिष्ठ अधिकाऱ्यांच्या जुलूम-जबरदस्तीविरुद्ध न्याय मागण्याची सोय असे व दीन-दुबळ्यांना आपण केवळ जनावरे नसून माणसेच आहोत, असा दिलासा मिळे.

वर्गामध्येसुद्धा शिकण्यासारख्या बऱ्याच गोष्टी असत. तेथे आम्ही जमिनीवर ओळीने बसत असू. मास्तर आम्हाला जेव्हा काही सांगत असत किंवा फळ्यावर लिहीत असत, तेव्हा ते आमच्यासमोर उभे राहत. पण ज्यावेळी आम्ही लिहीत बसत असू, त्यावेळी ते आमच्या पाठीमागून फिरत आणि तेव्हा आम्हाला नीट लक्ष देऊन लिहीत बसावे लागे. कारण आमच्यापैकी कोणावर मास्तरांचे पाठीमागून लक्ष आहे, हे कळायला मार्ग नव्हता. मास्तरांच्या हातात जाडजूड अशी एक छडी होती व ती आमच्या शरीराच्या कोणत्याही भागावर ते मारीत. खांदे, हात, पाठ, कुल्ले... त्यांना काय सगळे भाग सारखेच.

आम्हाला गणित बरेच शिकावे लागे. कारण ज्योतिषशास्त्राच्या अभ्यासाला गणित लागे. आमचे ज्योतिषशास्त्र म्हणजे काही जुजबी शास्त्र नव्हे. त्याचा पाया अगदी शास्त्रशुद्ध आहे. मला ज्योतिषशास्त्राचा फार अभ्यास करावा लागला. कारण वैद्यकात ज्योतिषाचे काम पडे. रोग्यावर औषधोपचार करायचा म्हणजे त्याचे ग्रहमान पाहावे लागे. एकदा कधीकाळी त्या औषधाचा गुण आला म्हणजे पुन्हा तसा येईलच याची खात्री नसे. गुण येणे न येणे हे त्याच्या गोचरग्रहांवरून समजून येई. ग्रहमानावरचे व फल-ज्योतिषावरचे मोठमोठे तक्ते भिंतीवर लावून ठेवलेले असत. तसेच निरनिराळ्या औषधी वनस्पतींची चित्रेही टांगून ठेवलेली असत. ही चित्रे दर आठवड्याला बदलत, नवीन लावीत. म्हणजे काही दिवसांनी आम्हाला सर्व वनस्पतींचा परिचय होई. पुढे या

औषधी वनस्पती जंगलात गोळा करायला आम्ही सहल काढीत असू. पण त्याकरिता या वनस्पतींचे आम्हाला संपूर्ण ज्ञान मिळवावे लागे. म्हणजे अगदी बरोबर वनस्पती आम्हाला गोळा करता येणे शक्य होई. या सहली साधारणपणे वर्षाअखेरीस निघत व वर्गातील रुक्ष अभ्यासक्रमातून निदान थोडे दिवस का होईना, आम्हाला विरंगुळा मिळायचा व हे वनस्पती-संग्रह करण्याचे काम आम्हाला फार आवडे. कधीकधी या सहली तीनतीन महिने चालत. या औषधी वनस्पती मिळवायला आम्ही अगदी पंचवीस हजार फूट उंच अशा हिमाच्छादित पर्वत प्रदेशावर जेथे उष्ण पाण्याचे झरे, कुंडे असत, तेथे जात असू. त्या कुंडांच्या आसपास हिरवीगार झाडी असे. तेथे आम्हाला या वनस्पती मिळत. तेथील अतिशीत अशा वातावरणात राहण्याचा जो अनुभव आम्हाला मिळे, तसा अनुभव जगाच्या इतर कोणत्याही भागात मिळण्यासारखा नाही. तापमानात फरक फार घडून येई. कधी गोठणबिंदूच्या खाली ४० पॉईंट (फॅ) तर कधी १०० पॉईंट वर अशा ठिकाणी आम्हा जोगी लोकांखेरीज कोणी जात नसे.

आमच्या अभ्यासक्रमात धार्मिक शिक्षणावर फार भर असे. दररोज सकाळी आम्हाला 'मध्यम मार्गा'मधील बोधवचने पाठ म्हणावी लागत. ही बोधवचने अशी

१. आश्रमातील गुरुजनांच्या व देशाच्या नेत्यांच्या ठिकाणी श्रद्धा बाळगा.

२. धार्मिक विधीचे यथायोग्य आचरण करा व मन लावून अभ्यास करा.

३. मातृदेवो भव। पितृदेवो भव।

४. आचार्य देवो भव।

५. वडील माणसांविषयी आदर बाळगा.

६. आपल्या देशबांधवांना मदत करा.

७. सर्व व्यवहारात सत्याने व प्रामाणिकपणाने वागा.

८. मित्रांचा व आप्तजनांचा परामर्श घ्या.

९. अन्नाचा व संपत्तीचा सदुपयोग करा.

१०. सज्जनांचे अनुकरण करा.

११. कृतज्ञबुद्धी दाखवा व उपकाराची परतफेड करा.

१२. कोणतेही काम मन लावून करा.

१३. द्वेषाची व मत्सराची भावना मनातून काढून टाका.

१४. कोणाची नालस्ती करू नका.

१५. मृदु भाषण करा, नम्रतेने वागा, कोणालाही दु:ख देऊ नका.

१६. कष्ट व दु:ख धैर्याने, मुकाट्याने सहन करा.

या बोधवचनांनुसार जर आचरण ठेवले तर व्यवहारात कधी कोणाशी संघर्ष होणार नाहीत की विसंगती येणार नाही, असे आम्हाला सतत सांगितले जाई. नैष्ठिक व शुचिर्भूत आचरण व उच्च प्रतीचे धार्मिक शिक्षण या बाबतीत आमच्या आश्रमाचा मोठा लौकिक होता. त्यामुळे आमच्या आश्रमात इतर आश्रमातील विद्यार्थी येत. पण येथल्या कडक शिस्तीला कंटाळून लवकरच दुसरीकडे जात. त्यांना आम्ही नापास विद्यार्थी समजत असू; कारण आमच्या कसोटीला ते टिकत नसत. पुष्कळशा मठात रात्रीचे काही कार्यक्रम नसत. रात्र झाली की जोगी मंडळी जोपी जात व अगदी पहाटेपर्यंत झोपून राहत. आमच्या दृष्टीने असे मठ हलक्या दर्जाचे व हिणकस असत. आमच्या आश्रम ातील कडक शिस्तीबद्दल आम्ही जरी कुरकुरत असू, तरी आमच्या आश्रमातील नैष्ठिक आचरणात व शिस्तपालनात जर ढिलाई आली तर ती आम्हाला खपत नसे. आमच्या आश्रमाचा दर्जा खाली येऊ नये याबद्दल आम्ही फार दक्ष असू. आमच्याकडील पहिले वर्ष निभावून जाणे फार कठीण. त्या वर्षातच विद्यार्थ्यांची खरी कसोटी व्हायची. जे त्या कसोटीला टिकत नसत, ते आपोआप दुसरीकडे जात. उदाहरणार्थ : औषधी वनस्पती गोळा करण्याच्या कामात आम्हाला बर्फाच्छादित प्रदेशातून सतत पायपीट करायला लागे. त्या कडक थंडीत अगदी सशक्त व सोशिक विद्यार्थ्यांचाच निभाव लागायचा. आमच्या चाकपोरीच्या आश्रमातले लोक फक्त तेथे जाऊ शकत. आमच्या आश्रमातील प्रमुखांनी असे अशक्त, दुबळे विद्यार्थी सुरुवातीलाच बाजूला काढण्याचे ठरविले, हे खरोखर शहाणपणाचे होते. कारण अशा नाजूक प्रकृतीच्या विद्यार्थ्यांमुळे बाकीच्या धडधाकट विद्यार्थ्यांची कुचंबणा व्हायची. पहिल्या वर्षात आमच्या शिस्तीत कुठेही ढिलेपणा नसायचा. करमणुकीचे, खेळाचे काहीही कार्यक्रम नसायचे. अभ्यास आणि काम यांतच सर्व वेळ घालवायचा.

स्मरणशक्ती कशी वाढवावी, याचे जे आम्हाला शिक्षण देत असत, त्याबद्दल मला आजही कृतज्ञता वाटते. तिबेटी लोकांची तशी स्मरणशक्ती चांगली. पण आम्हाला वैद्य-जोगी व्हायचे होते, तेव्हा आमची स्मरणशक्ती फार चांगली असावयास हवी. कितीतरी औषधांची नावे व त्यांची औषधे बनविण्याच्या कृती आम्हाला स्मरणात ठेवाव्या लागत. तसेच आम्हाला ज्योतिषशास्त्राचा अभ्यास करायला लागे व स्तोत्रे वगैरे पाठ करावी लागत. आमच्याकडे स्मरणशक्ती कशी वाढवावी, याचे एक तंत्र

शतकानुशतकाच्या अभ्यासाने तज्ज्ञांनी तयार केले होते. त्या तंत्रातला एक प्रकार असा. एका भल्यामोठ्या दालनात आपण आहोत असे समजायचे. आणि त्या दालनात हजारो लहानलहान टेबलाचे कप्पे पसरून ठेवलेले आहेत व त्याच्यावर लेबले चिकटवलेली आहेत असे समजायचे. त्या लेबलावर काय काय लिहिले आहे, हे स्पष्ट आपल्याला वाचता येत आहे. आम्हाला नंतर अनेक गोष्टी सांगत; त्यांचे आम्ही वर्गीकरण करायचे व एका विशिष्ट प्रकारच्या बाबी, त्यास योग्य अशा कप्प्यात चिठ्ठी लिहून ठेवायच्या व त्या तशा ठेवताना आपण जणू प्रत्यक्ष पाहत आहोत असे समजायचे. आणि मग दालनात प्रवेश करून तो कप्पा बरोबर शोधून काढायचा व त्याच्याबरोबर इतर संबंधित बाबींचेही कप्पे शोधून काढायचे. थोड्याशा सरावाने हे जमत असे.

आमची स्मरणशक्ती वाढावी म्हणून आमचे मास्तर फार मेहनत घेत. कुठले वाक्य कुठे आहे, हे एकदम विचारीत. नंतर दुसरे वाक्य कुठे आहे विचारीत. या पहिल्या वाक्याचा दुसऱ्या वाक्याशी संबंध नसायचा; म्हणजे मास्तरांच्या मनात कोणत्या विषयाविषयी मनन चालले आहे याचाही पत्ता लागायचा नाही. ते वाक्य कुठल्या तरी अगदी स्मृतिशेष झालेल्या पोथीतले असायचे. मध्येच औषधी वनस्पतींविषयी प्रश्न विचारायचे. सांगितलेली गोष्ट जर विसरली तर शिक्षा कडक व्हायची. विसरणे म्हणजे अक्षम्य गुन्हा. त्याबद्दल मास्तर मुलाला झोडपून काढीत. सांगितलेली गोष्ट नीट ध्यानात ठेवायला ते पुरेसा वेळही देत नसत. एकदम विचारीत, ‘अमक्या अमक्या ग्रंथाच्या सातव्या पुस्तकाच्या अठराव्या पानावरील पाचवी ओळ काय आहे; ते मला सांग, तो कप्पा उघड; त्यात कुठे आहे ती मला ताबडतोब शोधून दे.’ आता ती ओळ जर विचारल्यानंतर दहा सेकंदात सांगता आली नाही तर ती सांगता येत नाही, असे गृहीत धरायचे. एकदम शिक्षा व्हायची आणि ती सांगताना जर चूक झाली तर आणखी शिक्षा व्हायची. स्मरणशक्ती वाढविण्याचे हे तंत्र तसे बरे होते. कारण त्याने ती वाढत असे हे निश्चित. आम्ही पोथ्यापुस्तकांवर विशेष अवलंबून राहत नसू. आमच्या पोथ्या कसा असत, ते सांगतो. त्यातील पाने तीन फूट लांब व दीड फूट रुंद. त्या पोथीच्या खाली तिच्याच आकाराची वर एक फळी व खाली एक फळी. पुढील आयुष्यात मला अशा स्मरणशक्तीचा फायदा झाला हे मात्र खरे.

पहिल्या वर्षात आम्हाला आश्रमाच्या बाहेर कोठे जाऊ देत नसत. जे आश्रमाच्या बाहेर नियमाविरुद्ध जात, त्यांना परत आश्रमात घेत नसत. चाकपोरी आश्रमात असा दंडकच असे. तेथली शिस्त मोठी कडक. आता मला जर कोठे दुसरीकडे आसरा मिळाला असता तर मी नक्की आश्रमाच्या बाहेर पळून गेलो असतो. पण एक वर्षानंतर आम्हाला आश्रमाच्या बाहेर जाऊच नये असे वाटे.

तसेच पहिल्या वर्षात आम्हाला कोणताही खेळ खेळू देत नसत. सारखे काम; कामच काम. त्यामुळे ज्यांचा ह्यात निभाव लागत नसे, ते आपोआप गळून जात. त्यानंतर आम्ही खेळ खेळण्याचे विसरूनच जात असू. तशी आमची आसने व व्यायाम असे तयार केलेले असत की, आमचे शरीर चांगले दणदाकट व्हावे व मनाचा निग्रह व्हावा. याचा आम्हाला पुढच्या आयुष्यात चांगला उपयोग होई. बांबूचे घोडे करून त्यावर फळ्या मारून त्यावरून चालण्याचा लहानपणी मला सराव होता. ती कसरत अजूनही मी चालू ठेवली आहे. फळ्या चांगल्या पुरुषभर उंचीच्या ठोकायच्या व त्यावर पावले ठेवून चालायला लागायचे. पुढे पुढे सरावाने आम्ही या कसरतीत अगदी तयार झालो. दहा दहा फूट उंचीच्या फळ्यांवरून आम्ही चालत जाऊ शकत होतो व सगळ्या आश्रमातून फेरफटका करून येत असू. मध्येच एखाद्या खिडकीतून आत डोकावून तिथल्या माणसांना घाबरून सोडीत असू. जर कुठे थांबायचे असेल, तर आम्ही जागच्या जागी पाय आपटीत तो सांभाळायचे काम करीत असू. खाली पडण्याची आम्हाला भीती वाटत नसे. घोडीवरून चालत चालत आम्ही लढाई खेळत असू. दहा-दहा जणांचा एक असे दोन संघ करून सुमारे तीस यार्डांच्या अंतरावर एकमेकांसमोर फळी धरून खुणेचा इशारा मिळाल्यावर एकमेकांवर हल्ला चढवीत दंगल माजवून देत असू. त्याबरोबर आरोळ्या, गर्जना करीत असू की, त्या ऐकून आकाशात वावरणाऱ्या भुतांनी तेथून पळून जावे. आता या मुलात मी सगळ्यात लहान होतो. बाकीची मुले, सुरुवातीलाच सांगितल्याप्रमाणे चांगलीच मोठी होती. त्यामुळे ही अशी लढाई जेव्हा सुरू व्हायची, तेव्हा मी घोडीवर चालत चालत नुसते इकडेतिकडेच फिरत असे. प्रत्यक्ष हल्ल्यात भाग घेत नसे. उगीच प्रतिपक्ष्यांपैकी एखाद्याला बारीकसा ठोसा लगावून बाजूला होत असे. बाकीची मोठी मुले खऱ्या लढाईप्रमाणे एकमेकांवर निकराचा हल्ला चढवीत. घोड्यावर चांगली मांड ठेवणेसुद्धा मला तितकेचे जमत नसे.

या घोडीचा दुसरा एक उपयोग आम्हा मुलांना एखादा ओढा किंवा ओहोळ ओलांडावयाच्या वेळी होई. आम्ही मोठ्या हुशारीने एका काठावरून दुसऱ्या काठावर चांगल्या खडकावर उडी मारून पाय ठेवीत असू. घोडीवरून चालत ओढा ओलांडावयाचा एक धाडसी प्रसंग मला आठवतो. त्या ओढ्यातले पाणी अगदी काठापासूनच खोल होते. आणि उथळ असे कुठेच नव्हते. मी पाण्यात घोडी घातली. पाणी माझ्या गुडघ्यापर्यंत आले. ओढ्याच्या मध्यभागी आलो तेव्हा ते थेट कमरेपर्यंत येऊन पोचले. आणि त्यावेळी पाठीमागून आणखी एक माणूस ओढा ओलांडीत असल्याचा आवाज मला ऐकू आला. मी लहान म्हणून कुचेष्टा करीत तो पुढे निघून गेला. त्याला वाटले, की पाणी माझ्या कमरेपर्यंत आले आहे, तेव्हा खोल नाही. मग एकदम काय झाले?

तो एकदम पाण्यात कोसळला व पाण्याचा एक लोटच्या लोट त्याच्या अंगावर आला. काही वेळाने काही अंतरावर त्याचे डोके पाण्याच्या वरती आले. त्याने पोहत पोहत किनारा गाठला व शेवटी काठावर जाऊन धडपणे पायांवर उभा राहिला. त्याबरोबर त्याने मला शिव्या व धमक्या द्यायला जी सुरुवात केली, ती काही विचारू नका. मी अगदी घाबरून गेलो. घाईघाईने मी दुसऱ्या काठावर जाऊन पोचलो व तेथून एकदम पोबारा केला. साऱ्या आयुष्यात इतक्या घाईघाईने मी घोडीवरून गेलो नाही.

घोडीवरून चालत जाण्याच्या खेळात आणखी एक धोका असे. तो म्हणजे वाऱ्याचा. तिबेटमध्ये नेहमीच सोसाट्याचे वारे वाहत. मोठमोठ्या मैदानावर वाऱ्यापासून बचाव करण्याकरिता काही काही ठिकाणी भिंती बांधीत. खेळाच्या भरात आम्हाला भान राहायचे नाही. आम्ही त्या बचावाच्या भिंतीपलीकडे निघून जात असू आणि एकदम वादळी वारे वाहायला सुरुवात होई. आमचे झगे व आम्ही त्या वाऱ्यात उडत जात कोठेतरी कोसळत जाऊन पडत असू. अर्थात अपघात असे होत नसत. ज्यूडो कुस्ती कशी खेळायची, हे आम्हाला माहीत असल्याने शरीराला काही इजा होऊ न देता, जमिनीवर कसे पडून राहायचे, हे शिक्षण आम्हाला मिळालेले होते. अशा वेळी थोडेसे खरचटण्यापलीकडे आमच्या शरीराला काही इजा होत नसे. पण काही मूर्ख पोरे अशीही असत की मुद्दाम वाऱ्याचा मार खायला जायची व मार खाऊन जायबंदी होऊन यायची.

असाच एक मुलगा होता तो घोडीवरून चालता चालता दोन्ही घोडीमध्ये कोलांटी उडी घ्यायचा, तो काठ्या हातांनी घट्ट धरायचा व शरीराला वर्तुळाकार वरून खाली फिरवायचा. डोके खाली व पाय वर व लगेच हातांची पकड बदलायचा. ही कसरत तो वारंवार करी. त्याची हाताची पकड कधी चुकत नसे. मीही तशी कसरत करायचा एकदा प्रयत्न केला. पण काही जमले नाही. घोड्या बाजूला जाऊन पडल्या व मी त्यांच्यामध्ये लोळागोळा होऊन पडलो.

माझा आठवा वाढदिवस यायच्या अगोदर माझ्या गुरुजींनी–लामाश्रींनी मला सांगितले की, "ज्योतिषांच्या मते तुझ्या वाढदिवसाच्या पुढचा दिवस चांगला मुहूर्ताचा आहे. त्यादिवशी तुझा 'तृतीय नेत्र' उद्‌घाटनाचा विधी उरकून टाकू." हे ऐकल्यावर मी घाबरून गेलो नाही. कारण मला माहीत होते की, त्यावेळी ते तेथे हजर राहणार आणि मला त्यांचा पुरता भरवसा होता. त्यांनी मला अनेक वेळा सांगितले होते की, तृतीय नेत्र उघडल्यावर माणसाच्या मनातले मला सर्व काही ताबडतोब कळून येईल. माणसाचे स्थूल शरीर हे त्याच्या सूक्ष्म शरीरावरचे कवच आहे. मनुष्य झोपी गेला किंवा

मरून पडला तरी ते सूक्ष्म शरीर तसेच राहते. नाश पावत नाही. माणसाचे स्थूल शरीर हे हिणकस व दुबळे असते. पण त्या शरीराचा उपयोग करून त्याला पुष्कळ शिकता येते व प्रगती करता येते. झोपेमध्ये मनुष्य जाणिवेच्या वेगळ्या स्तरावर जातो. मनुष्य निपचित पडून राहतो व त्याचा आत्मा किंचित काल शरीराच्या बाहेर पडतो व सूक्ष्म विश्वात संचार करतो. पण आत्म्याचा शरीराशी संबंध अजिबात तुटत असा नाही, ढिला राहतो. आत्मा व शरीर यास जोडणारा 'रजत रज्जू' या अभिधानाचा एक दुवा असतो. हा दुवा माणूस मरेपर्यंत अबाधित राहतो. मनुष्याला जेव्हा झोप लागते व त्याला स्वप्ने पडतात, तेव्हा त्याला सूक्ष्म विश्वातली व कारणविश्वातली दृश्ये दिसू लागतात व त्या विश्वामधले अनुभव घडून येतात. आत्मा जेव्हा त्या विश्वातून पार्थिव शरीरात परत येतो, त्यावेळी मनुष्य जागा होतो व स्वप्नसृष्टीतून तो बाहेर खेचला जातो, पण जर माणसाने योगसाधना केली तर जागृतावस्थेतच, ध्यानातच त्याला स्वप्नावस्थेचा अनुभव मिळविता येतो. साधारण माणसाला मात्र स्वप्नातली दृश्ये, अनुभव अशक्य कोटीतील वाटतात. पण यासंबंधी मी पुढे ज्यावेळी या बाबतीतले माझे स्वत:चे अनुभव सांगणार आहे, त्यावेळी अधिक खुलासेवार विवरण करणार आहे.

शरीराच्या भोवती एक तेजोवलय असते व काही विशिष्ट प्रकारच्या मानसिक स्थितीत ते कोणाही माणसाला पाहण्यास शिकविता येते. पण ते केवळ शरीरात जी जीवनशक्ती जळत असते, तिचे प्रतिबिंब असते. आमची अशी समजूत आहे, श्रद्धा आहे की, ती जीवनशक्ती विजेसारखी एक ऊर्जा आहे. आता पाश्चिमात्य देशात शास्त्रज्ञ लोक मज्जातंतूंमधून वाहणारा सूक्ष्म विद्युतप्रवाह ओळखू शकतात. त्याचे मापन करू शकतात. ज्या लोकांना हे पटणार नाही, त्यांनी सूर्याच्या भोवतीही अशीच तेजोवलये असतात हे ध्यानात ठेवावे. सूर्यमंडलापासून कोट्यवधी मैल ज्वाला बाहेर पसरत असतात. साधारण माणसाला सूर्याभोवतीचे हे तेजोवलय दिसत नाही. पण खग्रास सूर्यग्रहणाच्या वेळी कोणासही ते दिसू शकते. तेव्हा ही प्रत्यक्ष अनुभवाची गोष्ट आहे. केवळ विश्वास ठेवण्याची, मानण्याची नाही. विश्वास ठेवला नाही तरी हे तेजोवलय नाश पावत नाही. ते असतेच. त्या तेजोवलयाची जी गोष्ट, तीच गोष्ट मानवी शरीराभोवती असणाऱ्या तेजोवलयाची असते. आता तृतीय नेत्राचे उद्घाटन झाले म्हणजे हे तेजोवलय मला सहज दिसू शकेल व त्याचबरोबर इतर अनेक गोष्टींचे ज्ञान होईल व अनेक बाबतीत प्रत्यक्ष अनुभव घेता येतील.

७
तृतीय नेत्र उघडला

माझ्या वाढदिवसाचा दिवस आला व त्या दिवशी मला संपूर्ण सुटी मिळाली. अभ्यास नाही की कोणत्याही कार्यक्रमास हजर राहणेही नाही. माझे गुरू मिंग्यार डोंडुप लामाश्री अगदी सकाळीच मला सांगून गेले की, ''आज मौज-मजा कर लोबसंग. संध्याकाळी आम्ही येतो.'' सकाळच्या कोवळ्या उन्हात पाठीशी टेकून अंथरुणावरच पडून सभोवार पाहण्यात काय मजा आहे! खिडकीच्या खाली मला पोताला व तेथल्या सुवर्णमंदिराची शिखरे दिसत आहेत; पाठीमागे नर्बू लिंगा नदीचा निळसर जलप्रवाह किंवा रतन बाग स्पष्ट दिसत आहे. असे वाटते की, एखादी लहानशी नाव घ्यावी व त्या नदीच्या पात्रात ती वल्हवीत न्यावी. दक्षिणेच्या बाजूला की चू नदीच्या पात्रात एक मोठी नाव दिसत आहे. त्या नावेतून उदमी, कामकरी लोक उतरून पैलतीरावर जात आहेत, अशी दृश्ये पाहता पाहताच दिवस कसा निघून गेला ते कळले नाही.

आणि दिवस निघून गेल्यावर संध्याकाळ झाली. रात्री मला एका खोलीत झोपायला सांगितले होते, त्या खोलीत मी गेलो. काही वेळाने बाहेर फरशीवर पादत्राणांचा सौम्यसा आवाज कानी ऐकू आला आणि लगेच उच्च श्रेणीचे असे तीन लामा खोलीत आले. त्यांनी माझ्या डोक्याला काही औषधी लेप लावला व त्याला घट्ट पट्टी बांधली व ते निघून गेले. पुन्हा काही वेळाने ते परत आले. त्यांपैकी एक माझे गुरू लामाश्री होते. त्यांनी ती पट्टी काढली व माझे कपाळ स्वच्छ पुसून काढले. एक चांगला दणकट लामा माझ्या पाठीमागे बसला व त्याने आपल्या गुडघ्यात माझे डोके घट्ट दाबून धरले. दुसऱ्या लामाने एक पेटी उघडली व त्यातून एक लखलखीत पोलादी हत्यार बाहेर काढले. हे हत्यार U च्या आकाराचे चिमट्यासारखे दिसणारे होते व त्याच्या कडांना करवतीसारखे बारीक दाते होते. हे हत्यार लामाने प्रथम काही वेळ हातात घेऊन त्याचे निरीक्षण केले. मग त्याने ते दिव्याच्या ज्योतीत काही वेळ धरून बाहेर काढले. तापवून त्याने ते शुद्ध,

जंतुविरहित करून घेतले. लामाश्रींनी माझा हात आपल्या हातात घेतला व ते म्हणाले, ''हे पाहा, लोबसंग, या शस्त्रक्रियेने तुला वेदना होतील. पण पूर्ण शुद्धीवर असतानाच हे करायचे असते. ते करायला फार वेळ लागायचा नाही. पण ते करीत असताना तू शक्य तितका हलू नकोस. निमूट बसून राहा.'' शेजारी तिवईवर आणखी काही हत्यारे पसरून ठेवलेली होती. तशीच काही मलमे, लेप ठेवून दिलेले होते. ही सर्व उपकरणे पाहून माझ्या अंगावर काटाच उभा राहिला. मी मनात म्हणालो, 'गड्या लोबसंग, आता ही मंडळी तुझी चांगलीच गठडी वळविणार आणि तुला निमूट बसण्याशिवाय काहीही करता यायचे नाही.'

एका लामाने ते शस्त्र हातात घेतले व इतरांकडे पाहून तो म्हणाला, ''झाली सगळी तयारी? आता करू सुरुवात? सूर्यास्त झालाच आहे.'' त्यांनी ते शस्त्र माझ्या कपाळात घुसविले व ते आत गेल्यावर त्याची मूठ फिरवायला सुरुवात केली. थोडा वेळ मला कोणी काट्यांनी टोचीत आहे असे वाटले. मला वाटले की, जणू काळ पुढे सरकतच नाही; प्रथम ते शस्त्र कातडी व मांस यामधून जाताना काही विशेष वेदना झाल्या नाहीत, पण त्यानंतर ते जेव्हा हाडात घुसले, तेव्हा मला चांगला हादराच बसला. त्याने मग आणखी जोर लावला व शस्त्रावरचे दाते पुढल्या हाडाला करवतीसारखे काततील असे ते शस्त्र आत फिरविले. त्यावेळी मला विशेष वेदना झाल्या नाहीत. फक्त हाड कुरतडल्यासारखे वाटले व बारीक कळा आल्या.

गुरुजी लामाश्री तेथे बसून सर्व शस्त्रक्रिया पाहत होते. त्यामुळे त्यांनी बजावल्याप्रमाणे मी काही हालचाल केली नाही. ती करण्यापेक्षा किंवा ओरडण्यापेक्षा मी मरून गेलो असतो. त्यांचा माझ्यावर पुरा विश्वास होता. माझाही त्यांच्या ठिकाणी पूर्ण विश्वास होता व ते जे काही करताहेत, ते माझ्या कल्याणासाठीच करीत आहेत, अशी माझी खात्री होती. शस्त्रक्रिया ते अगदी बारकाईने तोंड मिटून पाहत होते. आणि एकदम 'कडाक' असा आवाज झाला व ते शस्त्र कपाळावरच्या हाडात घुसले. त्याबरोबर लामाने ते पुढे घुसविण्याचे एकदम थांबविले व त्याची मूठ हातात घट्ट धरून ठेवली. तितक्यात लामाश्री पुढे झाले. त्यांच्या हातात लाकडाची कठीण व स्वच्छ केलेली अशी एक कांडी होती. तापवून, औषधांची रोंगणे लावून ती अगदी पोलादासारखी कठीण केली होती. ती त्यांनी लामाच्या हातात दिली व त्याने ती **U** आकाराच्या आकडीत घुसविली व पुढे नेत नेत माझ्या कपाळावर जेथे भोक पाडले होते, तेथपर्यंत जाऊन पोचविली. मग तो लामा जरा बाजूला झाला व त्याने लामाश्रींना माझ्यापुढे उभे राहण्यास जागा करून दिली. नंतर गुरुजींनी खूण केल्यावर लामाने अत्यंत काळजीपूर्वक ती लाकडी कांडी आणखी पुढे घुसविली आणि एकदम भुवयांमधील नाकाच्या बुंध्याशी जरा

खाजविले गेल्यासारखे मला वाटले. काही वेळाने ती खाज कमी झाली व त्याबरोबर अनेक अपरिचित सुगंधांचा वास दरवळून माझ्या नाकात भरला. तो वासही काही वेळाने नाहीसा झाला व पाठीमागे सरकत सरकत जाणाऱ्या पडद्याकडे मी धाव घेत आहे किंवा ढकलला जात आहे, अशी मला भावना झाली आणि त्याच क्षणी मिंग्यार डोंडुप लामाश्रींच्या तोंडून शब्द बाहेर पडले. ''थांबा.'' एक क्षणभर अत्यंत तीव्र वेदना झाल्या. एखाद्या पांढऱ्या शुभ्र ज्योतीचे तेज हळूहळू जसे कमी होत जावे, त्याप्रमाणे त्या वेदनाही कमी कमी होऊ लागल्या आणि मग डोळ्यांपुढे निरनिराळ्या रंगांची वलये दिसू लागली. धूम्रवलये, धुरकट पुंजके दिसू लागले. त्यानंतर शस्त्रक्रिया करणाऱ्या लामाने धातूचा चिमटा हळूवार हाताने बाहेर काढून घेतला. पण कठीण लाकडाची कांडी तशीच आत ठेवून दिली. ती आणखी दोनतीन आठवडे तशीच आत ठेवून द्यायची होती व तोपर्यंत मला या लहानशा अंधाऱ्या खोलीत निपचित पडून राहायचे होते. या तीन लामांखेरीज कोणीही खोलीत यायचे नाही. त्यांनीच फक्त मला जे काही सांगायचे ते सांगायचे. या तीन आठवड्यांत खाणेपिणे म्हणजे अगदी थोडे; जरुरीपुरते. ती कांडी कपाळावरील छिद्रात नीट खोचून ठेवली गेल्यावर लामाश्री माझ्याकडे वळून म्हणाले, ''लोबसंग, आता तू आमच्यातला झालास. आता तुला माणसाचे खरेखुरे अंतरंग ताबडतोब ओळखता येईल. मग बाह्यत: ते कसंही वागीत राहोत.'' त्या तिन्ही लामांभोवती व गुरुजींच्या भोवती मला सुवर्ण रंगाची वलये दिसू लागली. असा एक नवीनच विलक्षण अनुभव मला येऊ लागला. या सुवर्णवलयाचे गुणधर्म मला पुढे कळले. सोनेरी तेजोवलय म्हणजे अगदी शुद्ध, निरागस मन. तसे तेजोवलय सामान्य माणसांच्या भोवती आढळायचे नाही.

या लामांच्या शुश्रूषेखाली व उपचारांमुळे हे माझे नवीन ज्ञानेंद्रिय अधिकाधिक विकसित होऊ लागले व या तेजोवलयाच्या अंतर्बिंदूतून आणखीनही काही तेजोवलये बाहेर प्रसृत होत आहेत, हेही मला दिसून येऊ लागले. त्या तेजोवलयांच्या घनिष्टतेवरून, वर्णावरून माणसाच्या अंतरंगाबरोबर त्याचे प्रकृतिमान नाडीपरीक्षेसारखे मला समजून येऊ लागले, अर्थात हा अनुभव यायला काही दिवस लागले. त्या वलयाच्या रंगात जसा फेरफार व्हायचा, त्याप्रमाणे तो मनुष्य खरे बोलत आहे की खोटे बोलत आहे की थापा मारीत आहे, हे बिनचूक कळायचे. हे नवीन ज्ञान मला मनुष्याच्या शरीराबद्दलचेच झाले नसून त्याबरोबर इतरही ज्ञान मला आपोआप होऊ लागले. मला एक स्फटिकगोल दिला होता. तो अजून माझ्याजवळ आहे. त्याचा कसा उपयोग करायचा, हेही मला कळू लागले. स्फटिकगोलाकडे पाहून प्रश्नांची उत्तरे देणे म्हणजे काही जादूचा प्रकार नाही. ते फक्त अतींद्रिय ज्ञानाचे आकलन करण्याचे एक साहित्य आहे. उपकरण आहे.

सूक्ष्मदर्शक यंत्र नाही का बारीक पदार्थ मोठा करून दाखवीत किंवा दुर्बिण नाही का अतिदूरचा पदार्थ जवळ आणून दाखवीत. आणि तेही सर्व भौतिकशास्त्रांच्या नियमांना अनुसरूनच. त्याचप्रमाणे या स्फटिकगोलाचे आहे. स्फटिकगोल म्हणजे 'तृतीय नेत्राचा' जणू केंद्रबिंदू (फोकस) की जो बिंदू कोणाही माणसाच्या अंतरंगाचा वेध घेऊ शकतो व ते जे ज्ञान मिळविले ते साठवू शकतो. तो स्फटिकगोल, त्यातून जो पाहतो, त्याच्या मनोधर्माला जुळून आला पाहिजे. खडकात आढळून येणाऱ्या स्फटिकांवर काहींना काम चांगले साधते. काहींना साधा काचेचा गोल पुरेसा पडतो, तर काहींचे काम काळ्या कुळकुळीत रंगाच्या वाटीत ठेवलेल्या पाण्यावर भागते. माध्यमाचे उपकरण कोणतेही का असेना, त्यातील अंतर्भूत तत्त्व एकच.

पहिले सात दिवस तर मला अंधारातच ठेवले होते. पुढल्या सात दिवसांत झरोक्यातून अगदी थोडा असा प्रकाश खोलीत येऊ दिला. मग हळूहळू उजेडाचे मान वाढवीत नेले. सतराव्या दिवशी खोलीत उजेड नेहमीप्रमाणे येऊ दिला आणि कपाळात रोवलेली लाकडाची कांडी काढून टाकण्याकरिता तिघे लामा खोलीत आले. ती क्रिया अगदी सोपी होती. आदल्या रात्री माझ्या कपाळावर पातळसा वनस्पतीचा लेप पसरला. दुसऱ्या दिवशी सकाळी पूर्वीप्रमाणे एका लामाने माझे डोके आपल्या गुडघ्यांमध्ये घट्ट धरून ठेवले; दुसऱ्याने चिमट्याने कांडीचे टोक धरले व हळूवार हाताने ती बाहेर काढून टाकली. मला कपाळावर थोडे चुणचुणल्यासारखे वाटले. लामाश्रींनी त्या व्रणावर औषधी लेप लावला व ती लाकडाची कांडी दाखविली. अगदी शिसवीच्या लाकडासारखी काळीभोर ती दिसत होती. शस्त्रक्रिया करणाऱ्या लामाने निखाऱ्याने भरलेले एक घमेले आणले व त्या निखाऱ्यावर ती सळी टाकून दिली. त्यावर काही औषधे ओतली. त्याचा धूर आढ्यापर्यंत पसरला आणि माझ्या या शस्त्रक्रियादीक्षेची पहिली कक्षा संपली. त्या रात्री मी कुशीवर झोपलो. आता मला लोकांची मने पाहिल्याबरोबर ओळखता येऊ लागली. म्हाताऱ्या झूबाबांच्या मनात काय चालले आहे, हे मी आता ताबडतोब ओळखीन. आईवडिलांचे स्वभावधर्मही मला आता उमगता येतील, पण अजून त्याला अवकाश होता.

दुसऱ्या दिवशी लामात्रय येऊन जखमेची काळजीपूर्वक पाहणी करून गेले. त्यांनी मला उठा-फिरायला परवानगी दिली. पण निम्मा वेळ लामाश्रींच्या जवळच बसून राहण्याचे सांगितले. लामाश्रीच मला सखोल पद्धतीने शिकविणार होते. बाकीचा निम्मा वेळ वर्गात हजर राहून व मंदिरातील कार्यक्रमास उपस्थित राहून घालवायचा होता. वर्गातील अभ्यासाची आता मला तादृश जरुरी नव्हती. पण इतर मुलात मिळून-मिसळून एकंदर कार्यक्रमात समतोलत्व राखणे हा त्यात हेतू होता. त्यानंतर काही दिवसांनी

मोहनिद्रा आणून मला शिकविणार होते. माझ्यापुरते सांगायचे म्हणजे मला आता खायला काय देणार, इकडे माझे सारे लक्ष लागून राहिले होते. गेले अठरा दिवस मला जवळजवळ उपवासावरच ठेवले होते. आता मी त्याची भरपाई करण्याचे ठरविले व त्याच विचाराने मी दरवाजाबाहेर पडलो व समोर पाहतो तो एक इसम माझ्याकडेच येत असलेला दिसला. त्याच्या अंगाभोवती निळा धूर साठलेला होता व त्यात मधूनमधून क्रोधाच्या तांबड्या रंगाच्या ज्वाला येत होत्या. मी त्या भुताला पाहून किंचाळीच मारली व तेथून पोबारा केला व माझ्या खोलीत येऊन पोचलो. माझ्या घाबरलेल्या चेहऱ्याकडे सगळे पाहतच राहिले. त्यांना मी म्हणालो, ''पुढे वाटेवर एका माणसाच्या अंगावरचे कपडे पेटले आहेत.'' त्याबरोबर तेथे लामाश्री घाईघाईने व हसतच आले व मला समजावून सांगू लागले. ''लोबसंग, घाबरू नकोस. तो मनुष्य आपला साधासुधा आहे. अध्यात्माचा त्याला गंधही नाही. पण हळूहळू तो आध्यात्मिकदृष्ट्या जागृत होत आहे. तेव्हा त्याच्याभोवती धुरकट निळसर रंगाचे वलय लपेटून आहे व त्याच्या स्वभावात जसजसा विकासात्मक फरक होत आहे, तसतशा त्याच्या अंगातून तांबड्या रंगाच्या ज्वाळा येत आहेत. म्हणजे त्याचा स्वभाव हळूहळू बदलत जात आहे. जा स्वयंपाकघरात व भरपूर जेवून घे.''

तेथे मला पूर्वीची मित्रमंडळी भेटली. त्यांचे स्वभाव मला आतापर्यंत फक्त वरवर माहीत होते. आता या नव्या दृष्टीने त्यांचे अंतरंग, त्यांचे विचार मला कळू लागले. त्यांना मी खरा आवडतो की आवडण्याचे वरपांगी ते ढोंग करतात, ते स्पष्टपणे कळून येऊ लागले. कोणाला माझ्याबद्दल तिरस्कार आहे, कोणाच्या मनात माझ्याबद्दल मत्सराच्या भावना आहेत, हेही समजू लागले. आता हे नुसते रंग पाहणे व त्यावरून तर्क करत बसणे एवढेच काम नव्हते. त्या रंगांचा व त्यातील विविध छटांचा अभ्यास करणे, त्यावरून अनुमान काढणे हे सगळे शिकावयाचे होते. मंदिराच्या मुख्य दरवाजाच्या शेजारच्या पण जरा बाजूच्या खोलीत मी व माझे गुरुजी बसून राहिलो व निवांतपणे दरवाजातून जात-येत असणाऱ्या माणसांकडे पाहत राहिलो. गुरुजी सांगत, ''हे पाहा लोबसंग, हा मनुष्य येत आहे ना; त्याच्या हृदयाच्या वरती एक रंगाची काडी दिसतेय का तुला? पाहा ती कशी स्पंदन पावत आहे. ती काडी, ते स्पंदन जे दिसतेय ना, त्याचा अर्थ असा की, त्या माणसाच्या छातीत फुफ्फुसात रोग आहे.'' किंवा एखादा उदमी, धंदेवाईक माणूस दरवाजातून आत येत असल्यावर ते सांगू लागत, ''या इसमाकडे पाहा. कसा हातवारे करून चालला आहे! त्याच्या अंगाभोवती ते बदलत जाणारे रंगाचे पट्टे पाहा. मधूनमधून त्यातून चमक बाहेर पडत आहे. या बाबाला असे वाटत आहे की, मठातील भोग्या जोगी मंडळींना आपण सहज बनवू. लोबसंग, हे पाहा. त्याच्या

मनात या जोगी मंडळींना परवाच कसे बनविले याचे विचार येत आहेत. पैशाकरिता तो किती नीचपणा करील हे काही सांगता येत नाही.'' एक म्हातारा भिक्षू दरवाजातून आत आला. त्यावर ते म्हणाले, ''हा मनुष्य नीट पाहून घे, लोबसंग. मोठा सात्त्विक सत्यप्रिय म्हातारा आहे. पण मोठा हट्टी आहे. पठणाच्या वेळी एक शब्द चुकला, उच्चार चुकला की याचे माथे भडकते. पाहा त्याच्या तेजोवलयाच्या पिवळ्या रंगात गढूळ रंगाच्या छटा उमटताहेत. याचा अर्थ असा की, स्वत:चे निश्चित मत असे याला अजून सांगता येत नाही. अजून तो फारसा प्रगत झाला नाही.'' अशा तऱ्हेचा अंतरंग निरीक्षणाचा कार्यक्रम दररोज त्या एका बाजूच्या खोलीत बसून चालायचा. विशेषकरून आजारी माणसांच्या बाबतीत तृतीय नेत्राने मिळणाऱ्या या ज्ञानाचा आम्ही उपयोग करायचो. काही माणसे शारीरिकदृष्ट्या आजारी असत, तर काही मानसिक व आत्मिकदृष्ट्या रुग्ण असत. त्यानंतर पुढे एके दिवशी गुरुजी म्हणाले, ''काही दिवसांनी हा तृतीय नेत्र बंद कसा करून घ्यायचा, हे मी तुला शिकवीन. कारण लोकांच्या मनातली ही घाणीची गटारे उपसण्याचा तुला वीट येईल. सध्या तरी तू सतत त्याचा उपयोग करीत राहा. बाकीच्या दोन डोळ्यांसारखा. त्यानंतर हे डोळे जसे तू इच्छेनुसार उघडतोस व मिटतोस, तसा हाही डोळा वाटेल तेव्हा मिटायचा व उघडायचा कसा हेही तुला शिकवू.''

आमच्या पुराणात असे सांगितले आहे, पूर्वापारची अशी समजूत आहे की, फार वर्षांपूर्वी सगळ्या माणसांना हा तिसराही डोळा होता. पण तो कसा नाहीसा झाला, याची एक गोष्ट सांगतात. त्या पुरातन काळात देवदेवता पृथ्वीवरही वावरत व माणसांशी मिसळून वागत. माणसाला वाटले की, ''देव हे कोण मोठे, त्यांना आपण ठार मारून टाकावे, बिचाऱ्या माणसाला काय माहीत की, आपल्यापेक्षा देवांना जास्त दिसते व समजते. माणसाचा हा दुष्ट हेतू देवांच्या ध्यानात आला व त्याला शिक्षा म्हणून त्याचा हा तिसरा डोळा त्यांनी बंद करून टाकला. तरीपण या प्रदीर्घ काळात हा तिसरा डोळा घेऊन जन्मास आलेली काही थोडी माणसे होऊन गेली. त्यांना ही दूरदृष्टीची सिद्धी होती. ती सिद्धी ज्यांना प्राप्त झालेली होती, ते सिद्धिसामर्थ्य काही विशिष्ट आचरणधर्माच्या पालनाने ते सहस्त्रपटीने वाढवू शकत असत. मीही तसेच ते वाढविलेले आहे. या सिद्धीची निगा फार दक्षतेने व आदराने ठेवावी लागते. मठाध्यक्षांनी मला एकदा बोलाविले व निक्षून सांगितले, ''माझ्या मुला, तुला मी ही सिद्धी प्राप्त करून दिलेली आहे. फार थोड्यांना ही आम्ही अशी देतो. या सिद्धीचा उपयोग तू फक्त सत्कार्याकरिता कर. स्वार्थाकरिता करू नकोस. तू पुढे परदेशात जाशील तेथे तू या सिद्धीचे प्रदर्शन जादूगारासारखे, किमयागारासारखे कर म्हणून तेथले लोक तुला फार आग्रह करतील; 'हे आम्हाला सिद्ध करून दाखव, ते आम्हाला सिद्ध दाखव'

म्हणून गळ घालतील. पण माझ्या मुला, तू या प्रलोभनाला बळी पडू नकोस. ही सिद्धी परोपकारासाठी आहे, स्वार्थसंपादनासाठी नव्हे. तुला या दूरसंवीक्षणाच्या नेत्राने जे काही दिसेल आणि तसे तुला पुष्कळ दिसेल त्याबद्दल तू कोणाला काही सांगू नकोस. जर तसे सांगितल्याने दुसऱ्यांना इजा होणार असेल किंवा अध्यात्म मार्गावरील त्यांच्या प्रगतीला जर बाधा येत असेल तर तू तोंडातून 'ब्र' काढू नकोस. हा मार्ग प्रत्येकाने आपापल्या आवडीप्रमाणे पसंत करायचा असतो. तुम्ही त्याला कितीही सांगा, तो आपल्याच पद्धतीने जाणार. दु:खी-कष्टी लोकांना मदत करीत जा. आजारी माणसांची शुश्रूषा करीत जा. पण ते सन्मार्गावरून च्युत होतील असे काही त्यांना तू सांगू नकोस.'' मठाध्यक्ष हे फार विद्वान पुरुष होते. राजवैद्य होते. ही मुलाखत संपण्यापूर्वी त्यांनी मला सांगून ठेवले, ''दलाई लामांना तुला भेटायचे आहे. थोड्याच दिवसात त्यांच्याकडून भेटीचे आमंत्रण येईल.'' आता काही आठवडे गुरुजींच्याबरोबर, मिंग्यार डोंडुप लामाश्रींबरोबर पोताला येथे राहण्याचा योग येणार होता.

८

पोताला

सोमवारच्या एके दिवशी सकाळी मला गुरुजींनी सांगितले, ''पोतालाला जायचा आपला दिवस आता निश्चित ठरला आहे. या आठवड्याच्या शेवटी आपण तिकडे जायला निघू. सर्वाध्यक्ष जे दलाई लामा त्यांच्या भेटीला कसे जायचे, याची आपण रंगीत तालीम केली पाहिजे.'' मला ते त्यांच्या भेटीला घेऊन जाणार होते व तो भेटीचा विधी शिरस्त्याप्रमाणे व्हायचा होता. आमच्या शाळेशेजारी एक जुने पडके देऊळ होते. त्या देवळात दलाई लामांचा पुऱ्या उंचीचा एक पुतळा होता. तेथे आम्ही दोघे गेलो व पुतळ्यापुढे प्रत्यक्ष भेटीच्या वेळी कसे वाकायचे, याची तालीम केली. गुरुजी मला सांगू लागले, ''हे पाहा लोबसंग, मी प्रथम कसे काय करतो, ते तू पाहून ठेव. या खोलीत असा प्रवेश कर, नजर खाली जमिनीवर ठेवून चालतचालत दलाई लामांच्या पुढे पाच फूट अंतरावर येऊन थांब. त्यांना अभिवादन करायची पद्धत तुला सांगतो. ती नीट ध्यानात ठेव. गुडघे घाल, जीभ बाहेर काढ, हात असे एकमेकांवर ठेवून पुढे वाक एकदा, दुसऱ्यांदा, तिसऱ्यांदा, तीन वेळा. पुढे वाकून मस्तक खाली कर. मग हा रेशमी रुमाल त्यांच्यावर पायावर ठेव, हा असा. त्या स्थितीत, म्हणजे डोके खाली ठेवून काही वेळ बसून राहा. म्हणजे ते तुझ्या गळ्यामध्ये एक रुमाल स्वत:च्या हातानी बांधतील. मग दहा अंक मोज. म्हणजे घाई करू नकोस. मग उभा राहा व पाठीमागे चालत जाऊन अगदी जवळच्या पण रिकाम्या अशा आसनावर बस.'' त्यांनी सांगितलेला हा सारा तपशील मी ध्यानात ठेवला. लामाश्रींना, हा सारा तपशील सरावाने तोंडपाठ झाला असावा. ते पुढे सांगू लागले, ''आणखीन एक गोष्ट सांगायची राहिली. मागे फिरताना ज्या गादीवर, आसनावर बसायचे ती चटकन पाहून घे, नाहीतर मागे सरकत सरकत ती पायाला लागायची व तू आपटायचास. घाईघाईत माणसाचे पाऊल चुकते. आता मला तू ही तालीम करून दाखव पाहू.'' मी खोलीबाहेर गेलो व गुरुजींनी टाळी वाजविली

तेव्हा मी खोलीत परत प्रवेश केला. त्यात माझ्याकडून घाई झाली. लगेच गुरुजींनी मला थांबविले आणि ते म्हणू लागले, ''लोबसंग! लोबसंग! तू काय शर्यतीतला घोडा आहेस की काय असा धावायला? सावकाश चाल; वाटले तर पावले टाकायला 'ओम् मणिपादे हुम्' या मंत्राचा जप कर. म्हणजे एखादा राजपुत्र जसा दरबारात धीमे धीमे पाऊल टाकत येतो त्याप्रमाणे दिसशील. तू काय सांग-पो मैदानावर सोडलेला व भरधाव दौडणारा घोडा आहेस की काय?'' मग मी पुन्हा धीमे पावले टाकीत पुतळ्यापर्यंत सावकाशीने आलो. तेथे येऊन पोचल्यावर गुडघे टेकले व तिबेटी पद्धती प्रमाणे जीभ बाहेर काढून वंदन केले व तीन वेळा वाकून नमस्कार केला. ते काम माझे अगदी एक नंबरचे झाले. माझा मला किती अभिमान वाटला. पण मध्येच माशी शिंकली. रुमाल आणायचा विसरलो. पुन्हा परत सगळे करायला लागले. यावेळी काही चूक झाली नाही. रुमाल मी पुतळ्याच्या पायावर मोठ्या आदबीने ठेवला. तो ठेवल्यानंतर मागल्या पावलांनी परतून न धडपडता आसनावर जाऊन पद्मासन घालून बसलो.

''आता नाटकाच्या दुसऱ्या प्रवेशास सुरुवात. तुझा पाणी पिण्याचा लाकडी कप डाव्या बाहीत लपवून ठेव. तू जागेवर बसल्यावर तुला चहा देतील. तो घेण्याकरिता कप असा धर - बाही व पुढचा हात यामध्ये बरोबर धरून ठेव. जर बरोबर धरलास तर तो खाली पडणार नाही. आता आपण याची रंगीत तालीम करूया.'' त्यानंतर दररोज सकाळी आम्ही याची तालीम करीत असू. मला मग ते सगळे जमले. सुरुवातीला तो कप खाली वाकताना बाहीतून निसटायचा. मग पण तो घट्ट धरून कसा ठेवायचा, याची मला एक युक्ती सापडली. शुक्रवारी आम्हाला मठाध्यक्षांपुढे जावे लागले. तेथे हे सगळे विधिपूर्वक करावे लागले. माझ्या कसरतीवर ते बेहद्द खूश झाले आणि म्हणाले, ''आमचे प्रिय बंधू मिंग्यार डोंडुप यांचे शिकवणेच अगदी बिनचूक असते.''

दुसऱ्या दिवशी, शनिवारी पोतालाला जायला आम्ही पायीच निघालो. आमच्या चाकपोरीचा आश्रम हा पोताला गटामधीलच होता. फक्त मुख्य इमारतींच्या शेजारी एका टेकडीवर तो वसविलेला होता. आमचा आश्रम भिषक्-मंदिर व वैद्यकीय विद्यालय म्हणून लोक ओळखीत. आमच्या आश्रमाचे मठाध्यक्ष हे खुद्द दलाई लामांचे वैद्य होते. ही फार मानाची जागा होती. जबाबदारीही अशीच मोठी होती. रोग्याचा रोग काढून टाकणे एवढेच त्यांचे काम नव्हते, तर त्याला पूर्ववत सशक्त करणे हेसुद्धा त्यांचेच काम होते. एवढेच नव्हे तर रोग्याच्या शरीरात उपचारानंतर जर काही बिघाड झाला तर ती वैद्याची चूक समजण्यात येई. आता खुद्द दलाई लामांच्या बाबतीत म्हणायचे झाले तर या वैद्यराजांना त्यांची तब्येत पाहायला वाटेल तेव्हा जाता येत नसे. त्यांच्याकडून जेव्हा आमंत्रण येई की प्रकृती पाहून जा, तेव्हाच फक्त जायचे.

पण या शनिवारी वैद्यराजांच्या काळजीचा विचार माझ्या मनात नव्हता. माझ्या स्वत:च्याच काळज्या काय कमी होत्या! आमच्या आश्रमाच्या टेकडीच्या पायथ्यापाशी येऊन पोचल्यावर आम्ही पोतालाच्या रस्त्याने पुढे चालू लागलो. रस्त्यावर प्रवाशांची व यात्रेकरूंची चिकार गर्दी होती. हे सर्व लोक तिबेटच्या निरनिराळ्या भागातून दलाई लामांच्या दर्शनास आलेले होते. दलाई लामांना लोक परमेश्वराचा अंश समजतात व त्यांना ते आपले अंतर्याम या नावाने संबोधितात. त्यांचे केवळ दुरून जरी दर्शन झाले तरी ते आपल्याला कृतार्थ समजतात व एवढ्या लांबवर येण्याचे चीज झाले असे मानतात. हा प्रवास ते पायी करतात. कित्येक दिवस त्यांची ही यात्रा चालू असते. वाटेत नाना तऱ्हेच्या अडचणी, संकटे, आपत्ती येतात, तरी त्यांची ते पर्वा करीत नाहीत. आपल्या पवित्रोत्तम अशा अंतर्याम प्रतीकाचे केवळ दर्शन घडावे हाच केवळ निदिध्यास त्यांच्या चित्तात असतो. या यात्रेकरूंमध्ये अनेक प्रकारचे लोक असतात. शेतकरी, गुराखी, मजूर, कामकरी, दुकानदार, व्यापारी, जहागिरदार सर्व काही असतात. दलाई लामांच्या दर्शनाने आपल्या आधी-व्याधी नष्ट होतील, या भावनेने येणारे दुखणाईतही या गर्दीत असतात. रस्त्यावर यांची गर्दी! पोताला पहाडाभोवती हा सहा मैलांचा रस्ता आहे. यात्रेकरू हातांवर चालत, तर काही गुडघ्यांवर तर काही चालता चालताना मध्येच उपडे पडत. जमिनीला लोटांगण घालत, पुढे पुढे जात, तर रुग्ण हातात कुबड्या घेऊन किंवा दुसऱ्या कोणाच्यातरी आधाराने जात होते. आणि त्या गर्दीत हातगाडीवाले, दुकानदार यांचीही गर्दी होती. हातगाडीवरच शेगडी असायची. त्याच्यावर ते चहा करीत. चहाचे अनेक प्रकार असत. त्याचबरोबर हातगाडीवर खाण्याचे पदार्थही व्यवस्थित मांडून ठेवलेले असत. यात्रेमध्ये इतर वस्तूही- खेळणी, कंगवे, बांगड्या, बुद्धाच्या मूर्ती वगैरेही हातगाड्यांवर दिसत होते. त्या गर्दीत हातावर गंडेदोरे बांधणारे, गळ्यात ताईत बांधणारे, कंकणे देणारे बुवाही होते. कुडमुडे ज्योतिषीही होते. रस्त्याच्या एका टोकाला प्रार्थनेच्या वेळी फिरवायची प्रार्थनाचक्रे फिरवीत होते. काही लेखकमंडळीही त्यात होती. ती यात्रेकरूंना आपल्या सही-शिक्क्यांनी लिहून देत की, 'तुम्ही ल्हासाच्या यात्रेला आला होता.' तेथली सगळी यात्रा यथासांग झाली. देवदर्शने झाली. पण ही सगळी रस्त्यावरची दृश्ये पाहायला आम्हाला वेळ नव्हता. आम्हाला पोतालाला जाऊन पोचायचे होते.

दलाई लामांचे खाजगी दालन इमारतीच्या अगदी वरती, गच्चीवर होते. शहरात इतक्या उंचीवरचे दुसरे कोणतेही ठिकाण नव्हते. त्या दालनात जायला दगडी पायऱ्यांचा एक भला मोठा जिना होता. तो इमारतीच्या बाहेरून होता. त्याला जिना म्हणताच येणार नाही. डोंगरावर चढून जाण्याच्या पायऱ्या होत्या. काही मोठे अंमलदार लोक

या पायऱ्या घोड्यावर बसून चढून जात. आम्ही चढून जात असताना आम्हाला असे कित्येक अश्वारूढ अधिकारी दिसले. काही अंतर चढून गेल्यावर गुरुजी थांबले व बोट करून दाखवू लागले. ''लोबसंग, हे पाहा तुझे पूर्वीचे घर. ती पाहा नोकरमंडळी. मोठी धावपळ चालली आहे त्यांची.'' मी तिकडे पाहिले आणि ते पाहून मला जे काय वाटले, ते न लिहिलेले बरे. आई घोड्यावर बसून कुठेतरी चालली होती. बरोबर नोकरांचा सरंजाम होता. त्यात झूबाबाही होता. नको. त्यांचा विचार मनातच मुळी आणायला नको.

पोताला हे एका लहान टेकडीवर वसलेले स्वयंपूर्ण असे एक छोटेखानी शहर आहे. या ठिकाणी तिबेट सरकारचा राजकीय व धार्मिक कारभार चालतो. ही इमारत किंवा इमारतींचा हा समूह म्हणजे आमच्या देशाचे जणू हृदय आहे. हे ठिकाण म्हणजे आमच्या देशाचे सांस्कृतिक केंद्र आहे. आशास्थान आहे. या शहराच्या तटबंदीच्या आत आमच्या सरकारचा खजिना आहे. सोने, मोती, रत्ने, माणके यांनी भरलेला जवाहीरखाना आहे. अनादी काळापासून जतन केलेल्या अमूल्य वस्तूंची भांडारे आहेत. सध्याच्या इमारती जवळजवळ साडेतीनशे वर्षांच्या जुन्या आहेत. पण त्या ज्या बांधीत, त्यासुद्धा जुन्या प्रासादाच्या पायावरच, आणि त्याच्याही पूर्वी या डोंगरावर एक किल्लाच होता. या पहाडावर एक भुयार आहे. ते भुयार अगदी खोलवर आत जाते. हा पहाड म्हणजे पुरातन काळातील एक ज्वालामुखी पर्वतच होता. या पहाडाच्या अंतर्भागात एक गुहा आहे. त्या गुहेच्या चारी दिशांनी रस्ते फुटतात. त्यांपैकी एका रस्त्याच्या टोकाला एक सरोवर आहे. फार थोड्या खास लोकांनाच हे माहीत आहे.

आता इकडे सकाळच्या बालरवीच्या किरणांत आम्ही त्या पहाडाच्या पायऱ्या चढत होतो. जिकडेतिकडे प्रार्थनाचक्रे फिरत असल्याचे आवाज कानी ऐकू येत होते. चाक असे आमच्या देशात या प्रार्थनाचक्राचेच. दुसरी चाके नाहीत. एकाने मागे भविष्य वर्तविले होते की, ज्या दिवशी या देशात चाके फिरायला लागतील, तेव्हा या देशातले शांततापूर्ण जीवन नष्ट होईल. पायऱ्या चढत चढत आम्ही वरती दरवाजाजवळ येऊन पोचलो. दरवाजाला सोन्याचे पत्रे लावलेले होते व दरवाजाशी संगिनी रोखून धिप्पाड अंगाचे पहारेकरी उभे होते. त्यांनी मिंग्यार डोंडुप लामाश्रींना पाहिल्यावर दरवाजा उघडला. लामाश्रींची राजवाड्यात नेहमी ये-जा असायची. तेव्हा पहारेकरी त्यांना ताबडतोब ओळखत. दरवाजातून आम्ही थेट वरपर्यंत गेलो. तेथे एक मोठे आवार होते. त्या आवारात दलाई लामांच्या पूर्वीच्या जन्मांचे पुतळे ठेवलेले होते व शेजारीच त्यांचे निवासस्थान होते. त्या निवासस्थानाच्या प्रवेशद्वारी एक भलामोठा लोकरीचा जांभळ्या रंगाचा पडदा होता. आम्ही तेथपर्यंत येऊन पोचल्यावर तो पडदा बाजूला सारला गेला

व एका मोठ्या दिवाणखान्यात आम्ही प्रवेश केला. दरवाजाशी जय-विजयांसारखे पंखधारी माशांचे (ड्रॅगनचे) दोन हिरव्या रंगाचे काचेचे पुतळे मांडलेले होते; जणू त्या वास्तूचे ते रखवालदारच! दिवाणखाना चांगला प्रशस्त असून भिंतीवर निरनिराळ्या चित्रांचे पडदे टांगलेले होते. त्यावर पुराणातील व अगदी पुरातन काळच्या इतिहासातील कलाकुसरीची चित्रे काढलेली होती. जमिनीवर मधूनमधून लहान टेबले विशिष्ट पद्धतीने मांडलेली असून त्यावर देवदेवतांची लहानशी चित्रे कलात्मक दृष्टीने ठेवून दिलेली होती. एका पडद्याच्या शेजारी दार होते. त्यावर एक लहानसे कपाट असून त्यात एक जाडजूड ग्रंथ ठेवलेला होता. त्या ग्रंथात आजपर्यंत होऊन गेलेल्या मोठमोठ्या लोकांची नामावली होती. आजच्या प्रसंगी आपण किती क्षुद्र आहोत, याची मला फार जाणीव झाली. मनात अशी एक ऊर्मी येऊन गेली की, आपलेही नाव त्या ग्रंथातल्या नामावलीत असावे! माझे वय ते काय! आठ वर्षांचे अन् मला पोराला हे महाराज काय बोलावीत आहेत, हे कळेना. हे जरा विलक्षणच होते. माझ्यापरीने मी त्याचा इतकाच निष्कर्ष काढला की, या साऱ्या संजोगाच्या पाठीमागे, काम अधिक काम, कष्टाचे काम आणि हालअपेष्टा यांखेरीज काही नसावे.

तेवढ्यात तेथे एक लामा आला. त्याचा झगा अगदी तांबड्या रंगाचा असून त्याच्या गळ्यात सोनेरी रंगाची गळपट्टी होती. त्याने गुरुजींना पाहिले व तो त्यांच्याशी बोलू लागला. त्यांची तेथील साऱ्या लोकांशी ओळख होती. जेथे जाई तेथे माझ्या कानावर हेच शब्द येत की, 'महाराजश्रींना त्याच्याशी एकांतात बोलायचे आहे; फक्त एकट्या त्याच्याशीच.' गुरुजी माझ्याकडे वळून म्हणाले, ''लोबसंग, आता तुला आत जायला हरकत नाही. मी तुला दरवाजा दाखवितो. एकटाच आत जा व आपण रंगीत तालीम केल्याप्रमाणे पुढे जा.'' त्यांनी माझ्या खांद्यावर हात ठेवला व दरवाजापर्यंत नेले व कानात हळूच म्हणाले, ''काही घाबरू नकोस. जा'' व ते दरवाजापाशी उभे राहिले. माझ्याबरोबर आत आले नाहीत. मी दरवाजातून आत गेलो. त्या प्रशस्त दिवाणखान्याच्या अगदी पलीकडच्या टोकाला महाराजश्री अंत:श्रेष्ठ दलाई लामा गादीवरचे तेरावे पुरुष आपल्या उच्चासनावर विराजमान होते.

त्यांचे आसन केशरी रंगाचे रेशमाचे होते. त्यांचा वेष सर्वसाधारण लामांसारखाच होता. पण डोक्यावर त्यांनी एक उंचशी पिवळ्या रंगाची टोपी घातलेली असून तिच्या मोकळ्या कडा खांद्यापर्यंत आलेल्या होत्या. मला पाहिल्यावर त्यांनी हातातला ग्रंथ बाजूस ठेवला. मस्तक लववून मी पुढे चालू लागलो. त्यांच्यापासून सुमारे पाच फूट अंतरावर येऊन पोचल्यावर मी गुडघे टेकले व तीनदा मस्तक नमविले. दरवाजाशी माझ्या हातात गुरुजींनी रेशमी रुमाल दिला होता. तो मी आता पुढे होऊन महाराजश्रींच्या

चरणांवर वाहिला. त्यावर ते पुढे वाकले व त्यांनी आपल्या हातातला रुमाल नेहमीप्रमाणे माझ्या गळ्यात न घालता मनगटावर बांधला. मला जरा आश्चर्य वाटले, जरा चमत्कारिक वाटले. आता मला परत फिरावयाचे असून जवळच्याच एका आसनावर बसायचे होते. मी पाहिले तो जवळपास एकही आसन दिसेना. सगळी आसने दूर भिंतीजवळ मांडलेली होती. माझ्या मनातला गोंधळ त्यांनी ओळखला असावा. कारण ते एकदम आणि प्रथमच असे मला उद्देशून म्हणाले, ''ती आसने फार लांब अंतरावर ठेवलेली आहेत. मागे वळ. त्यातले एखादे आसन हातात घेऊन ये व त्यावर येथेच माझ्याशेजारी बस; म्हणजे आपल्याला बोलता येईल.'' मी त्याप्रमाणे मागे वळून एक आसन घेऊन आलो. त्यावर ते म्हणाले, ''ठेव ते अगदी माझ्यासमोर आणि त्यावर बस.'' त्याप्रमाणे मी बसल्यावर ते बोलू लागले, ''मुला, तुझ्याबद्दल मला काही विलक्षण हकिकती कळून आल्या आहेत. तुला जन्मादारभ्य, दूरसंवीक्षणाची सिद्धी प्राप्त झालेली आहे. आणि त्या सिद्धीचे सामर्थ्य 'तृतीय नेत्राच्या' उद्घाटनाने अधिकच वृद्धिंगत झालेले आहे. तुझ्या पूर्वीच्या जन्मांचे माझ्याकडे सारे टिपण आहे. तसेच ज्योतिषाने वर्तविलेली ही तुझी कुंडली येथे आहे. तुला सुरुवातीला फार कष्ट, क्लेश होतील. पण शेवटी पुढे तू यशस्वी होशील. अनेक सिद्धी तुला प्राप्त होतील. सर्व जगभर प्रवास करायची तुला संधी मिळेल. ज्या देशाबद्दल तुला काहीही माहिती नाही, त्या देशात तुला प्रवास करावा लागेल; माणसा-माणसांमधील द्वेषभाव तुझ्या नजरेला येतील. मनुष्य निदानीच्या प्रसंगी किती क्रूर होऊ शकतो, हे तू डोळ्यांनी प्रत्यक्ष पाहशील. विनाशाचे रौद्ररूप तुझ्या दृष्टिपथात येऊन जाईल. मृत्यूचे भीषण तांडवही तुझ्या समोर होईल. या जन्मीचा तुझा हा प्रवास लांबलचक असा आहे. पण तुझ्या भविष्यात असेच आहे की, शेवटी तुझा जयच होईल.'' आता मला हे कळेना की, ते मला हे सारे का सांगत आहेत? वयाच्या सातव्या वर्षापासून मी हे सारे ऐकत आलो आहे व आता ते मला अगदी तोंडपाठ आहे की, मी तिबेटमध्ये वैद्यकी व शस्त्रवैद्यकी शिकणार, पुढे चीनमध्ये जाणार. तेथे हेच विषय पुन्हा शिकणार. महाराजश्री पुनः मला सांगू लागले, ''तू पुढे जेव्हा परदेशात जाशील, युरोप-अमेरिकेत जाशील, तेव्हा तुझ्या ठायी असलेल्या सिद्धींचे निरर्थक प्रदर्शन करू नकोस. स्वत:बद्दल फार बोलू नकोस. मी हिंदुस्थानात व चीन देशात प्रवास करून आलो आहे. त्या देशात लोकांशी परमार्थाविषयी चर्चा करता येते, पण युरोप-अमेरिकेत तसे नाही. त्यांची जीवनमूल्ये वेगळी आहेत. ते ऐहिक सुखांचे पुजारी आहेत. पैसा म्हणजे त्यांचे सर्वस्व आहे. त्यांचे शास्त्रज्ञ म्हणतात, 'आत्मा म्हणून जो काय तुम्ही म्हणता तो आम्हाला प्रत्यक्ष दाखवा, हातात द्या, म्हणजे आम्ही त्याचे वजन करू, ॲसिडमध्ये टाकून त्याची रासायनिक परीक्षा करू. त्याची घटना काय आहे, त्याचे भौतिक, रासायनिक गुणधर्म काय आहेत, ते सर्व आम्हाला तपासायला पाहिजेत.

आम्हाला प्रमाण, पुरावा आम्हाला पटेल असा पाहिजे.' त्यांना हे कळत नाही की, कोणत्याही सिद्धांताविषयी प्रथमच जर संशय घेतला, अविश्वास प्रकट केला, तर त्याच्या सिद्धतेची प्रमाणेच दुष्प्राप्य होतात, पण ही आता चर्चा पुरे. आता आपण चहा घेऊ.''

असे बोलून त्यांनी हलक्या हाताने घंटा वाजविली. त्याबरोबर एक सेवक-लामा त्यांच्या समोर आला. त्याला त्यांनी चहा आणायला सांगितले. थोड्याच वेळाने तो चहाचा ट्रे व उपाहाराचे पदार्थ घेऊन आला. हे मिठाईचे पदार्थ आमच्याकडे भारतातून येतात. आम्ही चहा व उपाहाराचे पदार्थ घेत असताना अंत:श्रेष्ठ महाराजश्री मला भारत व चीन या देशांविषयी सांगू लागले. ते मला म्हणाले, ''तू अगदी नेटाने, मन लावून अभ्यास कर. तुझ्याकरिता काही खास शिक्षकांची मी व्यवस्था करतो.'' हे ऐकल्यावर माझ्या ओठांवर अगदी शब्द आले व मी पुटपुटलो, ''माझे गुरू मिंग्यार डोंडुप लामाश्री फार विद्वान आहेत. त्यांच्यापेक्षा अधिक लायक असा शिक्षक मिळणार नाही.'' हे माझे शब्द ऐकल्यावर ते माझ्याकडे पाहू लागले. डोके मागे करून ते मनस्वी हसू लागले. त्यांच्यापुढे धिटाईने असे कोणी अद्यापपर्यंत बोलले नव्हते. मग आठ वर्षाच्या पोराची काय कथा! पण त्यांना माझे बोलणे आवडले असावे. कारण लगेच मला त्यांनी विचारले, ''मग तुझे गुरू फार चांगले आहेत असे म्हणतोस तू. आता मला सांग, तुला त्यांच्याविषयी अगदी खरे असे काय काय वाटते?'' मी उत्तर देऊ लागलो, ''महाराज, आपणच मला सांगितले की, माझ्या अंगी दूरवीक्षणाची सिद्धी आहे. डोंडुप लामाश्री अगदी उत्कृष्ट गुरू आहेत.'' अंत:श्रेष्ठ दलाई लामा पुन्हा हसू लागले. त्यांनी पुन्हा घंटा वाजविली. सेवक पुढे उभा राहिला. ''मिंग्यार लामाश्रींना आत घेऊन ये.'' त्या सेवक लामाला त्यांनी हुकूम केला.

डोंडुप लामाश्री गुरुजी आत आले व शिरस्त्यानुसार त्यांनी अंत:श्रेष्ठांना वाकून नमस्कार केला. ''यांना बसायला एक गादी आणा.'' गादी आल्यावर व ते बसल्यावर दलाई लामा त्यांच्याशी बोलू लागले, ''या तुमच्या शिष्यानेच मला तुमच्या स्वभावाविषयी सांगितले. त्याच्या मताशी मी पूर्ण सहमत आहे. या मुलाच्या शिक्षणाविषयी तुम्ही संपूर्ण जबाबदारी घेतली आहे. त्याची योजना तुम्ही आखा. काही माझी अधिकारपत्रे लागली तर मला भेटत जा. मीही त्याला मधूनमधून भेटीला बोलावीत जाईन.'' आणि मग ते माझ्याकडे वळून म्हणाले, ''तरुण माणसा, तुझी निवड यथायोग्य आहे. तुझे गुरुजी माझे अगदी जुने असे मित्र आहेत. अध्यात्म व पराविद्येत त्यांचा मोठा हातखंडा आहे.'' त्यानंतर ते आणखी काही औपचारिक असे बोलले व मग आम्ही त्यांचा निरोप घेतला. पुन्हा वाकून नमस्कार करून मागल्या पावलांनी आम्ही त्या दालनातून बाहेर पडलो. गुरुजी मनातून माझ्यावर अगदी खूश झाले असल्याचे मी

लगेच जाणले. ते नंतर म्हणाले, ‘‘आपण येथेच काही दिवस राहूया व येथल्या विशेष माहितीत नसलेल्या अशा इमारती पाहून घेऊया. या इमारतींमधील काही दालने, काही पडव्या, सज्जे वगैरे गेल्या दोन-एकशे वर्षांत कोणी उघडलेले नाहीत. अशा या पुरातन वास्तूची पाहणी करून आपल्याला जुना इतिहासही कळेल.’’

इतक्यात एक अधिकारी-लामा आम्हाला सांगून गेले की, ‘‘या इमारतीच्या अगदी वरच्या मजल्यावर तुम्हा दोघांसाठी दोन खोल्या तयार करून ठेवल्या आहेत.’ ’आम्हाला त्यांनी त्या दोन खोल्या दाखविल्या. तेथून आम्हाला ल्हासा शहराचा व त्या सभोवारच्या मैदानाचा जो अप्रतिम देखावा दिसला, त्याचे काय वर्णन करावे! अधिकारी-लामा आमच्याकडे वळून म्हणाले, ‘‘सरकारांनी आज्ञा केली आहे की, तुम्ही येथे केव्हाही या- जा, तुमच्यासाठी दारे उघडीच आहेत.’’

गुरुजी मला म्हणाले की, ‘‘तू आता येथेच काही वेळ पडून राहा. विश्रांती घे.’’ माझ्या डाव्या पायावरची जखम अजून दुखतच होती आणि मला लंगडतच चालावे लागत होते. एक वेळ मला अशी भीती वाटत होती की, मी आता कायमचा लंगडा होणार. मी तेथे जवळजवळ एक तास विश्रांती घेतली. नंतर गुरुजी चहा व काही फराळाचे पदार्थ घेऊन आले. ‘‘लोबसंग, जरा खाऊन घे म्हणजे पायात ताकद येईल. या अशा हवेशीर ठिकाणी हे पदार्थ अधिकच चविष्ट लागतात.’’ खाण्याकरिता मला कोणी आग्रह करण्याचे कारणच नव्हते. आम्ही भरपूर खाऊन घेतले. नंतर गुरुजींनी मला त्या खोलीतून छपरावरच्या अगदी कडेच्या खोलीत नेले. त्या खोलीत भिंतींना ताडपत्री, तेलाने माखलेले पडदे लावलेले नव्हते. भिंतीत काही भरलेलेच नव्हते व त्यातून पलीकडचे सर्व काही दिसत होते. मी त्यांना भीतभीतच हात लावला. त्या इतक्या गारढोण होत्या की, त्यावर हात ठेवल्यावर माझी बोटे गोठून गेली. त्यांचा पृष्ठभाग निसरडा होता. नंतर माझ्या ध्यानात आले की, त्या भिंती नसून भिंतीतील ती काचेची तावदाने होती. काचेचे तावदान असे मी आजवर पाहिले नव्हते. पतंगाच्या दोऱ्याला आम्ही काचेचा चुरा लावत असू. पण ती काच जाड दगडासारखी असायची व त्यातून आरपार दिसत नसे, आणि त्यात पुन्हा ती रंगीत असायची, पाण्यासारखी नसायची.

पण याहूनही आणखी एक गमतीची गोष्ट मला तेथे मला पाहायला मिळाली. लामाश्रींनी खिडकी अगदी पुरती उघडली आणि शेजारच्या कपाटातून एक लांबलचक पिवळी नळी काढली. ती एखाद्या तुतारीसारखी दिसत होती. ती त्यांनी हातात घेतली व झाकण उघडून एकात एक घातलेल्या अशा चार नळ्या बाहेर काढल्या. मला ते सगळे पाहून गंमतच वाटली. माझ्या चेहऱ्यावरचा तो विकार पाहून त्यांना हसू आले.

त्यांनी त्या नळीचे एक टोक लांबवून खिडकीबाहेर धरले व दुसरे अगदी तोंडाजवळ धरले. मला वाटले, ते आता तुतारी वाजविणार आहेत. पण ते टोक त्यांनी तोंडात न घालता डोळ्यांजवळ नेले व आतल्या नळ्यांची थोडीशी हालचाल केली. कमीजास्त सरकविल्या व मला म्हणाले, ''लोबसंग, पाहा यातून. उजव्या डोळ्यातून पाहा व डावा डोळा बंद करून घे.'' मी त्याप्रमाणे त्या नळीतून पाहिले आणि आश्चर्याने जणू भांबावून गेलो. मला वाटले की, गुरुजींनी माझ्यावर काही मोहिनी घातली आहे की काय! महाराजश्री म्हणाले की, ''तू गूढविद्येतला अगदी महर्षी आहेस.'' मी म्हणालो, ''पण गुरुजी, या शिष्याची तुम्हाला चेष्टाच करायला पाहिजे काय?'' या माझ्या बोलण्याने त्यांना अधिकच हसू आले. पण आणखीन पाहून घे असे खुणेने मला सुचवू लागले. मी भीतभीतच त्या नळीतून पाहू लागलो. त्यानंतर गुरुजींनी त्या नळ्यांची आपली सरकवासरकव करून मला एक वेगळेच दृश्य दाखविले. ती नळी म्हणजे 'दुर्बीण.' मी ती अद्यापपावेतो पाहिली नव्हती. मला त्या दुर्बिणीत एक घोडेस्वार दुर्बिणीतून माझ्याकडे येत असताना दिसला. दलाई लामांनी हिंदुस्थानातून परत येताना बरोबर बऱ्याच दुर्बिणी आणल्या होत्या आणि दुर्बिणीतून खालचा भूप्रदेश पाहण्याची त्यांना आवड उत्पन्न झाली होती. येथे आरसासुद्धा मी प्रथमच पाहिला आणि त्यात माझे रूप पाहून घेतले. काय तो हिडीस व भयानक चेहरा. मला तो चेहराच ओळखू येईना. निस्तेज चेहऱ्याचे एक लहानसे मूल व कपाळावर मधोमध तांबड्या रंगाची जखम आणि कपाळाच्या मानाने नाक चांगले उठावदार. पूर्वी मी अनेकदा पाण्यात माझे रूप न्याहाळले होते. पण हे प्रतिबिंब अगदी स्पष्ट दिसत होते. त्यानंतर पुन्हा मी या आरशाच्या भानगडीत पडलो नाही.

वाचकांची कदाचित अशी समजूत होईल की, तिबेट हा एक विचित्रसा देश आहे. कारण तेथे काच, आरसा, दुर्बीण वगैरेंसारख्या वस्तू नाहीत. पण खरे सांगायचे म्हणजे आम्हाला या वस्तू लागतच नव्हत्या. त्याचप्रमाणे चाकांवरून चालणाऱ्या वाहनांचीही आम्हाला गरज नव्हती. चाकापाठोपाठ वेग आला व या वेगाची आमच्या संस्कृतीला तादृश आवश्यकता नव्हती. या गजबजून गेलेल्या शहरी जीवनात, व्यापार-उदिमाच्या चढ-उताराच्या जीवनात, धावपळीत, धांदलीत मन अंतर्मुख करायला मुळी वेळच उरत नाही. आमचे ऐहिक जीवन तसे गोगलगाईच्या गतीने चालले आहे, पण त्यामुळे पारमार्थिक जीवनाचा उत्कर्ष होत आहे. आज हजारो वर्षे आम्ही पराविद्येचे जतन करून ठेवले आहे. आमच्याकडे बरेचजण सिद्धयोगी आहेत. दूरसंवीक्षण, परचित्तज्ञान अशांसारख्या सिद्धी तर आमच्याकडे पुष्कळांच्या जवळ आहेत. आमच्याकडे कित्येक लामा असे आहेत की, ते बर्फात नग्नावस्थेत बसून राहतात व केवळ मन:सामर्थ्याने

सभोवरचे बर्फ वितळवितात. पण चमत्कारांकरिताच केवळ ते आपल्या सिद्धीचे प्रदर्शन करीत नाहीत. काहींच्या ठिकाणी अणिमा, लघिमासारख्या उच्च कोटीच्या सिद्धी असतात. हे सिद्धयोगी आपल्या सिद्धी वाटेल त्याला देत नाहीत. ज्याला त्या द्यायच्या त्याची योग्यता, त्याचा अधिकार, त्याची पात्रता, त्याचे शील ते पारखून घेतात. गुरूची अशी खात्री झाली पाहिजे की, शिष्य या सिद्धिसामर्थ्याचा दुरुपयोग करणार नाही. या सिद्धी म्हणजे काही जादूचे प्रयोग नाहीत, तर ती अतींद्रिय शक्ती आहे व तदनुषंगिक जे विधिनियम आहेत, त्यास अनुसरून ती शक्ती क्रियाशील होत असते.

आमच्याकडे असे काही योगी आहेत की, ज्यांच्या साधनेचा विकास जनात राहून द्रुतगतीने होतो, तर काहींना त्याकरिता एकांत शोधावा लागतो. असे योगी दूर कोठेतरी एकांतामधील आश्रमात, मठात किंवा गुहेत राहतात. या गुहा चांगल्या लांबरुंद असतात. सहासहा फूट खोल असतात. तेथे बसून राहिल्यावर बाहेरची वर्दळ काही ऐकू येत नाही. गुहेच्या तोंडाशी एखादी शिळा ठेवतात म्हणजे आत उजेडसुद्धा येत नाही. आत सामान वगैरे काही नसते. एक दगडाची कुंडी असते. गुहेच्या दाराला एक लहानसे कोनाडेवजा बिळ असते. त्या कोनाड्यात बाहेरून काहीतरी खाण्याचे व पाणी दिवसातून एक वेळ ठेवतात. अशा विवरात, गुहेत हठयोगी प्रथम तीन वर्षे, तीन महिने व तीन दिवस राहतो. आणि पद्मासन घालून ध्यान करीत बसतो. ध्यानाचा विषय म्हणजे जीविताचा खरा अर्थ व मनुष्यमात्राचे स्वरूप हा असतो. या दीर्घ कालावधीत हठयोगी कोणत्याही कारणाकरिता म्हणून विवराच्या बाहेर शरीराने येत नाही. ही कालावधीची मुदत संपत आली म्हणजे शेवटल्या महिन्यात गुहेच्या छपरात एक भोक खोदतात, त्या भोकातून सूर्याचे किरण आत येऊ देतात. दररोज ते भोक मोठे मोठे करीत म्हणजे योग्याच्या डोळ्यांना उजेडाची पुनरपि हळूहळू सवय व्हावी. नाहीतर एकदम डोळ्यावर सूर्याचा भरपूर प्रकाश पडला तर तो आंधळा व्हायचा. पुष्कळदा हे योगी बाहेर काही दिवस येत व पुन्हा त्या कोठडीत जात व पुन्हा बाहेर कधीच येत नाहीत. पुष्कळांना वाटेल की, हठयोगाची पराकाष्ठा आहे, पण तसे नव्हे. तो एक समाधीचाच प्रकार आहे. समाधीचीही एक पूर्वावस्था आहे. मनुष्य म्हणजे एक आत्मा आहे. तो आत्मा देह धारण करतो. म्हणून तो या जगात वावरतो. तसा तो अन्यलोकीचा रहिवासी आहे. तेव्हा ही दैहिक भावना, शारीरिक पाश जर पुरते कमी होतील तर त्यास आत्मा म्हणून, ऊर्जा म्हणून, अवकाशात कोठेही संचार करता येईल, व तो संचार त्यास विचारलहरींच्या द्वारा करता येतो. विचारलहरी म्हणजे आमच्याकडे ऊर्जेचे तरंग समजतात. वस्तू म्हणजे शक्तीचा स्थायीभाव, शक्तीचे घनीकरण. विचारांना योग्य दिशेने वळण दिले व अंशत: त्यांचे घनीकरण झाले म्हणजे वस्तू केवळ विचारांद्वारा चलनवलन करू शकते.

विचारांना अन्य दिशेने वळण दिले म्हणजे दुसऱ्याच्या मनातले विचार कळतात व आपले विचार दुसऱ्याच्या मनात भरता येतात. मग तो दुसऱ्या मनुष्यसंन्निध असो की अतिदूर असो. आजच्या जगात अशा गोष्टींवर विश्वास ठेवता येणे कठीण नाही. आज मनुष्य मायक्रोफोनमध्ये बोलून दूर हवेत उड्डाण करणाऱ्या विमानाच्या वैमानिकाला, 'खाली धुके आहे, दिसणार नाही' म्हणून कुठे उतरावे, याविषयी संदेश देऊ शकतो. थोडासा योगाभ्यास केल्यावर व संशयग्रस्त वृत्ती टाकून दिल्यावर मनुष्य यंत्रामधून बोलण्याच्या ऐवजी दूरसंदेश प्रक्षेपणाच्या सिद्धीने संदेश देऊ शकेल.

माझा आंतरिक विकास पूर्वीच्या जन्मीच झालेला असल्याकारणाने मला या अंधारकोठडीमध्ये प्रदीर्घ काल बसून ध्यान करण्याची जरुरी नव्हती. माझ्या बाबतीत या प्रशिक्षणाची पद्धती वेगळी होती. इतर बहुसंख्य साधकांच्या बाबतीत या विशिष्ट पद्धतीचा अवलंब करीत नसत. माझे प्रशिक्षण एका विशिष्ट हेतूने होणार होते व खुद्द दलाई लामांच्या खास हुकुमाने होणार होते. मला शिकविण्यात येणाऱ्या गोष्टी संमोहनद्वारा शिकविल्या जात होत्या. तसेच त्या वेगळ्या पद्धतीने शिकविल्या जात होत्या. पण त्याची चर्चा या पुस्तकात करता येत नाही. थोडक्यात एवढेच सांगता येईल की, सर्वसामान्य साधकांची साऱ्या हयातीत जेवढी प्रगती होईल, तेवढी व तिच्याहूनही जास्त माझी प्रगती अल्पावकाशात होत होती. मला जे हे पोतालाला बोलावण्यात आले, ते या प्रशिक्षणाच्या पहिल्या कक्षेच्या संबंधाने आले होते. या विषयाविषयी मी पुढे लिहिणारच आहे. मला दुर्बीण फार आवडायची व तिच्यातून दूरवरच्या माझ्या पाहण्यातल्या वस्तू पाहायचा मला छंद लागला. गुरुजींनी दुर्बीण उघडून तिच्यातील भिंगे मला काढून दाखविली व ती एकमेकांपासून विशिष्ट अंतरावर ठेवल्याने पदार्थ लहानमोठे कसे दिसतात, हे शास्त्रीयदृष्ट्या त्यांनी मला समजावून दिले. तेव्हा दुर्बीण म्हणजे भौतिकशास्त्राच्या नियमांनुसार चालणारे एक यंत्र आहे व त्यात जादूबिदू काही नाही, हे मला समजून आले.

दुर्बीणच काय पण इतर अनेक यंत्रे व गोष्टी मला शास्त्रीयदृष्ट्या समजावून देण्यात आल्या. तेव्हा ते जादूचे प्रयोग होत असे म्हणण्याची सोयच उरली नाही. पुन्हा एकदा या पोतालाच्या वारीत मला एका अंधाऱ्या खोलीत नेण्यात आले. तेथे अंधार म्हणजे इतका की, डोळ्यात बोट घातले तरी दिसायचे नाही. तेथे गेल्यावर गुरुजींनी दिवा लावला व ते मला म्हणाले, ''लोंबसंग, आता या पांढऱ्या भिंतीवर नीट पाहा.'' असे बोलून त्यांनी दिवा विझवला व खिडकीच्या तावदानाशी काही हालचाल केली आणि ताबडतोब माझ्या समोरच्या पांढऱ्या भिंतीवर ल्हासाचे चित्र उमटले, पण उलटे. त्या चित्रात माणसे, गुरेढोरे उलटी चालत असलेली पाहून मला मोठी मौज वाटली. नंतर

ते चित्र अंधूक झाले व पुन्हा सरळ उमटले. गुरुजींनी मला मग प्रकाशकिरणांच्या वक्रीभवनाचे नियम समजावून सांगितले, पण प्रकाशाच्या किरणांना वाकवितात कसे, हे पुरते मला समजेना. मला तो चमत्कारच वाटला. मग गुरुजींनी मला ते यंत्र सगळे उलगडून दाखविले. त्या यंत्रात दुसऱ्या एका खोलीत ठेवलेल्या दिव्याचा प्रकाश काही विशिष्ट कोन धरून ठेवलेल्या काचांच्या मदतीने खेचून आणला होता. त्या यंत्राच्या साहाय्याने काचा कोन करून ठेवल्या म्हणजे प्रकाशकिरण कसे वाकविले जातात, हे माझ्या नीट ध्यानात आले.

पोतालाच्या राजवाड्यात गोदामे होती. ती गोदामे सुरेख पुतळ्यांनी, जुन्या जीर्ण पोथ्या-पुस्तकांनी व भिंतीवर टांगलेल्या चित्रविचित्र पडद्यांनी भरून गेलेली होती. त्या गोदामात पाश्चात्त्य प्रवाशांना क्वचितच प्रवेश मिळे. त्या चित्रातली काही चित्रे त्यांना कदाचित अश्लील वाटण्याचा संभव आहे. कारण त्यात नग्न स्त्री-पुरुषांच्या आलिंगनाची काही चित्रे आहेत. त्या चित्रांमधला गर्भितार्थ वरवर पाहणाऱ्याच्या ध्यानात येत नाही. स्त्री-पुरुषांचे आलिंगन म्हणजे ज्ञान व सदाचार यांच्या मीलनाचे प्रतीक. शिवशक्ती संयोग. ख्रिस्ती लोक नाही का ख्रिस्ताला क्रूसावर खिळे मारून ठोकल्याचे चिन्ह धारण करीत. ते चिन्ह पाहिल्यावर सुरुवातीला तर मी घाबरूनच जायचो. त्याला नाही कोणी नावे ठेवीत! प्रत्येक समाज दुसऱ्या समाजाच्या चालीरीतीचे, संस्कृतीचे मूल्यमापन आपल्या चालीरीतीनुसार करत असतो.

राजवाड्यात अशा या अजब वस्तू निरनिराळ्या देशातून शतकानुशतके येत आहेत. त्या त्या काळातील जो प्रशासक दलाई लामा, त्याला भेट म्हणून आलेल्या या वस्तू होत. त्या आता या गोदामात ठेवून दिलेल्या आहेत. या अजब वस्तू पाठविणाऱ्याने कोणत्या हेतूने व तशाच का पाठविल्या, याचे मी आता माझ्या या नव्या दृष्टीने परीक्षण करायला लागलो. माणसाचे मन ओळखण्याची ही जणू साधने होती. जणू अभ्यासाचे पाठ होते. गुरुजींना मी आपले म्हणणे सांगितल्यावर ते जुन्या इतिहासाची पुस्तके धुंडाळीत व त्यातून त्याविषयी काय नमूद केले आहे ते पाहत व त्याच्याशी माझे म्हणणे पडताळून पाहत व ते बरोबर असल्याचे दिसून येताच मला म्हणत, ''तुझे अनुमान बरोबर आहे. तुझी चांगली प्रगती होत आहे.''

पोताला सोडण्यापूर्वी आम्ही तेथील भुयारी बोगदा पाहून घेतला. आम्ही हातात मशाली घेतल्या व काळजीपूर्वक आत उतरलो. कितीतरी वेळ आम्ही पायऱ्या उतरत होतो. वाटेत आम्हाला कधी खडक लागले. हे बोगदे हजारो वर्षांपूर्वी ज्वालामुखी पर्वतांच्या हालचालीने तयार झालेले होते. भिंतींवर काही चित्रविचित्र आकृत्या व

रेघोट्या काढलेल्या दिसत होत्या. ती चित्रे अगदी अपरिचित अशी होती. आम्हाला असे सांगितले होते की, हा बोगदा संपला की पुढे कित्येक मैल पसरलेले असे एक मोठे सरोवर लागते. ते पाहण्याची मला उत्कंठा लागून राहिली होती. पायऱ्या उतरता उतरता आम्हाला शेवटी तो बोगदा लागला. पुढे चालू लागल्यावर तो जास्त जास्त रुंद होऊ लागला. शेवटी एकदम वरचे छप्परही नाहीसे झाले. पुढे शंभर-एक यार्ड अंतर आम्ही गेलो असू आणि एकदम आम्ही एका विस्तीर्ण सरोवराच्या काठाशी येऊन पोचलो. इतके विस्तीर्ण सरोवर मी आजपावेतो पाहिले नव्हते. त्या सरोवरातील पाणी गडद हिरव्या-काळ्या रंगाचे व निश्चल. सरोवराच्या झाडीतून ते वेगळे असे दिसत नव्हते. सरोवराच्याऐवजी एक भला मोठा खड्डा असावा असा भास होई. त्या सरोवराच्या पाण्यावर एक तरंगही दिसत नव्हता की आसमंतात ती शांतता भंग करणारा असा ध्वनीही कानी ऐकू येत नव्हता. ज्या खडकावर उभे राहून आम्ही हे सरोवर पाहत होतो, तो खडकही काळा कुळकुळीत होता व मशालीच्या उजेडात तो चकाकू लागे. एका बाजूला पहाडाची भिंत होती. त्या भिंतीवर प्रकाश पडून ती चमकू लागली तेव्हा मी त्या भिंतीकडे गेलो व निरखून पाहिले तर त्या खडकात सोन्याचा एक भला मोठा पट्टा आढळून आला. तो सुमारे पंधरा ते वीस फूट लांब असून माझ्या गुडघ्यापासून मानेपर्यंत पोचत होता. कधीकाळी भली मोठी भट्टी लावून तेथले सोने बाहेर काढून घेण्याचा कोणी प्रयत्न केला होता. पण भट्टीची आच कमी झाल्यावर ते सोने पुन्हा घट्ट होऊन त्याचा गोळा झाला होता. त्या भयानक शांततेचा भंग गुरुजींच्या बोलण्याने झाला. ते मला माहिती सांगू लागले. ''हे सरोवर चाळीस मैल दूर अशा अंतरावर सांग-पो नदीला जाऊन मिळते. कित्येक वर्षांपूर्वी काही साहसी जोगी मंडळींनी या सरोवरातून पलीकडे जाण्याचा प्रयत्न केला होता. त्यांनी लाकडाच्या ओंडक्याचा एक तराफा केला व लाकडाची वल्ही तयार केली. बरोबर मशाली घेतल्या व तो तराफा पाण्यात सोडून प्रवासास निघाले. कित्येक मैल ते असेच वल्हवीत चालले. नंतर त्यांना आजूबाजूला डोंगर किंवा किनारा काहीच दिसेनासा झाला. वरती गडद निळे आकाश व खाली हिरवेगार पाणी, अथांग पाणी. पुढे कुठे जावे हे त्यांना कळेनासे झाले.''

मी गुरुजींचे सांगणे अगदी एकाग्र चित्ताने ऐकत होतो व ते जे सांगत होते त्याचे चित्र डोळ्यांसमोर आणीत होतो. ते पुढे सांगू लागले, ''पुढे त्यांना कळेना, पुढे जायचे की मागे फिरायचे. आणि एकदम त्यांचा तराफा उलटायची पाळी आली. सोसाट्याचा वारा वाहू लागला. त्यांच्या मशाली विझून गेल्या व चोहीकडे अंधारच अंधार झाला. त्या साहसी मंडळींना वाटले की, पाण्यावरची भुते खवळून त्यांना पकडू पाहत आहेत. सभोवार ती जमून त्यांना आपल्या पंजात धरू पाहत आहेत. तेव्हा तराफ्याच्या दोरखंडांना ते घट्ट धरून बसले. इतक्यात एकदम मोठी लाट आली व ते पाण्याने चिंब भिजून गेले.

त्यांच्या तराफ्याचा वेग वाढला व ती पाण्यावरची भुते आता पाण्यात बुडवून टाकणार, असे त्यांना वाटू लागले. अशा तऱ्हेने ते पुढे किती अंतर वाहत वाहत गेले, याचा काही अंदाज त्यांना लागेना. सगळीकडे गडद अंधार. प्रकाशाचा एक किरणसुद्धा दृष्टिपथात येईना. इतक्यात खाली तराफ्याच्या लाकडाचा घासल्यासारखा, फुटण्यासारखा आवाज झाला. फळ्यांमधला दोरखंड तुटला, खिळे निसटले व फळ्या एकमेकींपासून सुटल्या व इतस्तत: वाहू लागल्या. ते तराफ्यातून बाहेर दूर पाण्यात फेकले गेले. जीव वाचविण्याची त्यांची धडपड सुरू झाली. कसेतरी करून पाण्यावर डोके आणण्याकरिता ते प्रयत्नांची पराकाष्ठा करू लागले. काहींना ते जमले. इतक्यात किंचितसा हिरवट, धूसर प्रकाश त्यांच्या दृष्टीला दिसू लागला. हळूहळू तो प्रकाश वाढू लागला. पाण्यात ते सारखे हेलकावे खात होते. लाटांच्या बरोबर वाहत वाहत त्यांच्यापैकी दोघे किनाऱ्यावर आदळले. त्यावेळी सगळीकडे चक्क सूर्यप्रकाश पसरला होता.

दोघेच फक्त किनाऱ्याला लागले. बाकीचे काही वाऱ्याशी व लाटांशी झुंजत-झुंजत, रक्तबंबाळ होत पाण्याखाली बुडून मेले तर काही बेपत्ता झाले. जे वाचले ते जीवन व मृत्यू यांमध्ये काही तास गटांगळ्या खात होते. किनाऱ्यावर आल्यावर जरा बसून सभोवार पाहू लागले तर त्यांना आश्चर्याचा आणखी एक धक्का बसला. कारण समोर पाहिले तर काही अंतरावर पोतालाचा डोंगर उभा. डोंगराच्या भोवती हिरवीगार गवताची कुरणे. त्यात संथपणे गाई चरत असताना त्यांना दिसल्या. प्रथम त्यांना असे वाटले की, आपण मरूनच गेलो आहोत व आता स्वर्गातच आहोत व तेथूनची ही वनश्री, पोताला पहाड आपण पाहत आहोत. अशा भावनेत असतानाच पाठीमागे त्यांना पावलांचा आवाज ऐकू आला. एक गुराखी त्यांच्याकडे कौतुकाने पाहत होता. त्याने सरोवरावरचे ते भयानक वादळ चालू असताना पाहिले होते. आमच्या तराफ्याचे तुकडे झालेले त्याने पाहिले होते व ते गोळा करण्याकरिता तो तेथे आला होता. त्याला ते सरपण म्हणून उपयोगाला आले असते. या दोन जोग्यांच्या अंगावरची वस्त्रे फाटून त्यांच्या चिंध्या झाल्या होत्या. त्यामुळे ते जोग्यांचे झगे आहेत असे काही त्यांना सांगता येईना. त्याने मग पोतालाला जाऊन त्यांच्याकरिता काही चिरगुटे आणली. असो. त्यानंतर या सरोवरावर कोणी शोध असा घेतला नाही. पण त्यात काही लहान बेटे आहेत, हे साधारण माहीत होते. त्यापैकी एका बेटाचा पुरता शोध घेतला आहे आणि तेथे जे काय आढळून आले ते तूही दीक्षा घेतल्यावर पाहू शकशील.''

गुरुजींनी सांगितलेल्या हकिकतीवर मी विचार करू लागलो आणि आपणही एक तराफा करून त्या सरोवराचा शोध घ्यावा असे वाटू लागले. माझ्या मनातले हे विचार गुरुजींनी जाणले व ते एकदम हसून म्हणाले, ''होय, तो शोध घेताना मोठी करमणूक

होईल. पण जेथे आपल्याला सूक्ष्म देहात जाऊन वाटेल तो शोध घेता येतो, तेथे या पवित्र शरीराला का शीण द्या? लोबसंग, तुला तसा शोध घेता येणे अगदी शक्य आहे. काही थोड्या वर्षांनी तुला या स्थानाचा सगळा शोध घेता येईल; मीही तुझ्याबरोबर येईन आणि त्याविषयीच्या आपल्या ज्ञानात बरीच भर पडेल. पण मुला, त्याला अजून अवकाश आहे. सध्या तुझे कर्तव्य फक्त अभ्यास करण्याचे आहे.''

आता आमच्या मशालींचा उजेड कमीकमी होत चालला होता आणि थोड्याच वेळात बोगद्यातून पुढे अंधारातच जाण्याची आमच्यावर पाळी येणार होती. सरोवरापासून आम्ही काही अंतरावर गेल्यावर मशाली विझायला आल्या. आणखी काही मशाली न घेण्यात आमचा मूर्खपणा झाला असे मला वाटू लागले. तेवढ्यात गुरुजींनी बोगद्यातील भिंतीजवळ जाऊन तेथे चाचपडायला सुरुवात केली व एका कोनाड्यातून काही पलिते काढले व ते मशालीतल्या मंद होत जाणाऱ्या ज्योतीतून पेटवून घेतले.

''आम्ही येथे काही शिलकी पलिते ठेवून देतो लोबसंग. नाहीतर अंधारात मार्ग काढणे मोठे कठीण पडते. बरे चला, आता आपण पुढे जाऊया.''

पुन्हा आम्ही त्या पायऱ्या चढून वर जाऊ लागलो. चढताना आम्हाला धडपडावे लागले. दम लागला. तो घेण्याकरिता आम्ही थांबलो. तेवढ्यात गुरुजी मला भिंतीवरच्या आकृत्या दाखवू लागले. मला त्या आकृत्यांपासूंन काही बोध होईना. त्या आकृत्या भल्यामोठ्या राक्षसांच्या होत्या; काही यंत्रांच्या होत्या आणि ती यंत्रेही विलक्षणच होती. त्याचा मला काही बोध होईना. मी गुरुजींच्या तोंडाकडे पाहिले. त्यांना या सगळ्या आकृतीची, बोगद्याची संपूर्ण माहिती होती. नाहीतरी पुन्हा आणखी आम्ही या बोगद्यात संशोधनाकरिता येणारच होतो. येथे काही गूढ गुपिते असावीत, अशी माझी खात्री झाली व त्या गुपितांचा शोध घेतल्याखेरीज माझे समाधान होणार नव्हते. एखाद्या गोष्टीचा सावकाशपणे शोध घेण्यात वर्षानवर्षे न दवडता तो शोध अल्पावधीत घेण्याचा एखादा धोकादायक मार्ग जर सापडला तरी तो धोका पत्करावा, पण शोध घेण्याचे काम उरकून टाकावे, असे मला वाटू लागले. माझ्या या विचारांच्या तंद्रीचा गुरुजींच्या बोलण्याने भंग केला. ''लोबसंग, एखाद्या म्हाताऱ्या माणसाप्रमाणे तू नुसते विचारच काय करीत बसला आहेस? आता थोड्याच पायऱ्या राहिल्या आहेत. त्या चढून गेल्यावर चांगला उजेड लागेल. पुन्हा आपण गच्चीवर जाऊ व दुर्बीण लावून ते आपल्या जुन्या हकिकतीतले जोगी सरोवराच्या पाण्यातून बाहेर पडून किनाऱ्यावर जेथे लागले ती जागा पाहू.''

त्याप्रमाणे आम्ही दुर्बिणीतून पाहिले. ती जागा सुमारे चाळीस मैलांच्या अंतरावर

होती. मग तेथे बोगद्यातून जाण्यापेक्षा सरळ घोड्यावरून आम्ही का जाऊन आलो नाही याचा विचार करू लागलो. गुरुजी मला सांगू लागले की, ''दुर्बिणीतून सारे दिसते. प्रत्यक्ष जाऊन पाहण्याची जरुरी नाही. ती जागा सरोवराच्या अगदी खालच्या पातळीवर आहे. तेथे काही विशेष नाही. पूर्वीच्या लामांच्या आज्ञेनुसार त्या भागात काही झाडे लावली होती. त्या झाडांच्या राईखेरीज त्या भागात काही विशेष असे पाहण्यासारखे नाही.''

९
'रानटी गुलाब' आश्रमात

दुसऱ्या दिवशी सकाळी चाकपोरीला परत येण्याच्या तयारीला आम्ही लागलो. आम्हाला परतण्याची तशी घाई नव्हती. पोतालामधील हा आमचा मुक्काम म्हणजे सुटीसारखाच वाटला. तेथून निघण्यापूर्वी मी परत गच्चीवर गेलो व दुर्बिणीतून परत सगळे पाहून घेतले. सभोवारचा भू-प्रदेश न्याहाळून घेतला. तेथून चाकपोरी दिसत होती. तेथे गच्चीवर एक कामकरी लामा पाठ टेकून काहीतरी वाचीत होता व मधूनमधून खाली अंगणात जे जोगी बसले होते, त्यांपैकी ज्यांच्या डोक्यावर टकले होती, त्यांच्या टकलावर जवळचे खडे मारीत होता. मला दुर्बिणीतून त्याच्या चेहऱ्यावरचे हे खोडसाळ हास्य दिसत होते. खालचे टक्कलधारी जोगी खडे लागल्यावर वरती पाहू लागत तेव्हा गच्चीवरचा हा खोडकर जोगी त्यांच्या दृष्टीआड व्हायचा. त्याच्याकडे पाहून माझ्या मनात असे विचार आले की, मी असाच खोडकर आहे व माझा खोडकर स्वभाव महाराजश्री दलाई लामांना असाच ओळखता येईल, या विचारांनी मी जरा बेचैन झालो. म्हणून मी असे ठरविले की, चाकपोरीत गेल्यावर आश्रमातील अशा ठिकाणी वावरायचे की, ज्या ठिकाणी दुर्बिणीने कोणाला काही पाहता येऊ नये.

पण आता तेथून आमची निघण्याची वेळ झाली. आमच्यासाठी ज्यांनी परिश्रम घेतले होते, त्यांचे आभार मानायचे होते. विशेषेकरून महाराजश्री दलाई लामा यांचा जो खासगी सचिव होता, त्याचे आमच्यावर जणू उपकारच झाले होते. निघण्यापूर्वी त्याने आम्हाला भारतीय मिठाईची भेट दिली. फार स्वादिष्ट मिठाई होती ती. त्याचे आदरातिथ्य आम्हास फार संतोषदायक वाटले. तेथे चांगला फराळ केल्यावर आम्ही तेथून निघालो. लोहपर्वताच्या दिशेने आम्ही चालू लागलो. जवळजवळ निम्मे अंतर चालून गेल्यावर आम्हाला एकदम आवाज ऐकू आला. कोणीतरी आम्हाला हाक मारून बोलावीत आहे असे वाटेने जाणाऱ्या माणसांनी आम्हाला सांगितले. आम्ही थांबलो.

पाठीमागून एक जोगी धापा टाकीत तेथे आला आणि त्याने गुरुजींना काही कोणाचा निरोप दिला. ते थांबले.

''लोबसंग, मी जरा जाऊन येतो. तू येथेच थांब माझी वाट पाहत. मला फार वेळ लागायचा नाही,'' इतके बोलून ते परत फिरले व परत डोंगराच्या पायऱ्या चढू लागले. मी इकडेतिकडे जरा येरझारा घालून सभोवतालची वनश्री पाहू लागलो. माझे पूर्वीचे घर जवळच होते. त्या दिशेने मी जरा वळलो. आणि समोर पाहिले तर माझे वडील माझ्या दिशेनेच घोड्यावर बसून येत असलेले मला दिसले. मला आश्चर्य वाटले. ते अगदी माझ्याजवळून गेले. आपली हनुवटी खाली करून ते मला न्याहाळीत होते. त्यांनी मला ओळखले. पण माझ्याशी एकही शब्द न बोलता तसेच पुढे निघून गेले. त्यांनी मला ओळखही दिली नाही. मला फार वाईट वाटले. ते पुढे जात असताना मी 'बाबा' म्हणून आक्रोश करू लागलो. त्यांनी माझ्याकडे लक्ष दिले नाही. ते तसेच पुढे चालू लागले. माझ्या डोळ्यांत अश्रू आले. मी रडकुंडीला आलो. माझे शरीर कापू लागले व त्या पोतालाच्या वाटेवर मी आता कोसळणार, असे मला वाटू लागले. त्यावेळी माझ्या ठिकाणी मनोधैर्य कसे आले कोणास ठाऊक. मी शोक आवरला, मन आवरून धरले. ताठ उभा राहिलो व परत ल्हासा शहराकडे पाहू लागलो.

अर्ध्या-एक तासाने लामाश्री गुरुजी घोड्यावरून दौडतच व आणखी एक घोडा घेऊन परत आले व घाईने मला म्हणाले, ''चल लोबसंग, आटप लवकर. आपल्याला सेरा गावाला तातडीने निघायचे आहे. तेथल्या एका धर्माध्यक्षाला अपघात झाला आहे.''

मी पाहिले की त्यांच्या घोड्याच्या खोगिराला दोन्ही बाजूंनी दोन पेट्या बांधलेल्या होत्या. त्यात त्यांचे सामान होते. लिंगखोर रोडवरून आम्ही दौडत चाललो. वाटेने माझे पूर्वीचे घर लागले. काही तुरळक यात्रेकरू व भिकारी रस्त्यावरून जात-येत होते. सेरा गावाला आम्ही लवकरच जाऊन पोचलो. ताबडतोब आम्ही तेथल्या आश्रमात गेलो. तेथे जोगी लोक आमची मोठ्या उत्कंठतेने वाट पाहत होते. आम्ही घोड्यावरून खाली उड्या टाकल्या. हातात पेटी घेतली. एका इसमाने आम्हाला वाट दाखविली. आम्ही त्या ठिकाणी जाऊन पोचलो. एक म्हातारा दुखणाईत मनुष्य तेथे अगदी असहाय अशा स्थितीत अंथरुणावर पडून राहिलेला होता.

त्याचा चेहरा अगदी काळाठिक्कर झाला होता. त्याची प्राणज्योत अगदी विझायच्या पंथाला आली होती. गुरुजींनी तेथे येऊन पोचल्यावर थोडे गरम पाणी मागविले. ते आल्यावर त्यात काही औषधी वनस्पती टाकल्या आणि त्या मी हलवीत

असताना ते रोग्याला तपासू लागले. तो म्हातारा माणूस वरतून खाली पडला होता व त्याची डोक्याची कवटी फुटली होती. हाडाचा एक तुकडा खाली मेंदूत घुसला होता व त्याला मनस्वी वेदना होत होत्या. पाणी थंड झाल्यावर गुरुजींनी त्याचा शिपका त्याच्या डोक्यावर मारला. पेटीतून एक तीक्ष्ण धारेचा चाकू काढला व त्याची पात मांसात घुसवून U आकाराची काटणी करून ती अगदी हाडापर्यंत नेऊन पोचविली. तेथे थोडा रक्तस्त्राव होऊ लागला. पण त्या औषधांच्या शिपक्याने रक्त वाहायचे थांबले. गुरुजींनी तेथे आणखी एक शिपका मारला. हाडावरचे चुरगळलेले मांस चाकूच्या पातीने काढून टाकले व कवटीचे हाड कुठे खाली दबून गेले होते तो भाग त्यांनी बारकाईने तपासला. त्या हाडाच्या काही भागाचा चुराडा झाल्याने तो भाग कवटीच्या खालच्या पातळीवर लोंबकळत राहिलेला होता. गुरुजींनी पुष्कळशी शस्त्रे जंतुघ्न करणाऱ्या उकळत्या पाण्यात घातली. त्यातून त्यांनी मग चांदीच्या चमच्यासारख्या दिसणाऱ्या दोन काड्या हातात घेतल्या. त्या कांड्यांचे एक टोक सपाट केलेले होते व त्या सपाट भागावर करवतीसारखे दाते होते. अतिशय काळजीने त्यांनी चमच्यासारख्या दिसणाऱ्या त्या कांडीचे निमुळते टोक, जिथे कवटीला अगदी भोक पडले होते तेथे घुसविले. तेथे ते काही वेळ ठेवून दिले व दुसऱ्या कांडीने ते हाड अगदी घट्ट धरून ठेवले. नंतर कवटीचा जो भाग खाली मांसात रुतून बसला होता, तो हलक्या हाताने कवटीच्या पातळीच्या जरा वर उचलून धरला व त्या दोन कांडीत पकडून ठेवला. नंतर त्यांनी माझ्याकडे वळून मला हत्यारे ठेवलेले उकळत्या पाण्याचे भांडे आणावयास सांगितले. मी ते भांडे पुढे केले. त्यातून त्यांनी शंकूच्या आकृतीचे एक चांदीचे हत्यार घेतले. कवटीचा जो भाग खालून वरती उचललेला होता, त्या पोकळीत घातले. मग वरतून तो भाग त्या चांदीच्या कांडीवर दाबून धरला व कवटीच्या पातळीपर्यंत खाली खेचला. ''आता हे दोन्ही भाग एकजीव होतील व जुळून जातील. आत आधाराकरिता चांदीची कांडी ठेवलेली आहे. चांदीला काही गंज पडत नाही त्यामुळे आता तेथे बिलकूल त्रास होणार नाही.'' असे म्हणून गुरुजींनी त्या भागावर औषधी जंतुघ्न पाण्याचा आणखी एक फवारा मारला आणि खरचटलेले मांस त्या भागावर पुन्हा काळजीपूर्वक सम पातळीवर आणून ठेवले. मग त्यांनी उकळलेल्या पाण्यात ठेवलेल्या घोड्याच्या शेपटीच्या केसाच्या दोऱ्याने मांसाचे ते दोन थर शिवून टाकले व त्या ठिकाणी काही लेप लावून जंतुघ्न केलेल्या कापडाने तो शस्त्रक्रिया केलेला कवटीचा भाग बांधून टाकला.

त्या वृद्ध धर्माध्यक्षांना आता जरा आराम वाटू लागला. कारण त्यांच्या मेंदूवर जो दाब व ताण बसला होता, तो आता कमी झाला होता. मग त्यांना आम्ही गादीवर तक्क्या ठेवून पाठ टेकून बसविले. शस्त्रक्रियेची हत्यारे मी उकळत्या पाण्यात औषधे

टाकून धुऊन घेतली. नंतर जंतुघ्न केलेल्या कापडाने पुसून घेऊन ती परत त्या दोन पेट्यांत जागच्या जागी ठेवून दिली. नंतर मी हात धूत असताना त्या म्हाताऱ्या रुग्णाकडे पाहत होतो. लामाश्री डोंडुप गुरुजी त्याच्या तोंडाशी कान लावून तो काय बोलत आहे, ते ऐकत होते.

''तुम्हीच मला वाचवाल याची मला खात्री होती म्हणून मी तुमच्याकडे मानसिक संदेश वरती प्रासादाकडे पाठविला. माझे अजून या लोकातले ऐहिक कार्य व्हायचे आहे. म्हणून हे शरीर सोडून जायला अजून माझी तयारी नाही.''

माझे गुरुजी त्यांच्याकडे काही वेळ पाहत राहिले व नंतर ते म्हणाले, ''यातून तुम्ही बरे व्हाल. काही दिवस तुम्हाला त्रास सहन करावा लागेल, कधीकधी डोके दुखेल पण पुढे बरे वाटेल आणि मग काही दिवसांनी तुम्ही आपले काम करायला लागाल. पण जोपर्यंत तुम्ही येथे आहात तोपर्यंत तुमच्या सोबतीला येथे कोणीतरी पाहिजे. कारण झोपेत एखादे वेळी तुम्ही कवटीच्या दुखावलेल्या भागावर उसे ठेवाल; त्यावर कोणीतरी लक्ष ठेवायला पाहिजे. चार-पाच दिवस तरी, नंतर मग काळजी करण्याचे कारण राहणार नाही.''

त्यांचे हे बोलणे चालले होते तोपर्यंत मी खिडकीतून बाहेर पाहत होतो. दुसऱ्या अशा आश्रमात, मठात कशी काय व्यवस्था असते, हे जाणून घेण्याची मला उत्सुकता होती. तेवढ्यात गुरुजी माझ्याजवळ आले व म्हणाले, ''लोबसंग, तुझी चांगली मदत झाली. आता आपण दोघे मिळूनच काम करीत जाऊ. आता या आश्रमातून तुला मी हिंडवून आणतो. येथली व्यवस्था आपल्या आश्रमापेक्षा वेगळी आहे.''

नंतर एका लामाला त्या वृद्ध धर्माध्यक्षांकडे पाहायला सांगून आम्ही पुढे पडवीत गेलो. आमच्या चाकपोरी आश्रमासारखी येथे स्वच्छता नव्हती व कामकाजातली शिस्तही बेताचीच दिसली. जोगी लोक आपल्या मनाप्रमाणे इकडून-तिकडे जात-येत होते. देवळातही कचरा साठला होता. धूपाचा वासही उग्र होता. कदाचित धूप हलक्या दर्जाचा असावा. अंगणात पोरं खेळत होती. चाकपोरीला मुले अशी उनाडक्या करताना दिसायची नाहीत. ती कामात गढून असायची. प्रार्थनाचक्रेही कोणी फिरवीत असताना दिसले नाही. मध्येच एखादा म्हातारा जोगी यायचा व ते चक्र उगीचच फिरवायचा. त्याच्या पाठीमागे काही नेम, नियम, शिस्त काही नाही. हे सगळे पाहिल्यावर गुरुजी विनोदाने मला म्हणाले, ''काय लोबसंग, राहायचे काय इथे? संथ, आरामशीर कारभार दिसतोय येथला!''

''बिलकूल नाही. मला वाटते की हे सारे येथले लोक जंगलीच असावेत.'' मी उत्तर दिले.

त्यावर ते हसले. ''सात हजार लोक आहेत येथे. सगळेच काही असे ऐदी नाहीत. पण जे काही थोडे आहेत ते सगळ्यांनाच बदनाम करतात.''

''असेल तसे कदाचित, पण ते आपल्या आश्रमाला 'गुलाबाचे कुंपण' म्हणवून घेवोत; पण मी काही तसे म्हणणार नाही.'' मी उत्तर दिले.

ते माझ्याकडे पाहून हसत म्हणाले, ''तू एकटा या आश्रमातील लोकांना शिस्त लावू शकशील.''

आता ही गोष्ट खरी की, आमच्या चाकपोरी आश्रमात शिस्त फार कडक व व्यवस्थाही उत्कृष्ट. त्या मानाने इतर मठांत शिस्त कमी. ज्या जोग्यांना कामचुकारपणा करायचा असेल, त्यांना तो सहज करता येत असे व त्याबद्दल त्यांना शिक्षाही कोणी करीत नसे. आता हा 'सेरा' म्हणजे 'रानटी गुलाब' नावाचा आश्रम पोतालापासून अवघ्या चार मैलांवर आहे व तिबेटमधील प्रमुख तीन आश्रमांत हा येतो. द्रेबुंगचा आश्रम सगळ्यात मोठा. तेथे सुमारे दहा हजार जोगी असावेत. या सेरा आश्रमाचा दुसरा नंबर लागतो. येथील आश्रमवासी जोग्यांची संख्या साडेसात हजार व तिसरा नंबर गांदेन येथील आश्रमाचा. तेथील संख्या सहा हजार. एकेक आश्रम म्हणजे जणू एक मोठे गावच. त्यात रस्ते, देवळे, शाळा, कॉलेजे व तदनुषंगिक इतर इमारती, कचेऱ्या वगैरे सर्वकाही होते. रस्त्यावर गस्त घालायला पोलिस असत. ते पोलिस खामकडील धिप्पाड, उग्र चेहऱ्याची माणसे असत. त्या मानाने चाकपोरीचा आश्रम लहान; पण महत्त्वाचा होता. त्या आश्रमात वैद्यकाचे 'भिषक्-मंदिर' होते. वैद्यविद्येचे ते मोठे पीठ. या विद्यापीठाचे प्रतिनिधी मंत्रिमंडळातही होते.

चाकपोरीला आम्हाला 'ज्यूडो' नावाची कुस्ती शिकवीत, अर्थात हे इंग्रजी नाव आहे. खरे मूळचे तिबेटी नाव बरेच लांबलचक आहे. त्याचा उच्चारही पाश्चात्त्य वाचकांना करता यायचा नाही. ही कुस्ती सगळ्या आश्रमात शिकवीत नाहीत. या कुस्तीच्या शिक्षणाचा आम्हाला इंद्रियदमन करण्यात उपयोग होई, तसेच ज्याच्यावर शस्त्रक्रिया करायची आहे ती करण्यापूर्वी त्याला बेशुद्ध करण्याकरितासुद्धा त्या विद्येचा उपयोग होई. तसेच देशातील जंगली व रानटी लोकांच्या वसतीच्या भागातून जायला ही विद्या उपयोगी पडे. डॉक्टर म्हणून आम्हाला फार दूरवर प्रवास करायला लागे.

म्हाताऱ्या झूबाबाने मला या कुस्तीचे शिक्षण दिलेले होते. साऱ्या तिबेटमध्ये

त्याचा हात धरणारा कोणी नव्हता. तो या विद्येत फार वाकबगार आणि या विद्येत त्याला जेवढे येत होते, तेवढे त्याने मला शिकविले होते. तसे तो कोणतेही काम चोख करी. इतर लोकांना या कुस्तीतले थोडेफार डावपेच कळत असत. पण मी वयाच्या चौथ्या वर्षीच यातील माहीतगार झालो होतो. ही विद्या इंद्रियदमन व स्वसंरक्षण यांकरिता चांगली उपयोगी पडे. मात्र फड जिंकण्याकरिता या विद्येचा कोणी उपयोग करू नये, असे आमच्याकडे साधारणपणे लोकमत असे. आमची संस्कृतीच विनयशील होती. 'मर्दा, त्वां दुबळ्याते तारावे, न च कधीही मारावे,' या दंडकावर आमची श्रद्धा होती. खरा ताकदवान मनुष्य वागण्यात नम्र असतो. दुबळी माणसेच पोकळ फुशारक्या मारतात. 'उथळ पाण्याला खळखळाट फार' हेच खरे!

ज्यूडोचा उपयोग दुसऱ्यांना भूल देण्याकरिता होत असे. कधी एखाद्या रुग्णाचे मोडलेले हाड जागच्या बसवायचे झाले किंवा त्याचा दात काढायचा झाला तर तेवढा भाग काही वेळ बधीर करता येत असे व असे करण्यात काही धोकाही नसे. रुग्णालाही वेदना होत नसत. एखाद्या माणसाला त्याच्यावर हल्ला करण्यापूर्वीही बेशुद्ध करता येत असे व कित्येक तास ही त्याची बेशुद्धी टिकविता येत असे व त्या बेशुद्धीचा त्याच्या प्रकृतीवर काही अनिष्ट परिणाम होत नसे. कधीकधी गंमत अशी व्हायची, बेशुद्ध होण्यापूर्वी एखादा इसम जर एखादे वाक्य बोलत असेल व मध्येच बेशुद्धी आली तर तो ते वाक्य शुद्ध परत आल्यावर पुरे करीत असे. पण या विद्येत निष्णात व्हायला पथ्ये पाळावी लागत असत. वाटेल त्याला ती शिकवीत नसत. ज्याला ती विद्या शिकवायची, त्याचे शील पाहत असत. नाहीतर तो या विद्येचा दुरुपयोग करायचा.

तिबेटमध्ये आश्रम म्हणजे केवळ एक धार्मिक संस्था, असे नसायचे. आश्रम म्हणजे एक लहानसे स्वयंपूर्ण गावच. तेथे माणसाला लागणाऱ्या सर्व सुखसोयी असायच्या. आश्रमात नाट्यगृहेसुद्धा असत. तेथे आम्ही धार्मिक व पौराणिक विषयांवर नाटके करीत असू; त्यात गाण्याच्या मैफली होत असत. वाद्यसंगीताच्या बैठकी होत. आश्रमाच्या वस्तीत दुकानेही होती. दुकानात खाण्याचे पदार्थ, कापडचोपड, चैनीचे पदार्थ, पुस्तकेपोथ्या असे सर्व काही मिळत असे. ज्यांच्याजवळ पैसा असे, ते ह्या दुकानात वस्तू खरेदी करत. ज्यांना पैशाची बचत करायची असेल ते तो पैसा आश्रमात 'ठेव' म्हणून ठेवीत. अशा पतपेढीचीसुद्धा आश्रमात सोय असे. आश्रमाच्या वस्तीत जर काही गुन्हा झाला तर गुन्हेगाराला पकडायला पोलिस जोगी असत व त्याची चौकशी करायला, त्याला शिक्षा द्यायला कोर्टेही असत. त्याची चौकशी अगदी नि:पक्षपाती होई व आरोपी जर गुन्हेगार ठरला तर त्यास तुरुंगवासाची शिक्षा मिळे. असे तुरुंगही आश्रमात असत. वस्तीत सर्व प्रकारच्या शाळा असत. बुद्धिमान मुलांकरिता वेगळ्या

शाळा असत. सारांश, आश्रमात सर्व प्रकारच्या गरजा भागविण्याची सोय असे. त्यामुळे पुष्कळसे ऐदी व निरुद्योगी लोक आश्रमात येऊन राहत. आमच्याकडे शिस्त कडक होती व आश्रमात राहून एखाद्याने जर काही प्रगती केली नाही तर त्याला आश्रम सोडून जायला सांगत असत.

आश्रमात हॉस्पिटलही असे. तेथे आजारी जोग्यांना ठेवीत. त्यांच्यावर औषधोपचार होई. थोडीबहुत शस्त्रक्रियेचीही सोय असे. फार मोठी शस्त्रक्रिया करायची असेल तर नामवंत शस्त्रवैद्यांना बोलावीत. मिंग्यार डोंडुप लामाश्री हे असेच एक नामांकित शस्त्रवैद्य होते. आम्हा तिबेटी लोकांबद्दल पाश्चिमात्यांच्या फार चमत्कारिक व चुकीच्या समजुती असतात. आम्हाला शरीर-विज्ञान, वैद्यक वगैरे काही कळत नाही, अशी त्यांची चुकीची समज आहे. आमच्याकडे मृत शरीरे फाडून विद्यार्थ्यांना शरीरावयवांची सगळी माहिती देतात. हाडे, शिरा, स्नायू, पचनेंद्रिये वगैरेंची सारी माहिती आमच्या वैद्यांना असते. पाश्चात्त्य लोक आम्हाला घाणेरडे समजतात. पण घाणेरडे रोग खरे त्यांच्याचकडे असतात.

आश्रमात पाहुणे मंडळींचीही ये-जा असे. काही व्यापारी, विद्यार्थी, जोगी मधून-मधून कामानिमित्त येत. त्यांच्याकरिता पथिकाश्रम असे व राहण्या-खाण्यापिण्याबद्दल त्यांना ठरलेला आकारही द्यावा लागत असे. तसेच सगळे साधक काही ब्रह्मचारी किंवा संन्यासी नसत. काही लग्न करीत, गृहस्थी धर्माने राहत. त्यांचा एक वेगळा वर्ग असे. ते तांबडी कानटोपी घालीत. अर्थात हा वर्ग फार अल्पसंख्याक असे. ब्रह्मचारी जोगी पिवळी कानटोपी घालीत व आश्रमात ते बहुसंख्याक असल्याने त्यांचीच सत्ता चाले. विवाहित साधकांच्या मठात जोगी व जोगिणी एकत्र काम करीत व व्यवस्थितपणे राहत. कधीकधी अशा मठातले वातावरण निव्वळ ब्रह्मचाऱ्यांच्या मठापेक्षा अधिक शुद्ध व पवित्र असायचे.

काही काही आश्रमातून त्यांच्या स्वत:च्या उपयोगी पडणारे छापखाने असत. त्यात ते आपली पुस्तके छापीत. त्यासाठी लागणारा कागद ते स्वत:च तयार करीत. आता हा धंदा जरासा धोक्याचा होता. कारण हा कागद तयार करण्याकरिता झाडाची एक प्रकारची साल वापरीत व ती साल फार विषारी असे. त्यामुळे त्या सालीवर किडे वगैरे कधी बसत नसत, पण ती साल काढून, कुटून, त्याचा लगदा करून त्याचा जेव्हा कागद करीत, तेव्हा ते सगळे काम करणारे जोगी आजारी पडत. कोणाचे डोके दुखे तर कुणाला उलट्या होत. आम्ही छापण्याकरिता धातूचे खिळे वापरीत नसू, तर लाकडी कागदावर प्रथम जे छापायचे ते प्रथम लिहून काढीत असू. मग छापलेल्या

मजकुराव्यतिरिक्त कागदाचा जो मोकळा भाग राही तो चाकूने तासून काढून अक्षरे फक्त उठावदार करीत असू. म्हणजे छापायच्या वेळी ती अक्षरेच फक्त उमटत. हे छापायचे लाकडी तक्ते भलेमोठे आकाराचे असत. तीन फूट लांब व दीड फूट रुंद आणि त्यावर कोरलेली अक्षरे मोठी गुंतागुंतीची असायची. छापलेली पाने बारीक चकत्यासारखी असत. ती पाने एकावर एक ठेवायची व त्यांची पोथी करायची. ती एक वर व दुसरी खाली अशा दोन फळ्यांत जपून ठेवायची. छापण्याचे काम असे करीत. एक इसम तक्त्यावरच्या अक्षरांना शाई फासे. शाईचा थर एकसारखा करी, कुठे कमी नाही की कुठे जास्त नाही. दुसरा त्यावर कोऱ्या कागदाचा तक्ता पसरी. तिसरा त्याच्यावर रूळ फिरवी व चौथा तो छापून निघालेला कागद शिळेवरून उचलून बाजूला ठेवी. मग एक मदतनीस ती पाने क्रमवार लावून बाजूला ठेवी व खराब झालेली पाने वेगळी काढून ठेवी. चाकपोरीला मुद्रणालयात मोठमोठ्या, सहा फूट उंच व सुमारे चार फूट उंच लाकडी फळ्या असत. त्याच्यावर आकृत्या व नकाशे कोरून काढीत. उदाहरणार्थ, माणसाचे शरीर व त्याच्या अवयवांच्या आकृत्या. त्या कोरल्यावर त्याला योग्य असा रंग लावीत. ज्योतिषशास्त्रातील तक्ते, कुंडल्या अशाच तयार करीत. कुंडली काढायला दोन फूट लांब-रुंद अशी चौरस फळी लागे. तसेच नकाशे तयार करीत व त्यावर कोष्टके छापून काढीत.

अशा तऱ्हेने 'रानटी गुलाब' आश्रम पाहून घेतल्यावर व तेथली व्यवस्था पाहून त्या व्यवस्थेची आमच्या चाकपोरीच्या आश्रमातील व्यवस्थेशी तुलना करून आम्ही परत त्या वृद्ध धर्माध्यक्षाच्या खोलीत गेलो. आम्ही साधारण दोन-एक तास बाहेर होतो. तेवढ्या अवधीत त्याची जखम बरीच भरून आली. मग त्याचे इकडेतिकडे लक्ष लागू लागले. त्याने डोंडुप लामाश्रींकडे कृतज्ञबुद्धीने व मोठ्या आदराने पाहून घेतले. झाले. आमचे तेथील काम संपले व गुरुजी त्याला म्हणाले, ''आता आम्ही निघतो. येथे आम्ही काही चूर्णांच्या पुड्या ठेवल्या आहेत. निघण्यापूर्वी त्या कशा घ्यायच्या हे तुमची शुश्रूषा करणाऱ्या पुजाऱ्याला सांगून ठेवतो,'' असे म्हणून त्यांनी तेथे पुड्यांनी भरलेल्या तीन पिशव्या ठेवून दिल्या.

बाहेर अंगणात आमच्यासाठी दोन घोडी तयार करून ठेवली होती. मोठी खट्याळ दिसत होती ती. तोंडाला लावलेला तोबरा त्यांनी खाऊन फस्त केला होता. थोडी विश्रांती घेऊन दौड मारायला ती तयार होऊन उभी होती. पण आम्ही सावकाशपणेच जाणार होतो. आम्हाला घाई नव्हती. हा 'रानटी गुलाब' आश्रम लिंगखोर रोडच्या अगदी जवळच्या वळणापासून सुमारे सदतीसशे यार्डांच्या अंतरावर होता. वाटेत माझे जुने घर होते. त्या घरावरून जायचे माझ्या मनात काही नव्हते. माझ्या मनातले हे विचार

ओळखूनच गुरुजी म्हणाले, ''आपण तो रस्ता ओलांडून एकदम बाजार रस्त्यावरच निघू. उद्याला अजून बराच अवकाश आहे.''

बाजारात मोठमोठी दुकाने होती. दुकानदार चिनी असून कर्कश व बेसूर आवाजात आपल्या मालाची वाखणणी करून किमती वगैरे सांगून गिऱ्हाइकांना बोलावीत होते. रस्त्याच्या पलीकडे मूर्तिमंत अहंता दर्शविणारा एक पुतळा होता. ही अहंता जणू चिरंतन टिकणारी, आणि त्याच्या पलीकडे एक देऊळ होते. सकाळच्या उन्हात त्या देवळाचे कळस चमकत होते. त्या देवळाकडे शेजारच्या गावातल्या माणसांची जणू रीघ लागलेली होती. काही वेळ दौड केल्यावर आम्ही त्या गावात येऊन पोचलो. त्या गावात घरे दाटीवाटीने होती व मध्ये रस्ते नसून बोळ होते. त्या गावात मी पूर्वी आश्रमात दाखल होण्यापूर्वी आलो होतो. त्यावेळी मी स्वतंत्र होतो. आश्रमातल्या शिस्तीने बांधलेला नव्हतो. मला ते पूर्वीचे जीवन आता स्वप्नवत वाटू लागले. त्या गावाच्या बोळातून आम्ही जरा भटकलो व मग शहरातून बाहेर पडून उजवीकडे वळून मोठ्या रस्त्याला लागलो. माझ्या डोक्यात चाललेले विचार गुरुजींनी ओळखले आणि माझ्याकडे वळून म्हणाले, ''काय विचार चाललाय? जोगीपणाचा एवढ्यात कंटाळा आला की काय! पण तुला माहीत आहे? जोगी होण्यात फार मजा आहे. चार-पाच दिवसांनी आपल्या आश्रमातील मंडळी पहाडावर औषधी वनस्पती गोळा करायला निघणार आहेत. पण मला वाटते आपण त्यात जाऊ नये. त्याऐवजी तू अभ्यास कर, म्हणजे बाराव्या वर्षीच तुला 'त्रापा'ची पदवी मिळून जाईल. तुझ्याकरिता उंच पहाडांवर जाऊन तेथल्या वनस्पती गोळा करायची खास मोहीम मी आयोजिलेली आहे.'' असे बोलत बोलत आम्ही पायी कलिंग गावापाशी येऊन पोचलो. हे गाव म्हणजे ल्हासा खोऱ्याचे पश्चिम दार. गावाच्या वेशीवर भिकारी होते. त्यांपैकी एक भिकारी कळवळून ओरडत होता, ''वैद्यमहाराज, मला बरे करू नका. माझ्या पोटावर पाय येईल.'' गुरुजींना त्याची काव आली. आम्ही गावाच्या वेशीतून आत गेलो. किती हे भिकारी! ''लोबसंग, हे भिकारी आपल्या देशाचे नाव बद्दू करतात. परदेशात, महाराजश्रींबरोबर मी हिंदुस्थान व चीन या देशांत प्रवास केला. तेथले लोक म्हणतात की, ल्हासा म्हणजे भिकाऱ्यांचे शहर. त्यांना माहीत नाही की येथले काही भिकारी चांगले श्रीमंत आहेत. असे भविष्य वर्तविले आहे की, १९५० साली कम्युनिस्ट तिबेटवर आक्रमण करतील व ते या भिकाऱ्यांना कामाला जुंपतील, पण लोबसंग, त्यावेळी तू परदेशात असशील व मी परलोकात गेलेला असेन.''

गुरुजी मला केव्हा ना केव्हा तरी सोडून जाणार. हा इहलोक सोडून जाणार या विचाराने मला अस्वस्थ केले. आता इहलोकीचे आयुष्य हे नश्वर आहे. या आयुष्यात

कसोटी घेतली जाते. पुष्कळ गोष्टी मनुष्य शिकून येतो. या गोष्टी मला माहीत नाहीत असे नाही. पण ते जेव्हा प्रत्यक्ष हा लोक सोडून जातील तेव्हा ते ऐहिक ज्ञान मला चांगले पटेल.

नंतर आम्ही वळून लिंगखोर रोडवरून जाऊ लागलो. कुंडलिंगाला वळसा घालून पुनः लोहपर्वताच्या दिशेच्या रस्त्याला लागलो. त्या पर्वताचा दर्शनी भाग म्हणजे जणू कातलेला कडा होता. त्याच्यावर कोरीव काम केलेले होते. चित्रे काढलेली होती. पण ती निरखून पाहायला आम्हाला वेळ नव्हता. दिवस अगदी माथ्यावर होता. घोड्यावरून पुढे दौडत असताना औषधी वनस्पती गोळा करणाऱ्यांविषयी माझ्या डोक्यात विचार येऊ लागले. दरवर्षी आमच्या चाकपोरीतून विद्यार्थ्यांची पार्टी निघते. ते विद्यार्थी पहाडावर चढतात. वनस्पती गोळा करतात. त्या वाळवतात व मग त्या हवाबंद पिशव्यांत भरून घेतात. तेथे या पहाडात अशा कित्येक रामबाण उपायांच्या औषधी वनस्पती आहेत. या पहाडातल्या दऱ्या म्हणजे या वनस्पतींचे जणू कोठार आहे. मठात इतर महत्त्वाची कामे असली तर ह्या पार्टीत फारसे लोक जात नाहीत. मला मठात राहून अभ्यास करायचा होता. तेव्हा मी या पार्टीत पुढल्या वर्षी सामील व्हायचे असे ठरविले होते; अर्थात ते सर्व काही लामाश्री गुरुजीच ठरविणार होते. मी अगदी पहिल्याच खेपेला परीक्षा पास होईन असे ज्योतिषांनी भविष्य वर्तविले होते, पण मला अभ्यास खूप करावा लागेल हे मला माहीत होते व तसा खूप अभ्यास केला तरच ते भविष्य खरे ठरण्यातले होते. आता सध्या माझी समजशक्ती अठराव्या वर्षांच्या मुलाइतकी होती. कारण मी मोठ्या मुलांमध्येच वावरत होतो व माझ्या समजशक्तीची वाढ मी स्वतःच्याच प्रयत्नाने करीत होतो.

१०

आमचा धर्म

या प्रकरणात आमच्या संस्कृतीविषयी, आमचे समाजजीवन कोणत्या धार्मिक समजुतींवर, रूढींवर आधारित झालेले आहे, याविषयी काही माहिती देण्याचा विचार आहे. वाचकांस ती मनोरंजक व बोधप्रदही वाटेल. आमचा धर्म म्हणजे बौद्ध धर्माचा एक विशिष्ट संप्रदाय आहे. त्यास काही विशिष्ट असे नाव देता येणार नाही. आम्ही या संप्रदायाचा केवळ 'धर्म' या सामान्य नावाने उल्लेख करतो व जे तो धर्म पाळतात त्यास 'स्वकीय' म्हणतो व जे इतर धर्म, संप्रदाय पाळतात त्यास 'परकीय' म्हणतो. पाश्चिमात्य लोक आमच्या धर्माला 'लामाधर्म' असे नाव देतात. सर्वसामान्य बौद्धधर्मापासून तो थोडा भिन्न आहे. आम्ही आशावादी आहोत व भविष्यावर आमचा पूर्ण विश्वास आहे. सर्वसामान्य असा बौद्धधर्म आम्हाला नैराश्यवादी वाटतो. या सृष्टीत कोणी सर्वसाक्षी परमेश्वर असून तो सर्वव्यापी आहे व तो सर्वांचे रक्षण करतो, पालन करतो, यावर आमचा बिलकूल विश्वास नाही.

पुष्कळ विद्वान लोकांनी आमच्या धर्माचे स्वरूप काय, यावर विद्वत्ताप्रचुर ग्रंथ लिहिले आहेत. कित्येकांनी आमच्या धर्माला दूषणे दिली आहेत. कारण त्यांच्या ठिकाणी त्यांच्या स्वत:च्या धर्माचा फार अभिमान असतो व दुसऱ्यांच्या धर्मात त्यांना श्लाघ्य असे काही दिसत नाही. काहींनी तर आमच्या धर्माला 'अधर्म' असे नाव दिलेले आहे. कारण आमच्या धार्मिक समजुती त्यांना वेगळ्या वाटतात. यांपैकी पुष्कळ लेखकांनी, टीकाकारांनी केवळ ऐकीव हकिकतीचा व इतर लेखकांच्या लिहिण्याचा आधार घेतला आहे. त्यावर आपली मते ही तयार केली आहेत. काही थोड्या लोकांनी आमच्या धर्माचा थोडे दिवस अभ्यास केला असावा व आता आपल्याला सर्व काही समजले आहे या थाटात, या भूमिकेत ते आमच्या धर्माविषयी लिहावयास प्रवृत्त झालेले आहेत. वास्तविक पाहता, आमच्या धर्माच्या विविध अंगोपांगांचे यथार्थ स्वरूप समजून

घेण्याकरिता व दुसऱ्यास समजावून देण्याकरिता आमच्याकडील पूर्वाचार्यांनी, प्रकांड पंडितांनी आपल्या हयाती खर्च केल्या आहेत.

कल्पना करा की, एखादा हिंदूधर्मीय किंवा बौद्ध ख्रिस्ती बायबलमधील काही पाने एकदोन तास चाळून ख्रिस्ती धर्मावर, त्यातील बारकाव्यांवर लिहावयास प्रवर्तला, तर काय अनर्थ होईल बरे? तसाच प्रकार आमच्या धर्मांवर लिहिणाऱ्या पाश्चात्त्य लेखकांचा झाला आहे. या लेखकांपैकी कोणाही लेखकाने आमच्या आश्रमात, मठात अगदी बाल्यावस्थेपासून राहून तेथील जीवनाचा अनुभव घेतला नाही, की आमच्या धर्मग्रंथांचा अभ्यास केला नाही. हे धर्मग्रंथ रहस्यमय आहेत, त्या शब्दांत गर्भितार्थ आहे. वरवर वाचून त्यांचा खरा अर्थ समजणार नाही. ज्यांना चटकन काहीएक साधना किंवा प्रयत्न न करता स्वस्त असे मोक्षाचे साधन पाहिजे असेल, त्यांच्याकरिता ही पोथ्या-पुस्तके नाहीत. आमच्याकडे धर्मकांडाचे स्तोम फार. कर्मकांड म्हणजे स्वत:लाच मोहिनी घालण्याचा प्रकार. पण त्याने जर कोणाचे समाधान होत असेल तर त्यांच्याकरिता या पोथ्या-पुस्तकात पुष्कळ साहित्य आहे. कर्मकांडाचा अंगीकार केल्याने खऱ्या निजस्वरूपाची ओळख होत नाही. फक्त आत्मवंचना होते. काही लोकांना असे वाटते की, खुशाल वाटेल तितकी पापे करावीत व मग मनाला सदसद्विवेकबुद्धीची टोचणी लागू लागली तर कुठेतरी देवळात जाऊन तेथे दानधर्म करावा. कोठे काही जीर्णोद्धार करावा. म्हणजे परमेश्वर संतुष्ट होतो. तो कृतज्ञ असतो. तेव्हा तुमच्या दातृत्वाने तो प्रसन्न होऊन ताबडतोब तुमच्या पापांबद्दल तुम्हाला क्षमा करतो. मग तुमच्या सर्व पापांचे निश्चितपणे क्षालन झाले म्हणजे नवीन पापे करायला तुम्ही मोकळे होता. परमेश्वर आहे, निश्चितपणे त्याचे अस्तित्व आहे. मग तुम्ही त्याला काहीही, कोणतेही नाव द्या.

भगवान बुद्धाच्या शिकवणीचा ज्या तिबेटी लोकांनी प्रामाणिकपणे अभ्यास केला आहे, ते परमेश्वराकडे दयेची याचना करीत नाहीत की, काही मागतही नाहीत. फक्त माणसांनी त्यांच्याशी सत्यधर्माने, न्यायबुद्धीने वागावे एवढेच त्यांचे मागणे असते. परमेश्वर म्हणजे मूर्तिमंत ऋत, मूर्तिमंत न्यायदेवता. तो कोणावरही विनाकारण दया दाखवीत नाही की पक्षपात करीत नाही. त्याला सगळे मानवप्राणी सारखे. एकावर फाजील दया दाखविली तर दुसऱ्यावर तो अन्याय होतो. परमेश्वराच्या नावाने काही दानधर्म करायचा, त्याची पूजाअर्चा करायची, देवळात मूर्तीच्या पुढे पैसाआडका, सोने-नाणे ठेवायचे, धूप-अगरबत्ती जाळायची आणि मग असा सगळा अनुनय करून त्याच्याकडे काही मागणे मागायचे की मला धन-दौलत दे; संतान दे. माझे दुखणे बरे कर अशी प्रार्थना करायची. अशी प्रार्थना जर परमेश्वराने ऐकली तर परमेश्वर हा फक्त श्रीमंतांचा पाठीराखा आहे, गरिबांचा वाली नाही, असे होईल व मोक्ष हा फक्त अतिश्रीमंतांकरिता उपलब्ध

आहे असा त्याचा अर्थ होईल. परमेश्वराजवळ पैसा कमी आहे व तो देऊन त्यास विकत घेणे शक्य आहे असे होईल.

दया ही एक माणूस दुसऱ्या माणसाला दाखवू शकतो; पण दाखवीत नाही. परमेश्वर फक्त न्याय देतो. आपण देहाने जरी मर्त्य असलो तरी चिरंतन असे जीवात्मे आहोत. आमचा मूल मंत्र म्हणजे 'ॐ मणि पद्मे हुं' या मंत्राचा अर्थ, 'पद्मामध्ये वास करीत असलेल्या त्या मण्याला मी वंदन करतो.' ज्यांनी अध्यात्माचा थोडा जरी अभ्यास केला असेल त्यांना या मंत्राचा खरा अर्थ ताबडतोब समजून येईल. तो म्हणजे मानवाच्या आत्म्याला मी वंदन करतो किंवा 'ॐ नमोजी आद्या । आत्मरूपा ।।' आत्म्याला मरण नाही. दिवस मावळला म्हणजे मनुष्य जसा अंगावरचे कपडे काढून झोपी जातो त्याचप्रम ाणे माणसाला दीर्घ निद्रा आली म्हणजे आत्मा तो देह टाकून देतो.

वासांसि जीर्णानि यथा विहाय नवानि गृह्णाति नरोऽपराणि ।
तथा शरीराणि विहाय जीर्णान्यन्यानि संयाति नवानि देही ।।

ज्याप्रमाणे एखादा मनुष्य जुनी, फाटलेली वस्त्रे टाकून, दुसरी नवी वस्त्रे घेतो, त्याचप्रमाणे जीवात्मा जीर्ण शरीरे टाकून दुसरी धारण करतो.

मरण व जन्म यांत काही फरक नाही. मरणे म्हणजे अस्तित्वाच्या नव्या स्तरावर, पातळीवर पुन्हा जन्मास येणे. या निरनिराळ्या देहांमध्ये वावरणारा आत्मा हा अमर आहे. शरीर म्हणजे किंचित काल त्याने पांघरलेले वस्त्र; त्या वस्त्राचे रंगरूप त्याचे संचित कर्म ठरविते. नवीन जन्मातले त्याने करावयाचे कार्यही तेच ठरवून देते. बाह्यरूपावर काही अवलंबून नसते. खरे स्वरूप म्हणजे अंतःस्वरूप, आत्मिक स्वरूप. एखादे वेळी मोठा अवतारी पुरुष, सिद्धयोगी गरिबाच्या रूपाने या जगात अवतरेल तर एखादा पापी माणूस आपल्या संचित कर्मानुसार या जगात श्रीमंत माणूस म्हणून जन्मास येईल. म्हणजे सुखसमृद्धीचा लाभ झाल्यावर तो माणूस पापाचरणाचा मोह कसा काय आवरील, हे जणू पाहण्याकरिता, ही परीक्षा घेण्याकरिता नियती हा खेळ करून पाहील.

आम्ही याला जन्ममरणाचे 'रहाटगाडगे' म्हणतो. म्हणजे जन्मास येणे, जिवंतपणी काहीतरी कार्य करणे, नंतर मरणे व पुन्हा जन्मास येणे. प्रत्येक जन्मी भिन्न भिन्न परिस्थितीत व परिसरात तो जन्मास येतो. एखाद्या माणसाला एखाद्या जन्मी दुःख, यातना सहन कराव्या लागतात. याचा अर्थ असा नव्हे की, पूर्वजन्मी त्याने पुष्कळ पापे केली होती, तर या जन्मी त्यास ते दुःख सहन करून परिपक्व व्हायचे असते, असाही त्याचा अर्थ होऊ शकतो. पुष्कळ गोष्टी शिकविण्याकरिता नियती या मार्गाचा अवलंब

करीत असते. तात्त्विक चर्चेपेक्षा किंवा सांगोपांगी माहिती देण्यापेक्षा प्रत्यक्ष अनुभव हाच खरा नवीन ज्ञानग्रहणाचा उत्कृष्ट मार्ग आहे. आता एखाद्याने एका जन्मी आत्महत्या केली तर पुढच्या जन्मी त्यास काही जास्त वर्षे जगावे लागते. म्हणजे हिशेब सारखाच. हे जन्म-मरणाचे रहाटगाडगे सतत अव्याहत चालू असते. त्यातून कोणी सुटत नाही. मग तो राजा असो की रंक असो. रूपवान असो की कुरूप असो. हा कर्मांचा व पुनर्जन्माचा सिद्धांत तसा समजावयास सोपा आहे. कोणाही साधारण बुद्धीच्या माणसास तो सहज समजू शकेल, इतका तो तर्कशुद्ध आहे. त्याला काही मोठे धर्मग्रंथ वाचावयास नकोत. तिबेटमधील धर्माविषयी थोडक्यात सांगता यायचे नाही. या विषयावर आमच्याकडे शंभरावर धर्मग्रंथ-पोथ्या आहेत. त्यात आमच्या या धर्माची चर्चा केली आहे. तरीही ही चर्चा समग्र किंवा संपूर्ण अशी होऊ शकत नाही. अगदी अप्रसिद्ध अशा मठामध्ये पुष्कळ पोथ्या जपून ठेवलेल्या आहेत. त्या फक्त या शास्त्रामध्ये जे पारंगत आहेत, केवळ त्यांच्याच दृष्टीला पडल्या आहेत.

गेले कित्येक शतकांपासून पौर्वात्य लोकांना ही गूढ विद्या, हे अतींद्रिय शास्त्र अवगत झालेले आहे. त्यांच्या मते हे शास्त्र अगदी नैसर्गिक नियमांवर आधारलेले असून त्या शास्त्रात सांगितलेल्या गोष्टी, भौतिकशास्त्रातल्या नियमांनुसार म्हणजे त्यांचे वजन करता येत नाही किंवा त्याची ॲसिडमध्ये टाकून रासायनिक परीक्षा करता येत नाही, म्हणून त्या खोट्या आहेत हे ठरविण्यापेक्षा पौर्वात्य शास्त्रज्ञांनी व संशोधकांनी त्या शास्त्राचा सखोल अभ्यास करून त्यात प्राविण्य मिळविलेले आहे. उदाहरणार्थ, दूरसंवीक्षणाची विद्या घ्या. त्या विद्येच्या तांत्रिक भागाची कुचेष्टा, विचक्षणा न करता आम्ही त्या विद्येने फलप्राती काय होते, इकडे लक्ष जास्त देतो. पुष्कळांना ही दूरसंवीक्षणाची विद्या खोटी वाटते. आंधळ्यांना दृष्टी नसते. त्यांना पाहता येत नसल्याने दृश्य वस्तू खोट्या वाटतात. तसा हा प्रकार आहे. एखादी वस्तू अतिदूर असून तिच्यामध्ये व डोळ्यांमध्ये काही संपर्क नसताना ती कशी दिसू शकते, हे त्यांना समजत नाही.

माणसाच्या शरीराकृतींभोवती रंगांची वलये असतात आणि त्या रंगांच्या घट्ट पातळपणांवरून या विद्येत जे पारंगत आहेत, त्यांना त्या माणसाची शरीरप्रकृती कशी आहे, त्याचा स्वभाव कसा आहे व आध्यात्मिकदृष्ट्या तो किती प्रगत आहे, याचे ज्ञान होते. त्या माणसाच्या शरीरातील जीवनशक्ती, त्याचा स्वभाव, त्याची अस्मिता, त्याचा आत्मा यांचे त्याच्या शरीराभोवतालचे तेजोवलय हे प्रतीक असते. त्याच्या डोक्याभोवती हे जे वलय असते, तेसुद्धा या जीवनशक्तीचा, त्याच्या व्यक्तिमत्त्वाचा भाग आहे. तो माणूस जेव्हा मरतो, तेव्हा या वलयातील तेज कमी कमी होत जाते. कारण त्या माणसाची अस्मिता, अहंता तो देह सोडून तो अन्यत्र जेथे जन्म घेणार असेल

त्या देहाच्या दिशेने प्रवास करू लागते. ते वलय म्हणजे जणू त्याचे 'भूत.' माणूस मरण पावल्यावर ते वलय शरीरापासून सुटते व त्या वेळी त्या वलयाला धक्का बसल्यासारखे वाटते. नंतर ते अलग होऊन इकडेतिकडे वाहू लागते. आता काय होणार, याचे या वलयाला पुरेसे ज्ञान होत नाही. म्हणून मनुष्य मरायच्या वेळी आमच्याकडे लामा मंडळी त्या माणसाच्या शेजारी बसून राहतात. हेतू हा की, त्या मरणाऱ्या माणसाचा आत्मा आता पुढे कोठे व कसा जातो ते आपल्या दिव्य दृष्टीला दिसावे. त्या आत्म्यास पुढे सूक्ष्म व कारणविश्वात जाण्याकरिता ते आवाहन करतात. नाहीतर तो आत्मा परत पृथ्वीकडे, अतृप्त वासनांमुळे खेचला जातो. त्या आत्म्याचे सारे दैहिक, ऐहिक पाश तोडून टाकणे हे ते लामा आपले कर्तव्य समजतात.

या मृतात्म्यांना, या भुतांना मार्गदर्शन करता यावे म्हणून आम्ही मधूनमधून सामुदायिक प्रार्थना करतो. तिबेटी लोकांना मृत्यूची भीती वाटत नाही. पण आत्म्याचा एका देहातून निघून दुसऱ्या देहात प्रवेश करण्याचा प्रवास सुखावह व सोयीचा व्हावा म्हणून काही दक्षता बाळगली तर उपयोग होतो, अशी आमची श्रद्धा आहे. याकरिता काही विशिष्ट पद्धतीचे मार्गदर्शन करावे लागते म्हणजे तो मार्ग सुगम होतो, तो सुपथ होतो. त्याकरिता मंदिरात सुमारे तीनशे भिक्षू जमतात व सामुदायिक प्रार्थना करतात. मंत्राचा घोष करतात. मंत्रजागर करतात. मंदिरात सुमारे पाच-एक लामा वर्तुळाकार समोरासमोर बसतात. त्या लामांना दूरसंवीक्षणाची सिद्धी प्राप्त झालेली असते. त्या लामांमध्ये एक धर्माध्यक्ष असतो. तो मंत्र म्हणत असतो व तो उच्चार होत असताना इतर लामा आपद्ग्रस्त आत्म्याशी संपर्क साधतात. त्या मंत्राचे यथायोग्य भाषांतर करणे अवघड आहे तरी प्रयत्न करून पाहतो.

'मृत्युलोकाच्या सीमेपलीकडे गेलेल्या आत्म्यांनो, आमच्या आत्म्यांचे आवाज ऐका. तुम्हाला कोणाचीही मदत मिळत नाही. जिवंत प्राण्याचे जग व मृताचे जग ही दोन वेगवेगळी विश्वे आहेत. तेथे त्यांचे चेहरे कुठे दृष्टीस पडणार व त्यांचे आवाज कसे ऐकू येणार? अगरबत्तीची ही पहिली कांडी पेटवून आम्ही त्या मृतात्म्याला, भटकणाऱ्या भुताला बोलावीत आहोत, या अगरबत्तीच्या प्रकाशाने त्याला पुढचा रस्ता दृष्टीस पडो.

'हे भटकणाऱ्या मृतात्म्यांनो, आमच्या आत्म्यांचे आवाज ऐका. हे जग मिथ्या आहे. हे जीवन म्हणजे एक स्वप्न आहे. जो प्राणी जन्मास येतो तो मरणारच. 'जातस्य हि ध्रुवो मृत्युः' बुद्धदेवाच्या मार्गानेच गेल्यास चिरंतन जीवनाचा मार्ग आढळतो. ही अगरबत्तीची तिसरी कांडी पेटवून आम्ही त्या मृतात्म्याला, भटकणाऱ्या भुताला बोलावीत आहो. या अगरबत्तीच्या प्रकाशाने त्याला पुढचा मार्ग दिसून येतो.

'हे सम्राटांनो, आमच्या आत्म्याचे आवाज ऐका. तुमच्या सत्तेखाली असलेल्या प्रदेशात पर्वत, नदीखोरी यांचाही अंतर्भाव होतो. तुमचे राज्य क्षणभरच टिकले. तुमच्या प्रजाजनांची गाऱ्हाणी कधीही संपली नाहीत. इतिहास हा रक्ताच्या शाईने लिहिला जातो आणि जुलुमाखाली दडपलेल्या आर्तजनांच्या उसाशांनी झाडांवरली पाने हलतात. ही अगरबत्तीची चौथी कांडी पेटवून आम्ही त्या सम्राटांच्या व हुकूमशहांच्या आत्म्यांना बोलावीत आहोत. या अगरबत्तीच्या प्रकाशाने त्यांना पुढचा मार्ग दिसून येवो.

'हे वीर पुरुषो हो, तुम्ही शत्रूंवर स्वाऱ्या केल्या, लोकांना ठार मारले, जायबंदी केले. कुठे आहेत त्या तुमच्या फौजा? आमच्या आत्म्यांचे आवाज ऐका. ज्या रणभूमीवर तुम्ही लढतात, तेथली धरती आक्रंदन करीत आहे व तिच्यावर हिरव्या गवताचे रान माजले आहे. अगरबत्तीची ही पाचवी कांडी पेटवून आम्ही त्या सेनापतींच्या आणि अधिकाऱ्यांच्या आत्म्यांना बोलावीत आहोत. ते आत्मे भुतांसारखे एकटेच भटकत आहेत.

'हे कलावंतांनो, पंडितांनो, तुम्ही आजवर अनेक कलाकृती जगास दिल्या. ग्रंथ लिहिले. आमच्या आत्म्यांचे आवाज ऐका. विनाकारण तुम्ही आपल्या कलात्मक दृष्टीला, बुद्धीला ताण दिलात. शाई नासलीत. तुम्हाला लोक विसरले. पण तुमच्या आत्म्यांना पुढे गेलेच पाहिजे. अगरबत्तीची ही सहावी कांडी पेटवून आम्ही त्या कलावंतांच्या व पंडितांच्या आत्म्यांना बोलावीत आहोत. या अगरबत्तीच्या प्रकाशाने त्यांचा पुढील मार्ग सुगम होवो.

'हे सुंदर कुमारिकांनो व कुलीन स्त्रियांनो, तुमचे लावण्य म्हणजे जणू वसंत ऋतूमधील एक प्रभात असे होते. आमच्या आत्म्यांचे आवाज ऐका. प्रियकराच्या आलिंगनानंतर प्रेमी युगुलांच्या ताटातुटीचा प्रसंग ओढवतो. वसंत ऋतूनंतर मग वर्षाकाल येतोच. त्यानंतर शिशिर ऋतू येतोच. त्याबरोबर झाडांची पाने गळतात, फुले येईनाशी होतात. झाडांचे सांगाडे दिसू लागतात; जी झाडांची गोष्ट तीच मानवाची गोष्ट. त्यांचेही सौंदर्य विलयास जाऊन त्यांच्याही शरीराची हाडे दिसू लागतात. आमच्या आत्म्यांचे आवाज ऐका. अगरबत्तीची ही सातवी कांडी पेटवून आम्ही त्या कुमारिकांच्या व कुलीन स्त्रियांच्या आत्म्यांना बोलावीत आहोत. ऐहिक पाशातून पुरतेपणी मुक्त होऊन त्यांचा पुढचा मार्ग स्पष्ट दिसो.

'हे भिकारी व चोर लोकहो, गुन्हे केल्यामुळे तुमच्या मनाला शांती मिळत नाही. आमच्या आत्म्याचे आवाज ऐका. तुमचा आत्मा ह्या सूक्ष्म विश्वात एकाकीपणे भटकत आहे, त्याला कोणी मित्र नाही, तुमच्यामध्ये न्यायबुद्धी नाही. अगरबत्तीची ही आठवी

कांडी पेटवून आम्ही तुम्हाला बोलावीत आहोत. तुम्ही या जगात पापे केली म्हणून तुम्हाला आता एकटेच असे भटकावे लागत आहे.

'हे वेश्यांनो, पण्यांगणांनो, आणि ज्यांच्याविषयी समाजाने अन्याय केला आहे, अशा इतर स्त्रियांनो, तुमचे आत्मे आता भूतयोनीत वावरत आहेत; आमच्या आत्म्यांचे आवाज ऐका. अगरबत्तीची ही नववी काडी पेटवून आम्ही तुम्हाला बोलावीत आहोत. या धूपाच्या वासाने तुम्हास मदत होवो व तुमचे आत्मे या ऐहिक पाशातून मुक्त होवोत.'

देवळातील अंधाऱ्या गाभाऱ्यात धूप जळत आहे, धूपाची निरांजने तेवत आहेत. त्यांचा सौम्य व मंद प्रकाश सभोवार भरून राहिलेला आहे. देवादिकांच्या सुवर्णमूर्तींच्या छाया इतस्तत: जणू नृत्य करीत आहेत. ज्या माणसांचे आत्मे देहातून बाहेर पडलेले आहेत पण ज्यांना अजून त्या देहाचे आकर्षण वाटत आहे, त्या आत्म्यांशी संपर्क साधण्याकरता हे अंतर्ज्ञानी लामा प्रयत्न करीत आहेत. त्यांच्या ध्यानधारणेमुळे येथील हवा जणू कुंद झाली आहे.

भगव्या रंगाची वस्त्रे परिधान करून ही लामा मंडळी एकमेकांसमोर हारीने बसली आहेत. मृतात्म्यांचे क्षमायाचनेचे आर्त करुण स्वर जणू त्या लामांच्या मुखातून बाहेर पडत आहेत. मृतात्म्यांच्या हृदयातील सूर देवळातील कोपऱ्यात ठेवलेल्या मृदंगात जणू प्रतिध्वनित होत आहेत. त्यांच्या जित्या शरीरातील निरनिराळ्या इंद्रियांतून त्यांच्या चलनवलनांचा आवाज ऐकू येत आहे. शरीरातील रक्ताभिसरण, पाचक रसांचे वहन, फुफ्फुसातील श्वासोच्छ्वास हे सर्व इंद्रियव्यापार देवळातील कानाकोपऱ्यातून पडसाद घेऊन उठत आहेत. हा मंत्रपाठ चालू असताना, मृतात्म्यांना आवाहन करण्याचे काम चालू असतानाच मंत्र म्हणणाऱ्या लामांचे शब्दोच्चारसुद्धा बदलत आहेत. हळूहळू ते उच्चार मंद, क्षीण होऊ लागले आहेत. मग त्या मंद-क्षीण झालेल्या आवाजात मृतात्म्यांचे देहत्याग करण्याच्या वेळाचे आवाज मिसळू लागले आहेत. नंतर आवाज मोठा होऊ लागला. धाप लागल्यासारखी वाटली आणि मग सर्व काही शांत, नि:स्तब्ध झाले. मृत्यूनंतर येणारी ही शांतता. त्या भयानक शांततेत हळूहळू एक आगळी जाणीव, एक विलक्षण आभास निर्माण होऊ लागला आहे. ज्याला पराविद्येचा नुसता गंध आहे, त्यालासुद्धा ती जाणीव व तो आभास होऊ लागला आहे. आभास असा की, ते मृतात्मे तो मंत्रोच्चार ऐकत आहेत. हळूहळू सूक्ष्मदेहाप्रत पाठविलेले संदेश त्यांना पोचले जात आहेत. त्या विश्वातला तणाव कमी कमी होऊन ते मृतात्मे आपल्या पारलौकिक प्रवासाच्या पुढील मुक्कामाच्या दिशेने पुढे पावले टाकू लागले आहेत.

आमचा पुनर्जन्मावर पूर्ण विश्वास आहे. पण तो जन्म पुन्हा या पृथ्वीवरच येईल

असे नाही. पृथ्वीसारखे कोट्यवधी गोल आहेत आणि त्यापैकी पुष्कळांवरती प्राण्यांची वसती नाही; आणि जेथे काही प्राणी असतील ते कसे असतील, याची आपल्याला काही कल्पना येणार नाही. कदाचित ते प्राणी मानवप्राण्यांहूनही अधिक उत्क्रांत असतील. तिबेटमध्ये आम्ही असे समजत नाही की, मनुष्य हा सगळ्या प्राण्यांत उच्च व सर्वांत अधिक उत्क्रांत आहे. आम्ही असे मानतो की, मानवाहूनही उच्चतर प्राणी अन्यत्र आहेत. पण ते काही असहाय लोकांवर बॉम्ब टाकीत आहेत. आकाशात काही चमत्कारिक व गूढ अशा आकृत्या दिसतात. आम्ही त्यांना देवांचे रथ असे म्हणतो. गुरुजींनी त्याविषयी मला असे सांगितले की, आकाशात त्या आकृतींमध्ये देव वास करतात व पृथ्वीवरील प्राण्यांच्या व्यवहारांचे अवलोकन करतात. एखाद्या प्राणिसंग्रहालयात आपण नाही का, इतर प्राणी, जंगली, हिंसक प्राणी पाहत. त्या देवांशी काही लामा संपर्क साधू शकतात.

लघिमासिद्धीबद्दल आमच्याकडे बरेच पोथ्यापुराणात लिहिलेले आहे. ही सिद्धी पुष्कळ योग्यांजवळ असते. पण तिला स्वाध्याय फार करावा लागतो. तसे पाहिले तर त्या सिद्धीची तादृश जरुरी नसते. त्यापेक्षा सूक्ष्म देहात, अंतरिक्षात संचार करणे फार सोपे आणि खात्रीचे. पुष्कळ लामांना ही सिद्धी असते व चिकाटीने जे या सिद्धीच्या साधनेचा अभ्यास करतात; त्यांना कालांतराने ही सिद्धी प्राप्त होते. फार उपयुक्त व आनंददायी ही सिद्धी आहे.

आपण ज्यावेळी जागे असतो, म्हणजे दिवसा आपणांमधली ही अहंता, ही अस्मिता पार्थिव शरीराशी संलग्न, संबद्ध असते. काही एका विशिष्ट प्रक्रियेखेरीज ही अस्मिता शरीरापासून अलग करता येत नाही. आपण जेव्हा झोपी जातो, तेव्हा आपल्या शरीरालाच फक्त विश्रांतीची जरुरी असते. त्यावेळी ही अस्मिता, आपले सूक्ष्म शरीर, आपला आत्मा या शरीरापासून अलग होतो व सूक्ष्म विश्वात विहार करू लागतो. उदाहरण द्यायचे म्हणजे एखाद्या शाळकरी मुलाचे. तो मुलगा नाही का शाळा भरली म्हणजे शाळेत जातो व शाळा संपली की, घरी परत येतो. पार्थिव शरीर व अहंता किंवा अस्मिता यांस जोडणारा एक दुवा असतो, त्यास रजत-रज्जू म्हणतात. तो रज्जू वाटेल तितका लांब होऊ शकतो. तो जोपर्यंत तुटत नाही, तोपर्यंत ते पार्थिव शरीर जिवंत राहते. मरणानंतर तो रज्जू तुटतो व मग तो आत्मा दुसऱ्या लोकात वेगळा जन्म घेतो. मूल जन्माला आले म्हणजे त्याची नाळ जननीच्या शरीराशी संबद्ध असते, ती तोडावी लागते. तसा काहीसा प्रकार या 'रजत-रज्जू'बाबतचा आहे. जन्मास आलेल्या मुलाचा जन्म म्हणजे मातेच्या उदरात असलेल्या सुरक्षित व संगोपित जीवनाचे मरण होय. तसेच मरण म्हणजे आत्म्याची एका शरीरापासून मुक्तता व दुसऱ्या अधिक स्वतंत्र

अशा विश्वात, देहात त्याचा प्रवेश. झोपेमध्ये हा 'रजत-रज्जू' अबाधित राहतो व आत्मा सूक्ष्म विश्वात यथेच्छ संचार करतो. योगीजन, जागृतावस्थेतही ध्यानामध्ये पूर्ण जाणीव ठेवून सूक्ष्म विश्वात संचार करू शकतात. सूक्ष्म विश्वात वावरताना जी दृश्ये दिसतात, त्यांस स्वप्ने म्हणतात. स्वप्नांमधले हे सूक्ष्म देहातले अनुभव या 'रजत-रज्जू'च्या द्वारा पार्थिव देहात आणले जातात व मग पार्थिव देहातील इंद्रियास ते अनुभव घडून येतात व देहधर्माने मनुष्य त्या अनुभवांचा अर्थ लावतो. या सूक्ष्म विश्वात 'काल' हे परिमाण नाही. कालाची कल्पना ही पूर्णत: पार्थिव देहात्मकच आहे. तेव्हा अगदी लांबलचक अशी गुंतागुंतीची स्वप्ने जरी पडली, तरी ती चार-पाच सेकंदांत संपून जातात. तसेच पुष्कळांना स्वप्नात अगदी सातासमुद्रापलीकडल्या माणसांना भेटल्याचा अनुभव घडून येतो. त्यांच्याशी बोलणेसुद्धा होते. ते काही संदेश देऊन जातात व जागे झाल्यावर ते स्वप्न त्यांना बहुधा आठवत नाही व स्वप्नातल्या हकिकती आठवेना झाल्या म्हणजे मन बेचैन होते. कधीकधी स्वप्नात आपण एखाद्या मित्राशी किंवा आप्ताशी बोलून येतो व मग थोड्याच दिवसात तो मित्र किंवा आप्त आपल्याला प्रत्यक्ष भेटतो. मग त्याचे आपल्याला फार आश्चर्य वाटते. ज्यांची साधना नसते त्यांना स्वप्ने स्पष्ट पडत नाहीत. अनेक काळातले अर्धवट एकमेकांत गुंतलेले असे ठसे त्या स्वप्नात पडतात व अशा स्वप्नांचा अर्थ लावणे कठीण असते.

तेव्हा सांगायचे काय की, आम्ही लघिमा सिद्धीवर फारसा भर देत नाही. आम्ही सूक्ष्म देहात जाण्याची, सूक्ष्म जगतात विहार करण्याची सिद्धी प्राप्त करून घेतो. 'रजत-रज्जू'चा संबंध कायम ठेवून आम्ही अस्मिता स्थूल देहापासून बाजूला काढू शकतो. मग मनाला कोठे वाटेल तिकडे संचार करता येतो; तोही क्षणार्धात. पुष्कळांना अशा तऱ्हेने सूक्ष्म जगतात विहार करता येतो. तर काहींना असा अनुभव येतो की, ते सुरुवात तर बरोबर करतात. पण मग त्यांना धक्का बसतो. साधारण प्रत्येकाला असा अनुभव असतोच की, झोप लागायच्या वेळी कोठेतरी अज्ञात स्थळी आपण लोटले जात आहोत व उठायच्या वेळी कोणीतरी आपल्याला धक्का मारून जागे करीत आहे असे वाटते. यावेळी खरोखरी काय होते, याचा विचार करावयास पाहिजे. अशावेळी अस्मिता ही फार जलद शरीरापासून सुटू लागते. सूक्ष्म देहाची हिसकाहिसकीने स्थूल देहापासून ताटातूट होते; रजतरज्जू आकुंचित केला जातो व आत्मा सूक्ष्म देहातून जबरदस्तीने काढून परत स्थूल शरीरात घातला जातो. आत्मा परत तसा यायला तयार नसतो. हलक्या वायूने भरलेले विमान जसे दोरीपासून खूप वरती आकाशात तरंगत राहते, त्याप्रमाणे सूक्ष्म देह स्थूल देहापेक्षा कितीतरी फूट उंच अंतराळात तरंगत राहतो. सूक्ष्म जगतातून मनुष्य शरीरात मोठ्या वेगाने जेव्हा परत स्थूल शरीरात प्रवेश करतो, तेव्हा काहीतरी एखादे कारण घडते. नुसता एकदम बाहेरून आवाज आला तरी पुरेसे

होते. मनुष्य एकदम ताबडतोब झोपेतून जागा होतो व त्यास असे वाटते की, तुटलेल्या कड्यावरून आपण पडत आहोत व अगदी वेळीच आपण जागे झालो आहोत.

पण स्वप्नसृष्टीत, अगदी पूर्ण जागृतावस्थेत जाणे व त्या अवस्थेवर स्वत:चा पूर्ण ताबा ठेवणे हे तसे कोणालाही जमण्यासारखे आहे; पण त्याला सराव, अभ्यास पाहिजे; पण सुरुवाती सुरुवातीला त्याला पूर्ण एकांत पाहिजे. तेथे कोणीसुद्धा येता कामा नये. आता हे पुस्तक म्हणजे काही पराविद्येवरचे पाठ्यपुस्तक नाही. तेव्हा सूक्ष्म जगतामध्ये स्वच्छंदपणे विहार करण्याकरिता काही सूचना देण्याचा प्रस्तुत प्रसंगी काही विचार नाही; पण एक गोष्ट मात्र येथे नमूद करण्यासारखी वाटते की, योग्य गुरूच्या मार्गदर्शनाखेरीज हा अभ्यास करू नये. त्रास होतो. तसा प्रत्यक्ष धोका नाही, पण जर सूक्ष्म शरीरास अनैसर्गिकरीत्या किंवा विसंगत पद्धतीने स्थूल शरीर सोडावे किंवा त्यात पुनरपि प्रवेशावे लागले तर शरीरास हादरा असतो व भावनांची उलथापालथ होते व मनावर दुष्परिणाम होतो. प्रसंगी चित्रभ्रमही होतो. ज्यांना हृदयविकाराची व्यथा आहे, त्यांनी या भानगडीत पडू नये. अशा माणसाने शरीर सोडून जावे व त्याच्या खोलीत इतर आत्म्याने प्रवेश करावा. त्याच्या शरीरास किंवा 'रजत-रज्जूस' डिवचावे म्हणजे सूक्ष्म देहात गेलेल्या माणसाच्या मनास हादरे बसतात. प्रसंगी तो मरण पावतो व त्याच्या आत्म्यास अडचणीत आणल्यासारखे होते. कारण तो जन्मास आल्यावेळी त्याचे जे प्रारब्ध निदित केले होते, त्याचा या हयातीत क्षय करायचा असतो. मग त्याला ते कर्म अर्धवट सोडून द्यावे लागते. कारण त्या प्रारब्ध कर्माचा संपूर्ण नाश केल्याखेरीज त्याला पुढच्या टप्प्यावर जाता येत नाही.

आमची अशी समजूत आहे की, मानवप्राण्याचे पतन होण्यापूर्वी त्याच्या ठिकाणी या अणिमा, गिरिमा, परचित्त-ज्ञान, दूरसंवीक्षण इत्यादी होत्या. त्याला सूक्ष्मात जाता येत असे. पण पतनानंतर त्याने या सिद्धी गमावल्या. त्या पतनाची आम्ही अशी व्युत्पत्ती लावतो की मानवाने या सिद्धींचा दुरुपयोग केला व सर्वसाधारण मानवाची उत्क्रांती होण्याच्या दृष्टीने त्यांचा उपयोग न करता स्वत:च्या स्वार्थाच्या दृष्टीने त्याचा उपयोग केला. अगदी पुरातन काळी एक मनुष्य दुसऱ्या मनुष्याशी नुसत्या विचार-वहनाने बोलू शकत होता. त्यास शब्दांचा उपयोग करावा लागत नव्हता. शब्दांची भाषा त्या त्या लोकांनाच, त्याच जमातीच्या लोकांना कळे. इतरांना कळत नसे. पण विचार-वहनाच्या संक्रमणाच्या पद्धतीने कोणासही कोणाशीही विचारविनिमय करता, बोलता येत असे. ज्यावेळी ही विचारसंक्रमणाची सिद्धी लुप्त झाली, दुरुपयोगाने नष्ट झाली, तेव्हा बाबेल, धर्मग्रंथ जन्मास आले.

आमच्याकडे आम्ही ख्रिस्ती व यहुदी लोकांसारखा 'शनिवार' पाळत नाही. आम्ही दर महिन्यातले अष्टमीचे व पौर्णिमेचे दिवस हे 'शुभ दिन' म्हणून पाळतो. त्या दिवशी आम्ही सामुदायिक प्रार्थना वगैरे करतो. भजन-कीर्तन कार्यक्रमात दिवस घालवितो. हे दिवस पवित्र समजले जातात व या दिवशी प्रापंचिक किंवा ऐहिक कर्मे आवश्यक तेवढीच आम्ही करतो, सुट्टी घेतो. याशिवाय आम्ही सणवारही पाळतो. ते असे :

आमच्या पंचांगाचा पहिला महिना साधारणपणे फेब्रुवारी महिन्याच्या सुमारास येतो. त्या महिन्यातले पहिले तीन दिवस आम्ही 'पाडवा' म्हणून पाळतो. त्यानंतर चौथ्या ते पंधराव्या तारखेपर्यंत आमच्याकडे महोत्सव चालतो. पंधराव्या तारखेला गौतम बुद्धाचा 'बुद्ध दिन' येतो. त्या दिवशी त्यांना ज्ञान झाले, म्हणून तो दिवस साजरा केला जातो. त्या दिवशी करमणुकीचे कार्यक्रम चालत नाहीत तर सर्व कार्यक्रम धार्मिक स्वरूपाचे असून ते गंभीरपणे साजरे केले जातात. याच महिन्याच्या सत्ताविसाव्या तारखेस आम्ही आणखी एक उत्सव साजरा करतो. हा उत्सव धार्मिक तसा पौराणिकही असतो. त्यानंतर पहिल्या महिन्यातले कार्यक्रम संपतात.

दुसरा महिना साधारण मार्चात येतो. या महिन्यात काही सणवार नसतात. फक्त महिन्याच्या शेवटी आम्ही सर्वारिष्ट्यशांत्यर्थ काही धार्मिक विधी करतो. तिसऱ्या महिन्यातही एप्रिलमध्ये काही सणवार नसतात. महिन्याच्या मध्यभागी ज्या दिवशी गौतम बुद्धाने लोकांस उपदेश देण्यास सुरुवात केली, त्या दिवसाची वार्षिक तिथी येते.

चौथ्या महिन्याच्या (म्हणजे साधारण मे महिन्याच्या) आठव्या तारखेस बुद्धाने सर्वसंगपरित्याग केल्याचा दिवस येतो. त्या दिवसाची वार्षिक पुण्यतिथी आम्ही मोठ्या भक्तिभावाने पाळतो. या दिवशी आम्ही व्रतस्थ राहतो; उपोषण करतो. याच महिन्याच्या पंधराव्या दिवशी गौतमबुद्धाचा महानिर्वाण दिन येतो. हा दिवस म्हणजे आम्ही 'महामुक्ती दिन' समजतो. या दिवशी सर्व महात्मे इहलोक सोडून गेले, असे आम्ही मानतो. या दिवशी आम्ही देवळात अगरबत्तीच्या कांड्या लावून इहलोकी ज्यांच्या वासना गुंतल्या आहेत त्या आत्म्यांना बोलावतो.

हे मुख्य सण-उत्सव झाले; याखेरीज दुय्यम दर्जाचे असेही उत्सव आम्ही साजरे करतो. पण त्यांचा नामनिर्देश करण्याचे येथे कारण नाही.

जून महिन्याच्या पाचव्या तारखेस आम्हा 'वैद्यलामा' मंडळींना इतर मठात काही खास उत्सवास हजर राहावे लागते. सर्व वैद्यलामांच्या कामगिरींचा आम्ही त्या दिवशी

गौरव करतो. हा दिवस साजरा करण्याची प्रथा प्रत्यक्ष बुद्धदेवांनी सुरू केली. त्या दिवशी अगदी शुचिर्भूतपणे आम्ही राहत असू. कोणतेही अपकृत्य आपल्या हातून घडू नये म्हणून दक्षता पाळत असू. कारण लगेच दुसऱ्या दिवशी आम्हाला त्याबद्दल आमच्या वरिष्ठांना जाब द्यावा लागे!

बुद्ध जयंती सहाव्या महिन्याच्या म्हणजे जुलैच्या चौथ्या तारखेला येते. त्या दिवशीही आम्ही हा दिन 'प्रथमोपदेश दिन' म्हणून साजरा करीत असू.

आठव्या महिन्याच्या म्हणजे ऑक्टोबरच्या आठव्या तारखेला आम्ही एक 'दिन' साजरा करीत असू. त्या दिनाचे नाव 'धनधान्य दिन.' वाचकांना माहीतच असेल की, तिबेट म्हणजे एक वाळवंटी पठार आहे. आमच्याकडे पाऊस बेताचा; पाण्याकरिता आम्हाला नद्यांवरच बव्हंशी अवलंबून राहावे लागते. आणि त्या पाण्यावरच आम्हाला शेती करावी लागते व थोडीबहुत पिके काढावी लागतात.

नवव्या महिन्याच्या म्हणजे नोव्हेंबर बाविसाव्या तारखेस बुद्धदेवांचा 'स्वर्गवितरण दिन' येतो. दहाव्या महिन्याच्या पंचविसाव्या तारखेस आमच्याकडे दिवाळी साजरी करतात.

वर्षाअखेरचे धार्मिक उत्सव बाराव्या महिन्याच्या शेवटल्या दोन तारखांना येतात. हे दिवस म्हणजे जानेवारीअखेर व फेब्रुवारीच्या सुरुवातीचे. या दिवशी जुने वर्ष संपते व नवीन वर्ष सुरू होते.

आमचे पंचांग पाश्चिमात्यांच्या पंचांगाहून फार वेगळे आहे. आम्ही साठ वर्षांचे एक आवर्तचक्र मानतो. प्रत्येक वर्षाला आम्ही एक विशिष्ट नाव देतो. त्या नावाकरिता आम्ही पंचमहाभूतांच्या व बारा प्राण्यांच्या नावांची योजना केली आहे. दर पाच वर्षांनी महाभूतांचे नाव पुन्हा येते. तसेच दर बारा वर्षांनी त्याच त्याच प्राण्याचे नाव पुन्हा येते. अशी प्रत्येक वर्षाला एका महाभूताचे व एक प्राण्याचे अशी आम्ही जोडनावे देतो. पंचमहाभूते म्हणजे पृथ्वी, आप, तेज, काष्ठ व लोह, बारा प्राणी योनी म्हणजे ससा, मत्स्यपक्षी, सर्प, अश्व, मेष, वानर, पक्षी, श्वान, वराह, मूषक, बलीर्द व व्याघ्र.

आमचा भविष्यावर विश्वास आहे. आमच्या दृष्टीने फलज्योतिष हे विज्ञान आहे व ते बिनचूक भविष्य वर्तविते. आमच्या दृष्टीने अंतरिक्षातून पृथ्वीकडे, ग्रह-नक्षत्रांकडून, अंतराळाकडून जे किरण येतात, त्यांचे 'वर्ण' भिन्न असतात व ते मनुष्याच्या स्वभावावर, प्रकृतीवर, भवितव्यावर प्रभाव पाडतात. आपण कॅमेरा घेऊन उजेडात, पांढऱ्या प्रकाशात भिंगाच्या साहाय्याने काचेवर दृश्य पदार्थांचे प्रतिबिंब पाडून फोटो घेतो. तसेच

भिंगाशेजारी काही फिल्टर्स ठेवून काही किरणांना किंवा संपूर्ण सूर्यप्रकाशाला कॅमेऱ्याच्या आत येण्यास प्रतिबंध करून त्या प्रतिबिंबावर इन्फ्रा किरणांचा, किंवा ऑर्थोक्रोमॅटिक व पॅनक्रोमॅटिक किरणांचा परिणाम घडवून आणतो. अनेक प्रकारच्या किरणांपैकी हे तीन प्रकारचे किरण फक्त नमूद केले. या प्रतिबिंबाप्रमाणेच या दिगंतराहून येणाऱ्या विश्वकिरणांकडून मनुष्यप्राण्यांवर परिणाम घडविला जातो. त्या किरणांच्या विशिष्ट अशा रासायनिक व विद्युत गुणधर्मांकरवी त्याचा स्वभाव, त्याची प्रकृती, त्याचे भवितव्य निश्चित केले जाते.

वास्तविक पाहता या विद्येचा भगवान बुद्धांनी निषेध केला आहे. आकाशातील ग्रह-नक्षत्रे न्याहाळणे, ज्योतिष, एखाद्याचे भविष्य, काही खुणांकरवी, आडाख्यांकरवी सांगणे हे वर्ज्य करावे म्हणून त्यांनी सांगितले आहे.

पण पुढे एका आमच्या धर्मग्रंथात पुढीलप्रमाणे एक आदेश आहे

'जी विद्या निसर्गदत्त आहे व ज्या विद्येच्या साधनेला साधकास कष्ट करावे लागतात, आपत्ती सहन कराव्या लागतात, त्या विद्येचा जरूर अभ्यास व उपयोग करावा. पण अशा या विद्येच्या उपयोगाने वैयक्तिक स्वार्थ साधू नये. ऐहिक महत्त्वाकांक्षेचे ते साधन करू नये तरच ती विद्या फलदायी होते व अशा तऱ्हेच्या दंडकाच्या पालनाने ती विद्या धारण करणाऱ्याचे रक्षण होते.' आता मला तृतीय नेत्राची सिद्धी प्राप्त झाली. पण ती प्राप्त करण्याकरिता मला किती यातना सहन कराव्या लागल्या? पण निसर्गत: जी मला दिव्य दृष्टी लाभली होती, तिच्यात या नवीन घटनेमुळे किती वाढ झाली! पुढील एका प्रकरणात मी या तृतीय नेत्राच्या उद्घाटनाविषयी आणखी काही सांगणार आहे. येथे फक्त ज्योतिषाविषयीच सांगतो. हे फलज्योतिष ज्यांना पूर्णपणे पटले आहे अशा तीन विख्यात इंग्लिश माणसांची नावे सांगतो.

१९२७ पासून आमच्या सरकारने या शास्त्राच्या आधारावरच प्रमुख असे राजकीय निर्णय घेतले आहेत. १९०४ साली आमच्या देशावर ब्रिटिश लोक हल्ला करणार, हे भविष्य आम्ही पूर्वीच वर्तविले होते. ते भविष्य शब्दश: असे होते : 'काष्ठ व मत्स्यपक्षी ही नामचिन्हे दिलेल्या संवत्सरात सुरुवातीला दलाई लामास काही धोका, भय नाही. त्यानंतर लढाईला सुरुवात होईल व लुटारू लोक वर तोंड काढतील, लोक सामना देतील. वर्षाच्या शेवटी तडजोड करणारा एक पुढारी तयार होईल व तो लढाई संपवून टाकील.' हे भविष्य १८५० साली केले गेले व लढाई १९०४ साली झाली. या वर्षाचे महाभूतचिन्ह काष्ठ व प्राणिचिन्ह मत्स्यपक्षी. त्या साली ब्रिटिशांनी तिबेटवर हल्ला केला. ब्रिटिश फौजेचे आधिपत्य कर्नल यंगहसबंडकडे होते. त्यांनी ल्हासामध्ये

हे लिहून ठेवलेले भविष्य प्रत्यक्ष पाहिले. १९०२ साली ब्रिटिश फौजेचे श्री. एल. ए. वॅडेल यांनाही हे भविष्य छापलेल्या कागदावर पाहिले होते. त्यानंतर काही वर्षांनी श्री. चार्लस बेल यांनीही हे भविष्य लिहिलेले पाहिले होते. यानंतर आणखी काही घटनांचेही भविष्य लिहून ठेवलेले होते. त्या घटना म्हणजे अशा १९१० सालचे चीनचे तिबेटवरील आक्रमण. १९११ साली चीनमध्ये राज्यक्रांती झाली व तेथे राष्ट्रीय सरकार स्थापन झाले. त्यानंतर त्याच साली तिबेटमधून चिनी फौजांची हकालपट्टी, १९१४ साली इंग्लंड व जर्मनी यांच्यामध्ये युद्ध होईल. १९३३ साली दलाई लामा सध्याच्या देहाचा त्याग करतील. १९३५ साली दलाई लामा नवीन देहाने गादीवर येतील. १९५० मध्ये पाशवी शक्तीचे तिबेटवर फिरून आक्रमण होईल. त्याप्रमाणे १९५०च्या ऑक्टोबरमध्ये कम्युनिस्टांनी तिबेटवर हल्ला चढविला. श्री.बेल- पुढे ते सर चार्लस बेल झाले- त्यांनी ल्हासामध्ये हे सर्व भविष्य लिहून ठेवलेले पाहिले आहे. माझ्या बाबतीत जे भविष्य करून ठेवले होते ते तंतोतंत खरे ठरले आहे. विशेषेकरून मला सहन कराव्या लागलेल्या यातनांबाबतचे भविष्य तर अगदी पूर्णपणे खरे ठरले आहे.

कुंडली तयार करण्याचे एक शास्त्र आहे. त्याविषयी प्रस्तुत पुस्तकामध्ये फारसे सांगता येणार नाही. थोडक्यात सांगायचे म्हणजे कुंडली म्हणजे दोन वेळेच्या आकाशांचे नकाशे. एक म्हणजे गर्भसंभवाच्या वेळेचा नकाशा व दुसरा म्हणजे तो प्रत्यक्ष जन्मास आल्यावेळचा नकाशा. ज्यावेळी मनुष्य जन्मास येतो ती वेळ बरोबर घेतली पाहिजे. तिला जन्मवेळ म्हणतात; त्या वेळेपासून खगोल वेळ काढावी लागते. ही जी वेळ असते ती जगातील कोणत्याही भागातल्या स्थानिक वेळेपेक्षा भिन्न असते. पृथ्वी सूर्याच्याभोवती दर सेकंदाला एकोणीस मैलांनी फिरत असते व त्यामुळे जन्मवेळ खगोलशास्त्रदृष्ट्या निश्चित करण्यात फार तफावत पडते व त्यामुळे गणित करण्यात फेर पडतो. पृथ्वीच्या विषुववृत्ताच्या पृष्ठभागावरच्या वस्तूचा पृथ्वीच्या भोवतीच्या परिभ्रमणाचा वेग दर ताशी एक हजार चाळीस मैल आहे. पृथ्वी जशी फिरते तशी ती तिरकीही होते व शरदऋतूत उत्तरध्रुव जवळजवळ एकतीसशे मैल दक्षिण ध्रुवापेक्षा पुढे असतो व वसंतऋतूत दक्षिण ध्रुव उत्तर ध्रुवापेक्षा तसाच पुढे राहतो. म्हणजे ज्या ठिकाणी जन्म झाला, त्या ठिकाणचा रेखांशही अत्यंत महत्त्वाचा असतो.

अशा तऱ्हेने कुंडल्या तयार झाल्यावर त्या वर्तविण्याचे काम सुरू होते. ज्यांना त्याचे शिक्षण मिळालेले असते, त्यांनाच ते काम करता येते. प्रत्येक ग्रहाची इतर ग्रहावर इष्ट वा अनिष्ट दृष्टी पडलेली असते. त्याचा फलादेश काढायचा असतो. व्यक्तीचे अस्तित्व निर्माण झाल्यावर अगदी सुरुवातीस ग्रहांचे इष्टानिष्ट फल वर्तविण्यास गर्भसंभवाच्या वेळच्या कुंडलीचा उपयोग होतो. ज्यावेळी जीव मातेच्या उदरातून बाह्य जगास जन्मास

येतो, त्या वेळच्या ग्रहांचे इष्टानिष्ट फल वर्तविण्यास जन्मलग्नकुंडलीचा उपयोग होतो. अमुक एका वेळेचे भविष्य वर्तवायचे असेल तर आम्ही त्या वेळची गोचर कुंडली तयार करतो व ती कुंडली मूळ जन्मलग्नकुंडलीशी पडताळून पाहतो. आता एखाद्याने जर अचानकपणे एकदम विचारले की, 'आत्ताची अडीच वाजताची रेस कोणता घोडा जिंकेल?' अशा प्रश्नाचे उत्तर अर्थात नकारार्थी राहील. कारण अशा बेछूट प्रश्नाचे उत्तर देण्यासाठी त्या रेसशी संबंधित असलेल्या तिकीट लावणाऱ्याची, धावणाऱ्या घोड्याची व त्या घोड्याच्या मालकाची कुंडली तयार करावयास पाहिजे. पण एखादा मनुष्य आजारपणातून उठेल की नाही, किंवा अमुक एक पुरुष अमुक एका स्त्रीशी लग्न करेल की नाही व करणार असेल तर ते केव्हा करील, अशा प्रश्नांची उत्तरे देता येतील. कारण हे प्रश्न व्यक्तीच्या हिताहितावर अधिष्ठित असतात. तसेच इंग्लंड व अमेरिका यांनी कम्युनिझमला रोखून धरले नाही तर अमुक अमुक वर्षी जागतिक युद्धाचा वणवा पेटेल, अशा प्रश्नांची उत्तरे देता येतात.

पाश्चात्त्यांना हतबुद्ध करणारा असाच दुसरा एक विषय म्हणजे आपले पूर्वीचे जन्म शोधून काढण्याचा. ज्यांना या विषयाचा गंध नाही, त्यांना हे अशक्य वाटते. म्हणजे जसा एखादा बहिरा माणूस म्हणतो की, 'मला कोणताही आवाज ऐकू येत नाही. तेव्हा आवाज अशी काही चीजच नाही.' असो. आपले पूर्वीचे जन्म शोधून काढता येतात. पण त्याला अभ्यास लागतो. आराखडे तयार करावे लागतात, गणित करावे लागते. त्याचे काही आडाखे असतात. एखादा अडाणी मनुष्य रेल्वे स्टेशनच्या प्लॅटफॉर्मवर नुसता उभा राहील व मनाशी प्रश्न करील की कोणती गाडी कोणत्या वेळेला प्लॅटफॉर्मवर येईल. पण ज्याला रेल्वे टाईम-टेबल माहीत आहे किंवा जो रेल्वेतच नोकरी करतो, त्यास दररोजच्या सरावाने कोणती गाडी कोणत्या वेळी येईल, हे नक्की सांगता येईल. तसेच या विषयाचे आहे. पूर्वीचे जन्म हुडकून काढण्याचे एक शास्त्र आहे. आपल्या चालू जन्मात पूर्वीच्या अनेक जन्मांचे थोड्याफार प्रमाणात संस्कार उमटलेले असतात. हे सर्व सांगायचे म्हणजे एक ग्रंथच होईल. असो. आता आमचे ज्योतिषशास्त्र कोणकोणत्या मुद्द्यांचा विचार करते ते सांगतो. आम्ही जी कुंडली तयार करतो त्यात बारा घरे असतात व त्या कुंडलीत आम्ही एकोणीस चिन्हांचा उपयोग करतो. एकेक चिन्ह काही ठराविक विषयांचा ऊहापोह करते. कुंडलीत ज्या विषयांचा आम्ही विचार करतो ते विषय खालीलप्रमाणे :

तनुस्थान - व्यक्तित्व, शरीर, स्वभाव.

धनस्थान - पैसाअडका, वडिलार्जित संपत्ती.

सुहृदस्थान - आप्तेष्ट संबंध, प्रवास, बुद्धी, लेखनाची आवड.

अर्जित धनस्थान	-	स्वकष्टार्जित पैसा, आयुष्य संपण्याच्या वेळची सांपत्तिक स्थिती व परिस्थिती.
संततिस्थान	-	संततिसुख, कवित्वशक्ती, कलात्मक वृत्ती.
शत्रुस्थान	-	दुखणी, आजारपणे, काम-धंदा.
भार्यास्थान	-	लग्न, स्त्रीसुख, शत्रू, भागीदारी, कोर्टकचेरी,आकस्मिक धनलाभ.
मृत्युस्थान	-	दीर्घ प्रवास, मानसिक व्यवधाने.
कर्मस्थान	-	व्यवसाय, धंदा, नोकरी, मानमरातब, मैत्री, महत्त्वाकांक्षा वगैरे.

आधि-व्याधी, मानसिक ताप, आधिभौतिक व आधिदैविक ताप, तसेच ज्या गोष्टी, जे प्रसंग, ज्या घटना व्यक्तिमात्राच्या आयुष्यात केव्हा व कशा परिस्थितीत घडून येतील त्या अशा

प्रेमसंबंध - कशा प्रकारची व्यक्ती व ती केव्हा भेटेल?

विवाहयोग - केव्हा व कसा घडून येईल?

काम-क्रोध विकार केव्हा बळावतील?

आपत्ती - केव्हा, कशा कोसळतील?

जिवावरची संकटे.

मृत्युयोग - मरण केव्हा व कसे घडून येईल?

बंदिवास

कौटुंबिक कलह, व्यावसायिक मतभेद, कटकटी, आत्मोन्नती, उत्क्रांतीची अवस्था.

मला ज्योतिष तसे बरेच येते, पण मला आवड आहे स्पर्शविज्ञानशास्त्राची व स्फटिकगोलात भविष्य पाहण्याची! माझ्या मते याकरवी फलादेशाचे ज्ञान त्वरित होते व ते बिनचूक ठरते. तसे अंकगणितात किंवा आकडेमोडीत ज्याची गती नाही त्याने ज्योतिषाच्या नादात न पडता उपरोक्त विद्यांचा अभ्यास करावा. स्पर्शविज्ञानशास्त्र म्हणजे एखाद्या वस्तूच्या स्पर्शावरून भूतकालातल्या घटनांचा मनावर जो अंधूक परिणाम घडून आला असेल तो गोळा करण्याची विद्या. प्रत्येकाला ही विद्या थोड्याफार प्रमाणात अवगत असतेच. माणसाला देवळात गेल्यावर प्रसन्न वाटते व स्मशानात गेल्यावर औदासीन्य वाटते. एखाद्या माणसाचा जेथे खून झाला असेल, त्या ठिकाणी जे

भेसूर दृश्य दिसते, ते पाहिल्यावर मनुष्य अशा तऱ्हेचे भयानक दृश्य पूर्वी कोठे दिसले असेल त्याचा विचार करू लागतो. त्या विचारांनी तो बेचैन होतो व तेथून लागलीच पाय काढतो.

स्फटिकात किंवा काचेच्या गोळ्यात भविष्य पाहणे ही विद्या जरा वेगळी आहे. हा जो काचेचा गोल असतो त्यात 'तृतीय नेत्रा'तून बाहेर पडलेले किरण केंद्रित होतात. 'क्ष' किरण जसे पडद्यावर केंद्रित करून एक पुसटसे चित्र तेथे उठवितात त्याप्रमाणे. त्यात जादू वगैरे काही नाही. अगदी शुद्ध पदार्थविज्ञानाच्या नियमानुसार हे घडत असते.

तिबेटमध्ये हे जे नैसर्गिक नियम असतात, त्याची आम्ही स्मारके करतो. त्यास आम्ही स्तूप म्हणतो. हे स्तूप पाच ते पन्नास फूट उंचीपर्यंतचे असतात. ख्रिस्ती क्रूसासारखे किंवा दक्षिण अमेरिकेतील रेड इंडियन लोकांच्या 'इकॉन'प्रमाणे हे स्तूप दिसतात. साऱ्या देशभर तुम्हाला हे स्तूप स्थापन केलेले आढळतील. नकाशात ल्हासामध्ये पाच स्तूप दाखविलेले तुम्हाला आढळून येतील. त्यात पारगो कलिंगचा स्तूप सर्वांत मोठा व तो शहराच्या अगदी वेशीवर आहे. हे स्तूप कसे असतात, याची कल्पना वाचकांना खालील आकृतीवरून येईल.

स्तूपाची प्रतिकाकृती

या आकृतीत पायाच्या ठिकाणचा चौरसाकृती दगड पृथ्वीतत्त्व दर्शवितो. त्यावरचा गोल जलतत्त्व दर्शवितो. त्यावरच्या शंकूच्या आकाराच्या पायऱ्या अग्नितत्त्व दर्शवितात. त्यावरची बशी म्हणजे 'वायुतत्त्व.' आणि त्याच्यावर आकाशतत्त्व. हे तत्त्व पार्थिव आयुष्य सोडून देण्याच्या जणू अगदी तयारीत आहे. प्रत्येक तत्त्वातून वरच्या तत्त्वाप्रत जायला पायऱ्या आहेत. पंचमहाभूतात्मक शरीराची कल्पना आम्ही या स्तूपात दर्शवितो. आपण जेव्हा जन्म घेतो तेव्हा पृथ्वीवर येतो. जन्मल्यावर पुढे आयुष्यभर या पायऱ्यांवरून वरवर जाण्याचा आम्ही सतत प्रयत्न करीत असतो. शेवटी आपण शेवटला श्वास

सोडतो व आकाशतत्त्वात विलीन होऊन जातो. नंतर मग काही कालावधी जातो. तो कालावधी कमीअधिक असतो. तो कालावधी गेल्यावर आपण नवीन अनुभव घेण्यास पुनः जन्मास येतो. स्तूपात दर्शविलेले असे हे जीवनचक्र 'पुनरपि जननं, पुनरपि मरणं' हे रहाटगाडगे सतत चालू असल्याचे दर्शविते. काही अप्रबुद्ध लोक या चक्रावर नरकाची चित्रे काढतात व नरकावर आमचा विश्वास आहे असे ती चित्रे पाहणारांना वाटते. पण तसा काही प्रकार नाही. ख्रिस्ती लोकांच्यासुद्धा नरकाबद्दलच्या अशाच काही वेड्यावाकड्या कल्पना आहेत. आम्ही तिबेटी लोक नरक म्हणून काही वेगळा लोक आहे असे मानीत नाही. नरकात ज्या काही हालअपेष्टा होणार आहेत, त्या भूलोकावरच होत असतात असे आम्ही समजतो. आमच्या मान्यतेप्रमाणे परलोकात आत्म्यांना शरीरे नसतात व त्या लोकात आत्म्यांच्या ज्या काही भेटीगाठी होत असतात, त्या देहविहीन स्थितीतच होत असतात. झोपेत काही काळ व मृत्यूनंतर कायमचे, आपण परलोकात, भुवर्लोकात स्वच्छंदपणे व स्वैरपणे विहरत असतो. भूलोकावरच्या लोकांना आम्ही 'सोनेरी प्रकाशाची सृष्टी' असे नाव देतो. भूवर्लोकात झोपेत किंवा मृत्यूनंतर आपणास भूलोकावरची आवडती माणसे जरूर भेटतात. कारण त्यांच्या व आपल्या एकमेकांविषयीच्या भावना समरस असतात. ज्यांच्यामध्ये व आपल्यामध्ये वैमनस्य असते, अशी माणसे या भुवर्लोकात भेटत नाहीत. कारण त्यांचे विचार, त्यांच्या भावना आपल्या विचारभावनांशी विसंगत असतात, अशा विसंगतीला या सोनेरी प्रकाशाच्या सृष्टीमध्ये थाराच मिळत नाही.

या सर्व गोष्टी बऱ्याच कालावधीने का होईना, सिद्ध झालेल्या आहेत. आमच्या या शास्त्राचे पाश्चिमात्यांनी संशोधनच केले नाही, ही दुर्दैवाची गोष्ट आहे. पाश्चिमात्यांचा दृष्टिकोन जडवादी असतो व त्यांचे मन संशयग्रस्त असते. संशोधक प्रथम अशा गोष्टींची कुचेष्टा करतात. हे सगळे थोतांड आहे असे समजतात. पण काही वर्षे लोटल्यानंतर या सर्व गोष्टींचा खरेपणा नवीन स्वरूपात पटू लागतो. त्याची उदाहरणेच द्यायची म्हणजे पुष्कळच देता येतील. टेलिफोन, रेडिओ, टेलिव्हिजन, विमाने ही सर्व अशीच उदाहरणे आहेत.

११

त्रापा

लहानपणी माझी महत्त्वाकांक्षा काय असायची तर परीक्षेत अगदी पहिल्याच वेळी पास व्हायचे. माझा बारावा वाढदिवस जसा जवळ येऊ लागला, तसे माझे अभ्यासाचे मान जरा कमी झाले, कारण वाढदिवसाच्या अगदी पुढल्याच दिवशी माझी परीक्षा सुरू व्हायची होती. इतकी वर्षे मी अभ्यास अगदी झटून केला होता. ज्योतिष, वनस्पति-वैद्यक, शरीरविज्ञान, धर्मशास्त्र, त्यात अगरबत्ती, धूप तयार करण्याचे प्रात्यक्षिक विषयही येत. शिवाय तिबेटी व चिनी भाषा, त्यात सुबक हस्ताक्षराचाही समावेश होत होता व गणित हे आमचे अभ्यासाचे विषय होत. या अशा विस्तृत अभ्यासक्रमात खेळायला स्थानच नव्हते. एकच खेळ आम्हाला शिकवीत. तो म्हणजे 'ज्यूडो' कुस्ती. कारण या विषयावर आमची अगदी कसून परीक्षा घेत. परीक्षेपूर्वी सुमारे तीन महिन्यांपूर्वीच मिंग्यार गुरुजी लामाश्री म्हणाले होते, ''हे पाहा लोबसंग, पुन:पुन्हा उजळणी करीत बसून स्मरणशक्तीला ताण देऊ नकोस. मन शांत ठेव, एकाग्र कर म्हणजे तुला ज्ञान आपोआप होईल.''

शेवटी परीक्षेचा दिवस येऊन ठेपला. अगदी सकाळी सहा वाजता मी आणि इतर पंधरा उमेदवार परीक्षेच्या हॉलमध्ये येऊन हजर झालो. आम्ही थोडी प्रार्थना केली. हेतू हा की, आमची मनाची बैठक या कसोटीच्या वेळी ठीकठाक व्हावी. विद्यार्थिदशेला व पुरोहिताच्या दर्जाला न शोभणाऱ्या कोणत्याही मोहाला आम्ही बळी पडू नये. तेथे प्रथम आमची झडती घेत; कोणी काही चिठ्ठीचपाटी कपड्यात लपवून आणली नाही ना, हे तपासून घेत. त्यानंतर आम्हाला नवीन कपडे घालायला देत. नंतर परीक्षेच्या हॉलमधून मुख्य परीक्षकांनी आम्हाला बाहेर नेले. बाहेर दगडांनी बनविलेल्या अशा लहान-लहान खोल्या तयार केलेल्या असत. खोलीची लांबी अदमासे दहा फूट, रुंदी सहा फूट व उंची आठ फूट अशी असायची. प्रत्येक उमेदवाराला एकेक खोलीत जाऊन

बसवीत. नंतर दार बंद करीत, कुलूप लावीत व त्याला मोहर करीत. या भिंतीत एक लहानशी कोनाडेवजा जाळी असे. त्या जाळीत जोगी लिहिण्याचे सामान, कागद, शाई, बोरू व पहिली प्रश्नपत्रिका आणून ठेवीत. परीक्षेच्या सुरुवातीला ते लोणीमिश्रित चहा व सांपा उपाहाराकरिता आणून ठेवीत. ते आणून ठेवणारा जोगी आम्हाला सांगून ठेवी की, 'सांपा तीन वेळा मिळेल व चहा वाटेल तितका देण्यात येईल.' नंतर आम्ही पहिली प्रश्नपत्रिका सोडवीत असू. एकेक दिवशी एकेक विषय. असे सहा दिवस आणि परीक्षेची वेळ सकाळी उजाडायला लागल्यापासून सूर्यास्तापर्यंत.

या दगडी खोलीत सर्व दिवसभर पेपर सोडवीत राहायचे. कोणत्याही कारणाकरिता आम्हाला खोलीच्या बाहेर जाता येत नसे. सूर्यास्त झाला म्हणजे एक जोगी यायचा व पेपर गोळा करून घेऊन जायचा. मग आम्ही त्या खोलीतच झोप घ्यायची ते दुसऱ्या दिवशी सकाळी उठायचे. एकेक विषयाची परीक्षा जवळजवळ चौदा तास चालायची; म्हणजे परीक्षा ही त्या विषयातील ज्ञानाची तशीच आमच्या सोशिकपणाची, सहनशक्तीचीही होत असते. मज्जातंतूंना ताण आम्ही किती प्रमाणात सोसू शकतो, याचीही ती कसोटी व्हायची. माझा तरी तसा अनुभव होता. सहाव्या दिवशी रात्री ही लेखी परीक्षा संपे. त्या रात्रीही आमचा मुक्काम खोलीतच. सकाळी उठल्यावर खोली साफसूफ करून ठेवायची व मगच बाहेर पडायचे. तीन दिवसांनंतर आम्हाला परीक्षक परत बोलावीत. या तीन दिवसात ते आमच्या उत्तरपत्रिकांची चाचणी करीत. ज्या ज्या मुद्द्यांवर उत्तरे समाधानपूर्वक दिलेली अशी आढळून येत नसत, त्याच मुद्द्यांवर ते आम्हाला तोंडी प्रश्न विचारीत आणि ही चाचणी प्रत्येकाची वेगवेगळी चाले. आणि ही चाचणी कधीकधी सबंध दिवसभरही चाले.

नंतर पुढल्या दिवशी सकाळी आम्ही सगळ्या सोळाही उमेदवारांना तालमीत जावे लागे. तेथे आम्हाला 'ज्यूडो' कुस्ती शिकवीत व त्याचीही परीक्षा घेत. इतर तीन उमेदवारांबरोबर आम्हाला कुस्ती खेळायला सांगीत व त्यात आम्हाला पेचांचे ज्ञान बरोबर आहे की नाही, पेच बरोबर टाकता येतात की नाही, पकड बरोबर धरता येते की नाही, प्रतिपक्षाच्या पकडीतून बरोबर सुटता येते की नाही, त्याला फेकता येते की नाही व दम कितपत टिकतो, या सर्वांची परीक्षा होत असे. जेथे जेथे आमचा कवकुवतपणा परीक्षकांच्या नजरेस येई, ते तो काढून टाकीत. असे सगळे सामने झाले व इतर सगळ्यांना चीतपट करून मी विजयी झालो आणि याचे सारे श्रेय म्हाताऱ्या झू-बाबाला होते. या ज्यूडोच्या परीक्षेत माझा पहिला नंबर आला. लहानपणी या कुस्तीत जे मला शिक्षण मिळाले होते, ते आता कामास आले. पण त्यावेळी मला ते किती रानटीपणाचे व क्रूरपणाचे वाटले होते!

त्यानंतर पुढच्या दिवशी आम्हाला सुटी देण्यात आली. सात दिवसांच्या परीक्षेच्या श्रमाचा परिहार झाला. आणि त्याच्या पुढच्या दिवशी आमच्या परीक्षेचा निकाल. मी आणि इतर चौघे असे एकूण पाचजण परीक्षा पास झालो. आता आम्ही त्रापा म्हणजे वैद्यलामा होणार. मिंग्यार डोंडुप लामाश्रींची आणि माझी या परीक्षेच्या गडबडीमुळे बरेच दिवसात भेट झाली नव्हती. 'भेटून जा' म्हणून त्यांचा आता निरोप आला. मी त्यांच्या खोलीत गेल्याबरोबरच ते आनंदातिशयाने ओरडूनच म्हणाले, ''लोबसंग, तू अगदी कमालच केलीस. तुझा पहिला नंबर आला आहे. मठाध्यक्षांनी तुझ्याबद्दल अंत:श्रेष्ठांकडे रिपोर्ट पाठविला आहे. तुला एकदमच लामा करून टाकावे, अशी त्यांनी सूचना केली आहे, पण मी त्या सूचनेला विरोध केला आहे.'' माझा चेहरा जरा पडल्याचे त्यांच्या लक्षात आले. पण त्यांनी आपले म्हणणे स्पष्ट केले, ''स्वत:च्या अभ्यासाच्या आणि 'गुणवत्ते'च्या जोरावरच यश मिळवावे. एकदम पदवी दिली म्हणजे अभ्यास कमी पडतो. हे जे तुला शिक्षण दिले जात आहे, त्याचा तुला पुढे फार उपयोग होईल. तरी पण तू आता माझ्या शेजारच्या खोलीत राहायला आलास तरी चालेल. कारण तू नक्कीच पुढली परीक्षा पास होणार.''

हे ऐकून मला फार बरे वाटले. माझे गुरुजी जे काही मला सांगत होते, तसे करायला मी अगदी खूश होतो. माझे यश म्हणजे त्यांचेही यश हे माझ्या ध्यानात आल्यावर माझ्या अंगावर रोमांच उभे राहिले. मी सर्व विषयांत अगदी पहिला आलो याचे श्रेय त्यांनाही होतेच.

थोड्याच दिवसात अंत:श्रेष्ठ दलाई लामांकडून धापा टाकीत संदेश घेऊन एक नोकर आला. त्याने जीभ बाहेर काढलेली होती व त्याला श्वास इतका लागला होता की, आता जणू तो जमिनीवर कोलमडून पडणार. आमच्याकडे निरोप घेऊन येणारी ही माणसे अशीच धापा टाकीत येतात. जणू त्यांना असे दाखवायचे असते की, किती त्वरेने आपण तो निरोप पोचविला व तो पोचविण्याकरिता आपल्याला किती क्लेश पडले. आता पोताला हे आमच्या आश्रमापासून अवघ्या एकच मैलावर असल्याने निरोप आणणाऱ्यास इतकी तातडीने यायची काही तादृश जरुरी नव्हती. तो आपले काम जरा आगाऊच करीत होता.

मी परीक्षेत उत्तीर्ण झालो म्हणून अंत:श्रेष्ठींनी माझे अभिनंदन केले होते व मी पास झाल्याच्या तारखेपासूनच लामा झाल्याचे त्यांनी घोषित केले होते. मी आता लामाचा वेष धारण करणार होतो व त्या पदाचे सर्व हक्क, खास हक्क मला आता ताबडतोब मिळणार होते. मी आता वयाच्या सोळाव्या वर्षी पुढल्या परीक्षांना बसावे असे माझ्या

गुरुजींचे मत होते व त्या मताशी अंत:श्रेष्ठ सहमत होते. गुरुजींचे म्हणणे असे की, 'याच पद्धतीने तू काही विषयांचा जरूर अभ्यास करशील. नाहीतर तो अभ्यास टाळण्याचा तुला मोह झाला असता व अशी प्रदीर्घ अभ्यासाने तुझ्या ज्ञानात फार भर पडेल.'

आता मी पूर्णार्थाने लामा पदवी प्राप्त करून घेतली होती. तेव्हा मला आता यापुढे अभ्यासाकरिता वर्गात बसण्याची जरुरी नव्हती. माझा मी आता अभ्यास करू शकत होतो. तसेच ज्यास काही विशेष प्रकारचे ज्ञान झालेले असेल तोही मला सरळ शिकवू शकत होता. म्हणजे जर तशी माझी इच्छा असेल तर मी आता पुढचे अध्ययन त्वरेने पुरे करू शकत होतो.

आता अगदी सुरुवाती-सुरुवातीलाच अध्यात्म शिकण्याच्या बाबतीत मला एक कला शिकायला लागली. ती म्हणजे मन शांत ठेवणे. मनोव्यापार शिथिल करणे. त्या कलेची या विषयाच्या अभ्यासास फार जरुरी. एक दिवस मी असाच माझ्या खोलीत काही पुस्तक पुढे धरून ते वाचत अभ्यास करीत होतो आणि एकदम गुरुजी डोंडुप लोमाश्री तेथे आले आणि म्हणाले, ''लोबसंग, माझ्या दृष्टीला तू बराच थकलेला दिसत आहेस. तुझ्या मनाला बराच ताण बसत असतोयसा मला वाटते. तो ताण कमी करून गात्रे शिथिल केल्याखेरीज मनाची एकाग्रता, धारणा तुला साधायची नाही. ती कशी साध्य करावी हे मी तुला शिकवतो.''

त्यांनी मला शवासन शिकवले. शवासन म्हणजे जमिनीवर हात-पाय पसरून निपचित पडून राहणे. बसून किंवा उभे राहूनही गात्रे शिथिल करता येतात. पण निपचित पडून राहिल्याने ते चांगले साधते. तेव्हा त्याकरिता शवासनापासूनच सुरुवात करावी. ''असे समज, की तू कड्यावरून पडला आहेस किंवा तू जमिनीवर उताणा पडला आहेस. गात्रे अगदी शिणली आहेत. स्नायूंना मार बसला आहे. तोंड किंचितसे उघडे आहे.'' गुरुजींनी सांगितल्याप्रमाणे मी जमिनीवर निपचित पडून राहिलो. नंतर गुरुजी पुढे सांगू लागले, ''आता असे समज की, तुझ्या हातापायात लहान लहान खुजी माणसे भरली आहेत व ती माणसे तुझ्या स्नायूंची ओढाताण करून तुला काम करायला लावीत आहेत. त्या माणसांना सांग की, 'तुम्ही दूर दूर व्हा. म्हणजे त्या ठिकाणी काही हालचाल राहणार नाही, ताण राहणार नाही की तेथे कोणत्याही प्रकारची जाणीव राहणार नाही. तुझ्या मनाची खात्री होऊ दे की, तुझ्या स्नायूंना कोणी जबरदस्तीने काम करायला सांगत नाही.'' मी मग त्याप्रमाणे पडल्यापडल्या हातापायात अशी खुजी माणसे भरलेली आहेत अशी कल्पना करू लागलो. लहानपणी म्हातारा झूबाबा माझ्या पायाच्या अंगठ्याची ओढाताण करायचा. त्याच्यापासून बचाव करायचा मी त्या वयात

प्रयत्न करीत असे. गुरुजी सांगू लागले, ''अगदी त्याप्रमाणे तुझ्या पायांच्या बाबतीत कर. पायांप्रमाणे पोटऱ्यातही तसेच कर. लोबसंग, अगदी तू सकाळी उड्या मारत होतास तेव्हा हे बेटे अगदी फार गडबड करीत होते. आता त्यांना विश्रांती दे. त्यांना तू डोक्याकडे पिटाळून लाव. गेले का सगळे? अगदी खात्री झाली का? आता मनाने विचार कर. त्यांना स्नायूंपासून अगदी पुरतेपणे हाकलून लाव. म्हणजे पाहा स्नायू कसे शिथिल व मऊ होतील.'' आणि मग एकदम ते बोलायचे थांबले व हात दाखवून म्हणाले, ''पाहा, उजव्या मांडीत एक बुटका चोर लपून राहिला आहे. पाहा, तेथे तो एक स्नायू ताठ करून लपूनछपून रेंगाळत आहे. हाकलून लाव त्याला, लोबसंग. हाकलून काढ त्याला.'' आणि मग मी त्याला हाकलून लावल्यावर माझे पाय चांगले शिथिल झाले व गुरुजींचे समाधान झाले.

ते मग पुढे सांगू लागले, ''तसेच आता तुझ्या हातांच्या बाबतीत कर. बोटांपासून सुरुवात कर. त्या बुटक्या माणसांना तेथून रेटत मनगटांपर्यंत ने, तेथून कोपरापर्यंत रेटत ने, तेथून खांद्यांपर्यंत. या बुटक्यांना तू मनाने हाकलून लावत आहेस असे समज म्हणजे बघ तेथील स्नायूंना काही शीण वाटणार नाही, काही थकवा वाटणार नाही.'' मी त्याप्रमाणे त्यांना करून दाखविले. त्यानंतर ते पुढे बोलू लागले, ''आता आपण प्रत्यक्ष शरीराकडे येऊया. अशी कल्पना कर की हे शरीर म्हणजे एक लामांचा आश्रम आहे. तेथे हे सगळे जोगी तुझ्या स्नायूंची ओढाताण करीत आहेत व त्या करवी तुला काम करायला लावीत आहेत. त्या सगळ्या जोग्यांना आश्रमातून निघून जा म्हणून सांग. म्हणजे ते प्रथम शरीराचा खालचा भाग सोडून देतील व तेथले स्नायू शिथिल बनतील. 'हातात जे काही असेल ते तेथेच टाकून द्या व निघून जा' म्हणून त्यांना बजाव. म्हणजे सगळे शरीर कसे हलके होत जाईल ते पाहा. त्वरेने तुझे शरीर सावरून धरले आहे. बाकी सगळे अगदी शिथिल होऊन गेले आहे असे तुला वाटू लागेल. सर्व शरीर शिथिल होऊन जाईल.''

मी ते सगळे गुरुजी सांगत होते त्याप्रमाणे करीत होतो. त्यांना समाधान वाटत होते हे मला दिसत होते. ते पुढे सांगू लागले, ''सर्व अवयव शिथिल करण्याच्या दृष्टीने डोके हा सगळ्यात महत्त्वाचा भाग. आता तो भाग शिथिल कसा करायचा ते पाहू. प्रथम तोंडाकडे पाहा. ओठांच्या कडांचे स्नायू पाहा कसे ताणलेले दिसताहेत. त्यांचा तणाव कमी कर. लोबसंग, दोन्ही बाजूंचा तणाव काढून टाक. तुला काही आता बोलायचे नाही की खायचे नाही. मग स्नायू ताणण्याची काय जरूर आहे? तुझे डोळे वरती का पाहताहेत? त्यांना त्रास देण्यासारखा उजेडही काही कुठे नाही. मग पापण्या हळूच मिटून घे, फार नको. अगदी थोड्या. अर्धोन्मिलित अशा.'' असे म्हणून गुरुजी जरा बाजूला

वळले व खिडकीतून बाहेर पाहू लागले. ''अवयव शिथिल कसे करावेत हे अगदी उत्कृष्टपणे दाखविणारा प्राणी बाहेर पाहा, सकाळचे ऊन घेत पहुडला आहे. मांजरापासून ही विद्या शिकण्यासारखी आहे. दुसरा कोणताही प्राणी अवयव शिथिल कसे करावेत याचे याहून जास्त योग्य प्रात्यक्षिक करून दाखवू शकणार नाही.''

हे सगळे लिहायला बराच वेळ लागतो व ते वाचायलासुद्धा जरा कठीणच वाटते, पण थोड्याशा अभ्यासाने एका सेकंदात सर्व शरीर शिथिल करता येते. ते तसे सोपे आहे. ही पद्धत अशी आहे, जी कधीही चुकत नाही. हल्लीच्या धकाधकीच्या जीवनात माणसांच्या ज्ञानतंतूंना फार तणाव सोसावा लागतो; आजची संस्कृतीच अशी आहे. त्यांना तणाव फार सोसावा लागतो, त्यांनी अवयव शिथिल करण्याच्या या पद्धतीचा अवलंब करावा. अवयव शिथिल झाल्यावर एक मानसिक प्रक्रिया आचरणात आणायची असते. पण या प्रक्रियेच्या अभ्यासाकरिता मला जरा वेगळ्या मार्गाने जाण्याविषयी सांगितले गेले. गुरुजी डोंडुप लामाश्री मला म्हणाले की, ''मानसिक दृष्ट्या तणाव असताना केवळ शारीरिक दृष्ट्या अवयव शिथिल केल्याने फारसा फायदा होत नाही. शरीरावयव शिथिल करून आराम घेत पहुडल्यावर, तुमच्या मनाला तेथे चालत असलेल्या विचारांवर केंद्रित करायला लावा. ते विचार कशाचे आहेत, ते जरा उगीच पाहा. किती क्षुल्लक विचार असतात ते. तेव्हा त्या विचारांना थांबवा आणि मनात नवीन कोणतेही विचार आणू नका. मनश्चक्षूंपुढे एक शून्य काळ्या रंगाचा चौरस ठेवलेला आहे व त्यात विचार एका बाजूकडून दुसऱ्या बाजूकडे जाण्याचा प्रयत्न करीत आहेत अशी कल्पना करा. सुरुवातीला काही विचार असे उड्डाण मारू शकतील. त्यांच्या पाठोपाठ जा व त्यांना पकडून माघारे घेऊन या. हे सगळे मनाने करा, मनश्चक्षूंनी पाहा आणि मग थोड्याच वेळात तुमच्या मनश्चक्षूंपुढे केवळ काळा कुळकुळीत रंगाचा एक चौरसच फक्त दिसू लागेल. त्याला त्रास पडणार नाही. आणि मग तुम्ही शारीरिक व मानसिक शैथिल्य पूर्णावस्थेत अनुभवयास लागाल.''

आता हे प्रत्यक्ष करणे सोपे आहे. पण ते समजावून घेणे अवघड आहे. थोड्याशा अभ्यासाने हे सारे जमून येते. आणि शिथिलतेचा अनुभव घेणे प्रत्येकाला जरुरीचे आहे. पुष्कळशी माणसे अशी असतात की, ज्यांनी आपल्या मनाला व विचारांना कधी विश्रांतीच दिली नाही. ती माणसे अहोरात्र कामच करीत असतात. एखादा माणूस विश्रांती न घेता सतत कित्येक दिवस चालतच राहील तर काही दिवसांनी तो कोसळून पडेल. त्याच्या मेंदूला व मनाला विश्रांती अशी मिळतच नाही. आमच्याकडे शिक्षणाचे ध्येय मनास तयार करणे हे असते. ज्यूडो कुस्तीचे जे आम्हाला शिक्षण देतात, ते म्हणजे आत्मसंयमनाचे एक अत्युत्कृष्ट प्रतीक असते. ज्या लामाने आम्हाला ही

कुस्ती शिकवली, तो एके वेळी अंगावर आलेल्या दहा हल्लेखोरांना पिटाळून लावी; त्यांना चीतपट करून टाकी. त्या आमच्या वस्तादाला कुस्ती फार आवडायची व ती शिकवताना तो ती मनोरंजक अशी करून दाखवी. त्याचे काही पेच असे विलक्षण होते की, ते पाश्चात्त्य माणसांना रानटी व क्रूर वाटतील, पण तसे वाटणे चूक आहे. मी पूर्वी दाखविलेलेच आहे की, प्रतिपक्षाच्या मानेची एक शीर थोडीशी हळुवारपणे दाबायची की, तो एका सेकंदाच्या आत जमिनीवर बेहोष होऊन पडेल. आपली शुद्ध जात आहे हेसुद्धा त्याला कळणार नाही. ती शीर दाबल्याने त्याचा मेंदू बधीर होऊन जाई. पण त्याला त्यामुळे इजा अशी होत नसे. तिबेटमध्ये माणसाला बेशुद्ध होण्याकरिता क्लोराफॉर्मसारखी औषधे नसत. तेव्हा लहानसहान शस्त्रक्रिया करताना- उदाहरणार्थ दात उपटून टाकताना किंवा निखळलेले हाड जागच्याजागी बसवताना आम्ही रुग्णाची शीर अशी दाबून धरीत असू. रुग्णाला काही कळायचे नाही. त्याला काही वेदना व्हायच्या नाहीत. या पेचाचा दुसराही एक मोठा उपयोग होत असे. एखाद्या साधकास स्थूल देहातून सूक्ष्म देहात नेण्याकरिता, त्याच्या शरीरातून अहंता, अस्मिता काढून टाकण्याकरिता या पेचाचा उपयोग करीत.

हा पेच चांगला अवगत झाला म्हणजे जमिनीवर कोसळून पडण्याची भीती राहत नसे. ज्यूडोचा एक भाग असा आहे की, त्यात पारंगत झाल्याने मनुष्य हवेतून जमिनीवर अलगद, संथ, सावकाशपणे उतरू, अवतरू शकतो. या पद्धतीस अवतरण म्हणतात. आम्ही लहानपणी ही कुस्ती शिकली व तिच्यात किती पारंगत झालो हे पाहण्याकरिता दहा-पंधरा फूट उंचीच्या भिंतीवरून आम्ही गमतीने उड्या मारीत असू. आम्हाला कधी लागत नसे.

ज्यूडो कुस्ती खेळण्याची तालीम एका दिवसाआड आम्ही करीत असू. कसरतीस सुरुवात करण्यापूर्वी 'मध्यम मार्गाच्या' सात श्रेणींच्या नामोच्चाराचे पठण करीत असू. या सात श्रेणी म्हणजे बौद्ध धर्मातील अत्युच्च तत्त्वे होती. ती अशी

सम्यक् दृष्टी : मोह व स्वार्थ यातून अलिप्त अशी दृष्टी.

सम्यक् अभीष्ट : उच्च आकांक्षा, उच्च ध्येय, उच्च विचारसरणी.

सम्यक् वाक् : सत्य, विवेकपूर्व व मृदुवाणी.

सम्यक् आचार : सदाचार, शांततापूर्ण, प्रामाणिक व निःस्वार्थी आचरण.

सम्यक् जीवन : कोणाही माणसाला किंवा प्राण्याला दुखापत न करणे, त्याचा आदर राखणे, अहिंसा.

सम्यक् यत्न : आत्मसंयमन, यम व नियम यांचे पालन.

सम्यक् विचार : मनामध्ये सुविचार आणणे, सद्‌वर्तन.

सम्यक् ऊर्मी : जीवनामधील सत्यावर व परमात्मस्वरूपावर ध्यान केल्याने मिळणारा आनंद.

या नियमांचे, दंडकांचे यथायोग्य पालन करण्यात जर चूक झाली तर देवळातील दरवाजात तोंड खाली करून आम्हास पडून राहावे लागे. म्हणजे देवळात जे प्रवेश करतील त्यांना आमच्या शरीरावर पाय टाकून आत जावे लागे. दर्शनार्थी लोकांच्या पायांचा असा मार खात आम्हाला सकाळपासून संध्याकाळपर्यंत पडून राहावे लागे. बिलकूल हालचाल करायची नाही. अन्न नाही की पाणी नाही; उपाशी. ही एक शिक्षाच असे. ही शिक्षा भोगावयास लागणे म्हणजे एक मोठी मानखंडना समजली जात असे.

आता मला 'लामा' पदवी प्राप्त झाली होती. लामा म्हणजे एक वरची श्रेणी, उच्चभ्रूंची वरिष्ठांची श्रेणी. या श्रेणीची योग्यता मोठी, पण बंधनेही अधिक. या श्रेणीला पोचेपर्यंत मला फक्त बत्तीस कलमांची आचारसंहिता पाळावी लागत असे. आता मी लामा झाल्यानंतर पुरोहित धर्माची दोनशे त्रेपन्न कलमांची आचारसंहिता पाळावी लागणार होती. या आचारसंहितेच्या पालनाच्या कसोटीत माझा कसा निभाव लागणार, याची मला मोठी काळजी लागली. या संहितेतील कलमेसुद्धा अंग थरारून टाकणारी व घाबरविणारी, चाकपोरीचे सुज्ञ लामा या आचारसंहितेच्या कलमांचा कधीही भंग करीत नसत. हे सगळे पाहिल्यावर आपल्याला किती पुढे शिकायचे आहे, हे मला कळून आले. माझे डोके फुटायची वेळ आली. पण मठातील गच्चीवर आराम घेत बसण्यात काय मजा होती. पलीकडे नर्बू लिंग किंवा रतन-बागेकडे दलाई लामांची स्वारी यायची व ती पाहत बसायचे. परम श्रेष्ठ लामाश्रींना पाहण्याकरिता मला लपून बसावे लागे. कारण ते ज्या स्थानी बसलेले असतील त्याच्यापेक्षा अधिक उंच जागी कोणी बसू नये, अशी सक्त ताकीद होती. गच्चीच्या खाली दुसऱ्या बाजूस म्हणजे आमच्या लोहपर्वताच्या समोरच्या बाजूस दोन सुंदर उपवने होती. त्या उपवनांची शोभा मी पाहत बसे. पहिले उपवन म्हणजे खाटी लिंग व दुसरे उपवन म्हणजे ओढ्यापलीकडले दोडपाल लिंग. लिंग म्हणजे उपवन. उत्तरेच्या दिशेने आणखी पुढे मला पश्चिम वेस दिसू लागे. आणि त्या वेशीअलीकडे चाकपोरी मठाच्या पायथ्याशी केसर राजाचे स्मारक होते. केसर राजा हा आमच्या देशातील एक थोर पुरुष होता. त्याचा काल फार प्राचीन. आमच्या देशात बौद्ध धर्माचा प्रसार होण्याच्या अगोदरचा. त्या काळात शांतता नांदत नव्हती. सगळीकडे बेबंदशाही होती. या राजाने बंडखोरांचा नाश करून देशात सुराज्य

व सुबत्ता आणली होती.

आश्रमात कामच काम! पण त्याबरोबर विश्रांतीही भरपूर मिळे. पण कामाच्या वेळी काम व विश्रांतीच्या वेळी विश्रांती! विश्रांतीच्या वेळात मी डोंडुप गुरुजींजवळ जाऊन बसे. कधीकधी त्यांच्याच योग्यतेच्या इतर लामाश्रींच्या सहवासात वेळ काढी. या धर्मगुरूंच्या मनात एकच विचार वावरत असे. म्हणजे बाह्य जगात शांतीचे साम्राज्य आणावे व इतरांना मदत करावी. आश्रमाच्यासमोर सुंदर वनश्री. ती पाहून डोळ्यांचे पारणे फिटायचे. जिकडे तिकडे हरित तृणाचा गालिचा अंथरलेला व त्यातून मधूनम धून उठून दिसणारे फळाफुलांनी बहरलेले वृक्ष. मध्येच एखादा ओढा डोंगराच्या कडेकडेने नागमोडी वळणाने आपला मार्ग काढीत पुढे वाहत जात दृष्टीआड व्हायचा. त्या ओढ्याच्या नीलवर्ण व संथ अशा प्रवाहाने त्या हिरव्या गालिच्यावर वेलबुट्टी काढल्यासारखी दिसे. मैदानाच्या पलीकडे पहाडावर कड्यांवरून मठ, आश्रम, धर्मशाळा दिसत. ते कडे तसे दुर्गम. पण बांधणारांनी तेथपर्यंत जाण्याकरिता मोठ्या कुशलतेने मार्ग काढलेले. हे एकंदर दृश्य मोठे रमणीय दिसायचे. शेजारीच पोतालावरील मंदिराचे सोन्याचे घुमट बालरवीच्या किरणात चमकून दिसत. त्या मंदिराकडे पाहिल्यावर हृदयात एकदम आदराच्या भावना उमटत. त्या मंदिराच्या सभोवार इतर धर्मगुरूंची, अधिकारी लामांची निवासस्थाने तितकीच रमणीय दिसत. मंदिरामधल्या धूपाच्या सुगंधाने भरून गेलेल्या वायूवीची आसमंतातील वातावरण कुंद, सुगंधित व पवित्र करून टाकीत. ही देवळे-राउळे, त्यातील ध्यानमंदिरातील सुगंधित वातावरण, तेथे वावरणारे धर्मगुरू, त्यांचा सहवास, त्यांचे मार्गदर्शन हेच आमचे जीवन. त्या जीवनातही मौज असायची. होय. त्याबरोबर या जीवनात कष्टही असत. पण त्या कष्टामुळे त्या जीवनास पूर्णता यायची. मठातील भिक्षू निरनिराळ्या मनोवृत्तीचे, काही सत्प्रवृत्त तर काही तापट, अश्रद्धही. पण अशा भिक्षूंची संख्या आमच्या चाकपोरी मठात मात्र नगण्य असायची.

१२

औषधी वनस्पती व पतंग

असेच काही दिवस निघून गेले. या कालावधीत मी पुष्कळ शिकलो. बेत आखले. गूढविद्येत आता माझी चांगलीच प्रगती झाली होती. मला आता काही विशेष प्रकारचे असे शिक्षण देण्यात येणार होते. ऑगस्टचे सुरुवातीचे दिवस असतील. एक दिवशी गुरुजी म्हणले, ''यावर्षी आपण औषधी वनस्पती गोळा करण्याच्या पथकात सामील होऊया. वनस्पतींच्या औषधी गुणांबद्दल तुला पुष्कळ ज्ञान होईल. तसेच खरे पतंग कसे उडवायचे याही कलेचा तुला परिचय करून देऊ.'' त्यानंतर दोन आठवडे फार गडबडीत गेले. वनस्पती भरून घ्यायला कातडी पिशव्या तयार कराव्या लागल्या. जुन्या पिशव्या साफसूफ कराव्या लागल्या. राहुट्या, तंबू हा सगळा सरंजाम तयार करावा लागला. जुन्या सामानाची दुरुस्ती करावी लागली. सामान वाहून नेणारी घोडी-खेचरे निवडून घ्यावी लागली. प्रवास लांबचा व कड्याकपाऱ्यांवरून जाण्याचा. घोडी मजबूत, चिवट व चपळ पाहिजेत. आमच्या या पथकात जवळजवळ दोन-एकशे जोगी सामील होणार होते. आम्ही मुक्काम त्रा येरपाच्या मठात ठेवणार होतो. तेथे तळ देऊन तेथून दररोज जवळपासच्या भागात वनस्पती गोळा करायला जोग्यांच्या तुकड्या पाठविण्याचा आमचा कार्यक्रम होता. ऑगस्टच्या अखेरीस आम्ही या दौऱ्याला निघालो. काय ती त्या वेळची आमची गडबड व धांदल, आरडाओरड. जी मंडळी या पथकात सामील होणार होती, ती भाग्यवान समजली जात होती. ज्यांना तशी संधी मिळणार नव्हती ती मंडळी जाणाऱ्या लोकांचा हेवा करायची. भिंतीआड उभे राहून ही सगळी गडबड पाहत निराशेचे उसासे टाकायची. आता मी लामा झालो होतो. तेव्हा पांढऱ्या घोड्यावर मी आरूढ झालो. आमची घोडी दररोज पंधरा ते वीस मैल चालायची. पण याक बैल आठ ते दहा मैलांपेक्षा जास्त चालू शकत नसत. आम्ही बरोबर सामान फारसे घेतले नव्हते. कारण आम्हाला मुक्कामाला लवकर जाऊन पोहोचायचे होते. याक बैल आमच्यामागून

येणार होते. प्रत्येक बैलाच्या पाठीवर सुमारे एकशेसत्तर पौंडाचा बोजा लादलेला होता.

आमच्या आघाडीच्या पथकात सत्तावीस जण होते. जायचा रस्ता बिकट होता आणि मी तर पहिल्यापासून घोड्यावर बसण्यात कच्चा. फार झाले तर घोड्याने उड्डाण मारल्यावर त्याच्या पाठीशी चिकटून राहण्याची हुशारी फक्त माझ्या ठिकाणी होती. पण तिथे आमची ताकद संपुष्टात यायची. इतर घोडेस्वार जसे रिकिबीत पाय धरून आपली मांड घोड्याच्या पाठीवर भक्कम ठेवून, शरीर ताठ ठेवून थाटाने घोडदौड करीत, ते मला जमत नसे. मी घोड्यावर बसायचो म्हणजे त्याच्या पाठीला चिकटून बसायचो. दिसायला माझे ध्यान काहीतरी दिसायचे. पण मी घोड्यावरून खाली तर येत नसे. आम्ही दौऱ्यावर निघालो. पहाडाच्या कडेकडेने आमचा प्रवास सुरू झाला. ज्या मुक्कामावर आम्हाला जायचे होते, तेथे जी जोगी मंडळी कायमची वस्ती करून होती, त्यांनी आमचा काफिला आल्याबरोबर आमच्या स्वागताची जंगी तयारी चालविली. लोणीमिश्रित चहा, सांपा व खमंग मसालेदार भाज्या तयार ठेवल्या. अर्थात आमचे अशा तऱ्हेने स्वागत करण्यात त्यांचा थोडा स्वार्थमूलक हेतू होताच. ल्हासाची खबरबातमी आमच्याकडून ऐकून घेण्यास ते अगदी उत्सुक होते व आम्ही अर्थात त्यांना भेट म्हणून देण्यास काही जिनसा आणणारच होतो. तिकडेही त्यांचे लक्ष होतेच. त्यांच्या मंदिराच्या सपाट गच्चीवरून धुपाचे फवारेच फवारे वरवर येत होते. त्याचा धूर चोहीकडे पसरलेला होता. मंदिराच्या समोरच्या अंगणात आमची घोडी येऊन पोचली. आमचा प्रवास संपल्याचा आनंद आमच्या मुखांवर विलसत होता. आमच्या पथकामधील काहींची जुनी मित्रमंडळीही त्या आश्रमात होती. त्या मंडळीत मिंग्यार डोंडुप लामाश्रींना ओळखणारीही बरीच होती. आम्ही तेथे जाऊन पोचल्यावर त्या मंडळींनी त्यांना घेरले व दूर कोठेतरी घेऊन गेले. त्यांचा तेवढाही वियोग मला सहन होईना. पुन्हा मला एकलेपणाची जाणीव होऊ लागली; पण थोड्याच वेळाने त्यांचा आवाज मला ऐकू आला, 'लोबसंग, लोबसंग, कुठे आहेस तू?' मी त्यांना 'ओ' दिली आणि पुढे काय होते हे कळून येण्यापूर्वी त्या मंडळींनी मलाही घेराव घातला. गुरुजी एका वृद्ध धर्मगुरूशी बोलत होते. ते थांबले व माझ्याकडे वळून म्हणाले, ''तो हा मुलगा! किती हुशार आहे पाहा! लहान वयात ही हुशारी.''

माझ्या मनाला मुख्य चिंता म्हणजे जेवण्याखाण्याची. तेव्हा जास्त वेळ वाया न दवडिता, सगळ्यांची पावले उपाहारगृहाच्या दिशेने चालू लागली. तेथे आम्ही जमिनीवर मांडी घालून फराळास सुरुवात केली. आमचा हा उपाहार अगदी चाकपोरीच्या आश्रमासारखा चालू होता. चाकपोरीचा आश्रम हा त्रा येरपाच्या आश्रमाची एक शाखा होती की, तो आश्रम आमच्या आश्रमाची शाखा, याविषयी कोणाचे निश्चित मत नव्हते.

पण ते कसेही असले तरी दोन्ही आश्रमांची तिबेटमधील अगदी पुरातन अशा आश्रमांत गणना होत होती. वनस्पतींच्या औषधी गुणांच्या हस्तलिखित बाडांचा मौल्यवान संग्रह त्रा येरपाच्या आश्रमात आहे असा लौकिक होता. आणि त्या पोथ्यांचे वाचन करून त्यातील माहितीची जरूर ती टिपणे मी करणार होतो. त्या हस्तलिखितात एक महत्त्वपूर्ण असा एक अहवाल होता. चांग टांग पठार प्रदेश हा औषधी वनस्पतींबद्दल फार प्रसिद्ध. पण अतिदुर्गम. अशा बिकट ठिकाणी जाण्याचे साहस काही दहा जणांनी केले. असे हे पहिलेच साहस. त्या साहसी गिर्यारोहकांनी तो अहवाल लिहून ठेवलेला आहे, पण सध्या मला त्या दुर्गम पठार प्रदेशाविषयी काही आस्था नव्हती. माझे लक्ष तेथे जवळच असलेल्या सपाट मैदानाकडे लागलेले होते. कारण तेथून आम्ही पतंग उडविण्याचा कार्यक्रम आखला होता.

या भागातला मुलूख जरा वेगळाच. पहाडातून वर जाणाऱ्या सुळक्यांची रांगच लागून राहिलेली होती. पायथ्याशी सपाट मैदाने, दूरवर पायऱ्या-पायऱ्यांनी पसरलेली. अगदी खालच्या पायऱ्यांवर दाट झाडी. त्या झाडीतल्या कित्येक वनस्पती औषधी होत्या. त्या झाडीत एक शेवाळ उगवत असे. स्पंजापेक्षा ते शेवाळ जास्त शोषू शकते. तेथे एक वनस्पती उगवते. तिला बारीक गुंजासारखी फळे येतात. त्या वनस्पतीत बेशुद्ध करण्याचे गुणधर्म असतात. जोगी मंडळी व मुले या वनस्पती गोळा करून उन्हात सुकवायला ठेवतात. मी लामा असल्याने त्यांच्यावर नुसती देखरेख करी. पण या आमच्या सफरीत मुख्य कार्यक्रम मिंग्यार डोंडुप लामाश्री व इतर वनस्पतितज्ज्ञ यांच्या व्याख्यानांचा व मार्गदर्शनाचा होता. या क्षणी मात्र माझ्या मनात एकाच गोष्टीचा विचार होता. तो म्हणजे पतंग उडविण्याचा. हे पतंग इतके मोठे करतात की, ते माणसांनासुद्धा उचलतात. आश्रमाच्या इमारतीच्या परसात काही एका विशिष्ट प्रकारच्या लाकडाचे ओंडके पडलेले होते. हे लाकूड ज्या झाडांचे होते, त्या झाडांची पाने सदासर्वकाळ हिरवीच राहत. ती कधी पिकत नसत. हे ओंडके फार दूर अंतरावरून आणलेले होते. ही झाडे आमच्या देशात उगवत नाहीत. आसामच्या जंगलात मात्र भरपूर उगवतात. या झाडांचे लाकूड अशा पतंगांना उत्तम समजले जाते. कारण या लाकडांना कितीही मार जरी बसला तरी त्यात फटी पडत नाहीत. लाकूड हलके पण चिवट. या लाकडाचे पतंग केल्यावर उरलेले लाकूड पुन्हा तपासून घेत व वखारीत टाकून देत. पुनः पतंग करायच्या वेळी त्याचा उपयोग होत असे.

आमची शिस्त या आश्रमात फारशी शिथिल झाली नव्हती. मध्यरात्रीचा आमचा सत्संग नेहमीप्रमाणे होई व दिवसाच्या वेळचे सत्संग त्या त्या वेळी बरोबर होत असत. बाकीचा सारा वेळ वनस्पती गोळा करण्यात व पतंग उडविण्यात जात असे.

येथे पहाडाच्या उतरणीवर आश्रमात अजून उजेड असायचा. पण खाली झाडीमध्ये काळोख व्हायला लागायचा व रात्रीचा भयाण वारा झाडाझुडुपातून किंचाळ्या मारीत सुरू व्हायचा. काही वेळाने दूर पर्वतशिखराच्या खाली कोठेतरी सूर्यास्त व्हायचा. मग सगळीकडेच अंधार व्हायला लागे. खालची झाडी एखाद्या काळ्या-निळ्या पाण्याच्या सरोवरासारखी दिसायची. उजेडाचा एक किरणही कोठून येत नव्हता. या आश्रमातील इमारतींखेरीज नजर जेथपर्यंत जाऊन पोचेल तेथपर्यंत जिवंत प्राणी असा आढळून येण्यातला नव्हता. सूर्यबिंब क्षितिजाखाली गेल्यावर रात्रीचे साम्राज्य सुरू होई व पृथ्वीच्या पृष्ठभागावरचे कानेकोपरे साफसूफ करण्याचे देवांचे काम सुरू होई. हे काम खालच्या दऱ्याखोऱ्यात सुरू झाल्याबरोबर पहाडांपर्यंत आल्याबरोबर अडकून पडायचे. खडकांमधील भेगांतून पुढे निसटायचे व घळींच्या बोगद्यांच्या दुसऱ्या तोंडामधून बाहेर पडताना त्यांचा विव्हळल्यासारखा आवाज व्हायचा. जसा एखादा प्रचंड शंख वाजविल्यावर रौद्र ध्वनी बाहेर पडतो, त्याप्रमाणे तो आवाज ऐकू यायचा. सभोवार पहाडातल्या खडकांमधून भेसूर आवाज उमटायचे. वरती गडद निळ्या आकाशात तारे चमकू लागायचे. आमच्याकडे म्हातारी माणसे म्हणत असत की, बुद्धदेवाने आज्ञा केल्यावर केसर राजाच्या सैनिकांनी आपले भाले स्वर्गातल्या तक्तपोशीवर टाकून दिले. ते भाले आकाशाच्या छिद्रांमधून चमकू लागले ते हे तारे.

आणि वाऱ्याच्या भेसूर आवाजातून एक नवीनच आवाज कानी ऐकू येऊ लागला. तो आवाज म्हणजे देवळातील तुताऱ्यांचा. मध्यरात्रीच्या वेळी या तुताऱ्या वाजतात. वरती गच्चीवर बसून मी खालची दृश्ये पाहत होतो. जोग्यांच्या डोक्यांवरच्या कानटोप्या, इकडून तिकडे वावरत असताना वाऱ्याने त्यांच्या झग्यांचा होणारा फडफडाट मला आता स्पष्ट दिसून येत नव्हता. मोठमोठ्या दालनांच्या व देवळांच्या मधूनमधून जोगी मंडळींचे जथे राजकारणाची, ल्हासामधील परिस्थितीची व एकंदर जगातील घडामोडींची चर्चा करीत होते. सर्वश्रेष्ठ परमप्रिय असे जे दलाई लामा त्यांच्याविषयी चर्चा चाले. ही मध्यरात्रीची तुतारी वाजल्यावर ही मंडळी पांगायला लागत व आपापल्या खोल्यांच्या दिशेने चालू लागत. आता झोपायची वेळ झाली. हळूहळू आश्रमातील आवाज कमीकमी होऊ लागले आणि सभोवार शांततेचे साम्राज्य सुरू झाले. मीही बिछान्यावर पडलो व एका लहानशा खिडकीतून पडल्यापडल्याच पलीकडील नीलवर्ण आकाशाकडे पाहत राहिलो. आज मला झोप काही येईना. आणि मला झोपही काही घ्यायची नव्हती. वरती चर्मचक्षूंपुढे अफाट आकाश होते व अंतरी अंतश्चक्षूपुढे माझे अनिश्चित भवितव्य होते. ज्या गोष्टींविषयी, घटनांविषयी अगोदर भविष्य वर्तविले होते त्या त्या घटना घडून आल्या होत्या. तिबेटबद्दलचे वर्तविलेले परचक्राचे भविष्य मी विचार करू लागलो.

आमच्या देशावर परकीयांनी आक्रमण का करावे? आम्ही त्यांचा काय गुन्हा केला आहे? आम्ही शांततेने राहणारी माणसे; आम्हाला काही इतर लोकांच्या भानगडीत पडायचे नाही. आमचे ध्येय ऐहिक नसून पारमार्थिक आहे. आध्यात्मिक दृष्ट्या आमची प्रगती व्हावी हेच आमचे लक्ष्य. इतर देशांनी आमच्या भूमीचा लोभ का धरावा? आमचे जे काही होते त्यालाच फक्त आम्ही धरून बसणार होतो. मग इतर लोकांनी आमच्या देशावर आक्रमण करून आम्हाला गुलाम का करावे? आमचे ध्येय वेगळे, आमची संस्कृती वेगळी, जीवनाचा आमचा दृष्टिकोन वेगळा, मार्ग वेगळा. त्या मार्गाने आम्हाला शांतपणे इतरांनी जाऊ द्यावे एवढीच फक्त आमची अपेक्षा आणि माझे भविष्य तर काय चमत्कारिक! अजून युद्ध सुरू व्हायचे आहे, पण ते सुरू झाल्यावर जे लोक आमच्या देशावर पुढे स्वारी करणार त्यांच्या जखमी शिपायांची शुश्रूषा करायची; त्यांच्यावर औषधोपचार करायचे. हे माझे भविष्य मला माहीत होते. पुढे काय काय घटना घडून येणार आहेत, काय मोठे प्रसंग येणार आहेत, हे मला माहीत होते. तरीपण त्यात काहीही बदल मला करता येण्यासारखा नव्हता. निमूटपणे एखाद्या याक बैलासारखे पुढे चालायचे होते; वाटेत कुठे थांबायचे, कुठे चरायचे, कुठे गवत आहे, कुठे ओसाड प्रदेश आहे, हे सर्व मला माहीत होते. फक्त कुठपर्यंत जायचे व शेवटी माझे काय व्हायचे, एवढे फक्त मला माहीत नव्हते.

सकाळ झाल्यावर देवळातले चौघडे वाजू लागले व त्यांच्या आवाजांनी मी जागा झालो. मला खरी झोप लागली होती की नाही, हेच मला उमगेना. माझ्या अंगावरचा झगा कोठे पडला आहे ते मी पाहू लागलो. पाय चाचपडत जमिनीवरून उठू लागलो. झोपेमुळे हातपाय जड झाले होते. सकाळ झाली की अजून रात्रच आहे, सकाळ झाली असल्यास घाईघाईने उठून दैनिक कार्यक्रमास लागले पाहिजे. काय तो भयंकर दैनिक कार्यक्रम, लामा म्हणून दोनशे त्रेपन्न यमनियमांचे काटेकोर पालन करायचे. समजा, त्यातील एका नियमाचा भंग झाला तर काय होईल? असे नानातऱ्हेचे भयानक विचार माझ्या त्रस्त मनात येऊन जात. झोपेतून असा अवचितपणे उठलेलो, धड जागाही नाही, धड झोपेतही नाही. इतर जोगी उठून मंदिरात घाईघाईने जाऊ लागले. मीही त्यांच्याबरोबर अर्धवट झोपेत जाऊ लागलो. नीट जागा झालो नसल्याने पाऊल नीट पडेना. मध्येच कोलमडून पडू लागलो. शेवटी कसातरी धडपडत देवळात जाऊन पोहोचलो. तेथे सकाळची सामुदायिक प्रार्थना चालू होती, त्यात सामील झालो.

पुष्कळ लोक मला असे विचारतात की, 'आयुष्यात ह्या आपत्ती, ही संकटे येणार होती हे जर तुम्हाला माहीत होते तर मग तुम्ही ती टाळण्याचा का प्रयत्न केला नाही?' याला उत्तर असे की, 'हे भविष्य वर्तविण्याचेच जर मी टाळू शकलो असतो

तर ते टाळून तसे भविष्य आपोआप खोटे ठरले असते.' भविष्य वर्तविणे म्हणजे अखेर अंदाजच करणे. त्याचा अर्थ असा नव्हे की, नियतीपुढे माणसाने काही करू नये. स्वतंत्र बुद्धी चालवू नये. तसे बिलकूल नव्हे. उदाहरणार्थ, समजा, एखाद्याला दार्जिलिंगहून वॉशिंग्टनला जायचे आहे, प्रवासाला सुरुवात कोठून करायची व कोठे जाऊन पोचायचे आहे, हे त्याला पुरते माहीत आहे. त्याने फक्त नकाशा पुढे धरावा व वॉशिंग्टनला जाऊन पोचेपर्यंत कोणकोणत्या स्थानांवरून साधारणपणे प्रवास करावा लागेल हे त्याला समजून येईल. आता मार्गावरची काही ठिकाणे त्याला टाळता येणे कदाचित शक्य असेल, पण तसे करणे हे नेहमीच शहाणपणाचे ठरणार नाही. तसे करण्यात प्रवासाचा पल्ला वाढेल किंवा खर्च जास्त येईल. तसेच समजा, एखाद्याला लंडनहून इन्वरनेसला जायचे असेल तर हुशार ड्रायव्हर नकाशा पाहील व एखाद्या मोटरिंग संस्थेकडून जायच्या रस्त्यांची माहिती विचारून घेईल. असे केल्याने त्याला खडबडीत रस्ते टाळता येतील. चढ-उतार टाळता येतील व सावकाशपणे गुळगुळीत रस्त्यावरून मोटार नेता येईल. तसेच भविष्य वर्तविण्याचे आहे. नेहमीच काही गुळगुळीत व सोयीच्या रस्त्याने जाणे फायदेशीर ठरत नाही.

मी धर्माने बौद्ध असल्याने माझा पुनर्जन्मावर विश्वास आहे. तसेच पृथ्वीवर आपण शिकण्याकरिता येतो याही समजुतीवर माझा विश्वास आहे. आपण शाळेत शिकायला जातो. तेथे इतिहास, भूगोल, अंकगणित असे निरनिराळे विषय आपल्याला शिकायला लागतात. हे विषय त्यावेळी आपल्याला कंटाळवाणे वाटतात. त्यात आपल्याला गोडी लागत नाही. त्यांचा अभ्यास का करायचा, हे आपल्याला त्यावेळी कळत नाही. पण मग शाळा सुटल्यावर काही वर्षे गेल्यावर आपल्याला ते शाळेतले दिवस आठवतात. त्या दिवसांच्या नुसत्या आठवणींनी आपली मने उल्हसित होतात. त्या शाळेचा आपल्याला अभिमान वाटतो; मग त्या शाळेचे एखादे बोधचिन्ह बॅजसारखे आपल्याजवळ असेल तर ते आपण अभिमानाने लावतो. तसेच जीवनाचे आहे. जीवन हे बिकट आहे, कष्टाचे आहे. जीवनात जे काही आपण शिकतो, त्याचा उद्देश आपली परीक्षा घेण्याचा असतो. पण जेव्हा आपण शाळा किंवा हा भूलोक सोडतो, त्यावेळी आपण शाळेचा बिल्ला अभिमानाने मिरवितो. त्याचप्रमाणे मेल्यावरही माझ्या शरीराभोवतालचे तेजोवलयही मी परलोकात अभिमानाने मिरविणार आहे. मरणे म्हणजे जुना देह सोडून देणे व नवीन व अधिक चांगल्या अशा वेगळ्या जगात प्रवेश करणे. असो.

सकाळचे झुंजुमुंजू झाल्यावर आम्ही उठून रानात जात असू व औषधी वनस्पतींच्या शोधार्थ फिरत असू. म्हातारी माणसे आदल्या रात्रीच्या वेळी ज्या जाळीत, झुडुपात शोध घ्यायचे बाकी राहिले असेल तिकडे मोर्चा वळवीत. पण माझे लक्ष या वनस्पती गोळा

करण्याच्या कार्यक्रमात नव्हते. उभा माणूस ताठच्या ताठ उचलणाऱ्या पतंगांकडे माझे लक्ष लागलेले होते. अशा अजस्त्र पतंगांविषयी मी बरेच ऐकलेले होते. आश्रमातील उंच गच्चीवर आरामात बसून आम्ही सभोवारच्या आकाशास भिडणाऱ्या गिरिशिखरांकडे पाहत बसू. खाली पायथ्याशी भयंकर दऱ्या कुठे संपत, हेही कळत नसे. अगदी दूर क्षितिजाकडे पाण्याने ओतप्रोत भरलेला एक जलौघ नागमोडी गतीने पुढे वाहत वाहत दृष्टीआड झाला होता. प्रवाहातून पिवळसर माती वाहून जात होती. तो पिवळा रंग इतक्या लांबूनसुद्धा स्पष्ट दिसायचा. जवळपास लहानलहान निर्झर वाहत होते. मधूनमधून पहाडावरून उतरणीवर जाता जाता लहानसा धबधबा निर्माण होई. पाणी सतत एकाच वेगाने वाहत असल्यामुळे जलतरंगाचे हवेत सूर निर्माण होते. ते सूर नुसते ऐकतच बसावेसे वाटे. हे सर्व निर्झर, प्रपात, जलौघ पुढे वाहत जात जात मोठ्या नदीला जाऊन मिळत व ती मोठी नदीही पुढे महानदी जी ब्रह्मपुत्रा तिला जाऊन मिळे. ब्रह्मपुत्रा पुढे गंगेला मिळते व अशी धष्टपुष्ट झालेली पवित्र गंगा अनेक धारांनी शेवटी बंगालच्या उपसागरास जाऊन मिळते. आता हळूहळू सूर्य पहाडांवरून वर वर येत होता. हवेतील हुडहुडी भरविणारी थंडी कमी कमी होत चालली. दूर लांब एखादे गिधाड अंतरिक्षातून मोठ्या वेगाने खाली उतरून आपल्या भक्ष्यावर झडप घाली. माझ्याशेजारी आदरणीय असे एक धर्मगुरू मला अशीच निसर्गातली रम्य दृश्ये दाखवीत होते. माझे गुरुजीसुद्धा असेच एक आदरणीय धर्मगुरू होते. माझीसुद्धा आता आदरणीय व्यक्तींमध्ये गणना होऊ लागली होती. माझा 'तृतीय नेत्र' उघडला होता व माझा पूर्वीचा जन्म कोणता होता, हेही सिद्ध झाले होते. पूर्वीचा जन्म ज्यांचा असा निश्चितपणे सप्रमाण सिद्ध होतो, त्यांना 'मुल्कू' अशी संज्ञा दिली जाते.

पूर्वजन्म असा कसा हुडकून काढायचा त्या पद्धतीचा काही तपशील दिल्यास तो मनोरंजक वाटेल. एखाद्या मुलाची अंगी उपजतच इतर मुलांच्यापेक्षा जास्त ज्ञान असते किंवा त्याच्या ठिकाणी अशी 'पूर्वस्मृती' असते की, त्याबाबत कोणास काही कारण सांगता येत नाही. अशा मुलाचे आईबाप त्याला जवळच्या एखाद्या मठात नेऊन तेथल्या धर्माध्यक्षाला दाखवितात. तो धर्माध्यक्ष त्या मुलाची तपासणी करण्याकरिता एक चौकशी-कमिशन नेमतो. त्याच्या पूर्वजन्मीच्या अंदाजी कुंडल्या तयार होतात. मग ते कमिशन त्या मुलाच्या अंगावर काही खुणा, काही चिन्हे असल्यास ती पाहून घेतात. काही मुलांच्या हातावर, खांद्यावर, पायावर काही चिन्हे, काही लक्षणे असतात. या लक्षणांवरून त्याच्या पूर्वजन्माविषयी काही धागे हातास लागतात. पूर्वजन्मी तो ज्या वस्तू बाळगीत असे त्या किंवा त्यासारख्या दिसणाऱ्या वस्तू गोळा करून व त्या इतर फालतू वस्तूत मिसळून देऊन त्याच्यापुढे ठेवून देत व त्यांपैकी त्याच्या ओळखीच्या

अशा पूर्वजन्मीच्या कमीत कमी निदान नऊ तरी वस्तू त्याला शोधून काढायला सांगत. त्यावेळी त्या मुलाचे वय अंदाजे तीन वर्षांचे असे. तीन वर्षांच्या मुलाला केवळ पूर्वजन्मीच्या सांगीव हकिकतींवरून वस्तू निवडून काढणे केवळ अशक्यच असे. तो त्या केवळ अंतर्ज्ञानानेच निवडून काढू शकतो. मुलाचे वय तीनाहूनही लहान असेल तर फारच उत्तम. आता मुलाला त्याच्या आईबापांनी वस्तू निवडून काढण्याबाबत काहीही जरी सांगितले असले तरी त्याचा काही उपयोग होत नाही. आयत्या वेळी तो पूर्वजन्मसंस्कारांवरूनच ती निवड करणार. आणि निवड करायच्या वेळी आईबाप मुळी तेथे हजरच नसतात. जवळजवळ तीस पदार्थांतून त्याला नऊ वस्तू निवडायच्या असतात. दोन गोष्टी अजिबात चुकल्या तर मुलगा नापास. जर मुलगा ही परीक्षा पास झाला तर त्याचा मागचा जन्म जसा होता त्याबरहुकूम त्यास शिक्षण देण्यात येते. त्याला तेच शिक्षण घ्यावे लागते. त्याच्या वयाच्या सातव्या वर्षी, वाढदिवशी त्याचे भविष्य वर्तविले जाते, आणि त्याला मुलाला त्याला जे स्पष्ट व अध्याहृत असे सांगितले जाते ते त्यास पुरते समजते, असे गृहीत धरले जाते. माझा स्वत:चा अनुभवही तसाच आहे.

असो. माझ्या शेजारी जे 'मान्यवर' लामा बसलेले होते, त्यांना सभोवारच्या भूभागातली दृश्ये मला दाखविताना त्या जिल्ह्याच्या भौगोलिक स्थितीची चांगली माहिती होती. तिकडे पाण्याच्या धबधब्याच्या उजव्या बाजूस एक औषधी वनस्पती Noli-me-tangere बरीचशी उगवलेली होती. या वनस्पतीचा रस पायाला होणाऱ्या कुरुपावर व चामखिळीवर वापरतात. तसेच हा रस पोटात घेतल्याने जलोदर व कावीळ हे रोग नाहीसे होतात. तसेच पलीकडे त्या लहानशा तळ्यात एक वनस्पती Polygorum Hydropiper उगवते. ही वनस्पती पाण्यात उगवते. तिच्या पानांना टोकदार काटे असून ते खाली वाकतात व तिला गुलाबी रंगांची फुले येतात. या वनस्पतीच्या पानांचा उपयोग आम्ही संधिवातावर व पटकीवर करतो. या ठिकाणी आम्हास फक्त साध्या वनस्पती मिळत. विशेष म्हणजे दुर्मीळ अशा औषधी वनस्पती उंच पहाडावर मिळत. पुष्कळ लोकांना या वनस्पतींच्या माहितीची जरुरी असते; तर त्यांच्याकरिता काही नेहमी उपयोगात आणल्या जाणाऱ्या वनस्पतींची नावे व त्यांचे औषधी गुणधर्म मी देत आहे. या वनस्पतींची इंग्लिश नावे मला माहीत नाहीत. म्हणून त्यांची लॅटिन नावे मी देत आहे.

'ॲलियम सॅटिवम' (Allium Sativum) ही शुद्ध नाहीशी करणारी एक अप्रतिम गुणकारी वनस्पती आहे. दम्यावर व छातीच्या रोगांवर हिचा फार उपयोग होतो. शुद्ध नाहीशी करणारी आणखी एक वनस्पती आहे. तिचे नाव 'बल्समोडेन्ड्रॉन मिराह' (Balsamodendron Myrrha) पण ही अल्प प्रमाणात वापरावी लागते. दातांच्या हिरड्या व नाकाचे हाड बधीर करण्याकरिता ही वनस्पती वापरतात. पोटात घेतल्यास फेफरे

येण्याचे थांबते.

एक उंच वाढणारी वनस्पती आहे. तिला पांढरी फुले येतात. तिचा रस अंगाला चोळल्यास डास किंवा इतर कृमिकीटक अंगाला चावत नाहीत. तिचे लॅटिनमधील नाव 'बेकोनिया कॉर्डाटा' (Becconia Cordata) असे आहे. डोळ्याची बुब्बुळे मोठी करण्याकरिता एक वनस्पती वापरतात. 'अॅड्रोपीनच्या' समान गुणधर्माची एक वनस्पती आहे. तिचे नाव 'एफिड्रा सिनिका'(Ephedra Siniea) आमच्याकडे दम्यावर ही वनस्पती अतिशय गुणकारी म्हणून समजली जाते. शिवाय अतिशय कमी अशा रक्तदाबावर हिचा उपयोग होतो. हिच्या फांद्या व मुळे आम्ही वाळवतो व त्या कुटून त्याचे चूर्ण करतो.

कॉलऱ्याच्या रुग्णाच्या विष्ठेला फार दुर्गंध येतो. ही दुर्गंधी रुग्णाला व त्यावर उपचार करणाऱ्या डॉक्टराला फार असह्य होते. आमच्याकडची 'लिंगस्टीकम लेविस्टीकम' (Lingusticum Levisticum) ही वनस्पती हा दुर्गंध काढून टाकते. 'हिबिस्कस रोजा सिनेन्सिन्स' अशी एक वनस्पती आहे की त्या वनस्पतींच्या फुलांच्या पाकळ्या चिनी महिला आपल्या भुवयांना काळा रंग येण्याच्या कामी वापरतात. भुवया अगदी काळ्या कुळकुळीत होतात. बुटाला पॉलीश द्यायलासुद्धा या पाकळ्यांचा उपयोग होतो. या वनस्पतींची पाने उकळून त्याचा काढा करतात. तापाने फणफणलेल्या रुग्णाला हा काढा दिल्यास त्याच्या तापाला उतार पडतो. 'लिलियम टिग्रिनम' या वनस्पतीचा योनिरोगांच्या बाबतीत फार उपयोग होतो. तसेच 'फ्लॅकोर्टिया इंडिका' (Flacoutria Indica) या वनस्पतीच्या पानांचा स्त्रियांच्या मासिक पाळींच्या तक्रारींच्या बाबतीत फार उपयोग होतो.

'समुच ऱ्हस' गटामधील 'व्हर्निसिफेरा' या वनस्पतींपासून चिनी व जपानी लोक लाख तयार करतात. 'ग्लॅबरा' (Glabra) या वनस्पतीचा उपयोग मधुमेहावर व 'अॅरोमॅटिका' (Aromatica) या वनस्पतीचा उपयोग आम्ही त्वचारोगावर, मूत्ररोगांवर व आवाळू, गळू या रोगांवर करतो. मूत्राशयावर जर व्रण पडले तर त्यावर आम्ही आर्कटेस्टाफायलॉस उवा उर्सी (Arctertaphylos uva ursi) या वनस्पतींच्या पानापासून तयार केलेल्या तुरट काढ्याचा उपयोग करतो. रक्ती आंवेवर आम्ही 'पॉलीगोनम बिस्टोरटा' (Polygonum bistorta) या वनस्पतींच्या काढ्यांचा उपयोग करतो. पुढे तुरुंगातील रुण्णांना या रोगावर उपचार करण्याचे कामी या काढ्याचा मला फार उपयोग झाला.

'पॉलीगोनम इरेक्टम' (Polygonum erectum) या वनस्पतीच्या काढ्याचा गर्भपात घडवून आणण्याच्या कामी उपयोग होतो. ज्याच्या अंगावर भाजल्याच्या जखमा झाल्या

आहेत, त्या जखमा बऱ्या करून, जखमांचे डाग काढून त्या ठिकाणी नवी त्वचा निर्माण करण्याचे कामी आमच्याकडे औषधे, मलमे आहेत. ती मलमे 'सिगेस्‌बेकिआ ओरिएंटॅलिस' (Sieges beckia orientalis) या वनस्पतीपासून तयार करतात. त्याचा कॉलोडिऑन (Collodion) सारखा उपयोग होतो. या वनस्पतीचे रोपटे चांगले चार फूट उंचीचे असून तिची फुले पिवळी असतात. या वनस्पतीचा रस जर पोटात घेतला तर त्याचा 'कॅमोमाइल' (Camomile) सारखा उपयोग होतो. जखमांचे रक्त आम्ही एक औषध लावून गोठवितो. त्या औषधाचे नाव 'पायपर ऑगस्टिफोलियम' (Piper augustifolium) असे आहे. या वनस्पतीची पाने बदामाच्या आकाराची असतात व त्या पानाच्या खालच्या बाजूचा या कामी फार चांगला उपयोग होतो. या सर्व वनस्पती नेहमीच्या उपयोगाच्या आहेत. त्यांची देता आली ती लॅटिन नावे मी दिली आहेत. आणखी काही औषधी वनस्पती आहेत. पण त्यांना लॅटिन नावे नाहीत. कारण पाश्चिमात्य जगास त्या अपरिचित आहेत. ज्या वनस्पतींचा त्या जगाला परिचय झालेला असतो, त्यांनाच ते लॅटिन नावे देतात. या ज्या वनस्पतींचा उल्लेख मी केला आहे त्याचा उद्देश एवढाच आहे की, आम्हाला या औषधी वैद्यकाचे चांगले ज्ञान आहे हे वाचकांना कळावे.

आम्ही मंडळी जेथे बसलो होतो तेथून पहाडांच्या उतरणीवरची वनश्री फार रमणीय दिसत होती. आकाशात सूर्य चांगला वरती आला होता. त्याच्या चकचकीत प्रकाशात सर्व काही वनस्पती, त्यांची पाने, त्यांच्यावरील फळे, झाडे-झुडपे स्पष्ट दिसत होती. पहाडांच्या या जंगलापलीकडचे सपाट मैदान जवळजवळ ओसाड दिसत होते. पहाडाच्या एका बाजूच्या उतरणीवर जेथे हे जंगल होते, त्याच्या पलीकडच्या बाजूस मुलूख वैराण होता. पुढे काही दिवसांनी अजस्त्र पतंगात बसून जेव्हा मी हवेत उड्डाण केले, तेव्हा पहाडाभोवतालचा हा सारा भूप्रदेश माझ्या नजरेस पडला.

दुपारच्या सुमारास लामाश्री डोंडुप गुरुजींनी मला बोलाविले. ते म्हणाले, ''चल लोबसंग, पतंग उडवायला काही मंडळी निघाली आहेत. त्यांच्याबरोबर आपणही चलूया. तुला फार मजा वाटेल. आज तुझा वेळ फार चांगला जाईल.'' आता अशा या वेळी माझे कोणी मन वळवायची जरूर नव्हती. मी लगेच तयार झालो व त्यांच्याबरोबर निघालो. खाली आश्रमाच्या प्रवेशद्वाराशी तांबडे झगे घातलेले काही जोगी आमची वाट पाहत होते. आम्हाला पाहिल्यावर ते आमच्यात सामील झाले. आम्ही सगळे पायऱ्या उतरून खाली मोकळ्या मैदानावर येऊन पोचलो.

येथे झाडे-झुडपे वगैरे काही नव्हती. जमिनीवर मातीचा घट्ट थर असून त्या थराच्या

खाली कातळ होता. काही ठिकाणी त्या कातळाच्या कडा बाहेर आल्या होत्या व तेथे थोडीशी हिरवळ होती. खाली कोसळून जाऊ नये म्हणून ती कड्याला जणू चिकटून धरून बसलेली होती. आमच्या पाठीमागे आश्रमातील इमारतीच्या छपरावर उंच निशाणे वाऱ्यावर फडफडत होती. त्यांच्या काठ्या मधूनमधून वाऱ्याच्या जोराने वाकत होत्या, आवाज करीत होत्या. त्या काठ्या, ती निशाणे काही नवीन अशी लावलेली नव्हती. आज वर्षानुवर्षे ती तशीच फडफडत आहेत. त्या काठ्या वाकताहेत. आवाज करताहेत, पण जशाच्या तशा उभ्या आहेत. खाली पडल्या नाहीत. माझ्या शेजारी एक पोरगेलासा जोगी पायातल्या बुटाने माती उकरत होता. वाऱ्याच्या जोरावर ती माती धुरासारखी हवेत पसरली. आम्ही तसेच पुढे चालत चालत एका कड्याच्या टोकावर जाऊन पोचलो. तेथून तो कडा वरती सुळक्यासारखा निघून पुढे खाली त्याचे अणकुचीदार टोक झाले होते. वारा पाठीमागून येत होता. तेव्हा आमचे झगे पाठीशी अगदी चिकटले जाऊन पोटाशी त्यांचा फुगीर भाल्यासारखा आकार झाला होता. तो वारा इतका सोसाट्याचा होता की, तो आम्हास जणू पुढे ढकलत होता. त्या गतीला थोपविणे फार कठीण काम होते. त्या कड्यापासून सुमारे वीस ते तीस फूट अंतरावर जमिनीत एक जमिनीत घळ पडलेली दिसत होती. त्या घळीत वारा अगदी थैमान घालीत होता. बारीकसारीक दगड उधळीत होता व हिरवळीचे लहानलहान चिमण्यांसारखे झुपके हवेत उडवीत होता. वारा खाली दरीत तसाच पिसाटासारखा वाहत होता. शेवटी पहाडाची दुसरी ओळ आल्यावर तेथील खडकावर जोराने आदळत होता. त्याला पुढे जायला तसा मोकळा मार्ग नसल्याने तेथेच तो मोठ्या दाबाने आदळधोपट करीत होता. त्यामुळे मध्येच एखाद्या छिद्रातून वाट निघायची; त्या बोगद्यासारख्या वाटेतून पुढे ढकलत ढकलत तो खडक भेदून दुसऱ्या बाजूकडून बाहेर निघायचा. मुक्ततेचा जणू आनंद मिळाल्याने तो किंचाळ्या ठोकीत बाहेर पडायचा. तेथले लोक आम्हाला सांगत की, वादळी हवेच्या दिवसात या किंचाळ्या जणू भुताटकीच्या किंचाळ्यांसारख्या वाटत व त्यांच्या आवाजाने कानठळ्या बसत. रात्री ही भुते घळईतून बाहेर पडत व धिंगाणा घालीत. वाऱ्याच्या बदलत्या वेगाच्या बरोबर या किंचाळ्यात वेगवेगळे सूर निघत.

पण आज सकाळी वाऱ्याचा वेग कमीजास्त होत नव्हता. सोसाट्याच्या वाऱ्याच्या जोराच्या आमच्याकडे काय काय गोष्टी सांगतात. त्या अशा वेळी खऱ्या वाटू लागतात. लहानलहान मुले या सोसाट्याच्या वाऱ्यात जमिनीपासून उचलली जात व हवेत वाऱ्याच्या जोराबरोबर दोन-दोन हजार फूट अंतरावर दरीच्या पायथ्याशी फेकली जात. आम्ही आता ज्या ठिकाणापर्यंत येऊन पोचलो होतो, ते ठिकाण पतंग उडवायला फार सोयीचे होते. कारण येथे वाऱ्याचा जोर इतका होता की, पतंग उडविल्याबरोबर सरळ

वर वर जायचा. मी लहानपणी घरी असताना अशा वादळी हवेत पतंग उडविलेले पाहिले होते. पतंगाची दोरी हातात दाबून ठेवणे फार बिकट काम होते. कारण अगदी लहानतला लहान पतंगसुद्धा माणसाचा हातच उचलून घेई.

कातळाच्या त्या सपाट मैदानावर आम्ही चारी बाजूंनी हिंडून पाहिले. आमच्याबरोबर तेथल्या आश्रमातले ते माहीतगार लोक होते. त्यांनी या मैदानाभोवतालच्या धोक्याची ठिकाणे दाखविली. मैदानावरून जेथे सुळके वरती हवेत निघाले होते, तेथल्या वाऱ्याचा झोत खालच्या दिशेने जात होता. काही काही ठिकाणी वाऱ्याचा झोत अगदी जमिनीपासून समांतर असा बाजूंकडे जात होता. पतंगात हवेत उड्डाण करण्यास जो मनुष्य आरूढ होई, त्याच्याबरोबर एक दगड देत असत. तो दगड एका रेशमी रुमालात बांधून त्या रुमालात वायुदेवास केलेल्या प्रार्थनेचा कागद ठेवीत. प्रार्थना अशी की, वायुदेवाने या नवशिक्या माणसास सांभाळून घ्यावे. पतंगाबरोबर माणूस जरा काही उंचीवर जाऊन पोचल्यावर त्याने ही चिठ्ठी बांधलेला दगड हवेत भिरकावून द्यायचा. म्हणजे वाऱ्याच्या जोरात तो रेशमी रुमाल उलगडला जाई व कागदावर लिहिलेला मजकूर वायुदेवास वाचता येई. म्हणजे त्या माणसाचे हवेत उड्डाण करीत असताना तो रक्षण करील, अशी आमची समजूत असे.

तिकडे आश्रमात आम्ही पतंग उडविण्याची सगळी सामग्री नेत असताना मोठी गडबड, धावपळ उडून राहिली होती. सामग्रीतला प्रत्येक जिन्नस पारखून घेतला जात होता. लाकडाच्या चौकटीचे लाकूड बारकाईने तपासत होते. त्यात कुठे भोके, कुठे भुसा नाही हे पाहून घेत होते. चौकटीला बांधायचा रेशमी दोरा जमिनीवर पसरून ठेवला होता. त्या दोऱ्याचा धागा फूट न फूट अनुभवी जोगी जमिनीवर हात, गुडघे टेकून बारकाईने तपासून घेत होते. ही सगळी कसून तपासणी झाल्यावर लाकडी चौकट उभी करून ठेवीत. नंतर अशाच तीन लाकडी चौकटी तयार करीत. हा पतंग म्हणजे एक पेटीच होती. ती तयार करून जागोजागी पाचरी मारून चौकट भक्कम करीत; की वाऱ्याच्या जोराने त्या ढिल्या होऊ नयेत किंवा काड्या एकमेकांपासून निसटून जाऊ नयेत. हा पेटीवजा पतंग चांगला भलामोठा, सुमारे आठ फूट लांब रुंद चौरसाकृती व दहा फूट उंचीचा असे. त्या पेटाऱ्याला दोन्ही बाजूंनी जमिनीला समांतर असे आठ ते नऊ फूट लांबीचे पंखे असत. त्या पंख्यांना पतंगाशी जोडणाऱ्या अर्ध्या अंतरावर काठ्या असत व त्यांना आकडे लावलेले असत. हेतू हा की, पतंग चढताना किंवा उतरताना हे पंखे निसटून जाऊ नयेत. या पेटाऱ्याच्या तळाशी जाड बांबूची एक ताटी करीत. बांबूची जाडी चांगली मनगटाइतकी असे. ती ताटी एका टोकाला बुटासारखी अणकुचीदार करीत. ताटी तळापासून जरा वरती करीत. म्हणजे पेटारा जमिनीवर ठेवला तरी त्या

ताटीचा जमिनीस स्पर्श होऊ नये. या पेटाऱ्याला बांधायला याक बैलाच्या केसाचा दोर वापरीत. दिसायला तो दोर ओंगळ वाटे. त्या दोराने पंख्यांची टोके पेटाऱ्याला बांधून टाकीत. असा पेटारा तयार झाल्यावर दोन जोगी तो उचलून त्या सपाट मैदानाच्या अगदी कडेला आणून ठेवून देत. वाऱ्याची गती खाली असताना हा भलामोठा पतंग पेटारा उचलून ठेवून देणे हे काम सोपे नव्हते. कधीकधी वाऱ्याच्या झोतापासून सावरायला आणखी काही माणसे मदतीला घ्यावी लागत.

प्रथम पतंग उडविण्याची तालीम करीत पठाराच्या कडेशी, जेथे कातळाच्या भोकातून, दरडीतून खालून वरती वाहत येणारा वारा जोराचा असे, तो पतंग पेटारा नेऊन ठेवून दिला. पेटाऱ्याला बांधलेले दोर जोगी मंडळी हातात घट्ट धरून उभी राहिली. हे सगळे पतंग मास्तरांच्या देखरेखीखाली चालले. त्यांनी इशारा केल्यावर हातात दोर धरून उभे राहिलेले जोगी एकदम धावायला लागले. ते धावायला लागल्यावर त्या पेटाऱ्यावर खालून येणारा सोसाट्याचा वारा आदळला व त्याबरोबर तो पेटारा जमिनीवर उचलला गेला व एखाद्या रॉक पक्ष्याप्रमाणे हवेत तरंगू लागला. दोर धरणारे हे जोगी अनुभवी असत. एकदा पतंग हवेत तरंगू लागून वरवर जायला लागल्याबरोबर ते हातातल्या दोराच्या नाड्या सैल करीत करीत काही वेळाने सोडून देत. हा दोर किती भक्कम आहे हे पाहण्याकरिता हे जोगी कधीकधी पतंगाबरोबर हवेत दहा-दहा फूट वर जात व दोर तुटत नाही असे पाहिल्यावर सावकाश खाली उतरत. अशा तऱ्हेने दोन-तीन माणसांनी निरनिराळ्या बाजूंनी दोराचा भक्कमपणा पारखून घेतला. पतंगाला दोन मोठी माणसे व एक मूल सहज उचलून नेता येईल इतका जोर आला. त्यावर पतंग-मास्तरांचे समाधान झाले नाही. त्यांनी पतंग खाली जमिनीवर आणण्याचा इशारा केला. तेव्हा त्या जोगी मंडळींनी सैल सोडलेली दोराची टोके पुन्हा हातात धरली व ते पतंगाला खाली खाली आणू लागले. ऊर्ध्वगामी अशा वाऱ्याच्या प्रवाहाच्या कचाट्यात पतंग सापडू नये म्हणून त्यांनी अगदी आटोकाट काळजी घेतली व पतंग जमिनीवर आणून सोडला. ज्या ठिकाणी तो आणला त्या ठिकाणी फक्त ते जोगीच उभे होते. आम्ही जरा अंतरावर उभे राहून हे सर्व पाहत होतो. पतंग जणू नाखुशीने जमिनीवर 'शिश्श' आवाज करीत उतरला. आकाशात स्वैर संचार करण्याचे स्वातंत्र्य गमाविल्यामुळे तो जणू नाखूश झाला होता. पतंग खाली आल्यावर दोन जोग्यांनी त्याचे पंख हातात धरून त्याला घट्ट धरून ठेवला.

त्यानंतर पतंग-मास्तरांच्या सांगण्याप्रमाणे आम्ही पतंगाच्या रेशमी दोऱ्या पुन्हा घट्ट बांधल्या. लाकडात जेथे जेथे भोके होती, त्या त्या ठिकाणी पाचर, खुंटी मारली की, डोलारा सोसाट्याच्या वाऱ्याने यत्किंचितही डळमळू नये. पंख काढले व ते दुसऱ्या

जागी किंचित कोन करून घट्ट बसविले. मग बाकीच्या दोऱ्या आवळून बांधल्या. इतकी तयारी झाल्यावर पतंग सहज तीन माणसे व एखादा लहान पोरगा उचलू शकेल असा त्यांनी हिशेब केला. पतंग-मास्तरांनी समाधान दर्शविले व आता तो पुन्हा माणसाच्या वजनाचा दगड घेऊन वरती जाईल असा अंदाज आम्ही केला.

पुन्हा पतंग उडविण्याचा कार्यक्रम सुरू झाला. वरवर जाणाऱ्या वाऱ्याच्या लोटातून जोगी मंडळी त्या पतंग-पेटीला सावरत होते. दोर हातात घट्ट धरून तो थोडाथोडा सैल सोडीत पतंगाला वाऱ्याच्या झोताबरोबर वर सोडीत होते. पतंग व त्याला बांधलेला माणसाच्या वजनाचा दगड हे दोन्हीही हवेत उड्डाण करू लागले. हवा वादळी होती. पतंग हेलकावे खाऊ लागला. माझ्या मनात एक ओझरती कल्पना आली की, मी त्या पतंगात बसून उड्डाण करीत आहे. त्याबरोबर माझ्या पोटात खळबळू लागले. पतंग पुन्हा जमिनीवर आणून जेथून तो सोडला होता, त्या जागी परत आणून ठेवला गेला. पतंगामधून उड्डाण करण्याच्या कामातले एक अनुभवी लामा मला म्हणाले, ''मी प्रथम पतंगात जाऊन बसतो; नंतर तुझी पाळी. मी कसे उड्डाण करतो ते नीट पाहून ठेव.'' मग त्यांनी मला पतंगाच्या बाजूस नेले. ''आता पाहा, मी त्या लाकडी ताटीवर कसा पाय ठेवतो! पाठीमागल्या आडव्या फळीला हातांनी घट्ट धरून ठेव. नंतर पतंग जसजसा वरवर हवेत जाईल, तेव्हा पुढे पाऊल टाक व दोरखंडाच्या या गाठीवर बसून राहा. उतरायच्या वेळी जमिनीवर आठ ते दहा फूट उंचीवर तू जेव्हा असशील तेव्हा उडी मार. म्हणजे तुला काही इजा होणार नाही. आता मी जाऊन बसतो, तू पाहा.''

या पतंगाच्या दोरांना घोडे बांधले होते. पतंग-मास्तराने इशारा केल्यावर घोडे चौखूर धावू लागले व त्याबरोबर पतंगही जमिनीवरून उचलला गेला व ऊर्ध्वगामी वाऱ्याच्या झोतात आल्यावर हवेत वर वर उडू लागला. कड्याच्या बाजूचे हे ठिकाण खालच्या दरीपासून दोन ते तीन हजार फूट उंचीवर होते. म्हणजे खालून वर वाहत येणाऱ्या वाऱ्याचा जोर चांगलाच होता. पतंग हवेत शंभर एक फूट उंचीवर गेल्यावर त्यात बसलेले लामा दोरावरून घसरत घसरत दोराच्या गाठींच्या बैठकीवर येऊन बसले व तेही पतंगाबरोबर हेलकावे खाऊ लागले. पतंगाला बांधलेल्या दोरांची टोके इतर लामांच्या हातात होती. त्यांनी ती सैलसैल करीत पतंगाला वरवर जायला वाव दिला व पतंग उड्डाण मारू लागला. त्यानंतर त्यात बसलेल्या लामांनी दोरखंडाला खालच्या माणसांना दिसेल अशी ठोकर दिली. ती ठोकर म्हणजे पतंग खाली आणण्याची सूचना. त्याबरोबर खालच्या लामांनी पतंग खालीखाली आणीत तो जमिनीवर आणून सोडला. जमिनीवर टेकेपर्यंत चांगला आडवातिडवा होऊन कोलमडत होता. आत बसलेल्या लामांनी दोर हातात घट्ट धरून ठेवले होते. पतंग जमिनीपासून दहा फूट उंचीवर आल्यावर त्यांनी

त्यातून कोलांटी उडी मारून ते खाली जमिनीवर आले. उतरल्यावर आपल्या झग्यावरची धूळ हाताने काढून टाकीत माझ्याकडे वळून म्हणाले, ''लोबसंग, आता तुझी पाळी. पाहू या कसे काय जमतेय तुला?''

आता माझी पाळी आली. पतंगात बसून उड्डाण करण्याचे मला विशेष वाटले नाही. मूर्खपणाच तो, मला वाटले. जीवास धोका. एखादे वेळी खाली कोसळून कपाळमोक्ष व्हायचा. मी या आश्रमात औषधी वनस्पती गोळा करण्याच्या निमित्ताने आलो. तेथे पतंग उडविण्याचे हे काय लचांड उद्‌भवले. मी आपल्या मनाचे समाधान करू लागलो. समजा असे हे उड्डाण मारण्यात माझा जीव गेला तर काय होईल? माझ्या दीर्घायुष्याविषयी ज्यांनी भविष्य केले आहे त्यांचे भविष्य खोटे ठरेल. पण त्यांचे भविष्य आतापर्यंत कधीही खोटे ठरलेले नाही. पतंग आता सुरुवातीच्या ठिकाणी आणून ठेवला गेला. मी तिकडे पायांनी चालू लागलो. पाय जरा कोलमडतच होते. पतंगाच्या आतील फळीवर मी पाय ठेवला. माझ्या घशाला कोरड पडली होती. पाठीमागच्या फळीवर हात घट्ट धरून ठेवले व म्हणालो, ''तयार.'' तसे पाहिलें तर मी 'तयार' म्हणालो खरा, पण माझ्या मनाची खरी तयारी झाली नव्हती. तयारी नसल्याची माझ्या आयुष्यातली ही पहिलीच वेळ. वेळ जाता जाईना; जणू निश्चलच झाला की काय! झाले, घोडे दौडू लागले. दोरखंडे हळूहळू लाकडांना घट्ट धरू लागली. पतंगाच्या चौकटीत थोडे हलविल्यासारखे वाटले. आणि मग एकदम चौकट जोराने वर उचलली गेली. इतक्या वेगाने की, मला वाटले, या भूलोकावरच्या अस्तित्वाची माझी ही शेवटची घटिका. तेव्हा मी डोळे मिटून घेतले. कारण पुढे काय होणार हे पाहायला मला नको होते. पतंग वरती वरती जाताना माझ्या शरीराला काय धक्के बसले! पोट तर अगदी हबकून निघाले. खळबळून निघाले. आता आपण परलोकातच भ्रमण करू लागलो असे मला वाटू लागले. आणि मग भीत भीत मी डोळे उघडू लागलो. पुनः धक्का बसला व पुनः मी डोळे मिटून घेतले. त्यावेळी हवेत मी जमिनीवरती सुमारे शंभर-एक फूट उंचीवर असेन. पोटात पुन्हा गुरगुरू लागले. तेव्हा जरूर पडली तर आपण कोठे आहोत, हे कळावे म्हणून मी पुन्हा डोळे उघडले. डोळे उघडल्यावर खालचे जमिनीवरचे दृश्य मला इतके प्रेक्षणीय वाटले की, माझ्या पोटातली गडबड मी पार विसरलो. एवढेच नव्हे तर तशी गडबड झाली होती की काय, याचाच मला संशय येऊ लागला. पतंग वर डुलतडुलत, मध्येच वाकत, हलत पण हळूहळू वरवर चालत होता. दूर पलीकडे डोंगराच्या माथ्यावर काळीपिवळी माती पसरलेली दिसत होती. त्या भूभागात मधूनमधून घळी पडलेल्या दिसत होत्या. जरा अलीकडे डोंगरांची एक ओळ होती. त्या डोंगराच्या पृष्ठभागातून मोठमोठे खडक खाली कोसळून पडलेले होते व त्या ठिकाणी मोठमोठी

भगदाडे पडलेली दिसत होती. जणू त्या डोंगराच्या अंगावरच्या जखमाच त्या. त्या जखमा काही ठिकाणी सताड उघड्या पडलेल्या होत्या, तर काही ठिकाणी त्यांच्यावर बारीकशी हिरवळ उगवलेली दिसत होती. त्याच्यापलीकडे दूर दूर अंतरावर, जेथपर्यंत नजर पोचत होती, तेथपर्यंत सरोवराचा विस्तीर्ण जलाशय दिसत होता. सूर्यास्ताचे रेंगाळणारे किरण त्या जलाशयातील पाणी चकाकून टाकीत होते. त्याच्या पृष्ठभागाला जणू सोन्याचा मुलामा लावलेला दिसत होता. माझ्या डोक्यावरची पतंगाची चौकट व ती वाऱ्याच्या झोताप्रमाणे इकडेतिकडे हेलकावे खात होती. जणू आकाशातले देव आपापसात खेळ खेळत होते व आपण मर्त्य जगण्यासाठी खाली धडपडत, धावपळ करीत होतो. अशा धकाधकीच्या जीवनात आपण आयुष्य नश्वर आहे या गोष्टीचा बोध घेऊन शांत मन:स्थितीत हे जग सोडावे.

पतंगाला एक जोराचा हेलकावा बसला व माझ्या पोटात कळ आली आणि मी खाली पाहिले. भूपृष्ठावर जोगीमंडळी तपकिरी रंगाच्या ठिपक्यांसारखी दिसत होती. ते ठिपके हळूहळू मोठे होऊ लागले. पतंग खाली आणीत होते, तरी मी जमिनीवरून जवळजवळ हजार-एक फूट किंवा कदाचित त्याहूनही जास्त अशा उंचीवर होतो. सुतासारखी दिसणारी एक नदी पुढे जात जात, आकाराने मोठी होत शेवटी शेकडो मैलांच्या अंतरावरून दूर बंगालच्या उपसागरास जाऊन मिळणार होती. भारतातील गंगेस ती जाऊन मिळणार होती. तिचे पाणी पवित्र होणार होते. भाविक लोक ते पवित्र गंगाजल प्राशन करणार होते. पण मी इकडे त्या नदीच्या उगमापाशी दूर अंतराळात उड्डाण करीत होतो. स्वर्गातील देवांच्या सान्निध्यात जणू वावरत होतो.

आता पतंग वेडावाकडा खाली येत होता तेव्हा खालचे दोरी ओढणारे लोक त्याला चटकन स्थिर करीत होते. आणि नंतर एकदम मला आठवण झाली की, पतंगात मी मधल्या बैठकीवर बसायचेच विसरलो. सगळा वेळ मी दांडीवरच उभा राहून होतो. तेव्हा वरच्या दांडीवर घट्ट धरून ठेवलेले हात मी खाली घेतले व त्या बैठकीच्या जागेवर उडी मारून बसलो, पद्मासन घातले व समोरच्या दांडीला हाताने घट्ट पकडून धरले. या कसरतीत त्या बैठकीचा माझ्या मांड्यांना इतका जोराचा धक्का बसला की, त्या जणू तुटून पडताहेत की काय, असे मला वाटले. त्यावेळी जमीन सुमारे चोवीस फूट अंतरावर होती. मग मी वेळ घालवला नाही, तर हातांनी दोरखंड धरून पतंग जमिनीवर आठ फूट अंतरावर आल्यावर पतंगातून बाहेर पडून कोलांटी उडी मारली व जमिनीवर आलो. त्याबरोबर पतंग-मास्तर एकदम उद्गारले, ''तरुण माणसा, तुला छान जमले. बैठकीची जागा तुझ्या बरोबर ध्यानात राहिली. आणि त्या जागेवर तू ठीक बसून राहिलास. नाहीतर तुझ्या तंगड्या मोडून गेल्या असत्या. आता इतर काहीजणांना उड्डाण करण्याचा

प्रयत्न करूदे. मग तुझी पुन्हा पाळी येईल.''

त्यानंतर पाळी एका तरुण जोग्याची आली. त्याचे काम माझ्यापेक्षा चांगले वठले. पतंग चौकटीत चढल्यावर उशीर न लावता बैठकीवर बसायला सरकायचे त्याच्या बरोबर ध्यानात राहिले. तसाच तो उतरतानाही बरोबर उतरला व जमिनीवर अगदी तोंडावर पालथा पडला. त्याने पडताना जमिनीवर हात ठेवले. चेहरा जरा काळानिळा झाला. उड्डाण मारल्यावर थकवा आलेला त्याच्या चेहऱ्यावर स्पष्ट दिसत होता. तिसरी पाळी ज्या जोग्याची आली तो जरा बढाईखोर होता. त्याला अशा उड्डाणांची प्रॅक्टिस होती व याही वेळी काही घोटाळा होणार नाही, अशी त्याला खात्री होती. गेले तीन वर्षे या उड्डाणाचा त्याला सराव होता व स्वत:स तो आपण 'हवाई वीर' असे म्हणवून घेत असे. तो पतंगचौकटीत बसला. पतंग वरती जाऊ लागला. सुमारे पाचशे फूट पतंग वरती गेला. पण आत चढल्यावर तो बैठकीवर सरकायचे विसरून गेला. तो तसाच दांडीवर उभा राहिला आणि एकदम दांडीवरचा त्याचा एक पाय निसटल्याने तो खाली आला. मग काही वेळ फक्त एकाच हाताने दांडी धरून तो अधांतरी लोंबकळत राहिला. त्या स्थितीत दुसऱ्या हाताने दांडी पकडण्याचा तो आटोकाट प्रयत्न करीत होता. इतक्यात पतंग डुलायला लागला व त्याच्या हाताची काठीवरची पकड निसटली आणि मग तो खाली दरीत कोसळला. त्याचा झगा एखाद्या तांबड्या रंगाच्या ढगाप्रमाणे इतस्तत: फडफडत होता.

या अपघातामुळे आमच्या एकंदर उत्साहावर विरजण पडले. पण पतंग उडविण्याचा कार्यक्रम आम्ही चालूच ठेवला. पतंग उचलून आणला व त्याच्या चौकटीची काही मोडतोड झाली आहे की काय, हे आम्ही तपासू लागलो. पतंग पुन्हा ठाकठीक झाल्यावर मी पतंगात चढलो. यावेळी पतंग जमिनीपासून शंभर फूट उंच गेल्यावर मी चटकन बैठकीच्या जाग्यावर सरकून बसलो. तेथून मी खाली पाहू लागलो. खाली दरीत काही जोगी मंडळी कड्यावरून दरीत कोसळलेल्या माणसाचा चेंदामेंदा झालेला मुडदा शोधण्याकरिता उतरत होती. तो मुडदा जवळच एका खडकावर छिन्नविछिन्न अवस्थेत, एखादे कलिंगड जमिनीवर आपटून फुटावे व त्यातला तांबडा गीर आसपास पसरावा तसा तो दिसत होता. त्याबरोबर मी खाली पाहण्याचे सोडून दिले. मी वर पाहू लागलो. थोडे निरीक्षण करू लागलो. तेव्हा माझ्या असे ध्यानात आले की, त्या बैठकीवर जर मनुष्य उभा राहिला तर तो स्वत:च्या शरीराला थोडा वर उचलू शकेल. ही कल्पना मला लहानपणच्या एका अनुभवावरून आली. लहानपणी मी असाच पतंग उडवीत असताना एका शेतकऱ्याच्या घराच्या धाब्यावर उतरलो. त्या धाब्यावर शेण पसरलेले होते व त्या धाब्यामध्ये एक धुराडे होते. माझ्या अंगावरचे शेण त्या धुराड्यातून खाली

त्या शेतकऱ्याच्या घरात आले. त्याने माझी हजेरी घेतली. असो. त्यावेळी असाच मी पतंगाची दोरी धरून स्वत:ला वर उचलून धरण्याचा प्रयत्न केला होता. मी मनात म्हटले की, या प्रश्नावर आपण गुरुजींशी चर्चा करावी.

एकदम मला असे वाटू लागले की, आपण आता खाली कोसळणार. मी सावरण्याचा प्रयत्न करण्याचे सोडून दिले. त्याबरोबर एकदम अचानकपणे खाली आलो. खाली जोगीमंडळी पतंगाचे दोरखंड हातात धरून पतंग सावरीत होते. हळूहळू संध्याकाळ होत होती. त्या पठार प्रदेशावरचे शिलाखंड थंडगार होत चालले होते. खाली दरीतून वर वाहत येणारा वारा कमी झाला होता. आणि पतंगात खालच्या पोकळीतून वर येत राहणारा वारा तर अजिबात थांबला होता. मला उचलून धरण्यासारखे काही एक नव्हते. पतंग जमिनीवरती दहा फूट आल्यावर मी त्यातून उडी मारून जमिनीवर आलो. एका खडकावर बसलो. माझे डोके अजून पतंगाच्या तळाच्या रेशमी अवगुंठणात गुरफटलेलेच राहिले होते. मी अगदी स्तब्ध असा बसून राहिलो व विचार करू लागलो. बाजूच्या जोगी मंडळींना वाटले की, मला काही लागले, खरचटलेले असावे. लामाश्री मिंग्यार डोंडुप एकदम पुढे झाले. त्याबरोबर मी म्हणालो, ''येथे जर उतरण्याकरिता आधार ठेवला असता तर त्यावर आपल्याला उभे राहून पतंग पेटाऱ्याच्या उतरणीचा कोन सोयीप्रमाणे करता आला असता. म्हणजे आपले उतरणे सोयीचे झाले असते व पतंगपेटी जमिनीवर सुरक्षितपणे आणता आली असती.'' पतंग-मास्तरांनी माझे बोलणे ऐकले व त्यावर ते म्हणाले, ''तुझे म्हणणे बरोबर आहे, तरुण माणसा, पण ते करून कोणी पाहायचे?'' मी उत्तर दिले, ''मी करीन. माझ्या गुरुजींनी मला तशी परवानगी द्यावी.'' त्यावर एक लामा म्हणाले, ''लोबसंग, तू स्वत:च लामा आहेस. तुला दुसऱ्या कोणाला विचारण्याचे कारण नाही.'' त्यावर मी उत्तर दिलं, ''तर मग मी जरूर करीन. मला जे काही येत आहे ते सर्व डोंडुप लामाश्री गुरुजींनी शिकविलेले आहे आणि शिकवीत आहेत. तेव्हा त्यांनी सांगावे.''

त्यानंतर पतंग-मास्तरांनी पतंग तेथून हलवायच्या कामाची पाहणी केली. मग ते मला आपल्या खोलीत घेऊन गेले. त्यांच्या खोलीत निरनिराळ्या पतंगाची लहान लहान मॉडेल्स (नमुने) होती. एक पतंग तर अगदी हात-पाय ताणलेल्या पक्ष्यासारखा दिसत होता. ते सांगू लागले, ''हा पुऱ्या आकाराचा पतंग मागे कड्यावर कित्येक वर्षांपूर्वी उडवून पाहिला होता. त्या वेळेपासून तो आम्ही बाजूला ठेवून दिलेला आहे. मागे जेव्हा आम्ही तो उडवून पाहिला होता तेव्हा त्यात एकजण बसून उड्डाण मारीत होता. त्याने वीस-एक मैल उड्डाण केले व त्यानंतर तो एका कड्यावर कोसळला. त्यानंतर पतंगाचे हे मॉडेल आम्ही बाजूस ठेवून दिले. आता हे मॉडेल पाहा. तू म्हणतोस तसे

हे मॉडेल आहे. ही बसायची जागा व हात धरायला ही दांडी. आम्ही हे मॉडेल तयार करून ठेवलेले आहे. पण त्याचा उपयोग करीत नसल्याने बाजूला ठेवून दिलेले आहे. ते पाहा, त्या कोपऱ्यात त्यात बसायला योग्य असा इसम मला अजून सापडलेला नाही. मी बसून पाहायचे म्हटले तर माझे वजन जरा जास्त आहे.'' या मास्तरांचे वजन जवळजवळ तीन-एकशे पौंड होते. तेव्हा जरा जास्त आहे असे म्हणण्यात काही अर्थ नव्हता. यावेळी डोंडुप गुरुजी खोलीत आले. आमचे बोलणे ऐकून ते म्हणाले, ''लोबसंग, आपण आज रात्री कुंडली मांडू व या प्रयोगाला ग्रहमान कितपत अनुकूल आहे हे पाहू.''

मध्यरात्रीच्या सत्संगाचा चौघडा कानावर ऐकू आला व आम्ही झोपेतून जागे झालो. मी उठलो व ध्यानमंदिरात आपल्या जागी बसलो. त्यासरशी एक भलीमोठी जाडजूड व्यक्ती माझ्या बाजूने अगरबत्तीच्या धुराच्या ढगातून पुढे गेली. ती व्यक्ती म्हणजे पतंग-मास्तर होते. ते माझ्या जवळ येऊन कानात म्हणाले, ''करून पाहिलेस का तू?'' मी ''होय'' म्हणून त्यांच्या कानात पुटपुटलो. ''दोन दिवसांनी उड्डाण करताना दाखवून देईन'' म्हणून मी सांगितले. त्यांनी उत्तर दिले, ''ठीक. तो पतंग तयार करून ठेवून देतो.'' आता येथे जास्त काही बोलता येईना. देवळात, मेणबत्त्यांच्या अपुऱ्या प्रकाशात, भिंतीशेजारच्या निरनिराळ्या मूर्ती अस्पष्टपणे चमकत होत्या. निदान त्यांच्या शेजारी बसून त्या पतंगातून पूर्वी उड्डाण केलेल्या व अपघाताने त्यातून बाहेर पडून खाली दरीत कोसळलेल्या त्या मूर्ख लामाची आता आठवण होत नव्हती. त्याने जर मूर्खपणाने बढाई केली नसती, योग्य ती काळजी घेतली असती तर त्यास असे अपघाताने मरण आले नसते. त्याने जर तशी चूक केली नसती तर अपघात झाला नसता. चूक न करता अपघात झाला असता तर मीही हे साहस करावयास तयार झालो नसतो.

येथे मंदिरात आम्ही भगवान बुद्धासारखे पद्मासन घालून ध्यान करीत बसलो होतो. भिंतीवर देवादिकांची चित्रे काढलेली होती. बसण्याची आमची आसनेही दहा-बारा इंच उंच अशी चौकोनी होती. आम्ही रांगेने बसलो होतो; एकासमोर दुसरी रांग असे. आमची प्रार्थना सुरू झाली. प्रथम एक लामा स्तोत्रवजा प्रार्थना आपल्या सुरेल व गंभीर आवाजात म्हणे व मग त्याच्या मागोमाग आम्ही सगळे तेच चरण मोठ्याने त्याच सुरात म्हणत असू. हा जो लामा प्रथम स्तोत्र म्हणे, त्याचा आवाज फार गोड असे व त्या आवाजाकरिताच त्याची निवड केलेली असे. त्याची गाण्याची पद्धत अशी- पहिला चरण मोठ्या आवाजात म्हणायचा. नंतर दुसरा चरण त्यापेक्षा हलक्या आवाजात. त्यानंतर त्याहूनही आणखी हलक्या आवाजात तिसरा चरण व अशा तऱ्हेने; आवाज बारीक करीत करीत शेवटचा चरण इतक्या खोल आवाजात म्हणे, की तो

म्हणताना उच्छ्वासच त्याने जणू बंद केला आहे असे वाटे. त्याने चरण म्हटल्यानंतर बाकीचे आम्ही तीन चरण तितक्याच बारीक आवाजात गुंजनासारखा पुटपुटत असू. या भजनातले काही चरण म्हटल्यावर घंटा, नगारा वाजवीत. भजनांमधील शब्दांचे उच्चार आम्ही अगदी बिनचूक व स्पष्ट करीत असू; ते जणू मंत्र असत. तेव्हा त्यांचा उच्चार बिनचूक करावा लागे. अधूनमधून वाजणाऱ्या घंटांचा आवाजही त्यास मिळता-जुळता स्वराचा असे. आश्रमात अशी शिस्त असे. ज्या आश्रमात शिस्त जास्त, त्या आश्रमाचा दर्जा वरचा मानला जाई. कागदावर लिहून काढलेले तिबेटी संगीत, त्यातील राग, सूर वगैरे पाश्चिमात्यांना कळायचे नाही. हे फरक आम्ही कागदावर वक्र वर्तुळाकार रेषांनी दर्शवितो. त्या आकृतींची तोंडे मोकळी. एका सरळरेषेचा अक्ष धरून त्यावर वरचा व खालचा आवाज आम्ही अक्षावरच्या व अक्षाखालच्या बिंदूंनी दर्शवितो. एक मुख्य 'पायाभूत' अशी वक्ररेषा धरायची, ज्यांना त्या आवाजात फेरफार सुचवायचे असतील ते फेरफार त्या वक्ररेषेत आणखी काही लहान वक्ररेषा जोडून सुचवायचे. ही नित्याची सर्वसाधारण प्रार्थना संपली की, आम्हास दहा मिनिटे विश्रांती मिळे. त्यानंतर एखादे दिवशी कोणी एखादा जोगी दिवंगत झाला असल्यास त्याच्या आत्म्यास शांती मिळण्याकरिता एक खास 'मृतासाठी' प्रार्थना आम्ही म्हणत असू. त्यानंतर सुट्टी.

पुन्हा घंटा झाल्यावर आम्ही ध्यानमंदिरात जमत असू. त्यावेळी उपाध्याय व्यासपीठावर उभे राहून एक विशिष्ट प्रकारची प्रार्थना गंभीर आवाजात म्हणे. मृतांच्या आत्म्यांच्या शांतीसाठी आमचा एक प्रकारचा स्तोत्रपाठ असतो. त्या स्तोत्रामधील एखाद्या स्तोत्राचे तो पठण करी. त्या प्रार्थनेची सुरुवात अशी असे- 'आज या जगातून बाहेर पडलेल्या 'कुंफेल-ला' नाव धारण करणाऱ्या व्यक्तीच्या इतस्तत: भ्रमण करणाऱ्या वासनामय देहा, भूतयोनीत गेलेल्या आत्म्या, तू आता आमच्यात फिरकू नकोस. कारण तू आता या पार्थिव जगातून बाहेर पडलेला आहेस. हे आता तुला पुढे कुठे जायचे हे समजावे म्हणून आम्ही ही धूपाची कांडी जाळीत आहोत. हे भूतात्म्या, तू आता येथे राहू नकोस. परमात्म्याप्रत पोचण्याच्या मार्गावर तू आता पुढे पुढे सरकत जा. या जगात येण्यापूर्वी जेथपर्यंतचा रस्ता आक्रमिलास तेथे तू आता परत गेला आहेस, आता तेथून तू पुढे पुढे जात जा.' अशा आशयाची संगीत प्रार्थना त्या मृतात्म्याच्या मार्गदर्शनाकरिता, त्यास उत्साह मिळावा म्हणून आम्ही म्हणत असू. आम्ही तरुण जोगी ही प्रार्थना अगदी वरच्या पट्टीत म्हणत असू. म्हातारी मंडळी अगदी गंभीर अशा आवाजात ही प्रार्थना म्हणत असत. ध्यानमंदिरात आम्ही लामा व जोगी मंडळी परस्परांसमोर तोंड करून रांगेत बसत असू व पूर्वापार रिवाजानुसार, आवाज वरच्या व खालच्या सुरात आणून या प्रार्थना म्हणत असू. 'भूतात्म्या, तू विनाकारण भ्रमण करू नकोस. आमच्याकडे ये. आम्ही तुला बरोबर रस्ता दाखवू. तुला आमचे चेहरे दिसत नाहीत. आम्ही जो धूप जाळीत आहोत,

त्याचा सुगंध तुम्हाला येत नाही. कारण तुम्ही या जगाच्या दृष्टीने मेलेले आहेत. या, आम्ही तुम्हाला रस्ता दाखवितो, अशी प्रार्थना करता करता आम्ही मध्येमध्ये थांबत असू. त्या मध्यंतरात मग मृदंग, भेरी, शंख, झांजा ही वाद्ये वाजतात व ध्वनींची पोकळी भरून काढतात. नंतर आम्ही एक हाडाची कवटी हातात उलटी धरून त्यात लाल पाणी भरून ते पात्र सर्व जोगीमंडळीतून फिरवतो. त्या पात्रास मग सगळे हाताने स्पर्श करतात. त्यानंतर त्या भूतात्म्यास आम्ही पुन्हा पाचारण करतो व त्यास म्हणतो, 'तुझे रक्त या पृथ्वीवर सांडले आहे. भ्रमण करीत असणाऱ्या हे भूतात्म्या, आमच्याकडे ये म्हणजे तू मुक्त होशील.' नंतर मग आम्ही केशरानी रंगवलेल्या अक्षता पूर्व, पश्चिम, उत्तर, दक्षिण अशा चारी दिशांना फेकतो. 'हे भूतात्म्यांनो, तुम्ही कोठे भ्रमण करीत आहात. पूर्वेकडे की उत्तरेकडे की दक्षिणेकडे की पश्चिमेकडे? देवादिकांसाठी पिंड आम्ही या जगाच्या कोपऱ्याकोपऱ्यातून दिले आहेत. पण भूतात्म्यांनो, ते पिंड तुमच्यापर्यंत पोचणार नाहीत. कारण तुम्ही मृत आहात. या, भ्रमण करणाऱ्या भूतात्म्यांनो, या, आम्ही तुम्हाला पुढचा रस्ता दाखवू, तुम्हाला मुक्त करू.'

मोठ्या ढोलावर थाप तालावर पडत होती. प्रत्येक थाप जणू या पृथ्वीवरच्या मानवी जीवाच्या श्वासाची धाप वाटत होती. ढोलाखेरीज इतर वाद्ये मानवी शरीरातील एकूण ध्वनींची प्रतिकृती करीत होती. धमन्या व शिरांमधून वाहणाऱ्या रक्ताच्या प्रवाहाचा अस्पष्टसा ध्वनी, छातीतील फुप्फुसांमध्ये श्वास घेताना व तेथून बाहेर सोडताना होणारा कुजबुजल्यासारखा अस्पष्ट ध्वनी; पोटामधील निरनिराळ्या पाचक रसांची होणारी खळबळ, याशिवाय शरीरात होणारे घरघर, ढेकर, शिंक, खोकला यांसारखे इतर आवाज हे जणू जगत्या प्राण्याचे जीवनसंगीत निर्माण करतात. मनुष्य प्राणी हे सर्व ध्वनी अस्पष्टसे आपल्या शरीरातून काढीत असतो. त्याच्या जीवनाची सुरुवात सुसंबद्ध गतीने होते. पुढे आयुष्यातील धकाधकीच्या प्रसंगांनी ती गती सुसंबद्ध व मंद राहत नाही. तिच्यात बिघाड होतो. ती गती वेडीवाकडी होऊन तिच्यातून बदसूर आवाज निर्माण होतात, तुतारी फुंकणाऱ्या भीतिग्रस्त झालेल्या माणसाच्या आरोळीसारखे ते आवाज ऐकू येतात. त्याच्या हृदयाचे ठोके जलद जलद होऊ लागतात आणि नंतर मग एकदम त्या ठोक्यात अनियमितता येते व ते वाजायचे मध्येच थांबतात. पुनः सुरू होतात व कधी एकदम वाजायचे कायमचे थांबतात. म्हणजे माणसाच्या आयुष्याची दोरी तुटते. जबरदस्तीने ती गती कुंठीत करण्यात येते. 'हे भूतलोकांत भ्रमण करणाऱ्या आत्म्या, आमच्यातील सिद्ध योगी तुला पुढला मार्ग दाखवितील. भिऊ नकोस. तुझे मन उघडे करून ठेव. आम्ही जे काय तुला सांगत आहोत ते मोकळया मनाने ऐक. आम्ही तुला मुक्त करू. हे भुतात्म्या, मरण म्हणजे काही कायमचा विराम नव्हे. तो शरीरधर्म आहे.

मरणं प्रकृतिर्हि शरीरीणां.' एका जीविताचा अंत मरणाने होतो व त्यानंतर दुसरे जीवित सुरू होते. दुसरे जीवित धारण करण्याकरिता नुकत्याच टाकलेल्या दैहिक बंधनांतून आम्ही तुला मोकळे करू.'

तिबेटी लोकांचा हा ध्वनिशास्त्राचा अभ्यास फार पुरातन कालापासून चालत आलेला आहे. शरीरातून कोणकोणते, मंद किंवा तार स्वरांचे ध्वनी बाहेर पडतात, ते सर्व आम्हाला माहीत आहेत. ते सारे आवाज त्याच स्वरात आम्ही तोंडाने काढू शकतो. ते आवाज कानाने एकदा नीटपणे ऐकून घेतले म्हणजे आम्ही ते विसरत नाही. उशीवर डोके ठेवून, निपचित पडून झोप येण्याच्या अगोदर तुम्ही आपल्या हृदयाचे ठोके, फुफ्फुसांमधील श्वासोच्छ्वासाची ये-जा कधी शांतपणे ऐकली आहे का? पराविद्येच्या संशोधनाची व अभ्यासाची आमच्याकडे एक शासकीय संस्था आहे. तेथे माध्यम म्हणून काम करणाऱ्या व्यक्तींना शरीरात उत्पन्न होणारे हे निरनिराळे ध्वनी ऐकायला लावतात. त्यामुळे त्यांची शुद्ध जाते व त्यांच्या अंगात येते. १८९४ मध्ये ब्रिटिशांनी तिबेटवर आक्रमण केले व ल्हासा घेतले. त्यावेळी त्यांच्या सेनेचा सेनापती यंगहसबंड म्हणून होता. त्याने या शासकीय संस्थेत येऊन या शरीरज ध्वनींच्या श्रवणाने माणसाला बेशुद्धी येते व त्याच्या देहात इतर आत्मे प्रवेश करतात. त्या देहातून आपले स्वत:चे आवाज काढून, त्या देहाचे रंगरूप बदलतात, हे सर्व प्रत्यक्ष पाहिलेले आहे व स्वत:ची खात्री करून घेतलेली आहे.

असो. ध्यानमंदिरातील ही प्रार्थना संपल्यावर आम्ही परत झोपी जातो. दिवसभरच्या पतंग उडवण्याच्या धामधुमीने मी अगदी थकून गेलो होतो. सारा दिवस काही वेगळ्याच हवेत मी वावरत होतो. तेव्हा अंग टेकल्यावर मला ताबडतोब झोप लागली. सकाळ उजाडल्यावर पतंग-मास्तरांनी मला निरोप धाडला की, 'आज त्या दुरुस्त केलेल्या पतंगावर आपण काम काम करणार आहोत व तूही ते काम करायला ये.' गुरुजींना घेऊन मी त्यांच्या कारखान्यात गेलो. एका जुनाट कोठीत त्यांनी हा कारखाना मांडला होता. सागवानाचे भलेमोठे ओंडके तेथे जमिनीवर अस्ताव्यस्त पडलेले होते आणि भिंतीवर निरनिराळ्या प्रकारांच्या पतंगांच्या आकृत्या काढलेल्या होत्या. ज्या प्रकारचा पतंग आम्ही उडवून पाहणार होतो, त्याचे खास मॉडेल आढ्यापासून दोरीने टांगून ठेवलेले होते. पतंग-मास्तरांनी एक दोरी खाली खेचली व ते मॉडेल एकदम खाली जमिनीवर आले. मला मोठी गंमत वाटली. पतंग कप्पीवरून वर आढ्याला बांधला होता पण त्यांनी नुसती कप्पी फिरविली आणि पतंग खाली आला. त्यांनी सांगितल्यावरून मी त्या पतंगात शिरलो. त्या पतंगाच्या तळाशी उभे राहायला बरेचसे पायटे होते व कमरेच्या उंचीवर एक आडवा वासा हात टेकवण्यासाठी बसविलेला होता. आम्ही त्या पतंगाचा

प्रत्येक भाग तपासून घेतला. त्याला बांधलेले रेशमाचे सर्व दोर त्यांनी काढून टाकले. त्या जागी ते स्वत: नवीन दोर बसविणार होते. बाजूंचे पंख सरळ रेषेत नव्हते. ते किंचित वाकलेले होते; वाकवलेल्या हातांच्या पंजांसारखे ते पंख दिसत होते. त्या पंखांची लांबी अंदाजे दहा फूट होती. त्या पंख्यांच्या अंगी पतंगाला उचलून धरण्याची चांगली शक्ती होती, असा माझा समज झाला.

दुसऱ्या दिवशी त्या पतंगाचे यंत्र उघड्या मैदानावर नेण्यात आले. तेथून ते कड्यापाशी, जेथून खालच्या दरीतून वाऱ्याचा प्रवाह वरच्या दिशेने येत होता; तेथे नेण्यात आले. तेथे जी जमिनीत घळ होती, तिच्यावरून ते भलेमोठे धूड सरकवून नेण्यासाठी जोगी मंडळींना फार कष्ट पडले. शेवटी तो पतंग योग्य जागी ठेवला; आता त्या पतंगात बसून मी उड्डाण करणार होतो. ते काही साधेसुधे काम नव्हते. मोठ्या बहादुरीचे काम होते ते, मी बहादूर होणार होतो. त्या जाणिवेने मी भारावून गेलो. त्या वेळी पतंगाला गती देण्याकरिता घोडे वापरण्यात येणार नव्हते. ओढण्याचे काम जोगी मंडळी स्वत: करणार होती. कारण बरोबर खेचण्याचे काम घोड्यांपेक्षा माणसेच चांगले करू शकत. सर्व ठाकठीक झाल्यावर मी ओरडलो, ''तयार, ओढा.'' यंत्र हलू लागले. फरफटत नेले गेल्याची पहिली घरघर ऐकू आली व मी ओरडून त्यांना म्हणालो, ''नमस्कार.'' एकदम एक धक्का बसला व तो पतंग एखाद्या तीरासारखा वर हवेत चालू लागला. आडव्या दांडीला मी घट्ट धरून ठेवले होते. अजून जगायची मला इच्छा होती. तेव्हा मोठ्या हुशारीने, काळजीपूर्वक मी या पतंगात आपले स्थान स्थिर केले. हाताची पकड मजबूत धरली. खाली जोगी लोक दोरखंडाला धरून होते व तो ते जसा सैल सोडीत, तसा पतंग वरवर जाई. पतंग वरवर जायला लागल्यावर मी वायुदेवाची प्रार्थना केली व त्याच्या नावे खाली एक दगड सोडून दिला. नशीब माझे की तो खाली कोणाच्या डोक्यावर पडला नाही. खाली पतंग-मास्तर आतुरतेने नाचत होते. मी आपला सिद्धांत प्रयोगावस्थेत केव्हा आणतोय, याची ते उत्कंठतेने वाट पाहत होते, तेव्हा मी त्या कामाला लागलो. काळजीपूर्वक मी वळून पाहिले व पतंगाची उड्डाणशक्ती व जमिनीपासूनची उंची यांच्या कोष्टकात थोडा फरक केला तरी चालेल असा मी अंदाज केला.

पण माझा अंदाज चुकला. मी विनाकारण घाई केली. मी पतंगपेटीच्या मागच्या बाजूला सरलो आणि काय! पतंग एकदम खाली दगडासारखा कोसळला. माझे पाय दांडीवरून घसरले व मी दांडीला हात धरून लोंबकळू लागलो. दोन्ही हातांमध्ये काही अंतर होते. अंगावरचा झगा वर उडत होता व त्याचे पदर माझे डोके झाकून टाकीत होते. तरीही मी माझी पूर्वीच्या जागेपर्यंत चढून जाण्याचा प्रयास करीत होतो. त्यात काय

गंमत झाली. पतंग खाली येण्याचा थांबला व उलट वरवर येऊ लागला. तसे माझ्या डोक्यावर आलेले झग्याचे पदर बाजूला झाले व मला आता डोळ्यांनी सभोवार पाहता येऊ लागले. भीतीने माझा इतका थरकाप झाला होता की, लामा म्हणून माझे मुंडन झाले नसते तर माझ्या डोक्यावरचे केस ताठ उभे राहिले असते. यावेळी जमिनीपासूनचे आमचे अंतर दोनशे फुटांपेक्षाही कमी असावे. त्यानंतर जेव्हा आम्ही जमिनीवर पोचलो तेव्हा लामामंडळी सांगू लागली की पतंग-पेटी खालीखाली येत येत जमिनीपासून पन्नास फुटांवर आली होती. पण मग ती वर गेली.

जमिनीवर आल्यावरही मी आडव्या दांडीला धरूनच उभा राहिलो. हवा विरळ होती. त्यामुळे झालेल्या श्रमाने धापा टाकीत होतो. जरा दम घेतल्यावर मी सभोवार पाहू लागलो. कित्येक मैलांचा भूप्रदेश माझ्या डोळ्यांना दिसत होता. दूर अंतरावर ठिपक्या ठिपक्यांची एक रांग दिसत होती. ती काय असावी, यावर प्रथम माझा काही तर्क चालेना. नंतर माझ्या ध्यानात आले की, ही रांग आमच्या पथकातल्या लामा मंडळींची होती. औषधी वनस्पती गोळा करून ती मंडळी शिस्तीने परत जात होती. त्या रांगेत तीन प्रकारचे ठिपके दिसत होते. एक मोठ्या माणसांचे, दोन मुलांचे व तीन जनावरांचे. त्या रांगा ओसाड मैदानावरून हळूहळू पुढे सरकत होत्या. खाली जमिनीवर आल्यावर मला हायसे वाटले. आम्ही या पथकात परत एक दोन दिवसात सामील होणार होतो.

मी जेथे जमिनीवर उतरलो तेथले काळे-निळे खडक अगदी बर्फासारखे थंडगार होते. त्या मानाने भुरी, तपकिरी रंगाची जमीन तितकी थंडगार नव्हती, दूर पलीकडे असलेल्या सरोवराचा पृष्ठभाग रुप्यासारखा चमकत होता. निसर्गातली ही सगळी दृश्ये परत पाहण्यात मला मोठी मौज वाटली. खाली दरीच्या तळाशी एवढी थंडी नव्हती. हवेत उबारा होता. हे भयानक वारे खालपर्यंत पोचत नसत व पहाडावरचे थोडेबहुत पाणी खाली झिरपत असे. त्यामुळे तेथे शेवाळ, नेचे व काही खुरटे गवत उगवलेले होते. ते जणू हिरवा गालिचा अंथरल्यासारखे दिसत होते. ते पाहून मला माझ्या वडिलांच्या घराची आठवण झाली. तेथे दिवाणखान्यात अशी दृश्ये दाखविणारे गालिचे अंथरलेले असत. त्या खोऱ्यातून आरपार जाणारा एक ओढा दिसत होता. रात्रीच्या वेळी त्या ओढ्यातून संथपणे वाहत जाणारे पाणी जलतरंगासारखे मधुर संगीताचे सूर काढीत जात असे. मला लहानपणाची आठवण झाली. एकदा माझ्या हातून पाण्याने भरलेला हंडा दिवाणखान्यातल्या गालिच्यावर सांडला गेला आणि मग वडील जे काय रागावले ते काही विचारू नका, त्यांची शिस्त मोठी कडक व स्वभाव रागीट होता.

या आश्रमाच्या पाठीमागचा भाग डोंगराळ होता. दूर क्षितिजावर उंच व दाटीवाटीने

लागलेल्या शिखरांची काळीभोर रांग सूर्यप्रकाशात उठून दिसायची. तिबेटमधले आकाश म्हणजे अगदी निरभ्र. पाहणाऱ्याने आपली नजर जेथपर्यंत जाऊन पोचेल तेथपर्यंत सगळे पाहून घ्यावे. अभ्राचा अगदी लहानसा पुंजकासुद्धा मध्ये यायचा नाही. माझ्या नजरेला तर या विस्तीर्ण नभोमंडलामध्ये कोठेही हालचाल अशी दिसली नाही. खाली पहाडाच्या उतरणीवरून आमच्या पथकातील लामांचे बारीकबारीक ठिपके आमच्याच दिशेने पुढे पुढे सरकत होते. कदाचित त्यांना मी इतक्या अंतरावरून दिसतही असावा. असो, पतंगाला आता हादरे बसू लागले. जमिनीवर उभे असलेले लामा मला बाहेर काढून घेत होते व पतंगाच्या मौल्यवान अशा प्रयोगासाठी मुद्दाम तयार करण्यात आलेल्या यंत्राला काही कोठे खरचटू नये, त्याच्यात कोठे बिघाड होऊ नये म्हणून ते अतिशय दक्षता बाळगीत होते.

मी सुरक्षितपणे जमिनीवर आल्यावर पतंग-मास्तर माझ्याकडे आपुलकीने व कौतुकाने पाहू लागले. त्यांनी माझ्या खांद्यावर आपले जाडजूड हात इतक्या जोराने ठेवले की, मला वाटले माझ्या खांद्यातली हाडे चांगली भरडून निघत असावीत. इतकी वर्षे ते सिद्धांतप्रणाली केवळ स्वत:जवळच उराशी बाळगून होते. ती सिद्धांतप्रणाली प्रयोगाच्या कसोटीवर तपासून घ्यायला आतापर्यंत त्यांना संधी मिळालेली नव्हती. कारण त्यांचा स्वत:चा देह धिप्पाड असल्याने विमानात बसून उड्डाण मारणे एकंदर कठीणच होते. कौतुकात, प्रशंसेत काही वेळ गेल्यावर मी त्यांना सांगू लागलो की, तुम्ही सांगितलेल्या तत्त्वांचा अवलंब केल्यावर पतंगातली बैठक फार सुखावह वाटली. अशा आरामशीर बैठकीवर बसून वरवर जाण्यात फार मौज वाटली. याचाच अर्थ, ही बैठकीची जागा पतंग पेटाऱ्यात प्रयोगांती निश्चित करण्यात, तपासून पाहण्यात त्यांना जितका उल्हास व आनंद वाटत होता, तितकाच आनंद मला त्या नियोजिलेल्या बैठकीवर बसून उड्डाण करण्यात वाटत होता. ''होय लोबसंग, आता तू जरा इकडे सरकून घे व पाहा कसे काय जमतेय ते, आता जरा पलीकडे घे. बरोबर ठीक. आता फिरून आपण पतंग उडवून पाहू. पण इकडे हे काय बाजूला डळमळतंय? हे तुझ्या आले का लक्षात? कधी?'' आणि अशी त्यांची बडबड सुरू झाली. मी पुन्हा आणि वारंवार त्या पतंगात, त्या बैठकीवर बसून उड्डाण करून पाहिले. असे उड्डाण करण्यात मला भारी मौज वाटे. त्या खास पतंगातून उड्डाण करण्याचा किंबहुना त्यात नुसता पाय ठेवायचा मलाच फक्त अधिकार होता. प्रत्येक वेळी उडून पाहिल्यावर पतंग-पेटीच्या चौकटीत काही दुरुस्त्या व्हायच्या. काही सुधारणा व्हायच्या, सर्वांत मोठी सुधारणा म्हणजे उडणाऱ्याला मला आत नीट धरून ठेवण्याकरिता बसविलेला एक पट्टा.

पुढे औषधी संग्रह करायला गेलेली मंडळी परत आली व मग एक-दोन दिवस पतंग उडवायचे जमले नाही. या सर्व मंडळींची मोजदाद करून आम्ही दोन पथके बनविली. एक पथक संग्रह करण्याचे व दुसरे पथक त्या वनस्पतींच्या बरोबर जुड्या करून त्याप्रमाणे बांधबांध करणाऱ्यांचे. आमच्यातील जे अगदी नवशिके जोगी होते, त्यांच्याकडे फक्त तीन प्रकारच्या वनस्पती गोळा करण्याचे काम दिले व त्यांना अशा जागी पाठविण्यात येई की जेथे त्या वनस्पती अगदी विपुल सापडू शकत. प्रत्येक पथक किंवा संघ वनस्पतींच्या उपलब्धीच्या मानाने सात एक दिवस संचार करी व आठव्या दिवशी ते तो भारा आणीत. मग तो भारा एका भव्य कोठारात जमिनीवर पसरून ठेवीत. मग औषधी व वनस्पतींचे मुरब्बी असे जे लामा, ते हा सर्व भारा तपासून घेत. ज्या वनस्पतींना कीड लागली असेल त्या ते काढून ठेवीत. काही फुलांच्या पाकळ्या तोडून त्या वाळवायला ठेवीत. काही वनस्पतींची मुळे तोडून ती बाजूला ठेवीत. काही वनस्पती अगदी आणल्याबरोबर चरकात टाकीत व त्यांचा रस काढीत. तो रस कुपीत ओतून त्या कुप्या सीलबंद करून टाकीत. बिया, पाने, खोडे, पाकळ्या साफसूफ करून वाळवायला ठेवीत. चांगल्या वाळल्या म्हणजे ते वाळवण कातडी पिशवीत ठेवून देत व त्या पिशव्यांवर वनस्पतींच्या नावाच्या चिठ्ठ्या लावीत. पिशव्या अशा बंद करून ठेवीत की, शक्य तितकी त्यामधील हवेची पोकळी नाहीशी करून ठेवीत. मग त्या पिशव्या पाण्यात भिजवून कडक उन्हात वाळायला ठेवीत. त्या वाळल्या म्हणजे अगदी लाकडासारख्या कडक होऊन जात. त्या इतक्या कडक व कठीण होऊन जात की, त्यांची तोंडे उघडताच येत नसत. ती तोडावी लागत, तिबेटच्या कोरड्या हवेत अशा साठविलेल्या वनस्पती वर्षानुवर्षे टिकून राहत.

सुरुवातीचे काही थोडे दिवस गेल्यावर मी आपले वेळापत्रक तयार केले. निम्मा वेळ औषधी वनस्पती गोळा करण्यात घालवायचा व निम्मा वेळ पतंग उडविण्यात. पतंग-मास्तर वृद्ध असून त्यांचे आश्रमात बरेच वजन होते. त्यांना माझे भविष्य माहीत झाले होते. त्यांच्या मते यंत्र चालविण्याचे ज्ञान औषधी वनस्पतींचा संग्रह करण्याइतकेच महत्त्वाचे होते. आठवड्यातील तीन दिवस मी पतंग उडविण्यात घालवी. बाकीचा वेळ घोड्यावर बसून निरनिराळ्या पथकांचे वनस्पती संग्रह करण्याचे काम पाहत राही, म्हणजे थोड्या वेळात मला त्या भूभागांची माहिती होई. पुष्कळदा पतंग-पेटीत बसून उड्डाण करीत असताना खाली परिचित झालेल्या अशा भूप्रदेशांकडे पाहत राही. खाली जमिनीवर याक कातड्यांच्या बनविलेल्या पथकातील माणसांच्या राहुट्या काळ्या ठिपक्यासारख्या दिसत. त्या राहुट्यांभोवती याक बैल चरताना दिसत. कारण सात दिवस झाले की, त्यांची बिगारी सुरू. वनस्पतींचा भारा पाठीवर वाहून न्यायचा. ह्या

वनस्पतींपैकी पुष्कळशा वनस्पती पौर्वात्य देशात चांगल्या परिचयाच्या असत. पण पाश्चिमात्यांना त्यांची काही माहिती नाही. तेव्हा त्यांची लॅटिन नावे देता येत नाहीत. या औषधी वनस्पतींच्या ज्ञानाचा मला पुढे फायदा झाला. पतंग उडविण्याच्याही ज्ञानाचा फायदा झाला.

या मुक्कामात एक अपघात घडून आला. एक जोगी माझ्या या उड्डाण कौशल्याकडे बारकाईने पाहत असे. त्याची जेव्हा पाळी आली आणि तेसुद्धा एका साध्या पतंगात तेव्हा त्याला वाटले की, माझ्यासारखे त्यालाही जमेल. पण वर हवेत त्याचा पतंग चमत्कारिकपणे उडू लागला. तो ते पतंगाचे यंत्र ताब्यात ठेवण्याची खटपट करीत होता. पण त्याची खटपट वाया गेली व तो पतंगाच्या बाहेर लोंबकळू लागला. एक मोठा हादरा बसला व पतंग बाजूवर जमिनीवर कोसळला. त्याबरोबर तो जोगीही खाली डोके व वर पाय असा खाली आला. त्याचा झगा उलटा फडफडत होता. त्याच्याबरोबर त्याच्या जिनसा सगळ्या खाली पडल्या. सांपाचा वाडगा, लाकडी कप, जपमाळ व इतर पुड्या वगैरे खाली इतस्तत: पसरल्या. जणू त्याला या जिनसा पुन्हा लागणार नव्हत्या. तो डोक्यावर सरळ पडल्याने शेवटी खाली दरीत पडून दिसेनासा झाला. काही वेळाने तो आपटल्याचा आवाज मात्र ऐकू आला.

सुखाचे दिवस फार लवकर संपतात. आमचे सहलीचे दिवस फार चांगले गेले. काम होते, चांगलेच काम करावे लागले. पण ते काम करण्यात मौज वाटायची, आनंद वाटायचा. जवळजवळ तीन महिने असे आम्ही बाहेर होतो. मठातून बाहेर पडून रानावनात जाऊन हिंडण्याची ही आमची पहिली सफर. तरी हा त्रा येरपाचा मठ ल्हासाच्या जवळच होता. झाले, आमची तेथून निघायची वेळ आली. जे काही थोडेबहुत सामान आम्ही बरोबर आणले होते, त्याची बांधाबांध झाली. हे करताना आमच्या अगदी जिवावर आले. मनुष्य उचलून धरणाऱ्या भव्य पतंगाचे एक मॉडेल पतंग-मास्तरांनी तयार केले व या प्रसंगाचे स्मरण नेहमी राहावे म्हणून ते त्यांनी मला भेट म्हणून दिले. दुसऱ्या दिवशी आम्ही तेथून प्रयाण केले. आमची एक तुकडी घोड्यावरून जलद निघाली. दुसरी तुकडी तिच्या पाठोपाठ सावकाश जाऊ लागली. या तुकडीत जोगी, कामकरी जोगी, भारा वाहून नेणारे बैल यांचा समावेश होता. परत लोहपर्वतावर येण्यात आम्हाला मोठा आनंद झाला. पण या सहलीत जी आम्हाला नवीन मंडळी भेटली व ज्यांच्या सहवासात आमचे दिवस चांगले गेले, त्यांची ताटातूट झाल्याने व गिरिप्रदेशाच्या मोकळ्या हवेचा, वातावरणाचा पुनरपि आता आम्हास आस्वाद घेता येणार नाही म्हणून मन खिन्नही झाले.

१३

घरी भेट देऊन येतो

आता नवीन वर्ष येऊन ठेपले; वर्षारंभी जो आम्ही उत्सव करतो त्याच्या तयारीला आता लागलो. आश्रमात झाडलोट करायची. जिनसा साफसूफ करायच्या व नीट जागच्या जागी ठेवायच्या, हे काम सुरू झाले. पंधराव्या दिवशी मुख्य मंदिरात बरेच कार्यक्रम होते. त्या सर्व कार्यक्रमास सर्वश्रेष्ठ दलाई लामा हजर असत. ते कार्यक्रम आटोपल्यावर त्यांची स्वारी निघे. ती प्रथम कौन्सिल हॉल व जो-कांग यांच्या बाहेरून बारखोर या रिंग रोडवरून निघे. नंतर मंडीला वळसा घालून पुढे सराफ कट्ट्यात, मोठमोठाल्या हवेल्यांपाशी येऊन पोचल्यावर त्या मिरवणुकीचे विसर्जन होई. हा उत्सव चालू असताना मठामधील कडक शिस्त जरा ढिली पडे. गांभीर्य जरा कमी होई व सर्वत्र मौजमजेचे, आनंदाचे वातावरण खेळू लागे. देवादिकांना प्रसन्न करण्याकरिता त्यांची भलीमोठी अशी घट्ट लोण्याची आम्ही चित्रे तयार करीत असू व त्यांच्याभोवती भल्यामोठ्या चौकटी, तीस ते चाळीस फूट उंच अशा तयार करीत असू. या चौकटींच्या भोवतीही पुराणातले कथाप्रसंग दाखविणारी चित्रेही काढीत असत. सर्वश्रेष्ठ दलाई लामा ती सगळी चित्रे पाहत व त्यात जे सर्वोत्तम चित्र असेल त्यास बक्षीस मिळणे म्हणजे बहुमान समजला जात असे. आमच्या चाकपोरी मठात असे आम्ही काही करीत नसू. हे सर्व पोरकट वाटायचे, त्यात आम्हाला गंमत वाटायची नाही. त्यानंतर ल्हासाच्या मैदानावर घोडे फिरविण्याची रेस व्हायची. घोड्यावर स्वार बसलेला नसे. असे हे घोडे शिस्तीत फिरायचे, याही कार्यक्रमात आम्हाला रस नसे. त्याऐवजी आम्ही मठात भव्य धिप्पाड असे पुतळे तयार करीत असू. पुराणातल्या वीर पुरुषांपैकी एखाद्या पराक्रमी वीराची आम्ही निवड करून त्याचा भव्य पुतळा करायच्या कामाची आम्हाला फार आवड. हा पुतळा तयार करताना शरीर धारण करण्याकरिता एक भलीमोठी लाकडी चौकट तयार करावी लागे. त्या चौकटीवर टोकाला डोके बसवायचे; ते डोके अगदी खऱ्याखुऱ्या डोक्यासारखे,

कलापूर्ण व हुबेहूब तयार करीत. त्या डोक्याच्या आतल्या भागात लोण्याच्या पणत्या लावून ठेवीत. म्हणजे त्या पणत्यांचा उजेड डोळ्यांच्या खोबणीतून बाहेर येई व त्या पणतीमधील ज्योती जशा हलत तसतशी त्या पुतळ्यातील डोळ्यांची हालचाल व्हायची. मग त्या मूर्ती खऱ्याखुऱ्या वाटायच्या. कधीकधी या पुतळ्यांच्या आत खराखुरा माणूस घडवंचीवर उभा राहायचा व पुतळ्यांच्या डोळ्यांच्या खोबणीतून स्वत:च्या डोळ्यांनी पाहायचा. अशावेळी त्या पुतळ्यांना जिवंतपणाच येई. अशा तऱ्हेने आत बसून राहण्यात पुष्कळ अपघातही व्हायचे. कधीकधी घडवंची घसरत्या जमिनीवरून खाली पडायची व तो माणूस नाका-तोंडावर आपटायचा. कधीकधी या पणतीतल्या वाती वाऱ्याने पसरून पुतळ्यापर्यंत पोचायच्या व त्यावर ठेवलेल्या कापडाला आग लागायची. मग ती पुतळ्यापर्यंत जाऊन सगळा पुतळा पेट घ्यायचा.

काही वर्षांनी पुढे भिषग् देव गौतमबुद्ध यांचा सुमारे पंचवीस-एक फूट उंचीचा पुतळा न्यायची कामगिरी माझ्याकडे आली. मी घडवंचीवर उभा होतो व माझ्या झग्याचे पदर खाली घडवंचीभोवती पसरले होते. झगा बरेच दिवस कपाटात ठेवून दिलेला होता. त्याला कसर लागली होती व त्यात चिलटे झाली होती. मी उभा राहून मिरवणुकीतून जाऊ लागल्यावर ती चिलटे माझ्या भोवती पसरून काही नाकात शिरली. ती नाकातून काढण्याकरिता मला हात वरती करता येईनात, अन् मला शिंकाच शिंका येऊ लागल्या. शिंक आली म्हणजे मला भीती वाटे की, मी आता कोलमडून पडणार. त्यात आणखी एक शिंक आली, की मला हादरा बसायचा व पणतीमधील कढत लोण्याचे थेंब माझ्या चमनगोटा केलेल्या डोक्यावर पडायचे व माझे डोके भाजायचे. थेंब चांगले कढत होते. जुनाट कपड्याचा शिसारी आणणारा वास. त्यातून बाहेर पडणारी चिलटे, घुंगुरटे माझ्या चेहऱ्याभोवती हिंडून मला त्रस्त करू लागली व वरती डोक्याच्या कवटीवर लोण्याचे गरम गरम थेंब पडून कातडी भाजून काढू लागले. साधारणपणे मेणाच्या पणतीत वातीच्या भोवतालचेच फक्त लोणी वितळते व बाकीचे घट्ट गोळ्यासारखे राहते, पण पुतळ्याच्या आत चोहीकडे हवा गरम झाल्याने ते सर्व लोणी वितळू लागले. त्यात काय आपत्ती आली की माझे डोळे त्या पुतळ्याच्या डोळ्याच्या खोबणीच्या आत बरोबर मला ठेवता येईनात. कारण मी ज्या घडवंचीवर उभा राहिलो होतो ती घडवंची माझ्या पायाखालून निसटत होती. मला इकडेतिकडे हालचालही करता येईना. मला बाहेरचे काही दिसेना. फक्त पुतळ्याची आतली बाजू दिसायची. पुतळा इकडेतिकडे हलायचा व मीही त्याच्याबरोबर आत हलू लागे. आमची मिरवणूक कुठे जात आहे हे काही मला कळेना. मी अगदी बेचैन झालो. पण पुढे मिरवणुकीत प्रत्यक्ष सर्वश्रेष्ठ दलाई लामाची स्वारी असल्याकारणाने मला काही हूं की चूं करता येईना. अंगावरच्या

कपड्यांच्या अवडंबराने मी अगदी गुदमरून गेलो व डोक्याच्या माथ्यावर तप्त लोण्याच्या थेंबांचा अभिषेक चाललेला. माझे डोके जणू शिजून निघाले. त्या दिवशी माझे वजन नक्कीच कमी झाले असावे आणि त्यात त्या रात्री एक लामा मला म्हणाले, ''लोबसंग, तुझे काम फार उत्कृष्ट वठले. अगदी एखाद्या सराईत नटासारखे.'' आता त्या सर्व बघ्या लोकांची माझ्या चेष्टांनी करमणूक झाली. त्या चेष्टा मी नट या भूमिकेतून केल्या नव्हत्या. माझ्याकडून त्या अगतिकपणे केल्या गेल्या एवढेच. पुन्हा मी आयुष्यात हे पुतळा वाहून नेण्याचे काम केले नाही.

यानंतर जवळजवळ पाच-सहा महिन्यांनी आमच्या भागात एक भयंकर वादळ आले. हवेत धुळीचे व रेतीचे ढगच्या ढग पसरले. त्यावेळी मी एका वखारीच्या छपरावर भोके बुजविण्याच्या कामावर होतो. त्या वादळात मी सापडलो. वाऱ्याच्या झोताने मी एका इमारतीच्या छपरावरून जो उडालो तो दुसऱ्या एका इमारतीच्या वीस फूट खालच्या छपरावर आदळून कोसळलो. त्यानंतर वाऱ्याचा दुसरा एक झोत आला. त्याने मला लोह पर्वताच्या एका कड्यावर आणून सोडून दिले. तेथून साडेतीनशे फूट खाली लिंगखोर रोडवर येऊन पोचलो. रस्त्यावर चिखल झाला होता आणि त्यात जागजागी पाण्याची डबकी तयार झाली होती. त्यात मी एका डबक्यात तोंडावर पडलो. त्या घाणेरड्या पाण्यात माझ्या तोंडाला काही लागले. झाडाची फांदी होती. चिखलातून मी तोंड वर काढले. पण जेव्हा मी आपला डावा हात किंवा खांदा वरती करू लागलो तेव्हा तो वरती करता येईना. इतका मार बसला होता. कसेतरी करून मी गुडघे टेकून पायावर उभा राहिलो व चिखलातून शरीर बाहेर काढून कोरड्या रस्त्यावर पडलो. हाताला ठणका लागला होता व अंगात ताप भरू लागला. माझे डोके नीट चालेना. भ्रमल्यासारखे झाले. माझ्या डोक्यात एकच विचार चालू होता की, कसेही करून लोहपर्वतावर जाऊन पोचायचे. तेव्हा तसाच धुंदीत चाचपडत, धडपडत मी पुढे चालू लागलो व पर्वतावर चढून जाऊ लागलो. निम्म्या-अधिक चढणीवर गेल्यावर काही जोगी मंडळी मला भेटली. माझे काय झाले हे पाहण्याकरिता ते निघाले होते. माझ्याबरोबर एक मुलगा होता. त्याचाही पत्ता लागेना. तो वादळात उडून एका खडकावर आपटला व तेथेच गतप्राण झाला. त्या जोगी मंडळींनी मला उचलले व वरती घेऊन गेले. वरती जाऊन पोचल्यावर त्यांनी माझ्या गुरुजींच्या खोलीत नेले. त्यांनी मला ताबडतोब तपासले. आणि म्हणाले, ''या वादळी हवेत मुलांना कशाला पाठविले?'' मग माझ्याकडे वळून म्हणाले, ''हं, लोबसंग, तुझ्या हाताचे व मानेतले हाड मोडले आहे. ती हाडे पुन्हा जागच्या जागी बसविली पाहिजेत. तुला वेदना होतील पण त्याला इलाज नाही.''

आणि बोलता बोलताच आणि मला कळायच्या अगोदरच त्यांनी माझे मानेतले हाड बसवूनही टाकले व ज्या ठिकाणी ते मोडले होते तेथे लाकडी ढलप्या लावून ते बांधूनही टाकले. हाताच्या दंडामधील हाड मोडले होते व तेथे जास्त वेदना होत होत्या, पण तेही हाड त्यांनी पुनरपि बांधून बसविले व त्याच्या भोवती लाकडी पट्ट्या बांधून टाकल्या. आता मला दिवसभर दुसरे काही काम नव्हते. मी नुसता निजून राहिलो. दुसऱ्या दिवशी सकाळी गुरुजी तेथे आले व म्हणाले, ''तुझा अभ्यास मागे राहता उपयोगाचे नाही, लोबसंग. तर मी येथेच बसून राहतो व तुझा पडल्या पडल्या अभ्यास घेतो. नवीन गोष्ट शिकण्याचा तुला जरा कंटाळा आहे. पण सर्वांनाच तसा कंटाळा असतो. ते उपयोगाचे नाही. तर तुझ्यातील हा कंटाळा, मानसिक विकार मी मानसोपचार पद्धतीने, मोहनिद्रेने काढून टाकणार आहे.'' असे म्हणून त्यांनी खोलीच्या खिडक्या बंद करून घेतल्या व खोलीत अंधार झाला. फक्त कोपऱ्यातील एक पणती मंद अशी तेवत होती. कुठूनतरी त्यांनी एक लहान पेटी आणली व ती माझ्यासमोर शेल्फसारखी ठेवली. त्या पेटीत मला चकचकीत उजेड दिसला. निरनिराळ्या रंगांचे प्रकाशकिरण, पट्ट्या दिसल्या व पुनः हे सगळे रंग एकत्र होऊन त्यांचा नुसता साधा पांढरा प्रकाश तयार झाला.

मला वाटते, त्यानंतर मी कित्येक तास झोपेतच होतो. जेव्हा जाग आली तेव्हा सभोवार पाहिले. खिडकी उघडी होती व रात्रीचा धूम्रधूसर प्रकाश बाहेर खालच्या दरीमध्ये पसरून राहिलेला होता. पोतालाच्या बाजूने लहान लहान दिवे लुकलुकत होते. इमारतींच्या भोवती लावलेले दिवे गस्त घालणारे पहारेकरी ते नीट जळत आहेत की नाहीत, हे पाहत होते. माझी नजर थेट शहरापर्यंत पोचत होती. तेथे रात्र सुरू होत होती. इतक्यात गुरुजी खोलीत आले व म्हणाले, ''शेवटी भूलोकात, या जगात, तू परत आलास म्हणायचा. मला वाटले, की तू सूक्ष्म विश्वात, तेथली रमणीय दृश्ये पाहण्यात रमून गेलास. बरं. पण तुला आता नेहमीप्रमाणे भूक लागली असेल.'' गंमत अशी की त्यांनी 'भूक' हा शब्द उच्चारल्यावर मला खरोखरीच भूक लागली. त्यांनी ताबडतोब खाद्यपदार्थ मागविले व मी ते खात असताच ते माझ्याशी बोलू लागले, ''तसे पाहिले तर तू या अपघातातून वाचला नसतास, हा देह तुला सोडावा लागला असता, पण तुझ्या नशिबात यावेळी मृत्युयोग नव्हता. ग्रहांचे म्हणणे असे आहे की, देह सोडण्याची तुझी सध्या वेळ आलेली नाही. अजून कित्येक वर्षे तुला या देहात जगावे लागेल आणि तुला मरणही कोठे येणार आहे माहीत आहे का? येथे नाही, तर दूर, फार दूर. साता समुद्रांपलीकडे रेड इंडियन लोकांच्या देशात, अमेरिकेत. तुझ्या बरोबर दुसरा जो होता, तो दगावला. त्याचे अंत्यसंस्कार चालू आहेत.''

या प्रलयकारी झंझावातातून जे वाचले ते नशीबवान खरे असे मला वाटले. भूवर लोकात, सूक्ष्म विश्वात भ्रमण करणे म्हणजे किती आल्हाददायक, काय मौज; मला तसा अनुभव आलेला होता. पण पुन्हा मनाला मी आठवण देऊ लागलो की, मुलाला शाळेत जाणे आवडत नाही; पण शिकण्यासाठी शाळेत हे गेलेच पाहिजे. तसेच आत्म्यांनाही शिकण्याकरिता या भूलोकात जन्म घेऊन आलेच पाहिजे. नाही का? ते काहीही असो, मी येथे असा हा हाडे मोडलेल्या स्थितीत पडलेलो, कारण मला अजून पुष्कळ गोष्टी शिकायच्या आहेत.

पंधरा-एक दिवस असा हा आमचा अभ्यास चालला. नेहमीच्यापेक्षा जास्त त्वरेने. गुरुजी म्हणाले की, 'तू आता मोडलेल्या हाडांचा मनात काही एक विचार आणू नकोस.' आता पंधरा दिवस झाल्यानंतर मोडलेली हाडे सांधून आली होती. पण हात जड झाला होता, मान ताठ झाली होती. दंडात व खांद्यात अजून वेदना होत होत्या. पण मला आता उठता-बसता येत होते. मी चालत मिंग्यार डोंडुप लामाश्री गुरुजींच्या खोलीत गेलो. सकाळची वेळ होती. ते एक पत्र वाचत होते. मी खोलीत आल्यावर त्यांनी माझ्याकडे पाहिले व ते म्हणाले,

''लोबसंग, औषधी वनस्पतींच्या काही पुड्या तुझ्या मातोश्रींकडे पाठवायच्या आहेत. त्या तू घेऊन जा. उद्या सकाळी निघ. दिवसभर तेथे राहा व संध्याकाळचा परत ये.''

मी उत्तर दिले, ''ते खरे, पण वडिलांना मला भेटण्याची बिलकूल इच्छा नाही. परवा पोतालामध्ये पायऱ्या उतरत असता ते अगदी माझ्या बाजूने गेले, पण त्यांनी माझ्याकडे ढुंकूनही पाहिले नाही. माझ्याकडे दुर्लक्ष केले.''

''नाही, तसे बिलकूल नाही. त्यांना पूर्ण माहीत होते की, नुकताच तू सर्वश्रेष्ठांना भेटून येत आहेस. त्यांनी तुला भेटीला बोलावले होते. तुझ्यावर ते निहायत खूश आहेत. तेव्हा मी तुझ्याबरोबर असल्याखेरीज ते तुझ्याशी बोलू शकत नव्हते. कारण माझ्याकडे सर्वश्रेष्ठांच्या आज्ञेनेच तुझी रवानगी झाली होती. तू आता माझ्या हुकूमतीखाली आहेस.'' नंतर बराच वेळ ते माझ्याकडे पाहत राहिले. आणि एकदम हसून म्हणाले, ''आणि तुझे वडील उद्या मुळी तेथे नसतीलच. ते कित्येक दिवस ग्यांतसेलाच आहेत.'' हसताना त्यांच्या डोळ्यांचे कोपरे बारीक झाले.

दुसऱ्या दिवशी सकाळी मी गुरुजींच्या पुढे उभा राहिलो. ते माझ्याकडे निरखून पाहू लागले आणि म्हणाले, ''थोडा तू फिकट दिसतोस. पण स्वच्छ व नीटनेटका

दिसतोस. तुझ्या आईच्या नजरेला हेच पुष्कळ आहे. हा रुमाल घे. तू आता लामा आहेस हे विसरू नकोस. 'लामा' धर्माचे सगळे विधिनियम तुला पाळले पाहिजेत. तू इकडे येताना पायी आलास; पण तू आज जाताना घोड्यावर जा. चांगला शुभ्र, पाणीदार घोडा तुझ्याकरिता निवडून ठेवला आहे. माझाच घोडा आहे तो. त्यालाही बरेच दिवस कोठे बाहेर काढले नाही.''

औषधी वनस्पतींनी भरलेली जी थैली माझ्या हातात दिली होती तिच्याभोवती रेशमाचा रुमाल गुंडाळलेला होता. कारण ती मोठ्या माणसाला द्यायची होती. त्या माणसाचा मान राखायचा होता. त्या रुमालात गुंडाळलेल्या पिशवीकडे मी पाहत राहिलो. ही स्वच्छ कशी ठेवायची, शेवटी मी ती उचलली व माझ्या झग्याच्या खिशात कोंबली, निदान घरी पोचेपर्यंत ती तशीच ठेवावी असा मी विचार केला.

झाले. आम्ही निघालो. प्रथम रस्ता उतरणीवरून होता. टेकडी अर्धीअधिक उतरल्यावर घोडा जरा थांबला. त्याने मान वळवून मला आपादमस्तक न्याहाळून घेतले. मला पाहून घेतल्यावर त्याला विशेष असे काही वाटले नसावे. कारण त्याने जरा खिंकाळून घेतले व पुन्हा माझ्याकडे पाहावे लागू नये म्हणून की काय, पुढे तो जोराने दौडू लागला. मला त्याच्याबद्दल सहानुभूती वाटली. कारण त्याच्याबद्दल माझाही ग्रह तसाच झाला होता. तिबेटमध्ये अतिशय जुनाट मताचे जे लामा असतात ते खेचरावरून प्रवास करतात. कारण खेचरे नपुंसक असतात. जे लामा इतके कडवे, दुराग्रही नसतात ते माझ्यासारखे घोड्यावरून किंवा तट्टावरून प्रवास करतात. माझ्यापुरते बोलायचे म्हणजे शक्य तितका मी पायीच प्रवास करतो. असो. टेकडी उतरल्यावर आम्ही उजवीकडे वळलो. काही लोक येथपर्यंत आल्यावर उजवीकडे न वळता लिंगखोर रोडवरून श्रद्धापूर्ण भावनेने प्रदक्षिणा घालतात व मग वळतात. आम्ही प्रदक्षिणा न घालता तसेच वळलो. पुढे ड्रेपुंग सिटी रोडही आम्ही ओलांडला. वाटेत पोताला लागले. पोताला आमच्या चाकपोरीइतके रमणीय नाही. पोताला मागे टाकून आम्ही पुढे गेलो. वाटेत डाव्या बाजूला कलिंग चू लागले व उजव्या बाजूला नागमंदिर लागले. हा रस्ता पुढे हिंदुस्थानकडे जातो. आता माझे घर जवळ येऊ लागले. मला येताना नोकराचाकरांनी पाहिले व त्यांनी ताबडतोब दरवाजा उघडला. सरळ मी अंगणात गेलो. मी आत अगदी धिटाईने घोडा सावरीत गेलो. एका नोकराने घोड्याचा लगाम धरला व मी उतरलो.

संस्थानच्या कारभाऱ्यांनी माझे परंपरागत पद्धतीने उपचारपूर्ण स्वागत केले. ''माननीय वैद्यराज, या घरास व शहरातील माणसास आपला आशीर्वाद द्यावा. शुद्धमनस्क, सर्वसाक्षी अशा बुद्धदेवाचे आपल्याला आशीर्वाद लाभोत. आपले

स्वास्थ्य अबाधित राहो.'' अशा शब्दांनी कारभाऱ्यांनी माझे स्वागत केले. ते पुढे म्हणाले, ''माननीय महाशय, बाईसाहेबांनी आपल्याला त्यांच्याकडे घेऊन जाण्याबद्दल आज्ञा केलेली आहे.'' त्याबरोबर आम्ही आतल्या दालनाकडे जायला निघालो. वाट माझ्या परिचयाची होती. औषधांनी भरलेली थैली व त्यावर गुंडाळलेला रेशमी रुमाल सावरीत सावरीत मी चाचपडत पुढे चालू लागलो. वरच्या माडीवर एका खास दालनात आमच्या मातोश्री बसल्या होत्या. लहानपणी मी येथे असताना मला त्या दालनात येण्याचा मज्जाव होता. या दालनात नेहमी बायकांची गर्दी असायची.

मातोश्रींना मी पुढे वाकून नमस्कार करण्यापूर्वी त्याच पुढे आल्या व त्यांनी वाकून मला नमस्कार केला. ''महाराज, आपण माझे पुत्र आहात. सर्वश्रेष्ठ महाराज दलाई लामांनी जो आपला बहुमान केला तो सारा वृत्तांत श्रवण करण्यास आम्ही सर्व अति उत्सुक आहोत.''

मी उत्तर दिले, ''मातोश्री, आमच्या लामा धर्माचे जे विधिनियम आहेत त्या नियमांनुसार सर्वश्रेष्ठांनी मला काय सांगितले ते आपल्याला सांगता येत नाही. मी दिलगीर आहे. माझे गुरुजी, मिंग्यार डोंडुप लामाश्री यांनी ही औषधांची थैली आपल्याकडे आणून पोचती करण्यास सांगितली आहे व हा रेशमी रुमाल सन्मानार्थ आपल्याकडे पाठविला आहे.''

''लामाश्री महाराज, आपण माझे पुत्र आहात. सर्वश्रेष्ठांच्या प्रासादातील हकिकती व त्यांच्याविषयी काही वृत्त श्रवण करावे अशी या येथे जमलेल्या सर्वजणींची उत्कट इच्छा आहे. भारतातून आलेली पत्रे, वृत्तपत्रे ते वाचतात काय? घराच्या भिंतीतून आरपार व पलीकडचे पाहता येईल असे काचेचे भिंग त्यांच्याजवळ आहे काय?''

मी उत्तर दिले, ''बाईसाहेब, मी एक गरीबसा वैद्य-लामा आहे. नुकताच पहाडातून आलेलो आहे. महाराजश्री दलाई लामांबद्दलच्या जीवनाबद्दलच्या हकिकती माझ्यासारख्याला सांगता येण्यासारख्या नाहीत. मी फक्त आपल्याला एक निरोप द्यायला आलेलो आहे.''

तितक्यात तेथे एक नवयौवना आली आणि माझ्याकडे पाहून म्हणाली, ''मला ओळखले नाहीस; मी यशोधरा!''

खरे सांगायचे म्हणजे मी तिला ओळखू शकलो नाही. ती आता मोठी झाली होती. दागदागिन्यांनी नटली होती. माझ्या स्वभावात काही दोष आहेत. बायकांच्या मेळाव्यात मी भांबावून जातो. पुरुषांचा कितीही मोठा जमाव असेना का, मी घाबरत

नाही. पण बायकांच्या पुढे मी गोगलगाय बनतो. त्या माझ्याकडे अशा नजरेने पाहत होत्या की काही सांगता येत नाही. माझ्याकडे त्या हिंसक लांडग्यांच्या किंवा मारक्या म्हशीच्या क्रूर नजरेने पाहत होत्या. आता अशा परिस्थितीत निभावून घेण्याचा एकच मार्ग होता. तो म्हणजे माघार घेणे.

''मातोश्री'' मी म्हणालो, ''मी आपल्याकडे निरोप पोचवला आहे. आता मला गेले पाहिजे. मी नुकताच आजारपणातून उठलो आहे व कामेही बरीच पडली आहेत.''

असे म्हणून मी त्यांना वाकून नमस्कार केला व वळून तेथून ताबडतोब निघालो; आमच्या वडिलांचे कारभारी आपल्या ऑफिसात आले होते. सईसाने माझा घोडा समोर आणून उभा केला. ''मला जरा घोड्यावर बसण्यात हात लावा'' मी म्हणालो, ''कारण नुकताच मी अपघाती दुखण्यातून उठलेलो आहे. माझ्या हाताची व खांद्याची हाडे मोडली होती; तेव्हा एकट्याने मला घोड्यावर स्वार होता येत नाही.'' दरवानाने दरवाजा उघडला व मी घोड्यावरून बाहेर पडलो. पाठीमागे बाल्कनीमध्ये आई उभी होती व काहीतरी पुटपुटत होती. माझा पांढरा-शुभ्र घोडा दरवाजातून बाहेर पडल्यावर डावीकडे वळला व लवकरच आम्ही लिंगखोर रस्त्याला लागलो. आमची दौड सावकाश चालली होती; परतायची मला इतकी घाई नव्हती. जाताना जी जी ठिकाणे लागली तीच परतताना लागली.

परत घरी, लोहपर्वतावर मी आलो. आल्यावर गुरुजींना भेटलो. ते माझ्याकडे नुसते पाहतच राहिले. ''काय लोबसंग; तुझ्या पाठीमागे काय भुते लागली होती की काय! फार थकून गेलेला दिसतोयस!''

मी उत्तर दिले, ''थकून-भागून गेलोय खरा मी! घरी मातोश्रींना भेटलो तेव्हा तेथे महिलांचा मेळावाच जमला होता. त्या सगळ्याजणींनी मला सर्वश्रेष्ठांबद्दल विचारले, ते मला काय म्हणाले. त्यांनी माझा अगदी पिच्छा पुरवला. मी त्यांना इतकेच म्हणालो की, 'माझा दर्जा आता 'लामा'चा आहे व त्या श्रेणीच्या व्यक्तींनी काही गोष्टी बोलायच्या नसतात. त्यातली ही गोष्ट आहे' असे म्हणून मी तेथून पोबारा केला. त्या माझ्याकडे नुसत्या पाहतच राहिल्या.''

हे ऐकून गुरुजींना अगदी हसू कोसळले. जसजसा मी त्यांच्याकडे निरखून पाहू लागलो तसतशी त्यांना हसण्याची जास्तच उबळ येई.

''सर्वश्रेष्ठ विचारीत होते की, तुझे आता येथे मठात स्थिरस्थावर झाले आहे की नाही, की अजून घरची आठवण होते?''

लामाश्रेणीत आल्यापासून माझ्या सामाजिक, व्यावहारिक दृष्टीत फरक घडून आला. बायका म्हणजे मला काही विचित्र प्राणी वाटतात. (आणि खरोखरीच त्या तशा असतात.)

''पण मी आता येथे आनंदात आहे. मला आता वडिलांच्या घरी जायला बिलकूल आवडणार नाही. काय त्या बायका. त्यांच्या तोंडावरचे ते रंग, ती सफेदी, ती पावडर. केसांवरचे ते अवजड दागिने, सगळेच काही अजब आणि किती विचित्र नजरेने त्या माझ्याकडे टक लावून पाहत होत्या. मी जणूकाही एक गलेलठ्ठ बोकड व त्या म्हणजे खाटीक. काय त्यांचे ते कर्कश बोलणे. त्यांच्या त्या कर्णकठोर बोलण्यापुढे माझा आवाज म्हणजे कोकिळेचा मंजूळ स्वर. त्यांच्या चेहऱ्याभोवतीचे रंगवलय; काय भयानक? गुरुजी. तो विषय नको बोलायला अगदी.''

घरी पाहिलेली दृश्ये मी कित्येक दिवसपर्यंत विसरू शकलो नाही. गुरुजी बोलू लागले, ''काय लोबसंग, तुला बायकांनी पळवून लावले. वारे बहादूर गडी, तू आपल्या आईला भेटायला पाहिजे होते; तिच्याशी बोलायला पाहिजे होते. तिच्याकडे आज एक पार्टी होती व त्यांना करमणुकीला कोणीतरी पाहिजे होते. असो.''

आणखीन असाच एक आठवडा गेला. मला पुन्हा सांगण्यात आले की, सर्वश्रेष्ठ दलाई लामांनी माझी फार चौकशी केली. त्यांना माझ्याबद्दल फार आस्था आहे. आमच्या घरी अशा पार्ट्या वारंवार होत असत. तेव्हा मधूनमधून घरी आईला भेटायला जाण्याकरिता त्यांनी परवानगी दिली होती व तशी व्यवस्थाही केली होती. सर्वश्रेष्ठांची कोणी आतापर्यंत अवज्ञा केलेली नाही. आमची सर्वांची त्यांच्यावर भक्ती होती. प्रेम होते. आम्ही त्यांना केवळ भूलोकावरचा ईश्वरी अवतारच समजत नव्हतो तर एक सच्छील माणूस म्हणून त्यांना ओळखत होतो. त्यांचा स्वभाव जरा उतावळा असे. पण माझाही तसाच स्वभाव होता. पण राज्यकारभारात ते आपल्या दूषित ग्रहास ढवळाढवळ करू देत नसत. तसेच त्यांच्या मनाची स्थिती, तशीच फार वेळ टिकत नसे. ते आमच्या देशाचे धर्माचे सर्वश्रेष्ठ प्रमुख होते. ना विष्णु: पृथिवीपति: ।

१४

तृतीय नेत्राचा उपयोग करतो

एके दिवशी सकाळी मी अगदी निवांत बसलो होतो व सकाळच्या कार्यक्रमापूर्वीचा अर्धा-एक तास कसा काय घालवावा, याचा विचार करीत होतो. एवढ्यात गुरुजी आले व म्हणाले, ''चल, लोबसंग, थोडा जरा फेरफटका मारू. तुला एक लहानसे कामही सांगायचे आहे.'' मी एकदम चटदिशी उभा राहिलो. गुरुजींच्या बरोबर हिंडणे मला फार आवडत असे. मला तयारी करायला फार वेळ लागला नाही. आम्ही निघालो. आम्ही मंदिरातून बाहेर पडत असताना, मंदिरातल्या एका मांजराने जणू आमचा पाठलाग केला. त्याला आमच्याबरोबर यायचे होते; आणि त्यासाठी ते सारखे ओरडत होते. शेवटी आम्ही जेव्हा त्याला बरोबर घेतले, तेव्हा ते ओरडायचे थांबले आणि मग आनंदाने शेपूट हलवू लागले. हे मांजर म्हणजे एक बोकाच होता. चांगले गलेलठ्ठ होते. ते आमच्या पाठोपाठ येऊ लागले. पण काय, पर्वतावरून आम्ही निम्मे-अधिक अंतर उतरलो असू आणि त्याला काय झाले असेल कोणास ठाऊक, ते एकदम परत फिरले व मंदिराच्या दिशेने धावत सुटले. जणू त्याला मंदिरातील जडजवाहिरावर पहारा करायला ठेवले होते व ते जडजवाहीर तसेच टाकून आमच्या बरोबर आले होते. आणि त्याची त्याला आठवण झाली असावी.

आमच्या देवळातली मांजरे नुसती शोभेसाठी नसतात. त्यांच्याकडे पहारा करण्याचे काम असते. देवळात मूर्तीच्या भोवती नानातऱ्हेचे जडजवाहीर, हिरे-मोती यांचे दागिने विखुरलेले असतात. त्यांच्यावर पहारा करण्याचे काम त्यांचे असते. घरांमध्ये रखवालदारीचे काम कुत्रे करतात. काही काही कुत्रे धिप्पाड असून त्यांचे जबडे थोराड असून ते इतके क्रूर असत की, ते माणसाला फाडून टाकीत. पण या कुत्र्यांना माणसाळवायला लावीत व मग त्यांना हाकून लावता येते. पण या मांजरांचे तसे नाही. एकदा त्यांनी माणसावर हल्ला चढविला तर त्या माणसाची सुटका होत नसे. फक्त

मृत्यूच काय सुटका करील तेवढी. या मांजरात काही 'सयामी' मांजरे असत. तिबेट हा थंड देश आहे. तेव्हा आमच्याकडे मांजरे काळी. मला कोणीतरी सांगितले की, उष्ण देशात ती पांढऱ्या रंगाची असतात. हवेतील उष्णतामानावर त्यांचा रंग अवलंबून असतो. या मांजरांचे डोळे निळे व पाठीमागचे पाय लांब असतात. त्यामुळे ही मांजरे उठून दिसतात. त्यांच्या शेपट्याही लांबलचक व त्यांचा आवाज... ते काही बोलू नका. त्यांच्या आवाजासारखा आवाज दुसऱ्या कोणत्याही मांजराचा नसतो. त्या आवाजांचा विस्तार व त्यामधील चढउताऱ्याच्या पट्ट्यांविषयी साधारण माणसाला कल्पना यायची नाही.

ही मांजरे जेव्हा रखवालीच्या कामावर असतात, तेव्हा ती देवळाच्या सर्व भागात हळू पावलांनी व कान ताठ ठेवून रात्रीच्या काळ्या सावल्यांसारखी हिंडत असतात. दागदागिने उघड्यावर पडलेले असतात; त्यांना कोणी हात लावण्याचा प्रयत्न केला तर ही मांजरे तेथे येऊन त्याच्या हाताचा चावा घेतात. चोराने जर हातातील दागिना सोडला नाही तर दुसरी मांजरे तेथे येतात व त्यांपैकी एखादे चोराच्या नरडीचा घोट घेते. देवळातील मुख्य मूर्तीच्या आसपास ही मांजरे रेंगाळत असतात. या मांजरांचे जबडे साध्या मांजरांच्या जबड्यापेक्षा दुपटीच्या आकाराचे असतात. त्यांना कितीही हाकून लावण्याचा प्रयत्न केला तरी ती जात नाहीत. कुत्र्यांना मारता येते, त्यांना पट्ट्यांनी धरून ठेवता येते किंवा त्यांना विष घालून ठार मारता येते. पण मांजरांचे तसे नाही. ती एखाद्या धिप्पाड कुत्र्यालासुद्धा पळवून लावतील. या मांजरांना ती कामावर असताना कोणी आवरू शकणार नाही. पण आमच्याकडे असे काही थोडे लोक आहेत की, ते या मांजरांशी मुकाबला करू शकतात.

आम्ही पुढे रमतगमत चालू लागलो. खाली आल्यावर आम्ही उजवीकडच्या रस्त्याने पार्गो कलिंगमधून जाऊन 'शो' गावाच्या बाजूने पुढे गेलो. पुढे टर्क्वाइझ पूल लागला व पुढे डोरिंग हाउस लागले. येथे वाटेत आम्हाला जुन्या चिनी मिशनची इमारत लागली. त्याबरोबर गुरुजी मला म्हणाले, ''चिनी मिशन आले आहे. तुला मी बोललो होतो. जरा आत जाऊन पाहूया. कशी काय ती माणसे आहेत हे तर बघू.''

त्यांना पाहिल्यावर त्यांचा माझ्याविषयीचा ग्रह प्रतिकूल झाला. त्यांच्या निवासाच्या आत ते ताठरपणे इकडेतिकडे येरझारा घालत होते व मधूनमधून आपल्या सामानाच्या पेट्यातून सामान बाहेर काढीत होते. त्यांच्याजवळ भरपूर शस्त्रे होती. सैन्याच्या एका लहानशा तुकडीला ती पुरली असती. माझे वय लहान होते. तेव्हा तरुण माणसाच्या दृष्टीने मी त्यांचे 'संशोधन', पाहणी करत होतो. अनुभविक वयस्कर माणसाच्या दृष्टीने संशोधन मला करता येत नव्हते. मी वाकून एका खिडकीपाशी आलो. खिडकी उघडी

होती. ते काय करीत होते, त्याच्याकडे मी पाहत होतो. बराच वेळ त्यांचे माझ्याकडे लक्षच नव्हते; काही वेळाने त्यांच्यापैकी एका माणसाची माझ्याकडे दृष्टी गेली. त्यांनी माझ्याकडे पाहिले व आपल्या भाषेत मला अशी खुमासदार शिवी हासडली की, तिच्यात माझ्या पितरांचा उद्धार झाला. हाताशी काय लागते की काय हे तो इकडेतिकडे पाहू लागला. पण त्या अगोदरच मी तिथून पोबारा केला.

लिंगखोर रोडवर पुन्हा आल्यावर मी गुरुजींना म्हणालो, ''त्यांच्या चेहऱ्याभोवतालची तेजोवलये काय लालभडक दिसताहेत. आणि ते लोकांवर चाकू फेकतात.''

मग मुक्कामावर जाऊन पोचेतोपर्यंत चालताना गुरुजी अगदी विचारमग्न दिसले. रात्री जेवायच्या वेळी ते मला सांगू लागले, ''या चिनी लोकांबद्दल मी बराच वेळ विचार करत होतो. तुझ्या ठिकाणी ज्या सिद्धी आल्या आहेत त्याचा उपयोग करून घ्यावा असे मी सर्वश्रेष्ठ दलाई लामांना सुचविणार आहे. समजा या चिनी मंडळींच्या बाजूला एक पडदा ठेवून त्यातून त्यांच्याकडे निरखून पाहायला सांगितले तर तुला जमेल का?''

''गुरुजी, तुम्हाला जर वाटेल की जमेल तर मला नक्की जमेल.'' एवढेच मी उत्तर दिले.

दुसऱ्या दिवशी सर्व दिवसभर गुरुजींची गाठ पडली नाही. पण तिसऱ्या दिवशी त्यांनी मला सकाळी शिकविले व दुपारच्या जेवणाच्या वेळी ते मला सांगू लागले, ''लोबसंग, आज तिसऱ्या प्रहरी आपण बाहेर पडूया. हा हातरुमाल अगदी अव्वल दर्जाचा आहे. तेव्हा आता आपण कोठे चाललो हे समजण्याकरिता सिद्धींचा उपयोग करण्याची काही जरुरी नाही. दहा मिनिटे तुला तयारीला देतो. मला माझ्या खोलीत येऊन भेट. मला प्रथम धर्माध्यक्षांना भेटले पाहिजे.''

पुन्हा एकदा आम्ही पहाडावरून खाली उतरू लागलो. मध्येच नैर्ऋत्येच्या बाजूला जवळच्या पायवाटेने पायथ्याशी आलो व थोडे चालल्यावर नर्बूलिंगपाशी येऊन ठेपलो. महाराजश्री दलाई लामांना हा रतनबाग फार आवडतो व त्यांना फुरसत असली म्हणजे ते नेहमी येथे येऊन राहतात. पोताला बाहेरून मोठे सुंदर दिसते, पण आत गेल्यावर गुदमरल्यासारखे होते. कारण हवा जायला-यायला वाव नाही व पणत्या बराच वेळ जळत राहतात. आज कित्येक वर्षे या पणत्या जळत असल्याने खाली जमिनीवर लोण्याचे थेंब पडतात व खालची फरशी घसरडी व मेणचट होते आणि अशा जमिनीवरून एखादे वेळी एखादा प्रतिष्ठित लामा जात असला तर त्याचा पाय घसरतो व तो खाली आपटतो. त्याच्या चेहऱ्यावर मेंचट धूळ पसरते. प्रसंगी हातापायाचे हाड निखळते. असे प्रसंग नेहमी घडत. महाराजश्रींना अशी दृश्ये पाहणे आवडत नसे. तेव्हा ते शक्य तितके निर्बूलिंगलाच राहत असत.

रतनबागेभोवती एक बारा फूट उंचीची दगडी भिंत आहे. ही बाग सुमारे शंभर-एक वर्षांपूर्वी तयार झाली. या बागेमध्ये महाराजश्रींचा प्रासाद आहे. प्रासादावर तीन सोनेरी मनोरे आहेत. प्रासादात तीन इमारती आहेत. त्यांचा उपयोग खाजगी व सरकारी कामांकरिता होतो. त्याच्या आत एक मोठे आवार आहे. त्याच्याही भोवती उंच भिंत आहे. या ठिकाणी महाराजश्रींचे आराम-उद्यान आहे. या ठिकाणी सरकारी अधिकाऱ्यांना येण्याची परवानगी नाही असे म्हणतात, पण ते खरे नाही. त्यांना आत येता येते. पण कामकाजासाठी नाही एवढेच. मी त्या उद्यानात जवळजवळ तीसएक वेळा गेलेलो आहे व त्यामुळे त्याची मला चांगली माहिती आहे. त्या उद्यानात एक कृत्रिम सुंदर तलाव आहे व त्या तलावात दोन लहानशी बेटे आहेत व त्यावर दोन जलमंदिरे आहेत. त्या जलमंदिरात जायला वायव्येच्या बाजूने पाण्यात बांधलेल्या दगडी पायऱ्या आहेत. महाराजश्री या जलमंदिरातच बहुतेक वेळ घालवितात. ज्यावेळी काम काज नसेल तेव्हा ध्यानाला बसतात. ध्यानाला ते तासन्तास बसतात. या आवारात भिंतीला लागून बराकी आहेत. त्या बराकीतून सरकारी कर्मचारी राहतात. जवळजवळ पाच-एकशे कर्मचाऱ्यांचा येथे लवाजमा आहे. या ठिकाणी आज मिंग्यार डोंडुप गुरुजी मला घेऊन जात होते. या ठिकाणी आज मी पहिल्यांदाच येत होतो. आम्ही प्रथम शृंगारलेल्या प्रवेशद्वारातून आत प्रवेश केला. मध्ये अंगणात धान्याचे कण टाकलेले होते व ते कण पारवे वेचत होते. आम्ही तेथून जात होतो, पण आमची त्यांना बिलकूल भीती वाटत नव्हती. त्या तलावातील पाणी अगदी एखाद्या काचेच्या आरशाप्रमाणे स्थिर होते. त्यात तरंग उठत नव्हते. दगडी पायवाटेला नुकताच चुना लावलेला होता. ज्या बेटावरील जलमंदिरात महाराजश्री अंत:श्रेष्ठांचा मुक्काम होता, त्या बेटात आम्ही गेलो. तेथे ते ध्यानस्थ बसलेले होते. आम्ही तेथे येऊन पोचल्यावर त्यांनी आमच्याकडे दृष्टिक्षेप केला व स्मित केले. आम्ही त्यांच्यापुढे वाकून प्रणाम केला व हातातले रुमाल त्यांच्या पायांवर ठेवले. त्यांनी आम्हाला बसावयास सांगितले. त्यांनी शेजारी ठेवलेली घंटा वाजविली व नोकरास लोणीमिश्रित चहा आणण्यास सांगितले. चहापान झाल्यावरच मग बोलणे-चर्चा व्हायची असा आमच्याकडे रिवाज होता. चहा येईपर्यंत ते किरकोळ गोष्टींविषयी बोलत होते. बागेत कोणकोणते नवीन प्राणी आणले होते त्यांविषयी ते सांगत होते. ते प्राणी नंतर पाहून घेण्याविषयी त्यांनी मला सांगितले.

चहा आल्यावर व तो घेऊन येणारा सेवक तेथून गेल्यावर महाराजश्री दलाई लामा माझ्याकडे वळून म्हणाले, ''आमचे विश्वासू सल्लागार मिंग्यारश्री यांनी विदित केले की, त्या चिनी शिष्टमंडळातील सदस्यांच्या चेहऱ्याभोवतालची वलये तुला आवडली नाहीत. ते म्हणाले की, त्यांच्या अंगावर बरीच शस्त्रे आहेत. समोरच्या माणसाच्या मनात काय चालले हे ओळखण्याच्या पुष्कळशा चाचण्यांतून, गुप्त व मामुली अशा दोन्हीतून तू

यशस्वीपणे उत्तीर्ण झालेला आहेस. या लोकांविषयी तुझे काय मत आहे?''

हा प्रश्न ऐकून मी जरा अस्वस्थ झालो. त्या चिनी लोकांच्या चेहऱ्याभोवतालच्या वलयांमध्ये मला जे रंग आढळले त्याविषयी गुरुजींच्या खेरीज इतर कोणाशी बोलावेसे वाटले नाही. माझे तर्कशास्त्र असे होते की, जर एखाद्याला अशा गोष्टी स्वत: समजत नसतील तर त्या इतरांकडून त्याने समजून घेऊ नयेत. त्या त्याच्याकरता नव्हेत असे त्याने समजावे. पण असे सर्वश्रेष्ठांसमोर कसे बोलावे? ते तर सर्वसत्ताधीश. पण त्यांना अशी दिव्यदृष्टी नव्हती.

मी त्यांना उत्तर दिले, ''महाराज, मला परकीय लोकांच्या वलयांबाबत काही सांगता येत नाही. त्यात माझे डोके चालत नाही. त्याविषयी मत सांगण्याची माझी योग्यता नाही.''

पण असे उत्तर देऊन काम भागले नाही. माझ्या उत्तरावर अंत:श्रेष्ठ म्हणाले, ''तुझी बुद्धी तीव्र आहे. तुला खास प्रतीचे शिक्षण दिलेले आहे. पौर्वात्य विद्येच्या अभ्यासाने ते शिक्षण आणखी प्रगत केलेले आहे. तुला त्या विषयाचे शिक्षण मुद्दाम दिलेले आहे. तर त्याविषयी सांगण्याचे तुझे कर्तव्य आहे. बोल, काय तुझे मत झाले ते?''

यावर मला बोलावेच लागले. मी म्हणालो, ''महाराज, सरकार, या लोकांचे हेतू दुष्ट आहेत. त्यांच्या वलयातील रंग त्यांचा दगलबाजी करण्याचा विचार आहे असे दर्शवितात.'' एवढे बोलून मी गप्प राहिलो.

महाराजश्रींचे समाधान झाल्यासारखे दिसले ते म्हणाले, ''ठीक. हे सर्व तू मिग्यारश्रींना अगोदर सांगितलेच होतेस – हे चिनी शिष्टमंडळ जेव्हा येथे येईल तेव्हा तू पडद्याआडून लपून त्यांच्या चेहऱ्यांकडे पाहात राहा. आपल्याला खात्री करून घेतली पाहिजे. जा आता लपून राहा. तुला नीट लपवून ठेवण्याची पुरती व्यवस्था होईल.''

मी ज्या ठिकाणी बसलो होतो ती तशी जागा नव्हती तेव्हा नोकरांना बोलावण्यात आले. त्या दालनातील भलेमोठे असे चिनी सिंहाचे पुतळे थोडेसे असे सरकवण्यात आले की, त्यांच्यामागे मला चांगले दडून राहता यावे. लामा लोक पुढे सरसावले; त्यांनी कार्यक्रमाची रंगीत तालीम केली. जणू तेच चिनी शिष्टमंडळातील लोक होते. त्यांनी माझी लपायची जागा धुंडून काढण्याचा प्रयत्न केला. त्यांच्यापैकी एकाच्या मनातला विचार मी ओळखला. तो मनात म्हणत होता, 'आता जर मी ही लपायची जागा शोधून काढली तर मला बढती मिळेल.' पण तशी त्याला बढती मिळाली नाही. कारण तो भलत्याच जागी मला धुंडाळून काढीत होता. शेवटी कोणालाही मला शोधून काढता आले नाही. महाराजश्रींचे समाधान झाले. त्यांनी मला बाहेर बोलाविले.

ते काही थोडा वेळ आमच्याशी बोलले व दुसऱ्या दिवशी 'पुनः या' म्हणून सांगून निघून गेले. दुसऱ्या दिवशी ते चिनी शिष्टमंडळ तिबेटवर एक तह लादण्याचा प्रयत्न करण्याकरिता महाराज सरकारांना भेटायला येणार होते. नंतर आम्ही अंत:श्रेष्ठांचा निरोप घेतला व तेथून निघालो. परतताना हाच विचार आमच्या डोक्यात घोळत होता. आम्ही परत लोहपर्वतावर आमच्या निवासस्थानाकडे जाऊ लागलो.

दुसऱ्या दिवशी अकराच्या सुमारास आम्ही पहाड उतरू लागलो व चालतचालत जलमंदिरातील आतल्या दालनात येऊन पोचलो. महाराजश्री दलाई लामांनी माझ्याकडे पाहून स्मित केले आणि 'काही खाऊन घ्या' म्हणाले. फराळ करायला माझी केव्हाही तयारीच असते. अगदी लपायच्या अगोदरसुद्धा. त्यांनी आज्ञा केल्यावर सेवक गुरुजींच्या व माझ्याकरिता काही खाद्यपदार्थ घेऊन आले. हे पदार्थ भारतातून पॅकबंद टिन्समधून आणलेले होते. त्या पदार्थांची नावे मला माहीत नव्हती. पण फार स्वादिष्ट पदार्थ होते ते. दररोजच्या चहा, सांपा व गाजरे खाऊन खाऊन मला कंटाळा आला होता. अशातऱ्हेने पोटाची बेगमी करून घेतल्यावर कित्येक तास स्वस्थ बसून राहण्याचे काम आनंदाने करण्याची माझी तयारी झाली. अगदी स्वस्थ, निश्चल बसून राहण्याची मला व इतर लामांना नित्याची सवय होती. ध्यानाकरिता आम्हाना तास न् तास निश्चल बसून राहावे लागे. अगदी लहान वयापासून, बिनचूक सांगायचे म्हणजे सातव्या वर्षापासून कित्येक तास लागोपाठ स्वस्थ, निश्चल बसून ध्यान करण्याचे मला शिकविलेले होते. पद्मासन घालून मी बसे व माझ्या डोक्यावर एक पणती लोण्याने भरून जळत ठेवीत. त्या पणतीतील लोणी जळून संपेपर्यंत मला डोके हलविता येत नसे. कधीकधी हे सर्व लोणी संपायला फार वेळ बारा-बारा तास लागत. त्या मानाने आज तीनचार तास बसून राहणे म्हणजे काहीच नव्हते.

अगदी माझ्यासमोर जमिनीपासून सहा फूट उंचीवर आपल्या सिंहासनावर महाराज दलाई लामा पद्मासन घालून बसले होते. ते व मी अगदी निश्चल बसलो होतो. भिंतीच्या बाहेरून गोंगाट कानी ऐकू येत होता. चिनी भाषेतले कर्णकठोर बडबडणे ऐकू येत होते. चिनी शिष्टमंडळातले लोक येत होते. त्यांच्या झग्यांचे खिसे फुगीर झालेले दिसत होते. तेव्हा त्यांची झडती घेतली जात होती व त्यामुळे ते अद्वातद्वा बडबडत होते. नंतर त्यांना आतल्या प्रांगणात जायला सोडून दिले. खाजगीकडील हत्यारबंद शिपाई त्यांना पायवाटेने आरामगृहाच्या पडवीपर्यंत घेऊन येत असल्याचे आम्हाला दिसत होते. ते आत आल्यावर एका उच्च पदाधिकारी लामाने 'ओम मणि पद्मे हुम्' या स्वागतपर मंत्राचा मोठ्याने उच्चार केला. त्यावर त्या लोकांनी उत्तरादाखल तो 'ओम् मी-तो-फो' या मंत्राचा उच्चार केला. या मंत्राचा अर्थ - 'हे अमीद बुद्धदेवा, आमचे ऐकून घे.'

असा होतो.

मी मनाशी म्हणालो, 'बेटा लोबसंग, तुझे काम आता सोपे आहे. त्यांचे खरेखुरे रंग दिसताहेत.'

मी जेथे लपून राहिलो होतो, त्या जागेवरून मी त्यांच्याकडे पाहत होतो. त्यांच्या चेहऱ्याभोवतालची रंगवलये मी न्याहाळून पाहत होतो. गडद, उदासवाणा, तांबडा भडक रंग. हा रंग म्हणजे द्वेषाचे, मत्सराचे प्रतीक. त्या वलयांमध्ये या रंगाच्या जाडजूड सळ्याच्या सळ्या बाहेर निघत होत्या. निरनिराळ्या भडक रंगांच्या पट्ट्या, दृष्टीला तापदायक होत्या. मनात शुद्ध, सात्त्विक विचार असले म्हणजे वलयातील रंग किती सौम्य, सुखावह व आनंददायक असतात! त्या सौम्य रंगांकडे नुसते पाहत राहावे. नयनसुखाची नुसती लूट. पण ज्यांची मनोवृत्ती भोगवादी व तामसी असते, त्यांच्या चेहऱ्याभोवतील वलयांमधील रंग तांबडे लाल, मातट, काळपट असतात व त्या रंगात सारखा फरक पडत असतो. असे मनास त्रस्त करणारे रंग ज्याच्या वलयांमध्ये असतात, ती माणसे दगलबाज असतात. 'मुखमें नाम और बगलमें छुरी,' अशी धोकेबाज ती माणसे असतात.

महाराजश्री दलाई लामांच्याकडेही मी पाहत होतो. त्याच्या वलयातील रंगांवरून त्यांच्या मनातील खिन्नता प्रतीत होत होती. त्यांच्या मनात ते ज्यावेळी चीनमध्ये होते त्यावेळचे विचार चालू होते व त्यामुळे त्यांचे मन खिन्न झालेले होते. त्यांच्याविषयी बोलायचे म्हणजे ते एक आमच्या देशाचे अत्युत्कृष्ट असे शासक होते. त्यांच्या संपर्कात येण्याची मला थोड्याच प्रसंगी संधी आली होती, तरी त्यांच्याविषयी माझ्या मनात आदराची भावना होती. ते एक आदर्श अधिपती होते यात बिलकूल संशय नाही. त्यांचा स्वभाव जरासा तापट होता व त्यांच्या वलयातील रंगही तांबडे असत, पण त्यांच्यासारखा आदर्श शासक तिबेटमध्ये अजून झाला नाही, अशी इतिहासाची साक्ष आहे. त्यांनी आपले सर्वस्व देशाकरिता अर्पण केलेले होते. त्यांच्याबद्दल माझ्या मनात फार आदर वसत असे. लामाश्री मिंग्यार डोंडुप गुरुजी यांच्या खालोखाल ती आदराची भावना व भक्तिभाव असे, गुरुजींच्याबद्दल मला काय वाटत असे ते सांगता येत नाही. त्यांच्या वात्सल्याला तोड नाही.

चिनी शिष्टमंडळाची मुलाखत बराच वेळ रेंगाळत राहिली. त्यातून निष्पन्न काही झाले नाही. कारण ती मंडळी मित्रत्वाच्या भूमिकेने आलेली नव्हती. त्यांच्या मनात आमच्या देशाविषयी शत्रुत्वाची भावना होती. त्यांच्या मनात आमच्या देशावर वर्चस्व गाजवायचे होते व त्यासाठी कसल्याही मार्गाचा सूक्तासूक्त मार्गाचा अवलंब करण्यास

त्यांची तयारी होती. त्याचा त्यांना विधिनिषेध नव्हता. त्यांना मुलूखगिरी करायची होती. तिबेट देश त्यांना आपल्या अंकित करायचा होता. त्यांना आमच्या भूमीतील सोने पाहिजे होते. गेले कित्येक वर्षे ते आमच्या देशाकडे लोभी नजरेने पाहत होते. तिबेटच्या भूगर्भात सोन्याचे प्रचंड साठे आहेत. आम्ही सोन्याला पवित्र धातू समजतो. आमची परंपरागत समजूत अशी आहे की, जमिनीतून सोने खणून काढू नये. त्या भूमीचा तो अवमान होतो. म्हणून आम्ही सोने जमिनीतून काढत नाही. काही नद्यांच्या डोंगरावरून येणाऱ्या प्रवाहातून हे खनिज सोने वाहत वाहत येते व त्याच्या लडी, पुंजके तीरावर जमतात. ते पुंजके आम्ही उचलून घेतो. चांग त्सांग विभागात द्रुतगतीने वाहणाऱ्या ओढ्यांच्या काठांवर असे वाहत वाहत आलेले सोने मी पाहिलेले आहे. ओढ्यांच्या काठावर बारीक रेती नाही का जमत तसे हे सोने काठावर जमून येते. या लडी आम्ही वितळवितो व त्याचे देवादिकांसाठी अलंकार करतो. पवितशा धातूचा उपयोग पवित्र कार्याकरिता करतो. आता दुर्दैवाने आमच्याकडील हे सोने फार मऊ व ठिसूळ असते. त्यामुळे त्याचे केलेले दागिने हेही सहज वाकविता येतात.

तिबेट देशाचे क्षेत्र ब्रिटिश बेटांच्या जवळजवळ आठपट आहे. पुष्कळसा भाग अजून अज्ञात आहे. तिकडे कोणी अद्याप गेलेले नाही. गुरुजींच्या बरोबर मी पुष्कळ हिंडलेलो आहे. त्यावरून मी सांगू शकतो की, आमच्या देशात सोने, रुपे व युरेनियम यांचे भरपूर खनिज साठे आहेत. पाश्चिमात्यांनी आमच्या देशातील भूगर्भाची पाहणी करण्याचे बरेच प्रयत्न केले, पण आम्ही त्यांना दाद लागू दिली नाही. त्यांना आम्ही परवानगी दिली नाही. आमच्याकडे एक जुनी म्हण आहे, 'जिकडे युरोपियन माणूस जातो, तिकडे लढाईला सुरुवात होते.' पण या पुस्तकात वाचक 'सोनेरी तुताऱ्या', 'सोन्याच्या बशा', 'सोन्याचा मुलामा दिलेले पदार्थ' असे शब्दप्रयोग जागोजाग वाचतील त्यावरून ध्यानात येईल की, आमच्याकडे सोने मुबलक आहे, पण ते पवित्र मानले जाते. तिबेट म्हणजे अनेक दुर्मीळ वस्तूंचे एक भलेमोठे कोठार आहे व त्यांचा उपयोग साऱ्या जगाला होईल. पण जगातील लोकांनी एकमेकांशी शांततेने व सहकार्याने वागले पाहिजे. सत्तेकरिता आपापसात लढून काही फायदा नाही.

एके दिवशी सकाळी मी एका जुन्या हस्तलिखिताची शिल्पकारास खोदण्याकरिता नक्कल करीत असताना एकदम गुरुजी माझ्या खोलीत आले आणि म्हणाले, ''लोबसंग, ते काम आता जरा बाजूला ठेव. सर्वश्रेष्ठ महाराज सरकारांनी आपल्याला बोलावले आहे. आपल्या दोघांना आता ताबडतोब नर्बूलिंगाकडे निघाले पाहिजे. कोणाला आपण दिसता उपयोगाचे नाही. युरोपकडला कोणी परदेशी माणूस दरबारात आला आहे. त्याच्या चेहऱ्याभोवतील रंगवलयांचे आपल्याला विश्लेषण करायचे आहे. लवकर तयार

हो. महाराजांना आपली ताबडतोब भेट घ्यायची आहे. बरोबर रेशमी रुमाल घ्यायला नकोत. काही औपचारिकपणा पाळायला नको. ताबडतोब भेटीला गेले पाहिजे.''

मी गुरुजींच्या तोंडाकडे क्षणभर पाहत राहिलो. नंतर उडी मारून पायावर उभा राहिलो. स्वच्छ झगा घातला व ''गुरुजी, मी तयार आहे'' असे त्यांना म्हणालो.

मला चेहरा साफसूफ करायला व स्वच्छ कपडे वगैरे घालायला फारसा वेळ लागला नाही. लगोलग आम्ही निघालो व पहाडावरून खाली उतरायला लागलो. अंतर थोडेच अर्धा-एक मैलाचे होते. पहाडाच्या पायऱ्याशी अगदी जेथे मी वादळाच्या झंझावातात पडलो होतो व माझ्या हाताची हाडे मोडली होती तेथून आम्ही एका लहान पुलावरून लिंगखोर रोडला जाऊन पोचलो. तेथे आम्ही रस्ता ओलांडला व नर्बूलिंगाच्या दरवाजापाशी जाऊन पोचलो. नर्बूलिंग म्हणजे रतनबाग. महाराजश्री दलाई लामांचे निवासस्थान. तेथले चौकीवाले आम्हाला तेथून जवळजवळ हाकलून देणार होते. पण त्यांनी लामाश्री डोंडुप गुरुजींकडे पाहिले व आम्हाला आत घेतले. त्यांना पाहिल्यावर त्यांच्या वागणुकीत एकदम फरक पडला. त्यांनी आम्हाला ताबडतोब आतल्या उद्यानात नेले. तेथे महाराजश्री एका व्हरांड्यात बसलेले होते. मला बुचकळ्यात पडल्यासारखे झाले. माझ्याजवळ त्यांच्या पायांवर ठेवण्याचा हातरुमाल नव्हता. कसे वागावे हे मला कळेना. अंत:श्रेष्ठींनी माझ्याकडे पाहून किंचित स्मित केले व ते आम्हाला म्हणाले, ''मिंग्यारजी या, बसा आणि लोबसंग, तूही. तुम्ही खरोखरच लगोलग आलात.''

आम्ही खाली बसलो व ते काय बोलताहेत, याची उत्कंठतेने वाट पाहू लागलो. त्यांनी काही वेळ ध्यान केले. जणू काय बोलावे याचा ते विचार करत होते.

त्यांनी बोलायला सुरुवात केली, ''काही वर्षांपूर्वी त्या ताम्रवर्णी रानटी लोकांनी (ब्रिटिश लोक) आपल्या पवित्र भूमीवर आक्रमण केले होते, त्यावेळी मी हिंदुस्थानात निघून गेलो होतो. तेथे मी बराच प्रवास केला. त्या ब्रिटिशांच्या आक्रमणानंतर लगोलग १९१० मध्ये चीनने आपल्या देशावर आक्रमण केले. त्यावेळीही मी हिंदुस्थानात निघून गेलो. तेथे मला एक इसम भेटला. तोच आज येथे मला भेटण्यास येणार आहे. लोबसंग, हे सारे मी तुझ्याकरिता सांगत आहे. कारण मिंग्यारजी त्यावेळी माझ्याबरोबरच होते. ब्रिटिशांनी आम्हाला वचने दिली, पण ती त्यांनी पाळली नाहीत. आता हा जो इसम येणार आहे, तो कसा काय आहे, हे मला जाणून घ्यायचे आहे. आत एक व बाहेर एक असा दुतोंडी बोलणारा हा इसम आहे की काय, हे मला अजमावयाचे आहे. लोबसंग, तुला त्याचे बोलणे कळणार नाही व त्या बोलण्यावरून तुला काही त्यांच्या अंतरंगाचे अनुमान काढता येणार नाही. या जाळीच्या पडद्याआड तू व आणखी एक

असे बसून राहा. तुम्ही त्याच्या दृष्टीला पडणार नाही. त्याच्या रंगवलयातील फेरफार तुम्ही ताबडतोब नोंदवून ठेवा व जी विद्या तुला तुझ्या गुरुजींनी शिकविली आहे, तिचा उपयोग करून त्यावरून अनुमान काढ. मिंग्यारजी तुझी फार स्तुती करतात. मिंग्यारजी, कोठे बसायचे आहे हे त्याला दाखवा. तो तुम्हाला फार मानतो. खुद्द दलाई लामापेक्षा लामाश्री मिंग्यार डोंडुप गुरुजी श्रेष्ठ आहेत, अशी त्याची मनोभावना आहे.''

मी त्या जाळीच्या पडद्याआड लपून बसलो. तेथे मला बराच वेळ नुसते बसून राहावे लागले. समोरची पाखरे व झाडांच्या हलणाऱ्या फांद्या पाहत राहिलो. माझ्याजवळ मी सांपाचा वाडगा ठेवून दिला होता. त्यातील सांपाचे मधूनमधून कोणी माझ्याकडे पाहत नाहीसे पाहून घुटके घेत होतो. आकाशात ढग संथपणे हलत होते आणि त्यावेळी पतंगात बसून हवेत स्वैरपणे उड्डाण करण्याची मला आठवण झाली. काय तो सोसाट्याचा वारा. पतंगाचे कापड जणू फाडून काढीत होता. त्यामधून हिंडताना ते सारखे बसत असणारे हिसके, हादरे, जागेवर चिकटून बसून राहण्याची ती खटपट हे सारे विचार माझ्या मनात येऊ लागले आणि असे विचार मनात चालू असताना मला तंद्री लागली आणि एकदम काहीतरी जड पदार्थ पडल्याचा मोठा आवाज कानी ऐकू आला व त्या आवाजाने मी जागा झालो. तर तसे काही नव्हते. आतल्या जागेच्या दरवाजाशी दारे सताड उघडली जात होती. खाजगीमधील काही श्रेष्ठ लामा मंडळी सोनेरी रंगाचे झगे घालून एका उंच पण बारीक अंगकाठीच्या गौरकाय व्यक्तीला दरवाजातून दरबारी पद्धतीने घेऊन जात होते. हे दृश्य मला अगदी नवीन होते. एकदम हसूच कोसळले. पण मला गप्प बसून राहायचे होते. त्या गौरकाय माणसाचे केस पांढरे झालेले होते. भिवया अगदी पातळ होत्या व त्या खालचे डोळे खोल गेलेले होते. ओठ मिटलेले होते. अंगावरचे कपडे काही विलक्षण होते. अंगाला चिकटून बसणारा घट्ट, जाड निळ्या कापडाचा त्याचा झगा किंवा कोट होता. त्याला गळ्यापासून खाली जाड गुंड्या लावलेल्या होत्या. त्या गुंड्या पितळेच्या होत्या व पॉलीश केल्याने चकाकत होत्या. कोणातरी गावठी शिंप्याने त्याचे कपडे शिवलेले असावेत. गळ्याभोवतालची पट्टी (कॉलर) तर इतकी मोठी होती की ती दुमडून घ्यावी लागली होती व तिच्या कडा खालच्या कापडावर शिवून टाकलेल्या होत्या. खांद्यावरतीसुद्धा वेगळ्या रंगाच्या पट्ट्या शिवून टाकलेल्या होत्या. मला वाटते की खांद्यावरच्या या पट्ट्या कशाच्या तरी हुद्द्याच्या किंवा सन्मानाच्या निदर्शक असाव्यात. त्याच्या कोटाला खिसे होते. आमच्याकडे झग्यांना असे खिसे किंवा गळपट्ट्या (कॉलरी) नसतात. आमचे झगे अगदी पायघोळ, सैल, रुंदशा त्यांच्या बाह्या, त्यात काहीही लपवून ठेवता येत असे. या गौरकाय माणसाच्या कोटाच्या हाताच्या बाह्या तोकड्या, फक्त मनगटापर्यंत पोचणाऱ्या अशा होत्या. आमच्याकडे अशा तोकड्या बाह्यांचे झगे फक्त शारीरिक काम करणारे मजूरच घालतात. मी मनात

विचार करू लागलो की, 'हा मनुष्य काही मजूर नसावा. कारण त्याच्या हाताचे तळवे किती मऊ दिसत आहेत. कदाचित या इसमाला कपडे कसे घालावे हे कळत नसेल.' त्याची विजार अगदी घट्ट, पायाला चिकटून राहणारी व पायाच्या घोट्यापर्यंत पोचणारी, लांबलचक होती व शेवटच्या कडा थोड्याशा दुमडून घेतलेल्या होत्या. मी विचार करू लागलो की, अंत:श्रेष्ठांपुढे हा इसम अशा विचित्र पोशाखात उभा राहिला तर काय विचित्र ध्यान दिसेल. कोणी तरी त्याच्या अंगचे आमच्या पद्धतीचे कपडे त्याला शिवून द्यावेत असे मला वाटले. मग मी त्याच्या पायाकडे पाहू लागलो. तेही मोठी गमतीचे. त्या पायांवर त्याने काळ्या रंगाचे पातळ कापड घट्ट गुंडाळलेले होते व ते कापड चकाकत होते. त्या पायात आम्ही जसे फेल्टचे बूट घालतो तसे बूट नव्हते. मोठे चमत्कारिक ध्यान दिसत होते ते. असे हे ध्यान मी अद्याप पाहिलेले नव्हते. त्याच्या चेहऱ्यावरच्या वलयातले रंग मी आपोआप कागदावर टिपून घेऊ लागलो. आणि त्या रंगावरचे माझे भाष्यही लिहून ठेवू लागलो. मधूनमधून तो तिबेटी भाषेत बोलत होता. परकीय माणसाच्या दृष्टीने त्याचे तिबेटी बरे होते. त्यानंतर त्याचे बोलणे त्याच्या भाषेत सुरू झाले. ती भाषा, ते शब्द काही विलक्षणच. शब्द म्हणजे अनेक ध्वनींची वाटेल तशी केलेली गल्लत. हे ध्वनी अद्यापर्यंत माझ्या कानावरून गेलेले नव्हते. त्यानंतर मी जेव्हा महाराज सरकार दलाई लामांना भेटलो तेव्हा ते म्हणाले की, 'इंग्लिश' नावाच्या आपल्या भाषेत बोलत होता.

मध्येच या मनुष्याने आपल्या कोटाच्या आतील मोकळ्या जागेत हात घातला व त्यातून एक हातरुमाल बाहेर काढला. त्याची मला मोठी गंमत वाटली. तो हातरुमाल त्याने आपल्या नाकापुढे व तोंडापुढे धरला व जोरजोरात शिंकला. त्याचा शिंकेचा आवाज मला एका लहानशा तुतारीच्या आवाजासारखा वाटला. मी मनात म्हणालो, 'अंत:श्रेष्ठांच्या पुढ्यात आल्यावर त्यांना आदर दाखविण्याचा तो काही प्रकार असावा.' हे अशा तऱ्हेचे नमन झाल्यावर त्याने तो रुमाल काळजीपूर्वक जागच्या जागी ठेवून दिला. नंतर मग आपल्या कोटाच्या इतर पोकळ जागेतून त्याने कागद काढले. अशा तऱ्हेचे कागद मी अद्याप पाहिलेले नव्हते. पांढरेशुभ्र व पातळ. आमचा कागद जाडजूड व मळकट व कमी जास्त जाडीचा ओबडधोबड. मी मनात म्हणालो की, अशा कागदावर कसे लिहिणार? पेन्सिल त्याच्यावर खरवडणार कशी? ती त्या कागदावरून सरळ निसटून द्यायची. अक्षरे काही उठणार नाहीत. अशा पातळ व मुलायम कागदावर... मग त्या इसमाने आपल्या कोटाच्या आणखी एका पोकळीतून एक रंगीत लाकडाची कांडी काढली. त्या कांडीच्या मधोमध काजळीसारखा काळा पदार्थ होता. त्या कांडीने त्याने कागदावर काही रेघोट्या ओढल्या. मला वाटले की, त्याला कागदावर बरोबर लिहिता येत नाही व लिहायचा तो अशा रेघोट्या ओढून प्रयत्न करीत आहे. त्या कांडीच्या

मधोमध काजळीसारखा एक काळा पदार्थ होता. अशा कोळशाने कसे काय लिहिता येणार? कांडीच्या मधोमध जर फुंक मारली तर तो काळा पदार्थ उडून नाही का जाणार?

मला वाटते की तो लुळापांगळा किंवा कुबडा असावा. कारण तो जमिनीवर न बसता चार पायांच्या एका लाकडी घडवंचीवर बसला होता, व पाठ टेकायला त्या घडवंचीला एक उभी फळी जोडलेली होती. त्या घडवंचीवर तो बसला व त्याने आपली पाय खाली सोडले. मला वाटले की, त्याचा मेरुदंड दुखावलेला असावा. कारण त्या घडवंचीला समांतर असे दोन हात लावलेले होते व त्या हातांवर तो आपले स्वत:चे हात टेकवून बसला होता. अशा तऱ्हेने तो त्या घडवंचीवर बसला. मला त्याच्याबद्दल थोडी करुणा वाटू लागली. अंगावर काहीतरी घातलेले कपडे, लिहिता येत नाही, नाकातून सारख्या शिंका येत आहेत, नाकाला व तोंडाला सारखा हातरुमाल लावीत आहे आणि बसायलाही धड येत नाही. एका लाकडी घडवंचीवर पाठ टेकून, हात टेकून व पाय खाली सोडून बसावे लागत आहे. पायांची सारखी चाळवाचाळव करावी लागत आहे. एकदा तर त्याने पाय इतका वर केला की, पायाचा तळवा महाराजश्रींच्या अगदी समोरच धरला. आमच्या एखाद्या तिबेटी माणसाने असे जर केले असते तर तो महाराजश्रींचा मोठा उपमर्द समजला गेला असता. पण मला वाटते त्या इसमाच्या हे काही वेळाने ध्यानात आले असावे. कारण त्याने आपला पाय लगेच खाली केला. महाराज सरकारांनी या परकीय पाहुण्याचा मोठा सन्मान केला. तेही त्याच्यासारखेच एका लाकडी घडवंचीवर बसले होते. त्याही घडवंचीला पाठ टेकायला पाठीमागे एक फळी जोडलेली होती व हात टेकायला लाकडी हात लावलेले होते. या इसमाचे नावही काही चमत्कारिक होते. 'सी. ए. बेल' असे त्याचे नाव होते. त्याच्या चेहऱ्याभोवतालच्या वलयातील रंगांवरून मी अनुमान काढले की, त्याची शरीरप्रकृती जेमतेमच असावी. हे अतिथंड हवामान त्याला सोसत नसावे. आम्हाला मदत करावी अशी त्याची स्वत:ची सदिच्छा फार होती. पण त्या रंगांच्या मिश्रणावरून पाहता, आपल्या सरकारला दुखविण्याची त्याची इच्छा नव्हती. कारण त्या सरकारच्या आदेशाप्रमाणे जर काम झाले नाही तर त्याला पुढे मिळणाऱ्या पेन्शनची शाश्वती नव्हती. त्याचे मन अस्वस्थ झालेले होते. त्याला एका मार्गाने जायचे होते. पण त्याला त्याच्या सरकारची संमती नव्हती. पण त्याचाच मार्ग पुढे हितावह व बरोबर ठरेल अशी त्याला आशा होती.

'बेल' या इसमाविषयी आम्हाला पुष्कळ माहीत झालेले होते. त्याची सर्व माहिती आम्ही मिळविली होती. त्याची जन्मतारीख, तो या नोकरीत केव्हापासून आला, नोकरीतील त्याची कर्तबगारी; त्याची हुशारीची कामे, म्हणजे त्याच्या सर्व कारकिर्दीची आम्हाला पुरी माहिती होती. आम्ही त्या सगळ्या कामांचे टिपण करून

त्याचा आलेखही तयार केला होता. आमच्या ज्योतिषांनी असेही शोधून काढले होते की त्याचा पूर्वीचा एक जन्म तिबेटात झाला होता. पण त्या जन्मी त्याची अशी इच्छा होती की आपल्याला पुढे युरोपमध्ये जन्म यावा. पाश्चिमात्य व पौर्वात्य यांच्यामध्ये सामंजस्य निर्माण करण्याच्या कामी आपण हातभार लावावा, असे त्याने स्वतःच्या आपल्या एका पुस्तकात लिहिले आहे असेही मला कळले. आणि त्याला आपल्या इच्छेप्रमाणे आपल्या सरकारचे मन वळविता आले असते तर या देशावर कम्युनिस्टांचे आक्रमण झाले नसते हे आम्हाला अगदी निश्चितपणे वाटू लागले. परंतु भवितव्यता वेगळी होती. तसे आक्रमण घडून आले. अशी भाकिते कधीही खोटी ठरत नाहीत.

इंग्लिश सरकारचे मन आमच्याविषयी संशयग्रस्त झालेले होते. आम्ही रशियाशी स्नेहसंबंध ठेवू अशी त्यांना भीती वाटत होती. या संबंधांविषयी त्यांचे प्रतिकूल मत होते. त्यांना आमच्याशी तह करायचा नव्हता तसेच आम्ही इतर राष्ट्रांशी स्नेहसंबंध ठेवावेत हेही त्यांना बरे वाटत नव्हते. सिक्कीम, भूतान यांनी असे तह करावेत, पण तिबेटने मात्र करू नयेत असा त्यांचा आग्रह होता. म्हणून इंग्लिश लोक आमच्यावर गरम झाले होते. आमच्यावर आक्रमण करून आमची गळचेपी करण्यास ते अगदी उत्सुक झालेले होते. कसेही करून आमच्यावर त्यांना वर्चस्व ठेवायचे होते. आता येथे हे बेलसाहेब आले होते. त्यांनीही पाहिले की कोणत्याही इतर राष्ट्राची आम्हाला बाजू घ्यायची नाही; आम्हाला पूर्ण अलिप्तता हवी आहे. आम्हाला आमच्या पद्धतीनुसार, संस्कृतीअनुसार जीवन जगायचे आहे हे त्यांच्या चांगले ध्यानात आले होते. आम्हाला कोणाही परकीय राष्ट्राशी खास संबंध जोडायचे नव्हते. कारण ज्या परकी राष्ट्राशी आम्ही असे संबंध जोडले, त्यांनी आम्हाला संकटात आणले; त्यामुळे आमच्यावर अनेक आपत्ती कोसळल्या. आमचे मनस्वी नुकसान झाले.

बेलसाहेब निघून गेल्यावर त्यांच्याविषयीचा जो हा माझा ग्रह झाला होता, त्याविषयी मी अंतःश्रेष्ठांसमोर निवेदन केले. त्यावर ते खूश झाले. पण त्यांना मी या बाबतीत जास्त काम करावे असे वाटले. ते म्हणाले, ''होय लोबसंग, आम्हाला वाटते तू या विषयात आणखी पुढे जायला हवे. पुढे जेव्हा तू अगदी सातासमुद्रांपलीकडे जाशील तेव्हा या विषयाचा, शास्त्राचा तुला फार फार उपयोग होईल, तुझ्यावर आम्हाला संमोहनविद्येचे आणखी प्रयोग करावयास पाहिजेत. तुझ्या डोक्यात आम्हाला जेवढे शक्य होईल तितके ज्ञान कोंबायला पाहिजे आहे,'' असे बोलून त्यांनी शेजारची घंटा वाजविली. एक सेवक पुढे आला. त्याला ते म्हणाले, ''जा, मिंग्यार डोंडुप यांना ताबडतोब घेऊन ये.'' थोड्याच वेळात माझे गुरुजी तेथे आपण होऊन आले. सेवकाने त्यांना बोलवायची जरुरीच राहिली नाही. महाराजश्रींचे माझे गुरुजी जणू मित्रच होते.

ते त्यांच्या समोरच माझ्या शेजारी बसले. इतक्यात एका सेवकाने लोणीमिश्रित चहा व भारतीय मिठाई एका तबकात आणली. आम्ही त्या मिठाईचा थोडासा समाचार घेतल्यावर महाराजश्री बोलू लागले, ''मिंग्यारजी, तुमचे मत बरोबर आहे. हा मुलगा हुशार आहे. त्याला आणखी तयार केले पाहिजे. मिंग्यारजी, आणि तो तयार होईलच. तो जितका जास्त लवकर व परिपूर्णपणे या विषयात निष्णात होण्याकरिता तुम्हाला ज्या पद्धतीने जायला पाहिजे त्या पद्धतीने जा. आपल्याकडे जेवढी म्हणून साधनसामग्री आहे, तिचा भरपूर उपयोग करा. आपल्याला देशाचे भविष्य काय आहे हे माहीतच आहे. या देशाला पुढे वाईट दिवस येणार आहेत व आपल्या पुरातन कलाविद्यांचे टिपण-दप्तर आपल्याला पुरे करायला हवे.''

मग माझ्या अभ्यासाची गती वाढली. पुष्कळदा मला घाईघाईत बोलावणे येई; कोणी फलाणा मनुष्य आलेला आहे. कोणी अतिदूर असलेल्या अशा देशातून एखादा धर्माध्यक्ष, पंडित आला आहे किंवा दूरवरच्या प्रांतातून कोणी पुढारी आला आहे व त्याच्या चेहऱ्याभोवतालच्या वलयातील रंगांचे विश्लेषण करून त्यावरून त्याच्या मनात काय चालले आहे हे सांगण्याची कामगिरी येई. लवकरच पोताला व नर्बुलिंग या निवासा मधील माझे येणे-जाणे वाढू लागले. पोताला येथे आल्यावर तेथे असलेल्या दुर्बिणींचा मला उपयोग करता येई. दुर्बिणीतून दूरचे पाहणे मला फार आवडे. तेथील एक दुर्बीण अजस्त्र होती. अगदी जड अशा धातूच्या तिवईवर ती ठेवून दिलेली होती. मध्यरात्रीच्या शांत व निवांत अशा वेळी मी त्या दुर्बिणीतून चंद्र व आकाशातील तारे तासन् तास पाहत बसे.

तसेच ल्हासा शहरातही गुरुजी व मी दोघे बड्या अशा पाहुणेमंडळींना वारंवार भेटायला जात असू. गुरुजींना दूरसंवीक्षणाचे व मनोविश्लेषणाचे ज्ञान चांगलेच होते. तेव्हा माझ्या अनुमानांशी त्यांचे अनुमान मला पडताळून पाहता येत असे. या ज्ञानाचा मला मोठा उपयोग होई. बाजारात गेल्यावर एखाद्या दुकानदारापुढे उभे राहावे. तो आपल्या मालाची गिऱ्हाइकापुढे तारीफ करीत आहे. पण त्याच्या मनात काय चालले आहे; तो थापा मारीत आहे की नाही, हे सगळे मला त्याच्याकडे नुसते पाहिल्यावर कळून येत असे. त्याला माझ्यापासून काहीही लपविता येत नसे. या अभ्यासाबरोबर माझी स्मरणशक्तीही वाढली. बरेच मोठे लांबलचक उतारे मी एकदाच वाचल्यानंतर जसेच्या तसे बिनचूक म्हणून दाखवी. जुन्या धर्मग्रंथातील श्लोकांचे पठण विद्वान शास्त्री मंडळी करू लागत व ते ऐकता ऐकता मला समाधी लागे. मी वेगळ्याच अशा विश्वात वावरत राही व कित्येक तास माझी ती समाधी उतरत नसे.

१५
पवित्र अशी उत्तर दिशा व यती

या सुमारास आम्ही चांग तांगच्या पहाडी मुलखात गेलो होतो. या भूप्रदेशाचे वर्णन या पुस्तकात फारसे देता येत नाही. ते वर्णन यथातथ्य करायचे म्हटले तर अनेक पुस्तके लिहायला लागतील. एका पुस्तकाने काम भागणार नाही. या प्रदेशाचे निरीक्षण करायला आमची पंधरा जणांचा पार्टी निघाली. आमच्यापैकी प्रत्येकाला पृथक्‌पणे महाराजश्री दलाई लामांनी शुभाशीर्वाद दिले. आम्ही खेचरांवरून मोठ्या ईर्षेने उत्साहात निघालो. अशा पहाडी प्रदेशातल्या प्रवासाला ही खेचरे फार उपयोगी. जेथे घोडी जाऊ शकत नसत तेथे ही खेचरे जाऊ शकत. वाटेत आम्हाला झिलींग नूरपाशी विस्तीर्ण सरोवर लागले. त्याच्या बाजूबाजूने आम्ही उत्तर दिशेकडे वळलो. तेथून टांगला नावाच्या डोंगरांच्या ओळीवरून पुढे जात जात अज्ञात अशा मुलखात प्रवेश केला. त्याला किती दिवस लागले कोणास ठाऊक? वेळेचा मुळी हिशेबच नव्हता. घाईने प्रवास करण्याचे आम्हाला कारण नव्हते. आम्ही आरामात प्रवास करीत होतो. आम्हाला आमची ताकद व उत्साह शाबूत राखायचा होता.

आम्ही त्या पहाडी प्रदेशाच्या अंतर्भागात जसजसे जाऊ लागलो व वरवर चढू लागलो, तसतशी पोताला येथील भव्य दुर्बिणीतून चंद्राचा पृष्ठभाग पाहत जाण्याची आठवण होऊ लागली. डोंगरांच्या प्रचंड रांगा व त्यामधील खोल खोल दऱ्या. येथील दृश्य चंद्राच्या पृष्ठभागासारखेच होते. या पर्वतांच्या रांगा एका पाठीमागून एक अशा सतत चालू राहणाऱ्या व त्यांमधील दऱ्या अशा की त्यांना तळ जणू नसावाच. आम्ही या भूप्रदेशावरून तसेच रखडत चाललो. हवा विरळ होत चालली व थंडी असह्य होऊ लागली. शेवटी आमची खेचरे पुढे जाईचनात. त्या विरळ हवेत ती गुदमरू लागली. तेव्हा आम्ही त्यांना अतिशय सुरक्षित व निवाऱ्याच्या ठिकाणी उभे केले व आमच्या पार्टीतील कमजोर अशा पाच जणांना त्यांच्याजवळ ठेवले. वरतून सोसाट्याचे वारे वाहत

होते व त्या झंझावातात कातळाचे, खडकाचे बारीकबारीक अणकुचीदार व धारदार असंख्य तुकडे सगळीकडे फेकले जात. ते इतके तीक्ष्ण असत की, जणू लांडग्यांचे सुळे दात. त्यांचा मारा सुरू झाल्यावर सगळे तोंड रक्तबंबाळ व्हायचे. त्या खिंडीच्या तळाशी एक गुहा होती. तेथले किंचित मऊ असे दगड झिजून गेलेले होते. तेथून जवळच एका खडकाळ पायवाटेने पुढे जाता येत होते. त्या पायवाटेने काही अंतर चालून गेल्यावर एक दरी आली. तिथे खुरटे गवत उगवलेले होते. ते गवत चरायला आम्ही खेचरांना सोडले. जवळच एक पाण्याचा छोटेखानी झरा मैदानावरून पुढे सरकत सरकत जमीन ओली करीत होता. त्याच झऱ्याचे पुढे ओढ्यात रूपांतर होऊन तो पुढे शिखराच्या कडेपर्यंत वाहत जाऊन एकदम कड्यापासून हजारो फूट खाली कोसळत होता. ही खोली इतकी होती की खाली पाणी पडत असल्याचा आवाजसुद्धा वरती येत नव्हता.

येथे आम्ही पुढे अधिक उंचीवर जाण्याच्या पूर्वी दोन दिवस विश्रांतीकरता मुक्काम केला. आम्हाला विश्रांतीची फार जरूर होती; कारण ओझी वाहून आमच्या पाठी दुखत होत्या व श्वासोच्छ्वासाला भरपूर हवा मिळत नसल्याने आमची छाती जणू फुटून निघत होती. दोन दिवसांनंतर आम्ही पुढे चालू लागलो. वाटेत कित्येक घळी, ओढे लागले. कधी हे ओढे इतके मोठे असत की, ते ओलांडताना आम्ही दोरांचा उपयोग करीत असू. पलीकडच्या काठावरील एखाद्या उंच झाडावर लोखंडी खिळा फेकून तो भक्कम बसल्यावर त्याला दोर बांधून त्या दोराच्या साहाय्याने आम्ही तो ओढा ओलांडीत असू. एका माणसाने ओढा ओलांडल्यावर तो खिळा आम्ही भक्कम ठोकत असू. मग त्या दोरावरून अगदी बिनधोकपणे माणसे पलीकडे जात व अवजड सामानही सुरक्षितपणे घेतले जाई. मग तो दोर काढून घेऊन आम्ही पुढील प्रवासाला लागायचो.

कधी कधी पलीकडल्या काठावर खिळा ठोकायला जागाच मिळायची नाही. तेव्हा आम्ही काय करीत असू तर ज्या बाजूला आम्ही असू त्या बाजूकडील एखाद्या उंचवट्यावर आमच्यापैकी एक इसम चढून जाई; मग तो आपल्या कमरेभोवती दोर गुंडाळी आणि मग एखाद्या लंबकासारखा वरतून दोर सोडून झोके घेई. प्रत्येक झोक्याला पुढे पुढे पलीकडे जात जात, जेथे पायाला जमीन लागे तेथे उतरे; उतरल्यावर इकडेतिकडे कसेतरी धडपडत एखाद्या उंचवट्यावर जाई व जेथून पलीकडच्या काठावर बांधलेला दोर या काठावर क्षितिजाशी समांतर येई तेव्हा ती जागा कायम करून तेथे तो दोर भक्कम बांधून ठेवी. अशाच तऱ्हेने बरेच झोके घ्यावे लागत व मग आधार सापडे. हे काम तसे सोपे नव्हते; फार कठीण व धोक्याचे. एकदा हे काम करताना एक जोगी मृत्यू पावला. तो ऐलतीरावर एका उंच दरडीवर चढला व कमरेला दोर बांधून झोके घ्यायला लागला. एक झोका पैलतीरावरील दरडीवर आदळला व जो आदळला तो

इतक्या जोराने की त्या खडकावर त्याचे तोंड, डोके फुटले. आम्ही शेवटी त्याचे हाती सापडलेले शरीर गुंडाळले. त्या कठीण कातळात ते पुरायला काही जागाच सापडली नाही. तेव्हा आम्ही ते शरीर तसेच उघड्यावर ठेवून दिले. पुढे गिधाडांनी त्याचा फन्ना उडविला. ज्या जोग्याला कमरेला दोर गुंडाळून पैलतीरावर झोका घेऊन उतरायला सांगितले होते, तो कांकू करायला लागला तेव्हा त्याच्याऐवजी मी पुढे झालो. माझे भविष्य मला माहीत होते की, अजून पुष्कळ वर्षे माझी हयात आहे. तेव्हा मला काही भीती वाटत नव्हती. तरीपण झोका घेताना फार सावधगिरी बाळगली व हाताने चाचपडून जवळचाच एक खडक घट्ट धरून ठेवला. परंतु माझा आधार इतका बळकट नव्हता. कसातरी मी त्या खडकाशी चिकटून राहिलो. घशाला कोरड पडली होती. श्वास बाहेर पडेना व हृदयाचे ठोके तर इतके जलद होऊ लागले होते की, ते आता फुटतेय की काय, असे वाटू लागले. काही वेळ मी तसाच लोंबकळत राहिलो. नंतर हळूहळू हातांच्या आधाराने वर चढू लागलो. माझ्याबरोबर आणखी दोघेजण होते. त्यांनी माझ्याकडे नेम धरून आपले दोर फेकले. त्या दोरांची टोके मी हातांनी घट्ट धरून ठेवली व त्यांना ओढायला सांगितले. नंतर त्या दोरांवरून ते हातापायांनी लोंबकळत घरंगळत पलीकडल्या तीरावरून माझ्या बाजूला आले. घरंगळत असताना त्यांच्या अंगावरचे झगे हवेत फडफडत होते.

अशा तऱ्हेने आम्ही तिघे सुरक्षितपणे पैलतीरावर येऊन पोचल्यावर थोडी विश्रांती घेतली व चहा तयार केला. इतक्या उंचीवर पाण्याचा उत्कलन बिंदू फार खाली होता. त्यामुळे चहा कढत असा झाला नाही व तो पिण्याने आमच्या अंगात विशेष ऊब आली नाही. थकवा थोडा कमी झाल्यावर आम्ही आपला बोजा बरोबर घेतला व त्या भयंकर अशा निर्जन प्रदेशात पुढे धडपडत चाललो. काही वेळाने आम्हाला एक हिमनदी लागली व आमची पुढे जाण्याची प्रगती खुंटली. बर्फावरून चालत जाण्याकरिता अणकुचीदार बूट असतात, ते आमच्याजवळ नव्हते. बर्फ खणून टाकण्याकरिता कुऱ्हाडी असतात, त्या आमच्याजवळ नव्हत्या किंवा गिर्यारोहण करण्यासाठी जे सामान, जी उपकरणे लागतात, तीही नव्हती. आमच्याजवळ तसे काही नव्हते. साधे, मऊ तळाचे फेल्ट बूट व दोरखंडे.

थोडे विषयांतर करतो. आमच्या पुराणात नरक हा थंडगार सांगितलेला आहे व स्वर्ग उबदार असतो. आम्ही अशा या बर्फाळ भू-प्रदेशावरून धडपडत जात होतो तेव्हा नरक कसा काय असेल, याची आम्हाला पूर्ण कल्पना आली.

अशा या हिमनदीच्या पृष्ठभागावरून, बर्फाळ प्रदेश तुडवीत, अंग फाडून

काढणाऱ्या थंडगार वाऱ्याचा मारा खात खात सतत तीन दिवस आम्ही चालत राहिलो. नरक म्हणजे काय असावा, याची आम्हाला ओळख झाली. आम्ही कशाकरिता धडपडत चाललो आहोत, हेच आम्हाला कळेनासे झाले. त्या हिमनदीने आम्हाला खाली दोन उत्तुंग पर्वतांमधील एका दरीत आणून सोडले. तेथून पुन्हा आम्ही खाली खाली चाचपडत जाऊ लागलो. मध्येच आमचा पाय घसरायचा. असे बर्फ तुडवीत आम्ही किती मैलांचे अंतर चालत गेलो, याचा हिशेब नाही. ती हिमनदी मध्येच एका पर्वताला वळसा घालून जात होती. ते अंतर चालून गेल्यावर आम्ही पुढे पाहिले तो काय! समोर दाट पांढरे शुभ्र धुके पसरलेले. ते हिम असावे की एखादा ढग असावा, आम्हाला काही कळेना. धुके पांढरे शुभ्र व दाट होते. त्यात कुठे खंडच नव्हता.

माझे गुरू मिंग्यार डोंडुप लामाश्री हे या ठिकाणी पूर्वी आलेले होते. आमच्यापैकी ते एकटेच येथे आलेले होते. आमची कोमेजलेली तोंडे पाहून ते म्हणाले, ''तुम्ही बरेच थकलेले दिसता. आता तुमच्या मनाला आल्हादकारक असे वातावरण भेटेल, मग तुम्हाला आराम वाटेल.''

पण आराम वाटण्यासारखे एकही दृश्य आमच्यासमोर दिसेना. अंग गोठवून टाकणारी थंडी व सभोवार पसरलेले दाट धुके, पायाखाली बर्फाचा जाड थर व डोक्यावरती जणू गोठलेले आकाश. बाजूस लांडग्यांच्या जबड्यातील सुळक्यांसारखे दिसणारे खडकांचे सुळके. त्यांच्यावर जरा अंग घसटले तर रक्त वाहायला लागायचे आणि गुरुजी तर म्हणताहेत की, 'आता तुम्हाला आल्हाददायक व उबदार हवा लागेल.'

त्या थंडगार चिकचिकीत धुक्यातून आम्ही पुढे पुढे रखडत जाऊ लागलो. आम्ही कुठे जात आहोत, हे कळेना. शरीराला थोडी ऊब लागावी म्हणून आम्ही आपले झगे अंगाभोवती लपेटून घेत होतो. तरीही थंडी कमी वाटेना. आमचे पाय जिकडे नेत होते तिकडे आम्ही चालत राहिलो. आणि एकदम थांबलो. आश्चर्याने व भीतीने स्तंभित झालो. धुके गरम वाटू लागले. आमच्या पाठीमागचे लोक की ज्यांना धुक्यात दिसत नव्हते ते आमच्यावर आदळले. काय प्रकार आहे काही कळेना. आम्ही गोंधळून गेलो. पण तसेच पुढे चालू लागलो. आमच्यापैकी जो पुढे होता, त्याच्या बुटाला आता बर्फाच्या ऐवजी खडे लागले. ती हिमनदी, पायाखालचे ते बर्फाचे कवच कुठे गेले? आम्ही आश्चर्य करीत राहिलो. आणि एकदम धुके वितळू लागले. काही वेळाने तर ते पार नाहीसे झाले. हवेत इतका बदल झाला की मला वाटले, थंडीत मला मरण आले व मी आता वेगळ्या वातावरणात स्वर्गातच जणू येऊन पोचलो आहे. मी डोळे चोळू लागलो. बोटे मला गरम वाटू लागली. नाकात बोट घातले. बाजूच्या खडकावर हाताची

बोटे घासू लागलो व अंदाज करू लागलो, मी जिवंत आहे की नाही? मी वरच्या योनीत वावरत आहे का? पण सभोवार पाहिले तर माझे आठही सोबती शेजारी उभे. तेव्हा मी मेलेलो नसून जिवंत आहे याची खात्री पटली. सगळ्यांचीच काही रवानगी परलोकावर झाली नाही. आणि समजा सगळेच जर परलोकात येऊन पोचले असतील तर सुरुवातीचा आमच्या बरोबरचा दहावा इसम जो खडकावर आदळून मृत्युमुखी पडला, तो तर कोठे येथे दिसत नाही. तेव्हा हा परलोक किंवा स्वर्ग नसावा ही खात्री पटली. शिवाय आम्ही सगळे काही पुण्यवान नव्हतो की मरणानंतर आम्हास स्वर्गवास घडणार! असो.

काही क्षणांपूर्वीच धुक्याच्या पडद्याच्या दुसऱ्या बाजूस थंडीने आम्ही कुडकुडत होतो. आता आमचा उकडून प्राण चालला होता. हवेत प्रकाश लुकलुकू लागला व पायाखालच्या जमिनीतून वाफा येऊ लागल्या. काही वेळाने तर पायाखाली उकळते पाणी लागू लागले. ते पाणी इतके उष्ण होते की, त्यावर बुडबुडे येताना दिसत होते. सभोवार हिरवे गवत उगवले होते. इतके सुंदर हिरवे गवत मी आतापर्यंत कधीच पाहिलेले नव्हते. काही ठिकाणी गवत उंच वाढून त्याच्या पाती रुंद, पसरट असून त्याचे जणू रान माजले होते. आमचा डोळ्यांवर विश्वास बसेना. हा काय प्रकार आहे हे कळेना. आता आम्हाला भीती वाटू लागली. ही काय जादूची कांडी फिरली की काय? काय किमया आहे, असा प्रकार आम्ही आजवर पाहिला नव्हता. त्यावर गुरुजी म्हणाले, ''मी जेव्हा या ठिकाणी प्रथम आलो होतो तेव्हा मलासुद्धा आश्चर्य वाटले, पण येथल्या सृष्टिसौंदर्याने मी मोहून गेलो. तुम्ही तर असे गांगरलेले दिसताय की हिमदेवता तुमची मस्करी करीत आहे असे तुम्हाला वाटत आहे.''

आम्ही सभोवार भीतभीतच पाहिले. तेव्हा गुरुजी पुढे बोलू लागले, ''या नाल्यावरून आपण उडी मारूया. कारण आतले पाणी उकळत आहे. आणखी काही मैल अंतर पुढे गेल्यावर आपल्याला एक रमणीय स्थान भेटेल. तेथे आपण विश्रांती घेऊ.''

त्यांचे म्हणणे खरे होते. आणखी पुढे शेवाळलेल्या जमिनीवरून तीन-एक मैल चालून गेल्यावर आम्हाला ते स्थान लागले. ते आल्यावर आम्ही थांबलो. आमचे पाय अगदी दुखून गेले होते. तेव्हा त्या ठिकाणी आम्ही हात-पाय ताणून देऊन पहुडलो. अंगावरचे कपडे काढले; कारण उकडून उकडून आमचा जीव चालला होता. या ठिकाणी आम्ही कधीही न पाहिलेले असे वृक्ष आढळले. कदाचित ते वृक्ष पाहण्याचा पुनः योगही येणार नसेल. ती झाडे गडद रंगाच्या फुलांनी बहरलेली होती. काही ठिकाणी

द्राक्षवेली झाडांवर चढून गेलेल्या होत्या व त्या झाडांच्या फांद्यावरून पिकलेल्या रसाळ द्राक्षांचे घोसच्या घोस लटकत होते. आम्ही ज्या ठिकाणी विश्रांती घेत पहुडलो होतो, त्याच्या उजव्या बाजूस एक लहानसे अच्छोद सरोवर होते. त्या सरोवरातील पाण्यावर तरंग येत होते. त्यावरून पाण्यामध्ये जीवजंतूंची हालचाल होत होती हे स्पष्ट दिसत होते. हा सगळा प्रकार पाहून आम्ही मुग्धच झालो होतो. आमचे चर्मचक्षू ही दृश्ये पाहत आहेत यावर आमचा विश्वास बसेना. अजूनही आम्हाला असेच वाटत होते की, आम्ही भू-लोकावर नसून अन्य लोकावर आहोत किंवा आमच्या गात्रांनी निसर्गातली थंडी सहन करून टाकली व ती थंडी आम्हाला आता भासत नसावी! काही कळेना!

झाडांवर पर्णराजी अगदी विपुल होती. मी थोडाबहुत निरनिराळ्या हवामानातून प्रवास केलेला असल्यामुळे मला असे वाटू लागले की, हा विषुववृत्तावरील भूप्रदेश असावा पण तसे नसून हा ज्वालामुखीचा प्रदेश होता. भूगर्भातून वर येणारी अशी उष्ण पाण्याची येथे कुंडे होती व त्या पाण्याला गंधकाचा वास येत होता. गुरुजी सांगू लागले की या उंच अशा पठार प्रदेशात फक्त दोनच ठिकाणी अशी गरम पाण्याची कुंडे आहेत. भूगर्भातील उष्णतेने व गरम पाण्याच्या झऱ्यांनी बर्फ वितळते व चोहीकडे हवेतील उष्णतामान वाढते. वाटेने येताना आम्हाला जे दाट धुके लागले त्याचा अर्थ असा की, त्या ठिकाणी हवेत थंड व उष्ण प्रवाहांचे मीलन झाले होते. या ठिकाणी तुम्हाला अजस्त्र अशा पशूंच्या हाडांचे सांगाडे पसरलेले आढळून येतील. ते प्राणी जिवंतपणी वीस-तीस फूट उंचीच्या आकारांचे असावेत. अशी ही थोराड हाडे पुढे मी प्रत्यक्ष पाहिली.

या ठिकाणी 'यती' म्हणून जो प्राणी म्हणतात, त्याचे मला दर्शन झाले. मी काही वनस्पती वाकवून तोडीत होतो व काही कारणाने मी वरती पाहिले. तेथे दहा एक यार्डांच्या अंतरावर मी हा प्राणी पाहिला. या प्राण्याविषयी मी आतापर्यंत बरेच ऐकलेले होते. तो प्राणी आता प्रत्यक्ष डोळ्यांनी पाहिला. आमच्याकडे खोडकर मुलांना त्यांच्या आया धाक धाकवीत- गप्प, मुकाट्याने नीट बस. नाहीतर तुला 'यतीला' देऊन टाकीन. आणि मग मुले भ्यायची व उगी राहायची. आता तो यती प्रत्यक्ष पाहिला. आम्ही एकमेकांकडे कितीतरी वेळ नुसते पाहतच होतो. किती वेळ कोणास ठाऊक? भीतीने आम्हा दोघांचीही गाळण उडाली. तो यती माझ्याकडे बोट दाखवून तोंडाने मांजरीच्या पिल्लाच्या आवाजात काही 'म्याव म्याव' करीत होता. त्याचे डोके काही गमतीचे होते. कानांना पाळ्या नव्हत्या. कपाळ जणू नव्हतेच. भिवयांवरून डोके सरळ मागे गेलेले होते. भिवयाही जाडजूड, केसाळ होत्या. हनुवटी बारीक व दात फार मोठे व पुढे आलेले होते. पण डोक्याची कवटी साधारण माणसाच्या कवटीसारखी पण मोठी होती व कपाळाचा पत्ता नव्हता. हातपाय थोराड व पसरट, पाय वाकलेले व

हात लांबलचक, अगदी गुडघ्यापर्यंत पोहोचणारे. पण तो प्राणी माणसाप्रमाणे पायाच्या तळव्यावर चालत होता.

बराच वेळ असा त्याच्याकडे पाहत राहिल्यावर भीतीने किंवा काही कारणाने मी उडी मारली त्यावर तो यती किंचाळला, वळला व उड्या मारीत दूर निघून गेला. मला वाटते, तो एका पायानेच उड्या मारीत गेला व एका-एका पावलात बरेच अंतर तुडवीत निघून गेला. मलाही वाटले की, त्याच्या विरुद्ध दिशेने आपणही पळून जावे. यावर नंतर मी बराच वेळ विचार केला. या यतीचे दर्शन झाले म्हणजे आम्ही सतरा हजार फुटांच्याही वरच्या उंचीवर येऊन पोचलो, असा मी निष्कर्ष काढला.

नंतर काही अंतरावर आम्हाला आणखी काही यती दिसले. आम्हाला पाहिल्यावर तेथून ते दूर निघून जात, पण आम्ही काही त्यांना त्रास देत नसू. गुरुजी मिंग्यार डोंडुप लामाश्री सांगू लागले की, हे यती म्हणजे अगदी पुरातन काळातल्या मानवप्राण्याचेच वंशज होत. पण उत्क्रांतीच्या काही वेगळ्या नियमांनुसार त्यांचा शारीरिक विकास होत गेला व सांप्रत अगदी एकांतातल्या ठिकाणीच त्यांची वस्ती आढळून येते. कधीकधी हे यती इतक्या उंचीवरच्या पहाडी प्रदेशातून उड्या मारून खाली येतात व मनुष्यवस्तीच्या आसपास घिरट्या घालतात. काही पुरुष यती एकट्यादुकट्या बाईला पळवून नेतात असेही लोक सांगतात. आपल्या वंश-सातत्याकरिता त्यांचा तो एक मार्ग आहे. या गोष्टी खऱ्या असाव्यात. कारण एका मठातील प्रमुखाने मला सांगितले की, त्यांच्या मठातील एका जोगीणीला रात्रीच्या वेळी एका यतीने छापा घालून पळवून नेले. तथापि या विषयावर लिहिण्याचा मला तसा अधिकार नाही. मी फक्त एवढेच सांगू शकतो की, हे यती व काही बालयतीसुद्धा माझ्या दृष्टीला पडलेले आहेत. तसेच काही मृत यतींचे सांगाडेही मी पाहिलेले आहेत.

यतींच्या बाबतीतल्या माझ्या विधानांच्या सत्यतेविषयी काही लोकांनी संशय दर्शविले आहेत. काही लोकांनी त्यांच्याविषयी पुस्तके लिहिलेली आहेत. पण त्या लेखकांपैकी एकानेही माझ्याप्रमाणे या यतींना पाहिलेले नाही. काही वर्षांपूर्वी अटलांटिक महासागरावरून पलीकडे रेडिओ संदेश मी पाठविणार आहे, असे म्हणणाऱ्या मार्कोनीला लोक हसले होते. तसेच मनुष्यप्राणी हवेतून ताशी पन्नास मैलांपेक्षा जास्त वेगाने प्रवास करू शकणार नाही. केल्यास हवेच्या झोताने तो मरून जाईल असे विधान काही पश्चिमात्य डॉक्टरांनी अगदी गंभीरपणे केलेले होते. एका संशोधकाला एक अजस्त्र आकाराचा एक मासा आढळून आला. तो मासा म्हणजे भूगर्भातून बाहेर आलेला प्रचंड खडक व तो पाण्यात पडल्यावर त्याचा एक जिवंत भलामोठा मासा झाला, असे तो

संशोधक म्हणू लागला. आता शास्त्रज्ञांनी असे हे भले मोठे मासे पकडलेले आहेत व त्यांना कापून शवविच्छेदनही केलेले आहे. पाश्चिमात्य संशोधकाला जर तशी संधी दिली तर ते या यतींनासुद्धा पकडतील. त्यांना मारतील. त्यांचे शवविच्छेदन करतील व मोठमोठ्या काचेच्या बरण्यातून स्पिरीटमध्ये त्यांचे अवशेष जतन करून ठेवतील. पण आमच्याकडील तज्ञांचे मत असे आहे की, हे यती खालच्या भागातूनच वरच्या पहाडी भागात वस्ती करायला गेले. पण काही उंच अशा डोंगरी मुलखाखेरीज ते अन्यत्र आढळून येत नाहीत. अन्य ठिकाणचे यती कालांतराने नष्ट झाले. त्यांचे जेव्हा मला प्रथमच दर्शन झाले, तेव्हा मी घाबरूनच गेलो. दुसऱ्या वेळी जेव्हा त्यांचे मला दर्शन झाले, तेव्हा मला त्यांची दया आली. कारण अगदी पुरातन कालातील धिप्पाड प्रकृतींच्या मानवाचे हे अवशेष आधुनिक प्रकारच्या राहणीच्या दबावाखाली आता हळूहळू नष्ट होत आहेत.

तिबेटमधून कम्युनिस्टांची हकालपट्टी झाल्यावर यतींच्या अस्तित्वाबद्दल शंका घेणाऱ्या लोकांना हे यती कसे असतात, हे प्रत्यक्ष दाखवून देण्याची माझी तयारी आहे. त्याकरिता मी एक मोहीमसुद्धा काढीन. आपल्या धंदेवाईक अनुभवांपेक्षा काही वेगळा अनुभव घडून आल्यावर या श्रेष्ठीजनांची तोंडे कशी काय दिसतील, हे तर पाहता येईल. त्यांनी वाटेल तर कॅमेरे घेऊन यावेत म्हणजे समोर प्रत्यक्ष पाहिलेली दृश्ये त्यांना टिपता येतील.

फार पुरातन कालापासून चालत असलेली आमच्याकडे एक समजूत आहे की, शेकडो वर्षांपूर्वी तिबेटच्या सरहद्दीवर समुद्र होता. याचा पुरावा असा की, भूगर्भातील खडकांचे जर उत्खनन केले तर त्यात मोठमोठे मासे, मगर, सुसर यांच्या आकृतींचे व आकारांचे जमिनीच्या आत गाडून गेलेले खडक विपुल सापडतील. चिनी लोकांचीही आमच्यासारखीच समजूत आहे. 'यू'चा शिलालेख पूर्वी 'हू-पे' प्रांतातील 'हेंग' पर्वताच्या 'कू-लू' शिखरांवर होता. त्या शिलालेखात असे नमूद केले आहे की, त्या महात्मा 'यू'ने (खिस्तपूर्व २२७८ व्या वर्षी) त्या ठिकाणी चिरसमाधी घेतली. या 'यू' महात्म्याने चीन देशात जागोजाग पसरलेले पाणी आपल्या स्थापत्यकौशल्याने बाहेर काढून लावले व जमीन कोरडी केली. प्रलयकालातल्या सतत चालणाऱ्या जलवृष्टीने साऱ्या चीन देशात काही अत्युच्च पर्वतांचा भाग सोडून, सगळीकडे पाणीच पाणी झाले होते. मला वाटते की, हा जुना अस्सल शिलालेख मूळच्या जागेवरून हलवला गेला असावा. पण हँको या शहराजवळीलच्या भागात त्या मूळच्या शिलालेखाच्या प्रतिकृती आढळतात. अशी एक प्रतिकृती चेकियांग परगण्यात शा ओ-सिंग फू या गावाजवळील यू-लीनच्या मंदिरात ठेवलेली आढळते. आमच्या मते तिबेट हा पूर्वी समुद्रसपाटीवरचा

सखल प्रदेश असून समुद्रही अगदी जवळच होता. परंतु शेकडो वर्षांपूर्वी भूगर्भात काही प्रचंड हालचाल झाली व भूपृष्ठावरील प्रदेशाची उलथापालथ झाली. काही भूभाग समुद्रात बुडून गेला तर समुद्राच्या तळातला काही भाग वरती आला. काही अणकुचीदार भाग तर इतका वरती आला की त्यांची पर्वतशिखरे झाली. भूगर्भात अशा प्रचंड हालचाली का व केव्हा होतात, यावर आमचा तर्क चालत नाही.

चांग-तांगच्या पहाडी मुलखात पुरातन काळातील अजस्त्र प्राण्यांच्या शरीराचे जमिनीत गाडून गेल्याने झालेले खडक विपुल आहेत. त्यावरून हे स्पष्ट होते की, सारा मुलूख एके काळी समुद्रकिनारा होता. या भागात प्रचंड आकाराचे व निरनिराळ्या रंगांचे शिंपले, चमत्कारिक दिसणारे असे स्पंजांचे झालेले दगड व प्रवाळांच्या रांगाच रांगा अजूनही पुष्कळ आढळतात. या भागात सोनेसुद्धा भरपूर सापडते. नदीनाल्यांच्या प्रवाहात सोन्यांचे पुंजके वाहून येतात व वाळूसारखे त्यांचे गोटे हाताने उचलता येतात. या भागात वाहणारे जे नाले-ओढे आहेत, त्यांचे पाणी भूगर्भातून अगदी खोलातून येते व ते निरनिराळ्या तापमानाचे असते. अगदी उकळत्या पाण्यापासून ते गोठण्याच्या बिंदूपर्यंत. या भागात सर्वच बाबतीत विलक्षण विषमता दिसून येते. काही ठिकाणी हवा इतकी दमट असते की बोलू नका. अशा हवेचा आम्हाला अनुभव नसे. काही अंतरावर या धुक्याच्या जाडजूड पडद्यापलीकडे थंडी इतकी कडाक्याची की, माणसाच्या अंगातला जीवच निघून जायचा व त्याचे अंग काचेसारखे बनून जायचे. तसेच या भू-भागात वनस्पतीसुद्धा अशा उगवतात की, ज्या अन्यत्र उगवताना आढळत नाहीत. फक्त या अशा दुर्गम भागात जे येतील त्यांनाच फक्त या वनस्पती आढळून येतील. आम्ही कधीही न पाहिलेली अशी फळे येथे झाडांवर लटकलेली आढळली. ती फळे आम्ही खाऊन पाहिली, आम्हाला ती फार आवडली, चविष्ट लागली. या भागात आम्ही एक रात्र व एक संपूर्ण दिवस अशा वनस्पती गोळा करीत राहिलो. ही फळे आम्ही खाल्ली खरी, पण त्यामुळे आमची पोटे दुखायला लागली. असल्या खाण्याची आम्हाला सवय नव्हती. तेव्हा मग आम्ही त्या फळांना स्पर्शसुद्धा केला नाही.

आमच्या बरोबरचा हा वनस्पतींचा व रोपट्यांचा भारा चांगला जाडजूड झाला. मग आम्ही तेथून निघालो. पुन्हा त्या दाट धुक्यातून प्रवास करू लागलो. थंडी अगदी कडाक्याची होती. आम्हाला वाटले की, परत फिरण्यापेक्षा फळाफुलांनी भरलेल्या व उबदार अशा हवेच्या त्या रमणीय भूप्रदेशातच कायमचे राहावे. आमच्यापैकी एका लामाला ही थंडी असह्य झाली व तो कोसळून थंडगार होऊन पडला. त्याला मदत करता यावी म्हणून आम्ही तेथे एक मुक्कामही केला, पण त्याचा काही उपयोग झाला नाही. त्या रात्री तो मृत्यू पावला. ती सारी रात्र आम्ही जागून काढली. त्याच्या दोन्ही

बाजूस आम्ही पहुडलो व आमच्या अंगांची ऊब त्याला दिली. त्याला जगविण्याची आम्ही पराकाष्ठा केली. पण थंडी इतकी सख्त होती की, तो जो झोपला तो कायमचाच. फिरून उठला नाही. त्याच्या वाट्याचा बोजा आम्ही वाटून घेतला. पण खुद्द आमच्या वाटचाच बोजा भरपूर जड होता, त्यात आणखी भर घालायची बिलकूल सोय नव्हती. तो लामा मरण पावल्यावर आम्ही फिरून त्या थंडगार बर्फाच्या जाडजूड लादीवरून परत मार्गक्रमण करू लागलो. किती वर्षे तो बर्फ तसाच पडून होता कोणास ठाऊक? मध्ये काही दिवस जे आम्ही त्या उबदार प्रदेशात काढले त्यामुळे आमची सहनशक्ती कमी झाली होती. शिवाय आमच्या जवळचा अन्नपुरवठाही संपुष्टात आला होता. आमचा हा प्रवास जेव्हा संपला त्याच्या अगोदर दोन दिवस आमच्या पोटात अन्नाचा एक कणही गेला नव्हता की, चहाचा एक घोटही घ्यायला मिळाला नव्हता. पुन्हा खेचरावरून आमचा प्रवास सुरू झाला.

प्रवास संपायला आता थोड्याच मैलांचे अंतर राहिले होते; अन् तेवढ्यात आमच्या आघाडीचा एक वीर खेचरावरून पडला. पडला तो पडलाच. पुनः उठला नाही. कडक थंडी, उपासमार व कष्ट यांनी आमचा आणखी एक गडी बळी पडला. जेव्हा आम्ही अगदी सुरुवातीच्या मुक्कामाला जाऊन पोचलो तेव्हा तेथे चार जोगी आमची वाट पाहत मुक्काम करून होते. त्या चौघांनी आम्हाला पाहिल्यावर आनंदाने मिठ्याच मारल्या. त्यांच्याबरोबर आणखी एक पाचवा जोगी होता. वादळात बाहेर पडण्याचे त्याने साहस केले. परिणाम काय झाला, वाऱ्याच्या झोतात कड्यावरून तो खाली खोल दरीत फेकला गेला. वाकून व पाय घट्ट त्या खोल दरीत मी पाहू लागलो. शेकडो फूट खाली तोंडावर रक्तबंबाळ स्थितीत मरून पडलेला होता. त्याचा तांबडा झगा अक्षरशः तांबडा-लाल झालेला होता.

त्यानंतर तीन दिवस आम्ही विश्रांती घेतली व खर्च झालेली ताकद पुन्हा मिळविण्याचा प्रयत्न केला. थकव्यामुळेच आमचा तेथून पाय निघेना, असे नव्हे तर ज्या सोसाट्याच्या वाऱ्याने चोहोकडे थैमान घातले होते तो आमच्या गुहेच्या दारात वाळूच्या लहान लहान गोट्यांचे लोट आणून ठेवीत होता. त्याची नुसती रास आमच्या समोर जमली होती. आमच्या पलीकडच्या लहानशा ओढ्याच्या पृष्ठभागावरचा बर्फाचा थर त्या वाऱ्याने उडवून हवेत त्याचा फवारा करून टाकला होता. रात्रीच्या वेळी तो भयाण वारा राक्षसासारख्या किंकाळ्या मारी. तो जणू आमच्या अंगाचे लचके तोडतोय की काय, अशी आम्हाला सारखी भीती वाटे. त्यात आणखी एक दुर्घटना झाली. वाऱ्याच्या व पावसाच्या जोराने डोंगराचा एक कडाच तुटून पडला व आमच्या शेजारी येऊन कोसळला. दुसऱ्या दिवशी अगदी सकाळीच, सूर्याचे किरण खालच्या

दरीत जाऊन पोचण्यापूर्वीच व पहाटेच्या अंधूक प्रकाशात आम्ही गुहेच्या निवाऱ्यात पहुडलो असताना आमच्या डोक्यावरच्याच शिखराचा एक भला मोठा कडा कोसळून आमच्या पुढ्यात येऊन पडला. तो पडताना जो घरघर आवाज झाला, तो ऐकून आम्ही एकमेकांना आवळून एक लहानशी मोट करून बसलो आणि तो कडा एकदम खाली कोसळला. जणूकाय राक्षस अंतरिक्षातून आपला रथ हाकीत आमच्यासमोर येऊन ठेपला. तो कडा कोसळल्यावर गर्जनेसारखा फार मोठा आवाज झाला व त्याबरोबर बारीक बारीक दगडांची एक सर आली. तो कडा अगदी आमच्या समोर जमिनीत रोवून बसला. तसा बसताना तो हादरत होता व त्याचे आवाज दिशा गरजून काढीत होते. त्या कड्याची कड हादरत होती. सुमारे दहा ते बारा फूट उंचीच्या त्याच्या कंगोऱ्याचा अगदी चुरा झाला व तो सगळा चुरा खाली दरीत जाऊन पडला. काही वेळाने त्याचा प्रतिध्वनी खालून ऐकू आला व अशा तऱ्हेने खाली कोसळून मरून पडलेल्या आमच्या सोबत्याच्या शरीराचा दफनविधी झाला.

आता हवा आणखी बिघडली. आमचा पुढचा रस्ता बंद होण्याच्या अगोदरच तेथून निघावे असे आम्ही ठरविले. पुढल्याच दिवशी पहाटेच आम्ही प्रयाण करायचे ठरवले. बरोबर न्यायचे सामान आम्ही घट्ट बांधून घेतले. दोरखंडे तपासून घेतली. खेचरांना काही दुखलंय, खुपलंय का, हे पाहून घेतलं. निघायच्या वेळी हवा जरा सुधारली. आता आपण घरी जाणार या विचारांनी आमची मने उल्हसित झाली होती. आता आमची पार्टी अकरांची झाली. निघालो तेव्हा आम्ही पंधराजण होतो. आम्ही निघालो. असे कित्येक दिवस आम्ही प्रवास करत होतो. आमच्या पायांना भेगा पडल्या व शरीर अगदी थकून भागून गेले होते. खेचरांच्या पाठीवर झाडपाल्यांचे भारे लादलेले होते. प्रवास सावकाशीने चालू होता. आम्हाला घाई नव्हती. आम्ही तसेच रखडत चाललो होतो. आमच्या बरोबरची खाद्यसामग्री संपुष्टात आली होती. दररोजचा खुराक आम्ही अर्ध्यावर आणला होता. आम्हाला सारखी भूक लागायची.

शेवटी वाटेत आम्हाला काही सरोवरे लागली व त्याच्या काठाने काही याक बैल चरताना आम्हाला आढळले. त्यांचा तांड्याच्या तांडा जात होता. त्यांना पाहून आम्हाला एकदम हायसे वाटले. तांड्याच्या सौदागरांनी आमची आस्थेने विचारपूस केली. आम्हाला खाऊ घातले व आमचा श्रमभार जितका हलका होईल ते सर्वकाही केले. चालून चालून आमचे पाय सुजले होते. तळव्यांना भेगा पडल्या होत्या. पण आम्ही बहादूर गडी ठरलो. चांग तांगच्या पहाडी मुलखात आम्ही जाऊन आलो व आमच्यापैकी काहीजण सुखरूप येऊन पोचलो. हा आमचा मोठाच पराक्रम झाले. माझे गुरुजी या भागात दोनदा आले. असा या भागातला दोनदाच प्रवास करणारे जगातले हे

पहिलेच संशोधक होत.

त्या सौदागरांनी आमची चांगली शुश्रूषा केली. रात्री याकच्या शेणाच्या गोवऱ्या जाळून आम्ही शेकोटी करीत तिच्या भोवती बसून गप्पागोष्टी करीत बसलो. आमच्या प्रवासाची हकीगत ऐकून ते आश्चर्याने अगदी थक्क होऊन गेले. त्यांनीही आपल्या हिंदुस्थानातील प्रवासाच्या हकिकती सांगितल्या. हिंदुकुश पर्वत भागावर त्यांना जे दुसरे सौदागर भेटले, त्यांचीही हकीगत त्यांनी आम्हाला सांगितली. त्यांना सोडून जाण्याचे आमच्या जीवावर आले. त्यांनीही आम्हाला पुढच्या प्रवासात सोबत करावी म्हणजे एकमेकांच्या संगतीत वेळ फार चांगला जाईल, अशी आमची फार इच्छा होती. पण आम्हाला ल्हासाला जायचे होते व ते ल्हासाहून परत आलेले होते. तेव्हा दुसऱ्या दिवशी सकाळी आम्ही त्यांचा निरोप घेतला.

काही जोगी मंडळी सौदागरांशी, व्यापाऱ्यांशी बोलत नाहीत, त्यांना ते कमी दर्जाचे समजतात, पण लामाश्री डोंडुप गुरुजींनी आम्हाला असे शिकविले होते की, सर्व माणसे सारखी समजावीत. मग ती कोणत्याही जातीची, वर्णाची किंवा धर्माची असोत. माणसाचे हेतू व त्याची कृती यांकडेच लक्ष द्यावे.

आता आम्हाला ताकद आली होती. कारण आम्ही घरी यायला निघालो होतो. मार्गावरचा भूप्रदेश आता हिरवागार, सुपीक लागू लागला आणि शेवटी पोतालाच्या मंदिराचा सोन्याचा कळस आमच्या दृष्टिपथात येऊ लागला व त्या मंदिराच्याहीपेक्षा उंच असलेला आमचा चाकपोरी आश्रमही दिसू लागला. खेचर मोठे शहाणे जनावर. आमची खेचरे तर फार शहाणी. आमच्याप्रमाणे त्यांनाही आपल्या घराची ओढ लागलेली. त्यामुळे ती इतकी जलद चालत होती की, आम्हाला त्यांना आवरावे लागले. जणूकाय तीच फक्त चांग तांगच्या भागात जाऊन परत येत होती.

लोहपर्वताच्या दगडी पायऱ्या आता आम्ही मोठ्या आनंदाने चढू लागलो. कारण आता आम्ही या उत्तरेकडील बर्फाळ पहाडी मुलखातून परत येत होतो.

दररोज आता स्वागत-समारंभ होऊ लागले. पण सर्वश्रेष्ठांची भेट घेणे हे आमचे अगदी पहिले काम होते. त्यांनी आमचे स्वागत फार गोड शब्दांनी केले. ते म्हणाले, ''तुम्ही जे अचाट साहसाचे काम केले, ते मीही करावे अशी माझी मनापासूनची इच्छा होती. माझ्या हाती सर्व सत्ता आहे ही गोष्ट खरी; पण मी प्रजाजनांचा सेवक आहे. जितकी सत्ता अधिक, तितके व्यक्तिस्वातंत्र्य कमी. जितका दर्जा मोठा, तितकी अधिक चाकरी करावी लागते. आता तुमच्या या साहसी प्रवासाची सारी हकिकत मी सगळ्यांना

निवेदन करतो.''

आमच्या मोहिमेचे पुढारी लामाश्री मिंग्यार डोंडुप गुरुजी यांना बहुमानाची वस्त्रे देण्यात आली. त्या वस्त्रात तीन गाठी मारलेले असे एक महावस्त्र असते. माझाही सन्मान करण्यात आला.

त्यानंतर पुढे काही दिवस इतर आश्रमांना भेटी देण्याचा आमचा कार्यक्रम सुरू झाला. तेथे व्याख्याने द्यावी लागली. एवढ्या दूर अंतरावरून मोठ्या कष्टाने गोळा करून मोठ्या काळजीने आणलेल्या औषधी वनस्पतींचे निरनिराळ्या आश्रमात वाटप करावे लागले. या सगळ्या कार्यक्रमांमुळे मला निरनिराळ्या आश्रमात जाऊन येण्याची संधी मिळाली. पहिल्या प्रथम ज्या आश्रमांना आम्ही भेट दिली ते 'त्रिस्थळीचा आश्रम' ड्रेपुंग, सेरा व गंदेनचे आश्रम. त्यानंतर मग आम्ही इतर आश्रमांत जाऊन आलो. सामदेन आश्रम तर दोन विस्तीर्ण सरोवरांच्या मध्ये चौदा हजार फूट उंचीवर आहे. या ठिकाणी जायला नदीतून नावेने जावे लागते. ही नदी फार उपयोगी पडते. म्हणून त्या नदीला आम्ही 'सुखदा' असे नाव दिले आहे.

या सर्व भेटीगाठी होत असताना माझा अभ्यास चालूच होता. मग आम्ही प्रवास करीत असू की, कोठे मुक्कामावर विश्रांती घेत असो, अध्ययन चालूच होते. आता 'लामा' या पदवीची परीक्षा जवळ येऊ लागली होती. तेव्हा आम्ही परत चाकपोरीला आलो व पुनरपि मी आपल्या अभ्यासात मग्न झालो.

१६

'लामा'ची श्रेणी

सूक्ष्म देहात वावरण्याचे पुष्कळसे शिक्षण मला आता देण्यात आले. सूक्ष्म देहात जाणे म्हणजे आत्म्याने, अस्मितेने भूलोक सोडून परलोकात यथेच्छ संचार करणे; त्याच्या शरीराशी फक्त 'रजत-रज्जू'चा संबंध राहतो. आम्ही असे सूक्ष्म देहाने परलोकात संचार करतो हे पुष्कळांना खरे वाटत नाही. पण तसा संचार झोपेत प्रत्येकजण करीत असतो. पाश्चिमात्य जगात तो असा अपरिहार्य रीतीने होतो. पण आमच्याकडे तो संचार निद्रितावस्थेखेरीज पूर्ण जागृतावस्थेतही करू शकतात. म्हणजे अशा देहात वावरत असताना साधकांना आपण काय करीत आहोत, काय पाहत आहोत, कोठे पाहत आहोत, याची पूर्ण जाणीव असते व त्याची चांगली दीर्घकाल आठवणही राहते. युरोप-अमेरिकेत या निसर्गदत्त कलेचा लोप झालेला आहे व त्यामुळे झोपेतून जाग्या झालेल्या मनुष्याला सूक्ष्म देहातले हे सारे अनुभव खोटे वाटतात; त्याला ते 'स्वपक' म्हणतात.

पुरातन कालात जगाच्या पाठीवरच्या सर्व लोकांना या सूक्ष्म देह-संचाराचे ज्ञान होते. इंग्लंडमध्ये या प्रकाराला 'चेटूक करणे' म्हणतात. अमेरिकेतील रेड इंडियन्समध्ये अशी समज आहे की, मृतात्मे अंतरिक्षात स्वैर संचार करतात. थोडक्यात सांगायचे म्हणजे जगातील सर्व जाती-जमातीत, सुधारलेल्या-मागासलेल्या समाजात हे ज्ञान कशाना कशा तरी स्वरूपात आहेच. ते लुप्त असेल; गूढ असेल. मला हे ज्ञान गुरुजींनी शिकविले तसे ते कोणालाही शिकता येईल.

दूरसंदेशवहन हीसुद्धा अशीच एक विद्या आहे की ती कोणासही अवगत करून घेता येईल. पण त्या विद्येचा धंदा करता येणार नाही. सुदैवाने आताशी कुठे या विद्येला मान्यता मिळू लागली आहे. मोहिनी विद्या ही अशीच एक विद्या पौर्वात्यांनी अभ्यासिलेली आहे. मी स्वत: या विद्येत निष्णात असून रुग्णांना मोहिनी घालून

पायावरची व तशीच इतर मोठी ऑपरेशने केली आहेत. ऑपरेशन करताना पेशंटला काही कळत नाही. कापाकापी चालली आहे याचे ज्ञान होत नाही व ऑपरेशन झाल्यावर त्याची तब्येत उलट सुधारल्यासारखी दिसते. शिवाय त्याच्या चेहऱ्यावर गुंगी आणणारी औषधे देऊन जी ग्लानी आलेली दिसते ती दिसत नाही. हल्ली इंग्लंडमध्ये या विद्येचा मोठ्या प्रमाणात उपयोग करतात असे समजते.

माणसातून एकदम अदृश्य होणे ही एक वेगळी विद्या आहे. या विद्येचा अभ्यास फार मोठ्या लोकांपुरता मर्यादित आहे ही फार स्पृहणीय गोष्ट आहे. या विद्येचे तत्त्व सोपे आहे. अभ्यास कठीण आहे. हे पाहा. तुमचे लक्ष कशाने वेधले जाते? आवाजाने का एखाद्या जलदशा हालचालीने की डोळे दिपविणाऱ्या रंगाने, आवाजामुळे किंवा त्वरित हालचालींमुळे ती करणाऱ्या माणसाकडे इतरांचे लक्ष वेधले जाते. पण एखादा मनुष्य जर पुतळ्यासारखा किंवा शुंभासारखा बसून राहिला किंवा एखादा मनुष्य नेहमी पाहण्यातला असला तर त्याच्याकडे इतरांचे लक्ष सहसा वेधले जात नाही. दररोज येऊन जाणारा पोस्टमन केव्हा येऊन गेला, हे सहसा ध्यानात येत नाही; पण टपाल टेबलावर येऊन पडलेले असते. मग ते कोणी आणले? अदृश्य माणसाने की, भुताने! याचे कारण असे की, त्याचे येणे इतक्या परिचयाचे झालेले असते की तो येतो केव्हा किंवा जातो केव्हा, हे सहसा कोणाच्याही ध्यानात येत नाही. याच्या उलट ज्याने गुन्हा केला आहे त्याला पोलीस शिपाई सारखा समोर दिसत असतो. याचा इत्यर्थ हा की एखादी वस्तू जर दिसेनाशी व्हावी, अदृश्य व्हावी असे वाटत असेल, तर ती अतिशय स्थिर व्हायला पाहिजे. तिच्यात गतिमानता किंवा कृतिशीलता यत्किंचितही दिसता कामा नये. त्याचप्रमाणे त्या वस्तूकडे पाहणाऱ्याने आपल्या मेंदूतील दृष्टिचे ज्ञानतंतू विलंबित करावयास पाहिजेत. एखादा मनुष्य जर आपल्या शेजारी उभा असला पण त्याच्याकडे पाहण्याकरिता डोळ्यांकडे मेंदूकडून ज्ञानतंतूंमार्फत संदेश जर दिला गेला नाही तर तो मनुष्य अगदी जवळ असूनही आपल्याला दिसत नाही. याच्या उलट डोळ्यांकडे जर संदेश गेला असेल तर ते अदृश्यत्व नष्ट होते. तिबेटमध्ये असे अदृश्य होणारे योगी आहेत, अर्थात ते थोडे आहेत.

त्याचप्रमाणे 'लघिमा' ही सिद्धीही अवगत करता येण्यासारखी आहे. 'लघिमा' म्हणजे वजन हलके करून जमिनीवर स्वत:स अधांतरी ठेवणे. पण या सिद्धीच्या पाठीमागे जाण्याऐवजी तिबेटमध्ये सूक्ष्म देहात संचार करणे हे महत्त्वाचे मानतात. सूक्ष्मात जाणे तितके अवघड नाही पण ती विद्या शिकविण्यास चांगला सिद्ध योगी पाहिजे. मला ही विद्या पूर्वीपासूनच साध्य होती व त्या विद्येत आजही मी निष्णात आहे. पण अदृश्य होण्याची, अंतर्धान पावण्याची सिद्धी माझ्या ठिकाणी नाही. त्याकरता मी फार प्रयत्न

केले, पण जमले नाही. एखादी अप्रिय अशी गोष्ट करायचे मनात आणले तर अदृश्य होण्यात काय मजा आहे? पण मला ती विद्या साध्य झाली नाही. आणखी एका गोष्टीत मला अंग नाही. ती गोष्ट म्हणजे संगीत किंवा गायन. माझा आवाज अगदी भरडा, घोगरा आहे. माझ्या आवाजाने संतापून जाऊन, पूर्वी गायन मास्तरने माझी चांगलीच कंबख्ती काढली होती. तो प्रसंग काहीच नव्हे, त्यापेक्षा जास्त कठीण प्रसंग मी झांजा वाजविण्याच्या नादात पडलो होतो तेव्हा ओढवला होता. मला वाटले, झांजा काय! कोणालाही वाजविता येतील. पण झाले असे, मी त्या वाजविल्या. त्या चुकून शेजारीच उभ्या असलेल्या एका गरीबशा जोग्याच्या डोक्यावर व डोक्याच्या दोन्ही बाजूस मी त्या हाणीत राहिलो. नको तो प्रसंग आठवायला नको. शेवटी मला गुरुजींनी सांगितले की, तू या नादात पडू नको. परचित्त ज्ञान व वैद्यक या दोन विद्यांचाच अभ्यास कर.

आमच्याकडे योगविद्येचा अभ्यास फार; विशेषकरून हठयोगाचा. ते एक मोठे शास्त्र आहे. त्या शास्त्राच्या अभ्यासाने साधकाची सार्वांगिक व कल्पनातीत प्रगती होते. माझे स्वत:चे असे मत आहे की पाश्चिमात्यांना ही योगविद्या जशीच्या तशी शिकविता येणार नाही. त्यात पुष्कळ फेरफार करावयास हवेत. हे शास्त्र आम्हास पुरातन कालापासून अवगत आहे. योगासने तर आम्हाला अगदी लहानपणीच शिकवितात. योगासनामुळे आमचे शरीरावयव अगदी हलके व हालचालीस सुक्षम होतात व त्यामुळे ध्यानधारणा वगैरे मानसिक योगसाधनेस मदत होते. पाश्चिमात्य लोक या योगासनांच्या अभ्यासास मध्यम वयात सुरुवात करतात व त्यावेळी त्यांच्या अवयवांस असा वेड्यावाकड्या हालचालींची सवय नसते. त्यामुळे ते आपले हातपाय मोडून घेतात. माझ्यासारख्या तिबेटी माणसाचे ते एक मत असू शकेल. पण हे मात्र निश्चित की, काही योगासनांत थोडाफार जर फेरफार केला नाही तर मध्यम वयातल्या माणसांनी ती आसने करू नयेत. तसेच ती शिकवायला निष्णात असा शिक्षक असला पाहिजे व तो आमच्याकडचा असल्यास उत्तम. कारण त्याला स्त्री व पुरुष यांच्या शरीरविज्ञानाची चांगली माहिती असते. म्हणजे मग या योगासनांच्या अभ्यासाने शरीराला त्रास होणार नाही. आसनांनी जो त्रास होतो त्यापेक्षा प्राणायामाच्या अभ्यासाने तो जास्त होतो.

तिबेटी योग हा प्राणायामावर प्रामुख्याने आधारलेला आहे. जी गोष्ट योगासनांची, तीच गोष्ट प्राणायामाची. जर ते शिकविणारा चांगला जाणकार किंवा निष्णात नसला तर साधकांना फार त्रास होतो. त्यांच्या जीविताला धोका उत्पन्न होतो. काही साधक तर दगावतात. काही प्रवाशांनी आपल्याकडल्या रेसच्या घोड्यासारख्या धावणाऱ्यांच्या हकिकती लिहून ठेवलेल्या आहेत. हे धावणारे आपले शरीर इतके हलके करतात की, त्यामुळे ते भरवेगाने घोड्यांसारखे तासन् तास जमिनीला किंचितसा स्पर्श करून किंवा

जमिनीवरूनच दौडत राहतात. या सिद्धीला फार अभ्यास लागतो व धावणाऱ्यास अर्धवट समाधी-स्थितीतच धावावे लागते. या अभ्यासाला संध्याकाळची वेळ चांगली. म्हणजे ताऱ्यांकडे टक लावून पाहता येते. पण सभोवारचा भूप्रदेश अगदी उजाड असावयास पाहिजे. शिवाय या अर्ध-समाधीचा भंग करण्यासारखे जवळपास काही असता कामा नये. म्हणजे हा वेगाने धावणारा जणू अर्धवट झोपेतच असतो. ज्या ठिकाणी जाऊन पोचायचे ते त्याला दिसत असते. ते त्याला आपल्या तृतीय नेत्रासमोर सारखे दिसत असते व मनाशी तो काही विशिष्ट, त्या कामी उपयोगी असणारा मंत्र सतत जपत असतो. तो तासन् तास मुक्कामाचे ठिकाण गाठीपर्यंत सारखा धावतच राहील व बिलकूल थकून न जाता ते ठिकाण गाठील. या पद्धतीने धावण्यात सूक्ष्मविश्वात संचार करण्यापेक्षा एकच गोष्ट सोयीची असते. ती म्हणजे त्याला आपल्या सोबत थोडेबहुत सामान नेता येते. सूक्ष्म विश्वात संचार करीत असताना साधक सूक्ष्म देहात वावरत असतो. त्याला आपल्याबरोबर सामानसुमानासारख्या स्थूल वस्तू नेता येत नाहीत. अर्थात धावणाऱ्याला अंगावरचे कपडे व थोडे सामान बरोबर बाळगता येत असले तरी एवढ्याशा बोजानेसुद्धा त्याला थोडीशी गैरसोय ही होतेच.

शास्त्रशुद्ध प्राणायामाच्या अभ्यासाने साधकास थंडी व उष्णता यांवर विजय मिळविता येतो. समुद्रसपाटीपासून सतरा हजार फूट उंचीवर बर्फावर साधक उघडाबंब राहू शकतो. तो आपले शरीर प्राणायामाने उष्ण करतो. ते इतके की त्याच्या मांडीखालचे बर्फ वितळू लागते व त्याच्या अंगाला घाम फुटतो.

छातीत, फुफ्फुसात काही हवा नसताना तुम्ही एखादे जड वजन उचलण्याचा प्रयत्न केला आहे का? तुम्ही प्रयत्न करा. छाती अगदी निर्वात करता येणे अशक्य आहे हे तुम्हाला कळून येईल. नंतर मग छाती हवेने भरपूर भरून घ्या. श्वास कोंडून धरा (कुंभक करा) आणि मग एखादा बोजा उचलायला लागा, पाहा तुम्हाला तो सहज उचलता येईल. कुंभक करताना तुम्ही कदाचित घाबरून जाल. तर मग असे करा, दीर्घ श्वास घ्या, छाती चांगली फुगवा. मग तो श्वास दहा सेकंद छातीत रोखून धरा. नंतर मग तो हळूहळू सोडून द्या. असा हा पूरक-कुंभक-रेचक प्राणायाम तीन वेळा तरी करा. तुम्हाला आढळून येईल की तुमचे हृदयाचे ठोके कमी व्हायला लागले आहेत व चित्त शांत व्हायला लागले आहे. असा हा प्राणायाम कोणालाही, केव्हाही करता येईल. त्यापासून काहीही नुकसान होणार नाही. या प्राणायामाच्या अभ्यासामुळे मला पुढील आयुष्यात फार फायदा झाला. त्याच्या बळावर जपान्यांनी व कम्युनिस्टांनी माझ्या शरीरावर जे निर्घृण व पाशवी अत्याचार केले ते मी सहन करू शकलो. कम्युनिस्टांच्या मानाने जपानी कमी जुलमी. कम्युनिस्ट म्हणजे जणू राक्षसच. मला दोघांचीही चांगली

ओळख झाली आहे.

आता 'लामा' या श्रेणीची पदवी-परीक्षा देण्याची वेळ येऊन ठेपली. ही पदवी घेण्यापूर्वी मला सर्वश्रेष्ठ दलाई लामांकडून आशीर्वाद ग्रहण करायचे होते. ते दर वर्षी फक्त एकाच लामाला आशीर्वाद प्रदान करतात व तेसुद्धा मुलाखत घेऊन. रोमचे पोप असे आशीर्वाद प्रदान अनेकांना एकदम व वर्षातून अनेक वेळा करीत असतात. अंत:श्रेष्ठांच्या आशीर्वाद-प्रदानाचा एक विधी असतो. त्यांच्या हातात एक राजदंडासारखा दंड असतो. त्याच्या एका टोकाला झुबकेदार रेशमाचा गोंडा असतो. उच्च प्रतीच्या लामाला जर आशीर्वाद द्यायचे असतील तर ते त्याच्या मस्तकावर एका हाताने स्पर्श करतात. अगदी अत्युच्च बहुमान करायचा असेल तर ते दोन्ही हातांनी स्पर्श करतात. माझ्या मस्तकावर त्यांनी दोन्ही हात ठेवले व मला म्हणाले, ''मुला, तुझी चांगली प्रगती होत आहे. परीक्षेत याहूनही जास्त हुशारी दाखव. तुझ्याबद्दल आम्ही ज्या आशा बाळगल्या आहेत त्या पुऱ्या करून दाखव.''

माझ्या सोळाव्या वाढदिवसाच्या अगोदर तीन दिवस मी या परीक्षेला हजर राहिलो. माझ्याबरोबर दुसरे चौदा उमेदवार या परीक्षेला बसलेले होते. परीक्षेच्या खोल्या मला जरा लहान दिसल्या, कदाचित मी आता मोठा झाला असेन. बसायच्या या खोल्या इतक्या लहान होत्या की, मी जर जमिनीवर पडून राहिलो तर पाय एका भिंतीस पोचत व हात डोक्यावरून पलीकडे नेले तर ते दुसऱ्या भिंतीस पोचत. तरीपण मला हात जरा वाकवावेच लागत. या खोल्या चौरसाकृती होत्या व त्यांची उंचीही बेताचीच होती. दर्शनी मी जर उभा राहिलो व हात वरती केले तर ते सहज वर जाऊन पोचत. पाठीमागची भिंत माझ्या उंचीच्या जवळजवळ दुप्पट उंचीची होती. पण या खोल्यांना वर छपरे नव्हती. त्यामुळे हवा आत चांगली खेळायची. शिरस्त्याप्रमाणे परीक्षेसाठी या खोलीत प्रवेश करण्यापूर्वी आमची झडती घेण्यात आली. फक्त लाकडी वाडगा, जपाची माळ व लिहिण्याचे सामान आम्हाला बरोबर घेऊ दिले. तपासनीसांनी झडती घेऊन खात्री करून घेतल्यावर आम्हाला प्रत्येकाला या खोल्यात 'बसा' म्हणून सांगितले. आम्ही आत बसल्यावर परीक्षकांनी खोलीचे दार बंद केले व बाहेरून आडव्या फळीचा अडसर घातला. त्यानंतर धर्माध्यक्ष व मुख्य परीक्षक तेथे आले. त्यांनी या दरवाजावर भले मोठे सील मारून टाकले की मग कोणालाही दार उघडता येऊ नये. अशा या पेटीवजा खोलीत सर्व दिवसभर बसून आम्हाला पेपर द्यायला लागे. संध्याकाळी पर्यवेक्षक आले व त्यांनी सगळे पेपर्स गोळा करून नेले. दिवसातून एक वेळ सांपा भोजनासाठी देण्यात येई. लोणीमिश्रित चहा आम्हाला कितीही वेळा आम्ही मागू तसा मिळे. नुसता मागविण्याचा अवकाश, चहा पुढ्यात आणून ठेवण्यात येई. सर्व दिवसभर

खोलीतून बाहेर पडण्याची आम्हाला परवानगी नसल्याने आम्ही फार चहा पीत नसू.

अशी माझी परीक्षा दहा दिवस चालली. माझे विषय म्हणजे गुणौषधी, वैद्यक, शरीर विज्ञान आणि धर्मशास्त्र. शरीरविज्ञानाबद्दल मला पहिल्यापासून चांगली माहिती होती. या विषयाची परीक्षा पहिले पाच दिवस चालली. अगदी सकाळपासून संध्याकाळी दिसेनासे होईपर्यंत मी पेपर लिहीत बसलो. सहाव्या दिवशी गंमत झाली. माझ्या शेजारच्या खोलीतून एकदम आरोळ्या ऐकू आल्या. त्या ऐकून पर्यवेक्षक व काही इतर माणसे तेथे धावत आली. त्यांनी दारावरचा लाकडी अडसर काढून घेऊन दार उघडले व त्या उमेदवाराला बाहेर जाऊ दिले. तो जणू तोपर्यंत कण्हत, स्फुंदत रडत होता. दार उघडल्यावर तो शांत झाला. त्याची परीक्षा संपली. माझ्या परीक्षेचा दुसरा भाग सुरू झाला. या भागातील विषय म्हणजे अध्यात्मशास्त्र व योगशास्त्र. योगशास्त्राचे नऊ पोटविभाग, त्या सर्वांचे मला पेपर द्यावे लागले.

या नऊ शास्त्रांपैकी पाच शाखा पाश्चिमात्यांना थोड्या बहुत परिचित आहेत. हठयोग शरीरावर स्वामित्व मिळवून देतो. शरीर म्हणजे योगाभ्यासाचे साधन असे आम्ही मानतो. कुंडलिनी-योगाच्या अभ्यासाने सिद्धी प्राप्त होतात. लय योगाने मनावर पूर्ण ताबा मिळविता येतो. योगाची अशी एक शाखा आहे, जिच्या अभ्यासाने साधक एकपाठी बनतो. एकदा एखादी गोष्ट वाचली किंवा ऐकली की कायमची ती ध्यानात, स्मरणात राहते. राजयोगाच्या अभ्यासाने साधक स्थूल देहातून सूक्ष्म देहात जाऊ शकतो व त्याची प्रज्ञा जागृत होते. समाधियोगाने तुरीयावस्था येते व त्या अवस्थेमध्ये या ऐहिक जीवनापलीकडील विधात्याचा हेतू व त्याची रचना याविषयी ज्ञान होते. या योगाच्या अभ्यासाने साधकास मृत्यूसमयी परमात्म तत्त्वाचे ज्ञान होते व त्याची पुनर्जन्मांपासून मुक्तता होते. मग काही विशिष्ट हेतूकरिता किंवा इतरांना मार्गदर्शन करण्याकरिता तो स्वेच्छेने पुन्हा जन्म घेतो ती गोष्ट वेगळी. योगाच्या इतर शाखांविषयी या लहानशा पुस्तकात जास्त काही माहिती देता येत नाही व ती माहिती देऊन वाचकांस समजेल अशा भाषेत लिहिण्याइतके इंग्रजी भाषेवर माझे प्रभुत्वही नाही.

असे आणखी पाच दिवस माझे परीक्षेतच गेले. कोंबडीसारखा मी त्या खोपटात बसून राहिलो. अशी दहा दिवस परीक्षा झाल्यानंतर आम्हाला सगळे शाबासकी देऊ लागले. अकराव्या दिवशी सांपाबरोबर आम्हाला भाजी दिली. दहा दिवस नुसत्या सांपावरच आमची बोळवण होत असे. मग त्या रात्री आम्हाला झोप चांगली व ताबडतोब आली. मला नापास होण्याची मुळीच भीती नव्हती, पण कोणत्या वर्गात मी पास होतो, याची मला चिंता होती. मी अगदी वरच्या वर्गात उत्तीर्ण व्हायला पाहिजे

होते असा मला आदेश होता. सकाळी आमच्या खोपटांच्या दारावरची सील काढून टाकली. लाकडी अडसर बाजूला काढून ठेवून दिले व आम्हाला आतली सगळी झाडलोट करावी लागली. या परीक्षेच्या दिव्यातून पार पडल्यावर आमची पूर्वीची ताकद पुनरपि मिळविण्याकरिता आम्हाला एक आठवडा लागला. त्यानंतर 'ज्यूडो' कुस्तीची परीक्षा दोन दिवस चालली. निव्वळ पेच घालून प्रतिपक्ष्याला बेहोश करून टाकावे लागले. या कुस्तीच्या ज्ञानातील ही मोठी कसोटी असते. त्यानंतर दोन दिवस तोंडी परीक्षा. या परीक्षेत लिहून दिलेल्या पेपरांवरती आणखी काही खुलासा प्रत्यक्ष विचारून काढून द्यावे लागत. परीक्षकाला जर वाटले तर तो या तोंडी परीक्षेत प्रश्न विचारी. अशा तऱ्हेने प्रत्येक उमेदवाराची फार कसून परीक्षा घेण्यात आली. आणखी एका आठवड्याने परीक्षेचा निकाल जाहीर झाला. मी पुन्हा यशस्वी उमेदवारांच्या यादीत पहिला आलो. मला किती आनंद झाला म्हणून सांगू. आनंद होण्याची कारणे दोन. एक असे की माझा नंबर पहिला येण्याने लामाश्री डोंडुप गुरुजी हे अत्युत्कृष्ट शिक्षक आहेत हे सिद्ध झाले. दुसरे असे की, सर्वश्रेष्ठ दलाई लामा यामुळे त्यांच्यावर व माझ्यावर निहायत खूश होतील.

त्यानंतर काही दिवसांनी लामाश्री डोंडुप गुरुजी आपल्या खोलीत मला शिकवीत असता एकदम दार उघडले गेले. धापा टाकीत एक मनुष्य जीभ बाहेर काढून व डोळे आमच्याकडे रोखून खोलीत घुसला. त्यांनी सर्वश्रेष्ठांकडून निरोप आणला होता. त्याने एक पत्र आपल्याबरोबर आणले होते. दीर्घ श्वास घेऊन तो निरोप सांगू लागला. 'अंत:श्रेष्ठांकडून माननीय भिषग्वर्य मंगळवार लोबसंग राम्पा यांना निरोप आहे.' असे म्हणून त्याने आपल्या झग्याच्या खिशातून रेशमी रुमालात गुंडाळलेले अभिनंदनाचे पत्र काढले व तो सांगू लागला, "हे घेऊन, महाराज, मी हा असा धावतच आलो." इतके बोलून आपल्यावरचा बोजा जणू खाली करून तो वळून तितक्याच वेगाने परत धावत गेला.

ते पत्र मी हातात घेतले. असे वाटले की, मी ते उघडू नये. पत्र तसे मलाच उद्देशून लिहिलेले होते. पण मनात एक विचार आला... काय असणार त्यात? जास्त अभ्यास करा, आणखी काम करा. हेच ते सांगणार दुसरे काय? पत्र लांबलचक दरबारी पद्धतीचे होते. ते पत्र उघडेतोपर्यंत त्यात लिहिलेला मजकूर मला कळता येण्यासारखा नव्हता. उघडावे की नाही, असा मी स्वत:शी विचार करीत होतो. माझी ही संभ्रमावस्था गुरुजी बसून पाहत होते. त्यांना हसूच आले. तेव्हा मी ते पत्र, तो रुमाल त्यांच्या हातात दिला. त्यांनी पत्राचे पाकीट खोलले. आतील पत्र बाहेर काढले. त्यांनी ते उघडून अगदी सावकाश, जणू मला खिजविण्याकरिता वाचण्यास सुरुवात केली. आता या

पत्रात शेवटी काय आहे ही माझी उत्सुकता अगदी शिगेला पोचली. माझी ती उत्सुकता पाहून गुरुजी म्हणाले, ''ठीक आहे. घाबरण्याचे कारण नाही. पत्राचा अर्थ इतकाच की आपणा दोघांना उशीर न करता पोतालाला गेले पाहिजे. लोबसंग, उशीर न करता म्हणजे आताच.'' असे बोलून त्यांनी हाताजवळची घंटा वाजविली व त्याबरोबर आत आलेल्या नोकरास आमचे दोन पांढरे घोडे तयार ठेवून देण्याविषयी सांगितले. लगोलग आम्ही अंगावरची वस्त्रे बदलली. दोन ठेवणीचे पांढरे रुमाल बरोबर घेतले. तसेच पुढे आम्ही दोघे धर्माध्यक्षांना भेटलो व अंत:श्रेष्ठांना भेटायला पोतालाला जात आहो असे त्यांना सांगितले. ''शिखरावर जाताय, कालच ते नर्बू लिंगावर होते. पण काय तुमच्या हातात पत्रच आहे, तेव्हा प्रश्नच मिटला.''

प्रांगणात दोन मोतद्दार हातात घोडे धरून उभे होते. आम्ही त्या घोड्यांवर स्वार झालो व डोंगरावरून खाली येऊ लागलो. थोडे खाली आल्यावर पोतालाचा डोंगर आम्ही चढू लागलो. घोड्यावरून चढून जाण्याचे काम मोठे त्रासाचे. पण घोड्यावरून जाण्यात एक मोठा फायदा असे. घोडे थेट शिखरापर्यंत आम्हाला पोचवून देत. आम्ही तेथे जाऊन पोचलो. तेथे सेवक आमची वाटच पाहत होते. आम्ही घोड्यांवरून खाली उतरल्यावर ते आम्हाला एकदम अंत:श्रेष्ठांच्या खाजगी दालनात घेऊन गेले. प्रथम मी एकटाच पुढे झालो. त्यांना वाकून नमस्कार घातला व त्यांच्या पायाशी रेशमी रुमाल ठेवला.

''खाली बस, लोबसंग.'' ते म्हणाले. ''तुझ्यावर आम्ही निहायत खूश आहोत व तुझ्याबरोबर तुझ्या गुरुजींवरही. तुझ्या यशात त्यांचा मोठा वाटा आहे. तुझ्या सर्व उत्तरपत्रिका मी स्वत: वाचून काढल्या आहेत.''

हे ऐकून मला भीतीच वाटली. माझे दोष मला माहीत होते. प्रश्नांची उत्तरे लिहिताना मला कधीकधी विनोद करायची हुक्की येत असते. कारण काही प्रश्न असेच विचारलेले असतात की त्यांची उत्तरे विनोदपूर्ण पद्धतीनेच द्यावी लागतात. माझ्या मनात चाललेले हे विचार सर्वश्रेष्ठांनी ओळखले. कारण त्यांना लगेच हसू कोसळले व ते म्हणाले, ''होय, तुला पेपर लिहिताना कधी विनोद करावासा वाटतो, पण कधीकधी तो अप्रस्तुत वाटतो...'' त्यानंतर ते बोलायचे थांबले. त्या अवधीत आता ते पुढे काय बोलताहेत याची मला भीती वाटली. पण लगेच ते म्हणाले, ''पण तुझ्या प्रत्येक विनोदी शब्दाची मला मोठी मौज वाटली, मला तुझा विनोद आवडला.''

दोन तास मी त्यांच्याजवळ होतो. एक तास झाल्यावर गुरुजींना बोलावण्यात आले. त्यांना अंत:श्रेष्ठांनी माझ्या पुढील शिक्षणाबाबत सूचना दिल्या.

विधीखालून मला जायला लागणार होते. गुरुजींबरोबर आणखी काही मठात जाऊन यायचे होते व शवागारात प्रेतांची विल्हेवाट कशी काय लावतात, ते प्रत्यक्ष पाहून घ्यायचे होते. हे मुडदेफरास फार खालच्या जातीचे असतात. त्यांचे कामच तसे किळसवाणे असते. त्यांना कोणाशी कसे वागावे हे कळत नसते. तेव्हा सर्वश्रेष्ठांनी त्यांना बोलावून घेतले व माझ्या समक्ष त्यांना बजावले, "तुम्ही यांना सगळी मदत करा. मृतदेहाचे अवयव कसे सुटे करतात, त्यात गुप्त काय गोष्टी असतात ते सगळे नीट दाखवा, समजून द्या. तसेच अभ्यासाकरिता काही एका भागाची पाहणी करायची असेल तर त्यांना करू द्या. समजले?"

आता प्रेताची आमच्याकडे विल्हेवाट कशी लावतात, ते सांगण्यापूर्वी आम्हा तिबेटी लोकांचे मरणासंबंधी काय विचार असतात, याविषयी थोडे लिहिणे उपयुक्त ठरेल असे वाटते. देहासंबंधी, शरीरासंबंधी आमचा दृष्टिकोन पाश्चात्त्य लोकांपेक्षा वेगळा आहे. आमच्या दृष्टीने शरीर हे 'आत्मा' धारण करणारे बाह्य कवच आहे. शरीर हे जुन्या-पुराण्या कपड्यांच्या किमतीपेक्षा खालच्या किमतीचे आहे. त्या शरीरात वास करून आत्म्याला काही शिकायचे असते. ते शिकून झाल्यावर, किंवा शरीर रोगग्रस्त झाल्याने, त्यात काही दोष उत्पन्न झाल्यावर किंवा त्यात राहून काही शिकता येण्यासारखे नाही असे झाल्यावर त्या शरीराचा त्याग करण्याची वेळ येते. साधारणपणे मरणाचा प्रकार असा. आता अपघाताने जे मरण घडून येते तो प्रकार वेगळा. ज्यावेळी आत्म्याला शरीर सोडून द्यावेसे वाटते, तेव्हा तो शरीरातून हळूहळू बाहेर निघू लागतो. त्याचे ते सूक्ष्म शरीर त्याच्या स्थूल शरीराच्या आकृतीसारखेच असते; व ज्यांना सूक्ष्म विश्वातली दृश्ये दिसू शकतात त्यांना ते सूक्ष्म शरीर दिसून येते. प्रत्यक्ष मरण ज्यावेळी घडून येते त्यावेळी स्थूल व सूक्ष्म शरीरांना जोडणारा दुवा म्हणजे 'रजत-रज्जू' हा बारीक सुतासारखा होतो, व एकदम तुटतो व त्याबरोबर आत्मा शरीरातून बाहेर पडतो. या प्रकाराला 'मरण' म्हणतात. हा 'रजत रज्जू' लहान अर्भक जेव्हा जन्मास येते त्याच्या नाळेसारखा असतो. मरायच्या वेळी मस्तकातले प्राणशक्तीचे तेज नाहीसे होते. मस्तक निस्तेज पडू लागते. प्राण्यांचे सूक्ष्म शरीर जे योगी पाहू शकतात, त्यांना हे अस्तंगत होणारे तेज दिसते. ख्रिस्ती लोकांच्या बायबलात या तेजाला 'सोनेरी पात्र' असे म्हटलेले आहे. मी ख्रिस्ती नसल्याने बायबल फारसे वाचलेले नाही. पण या रजत रज्जूचा व सोनेरी पात्राचा तेथे उल्लेख आहे. एक वाक्य असे आहे, 'तो रजत-रज्जू तुटेपर्यंत व ते सोनेरी पात्र फुटेपर्यंत.'

आमच्या मते, असे हे मरण पूर्णपणे घडून यायला तीन दिवस लागतात. शरीराची सर्व हालचाल, त्यातील इंद्रियांचे व्यापार बंद पडायला व त्यामधील आत्म्याला

किंवा अस्मितेला त्यातून पुरते मुक्त व्हायला एवढा वेळ लागतो. मनुष्य जिवंत असतो तेव्हा त्याच्या मर्त्य शरीराभोवती एक 'ईथिरिक' (आकाशिक) शरीर वावरत असते. हे आकाशिक किंवा दुसरे शरीर जे असते त्याला आता 'भूत' ही संज्ञा प्राप्त होते. ज्या माणसाच्या वासना स्थूल शरीराशी निगडित झालेल्या असतात, भूलोकातील ऋणानुबंधांशी चिकटून राहिलेल्या असतात, त्यांची ही 'आकाशिक' किंवा सूक्ष्म शरीरे प्रकाशमय खरी पण दाट प्रकाशाची असतात व ती भोगविषयांभोवती वावरत असतात. त्या शरीरांनाच आपण भुते म्हणतो. एखादा कद्रू मनुष्य आपल्या साठविलेल्या पैशा-अडक्याचे, दागदागिन्यांचे 'भूत' स्वरूपात नेहमी दर्शन घेऊन समाधान पावतो.

तसे पाहिले तर ही तीन शरीरे असतात. पहिले स्थूल किंवा पार्थिव शरीर. दुसरे सूक्ष्म किंवा आकाशिक शरीर व तिसरे कारण शरीर. पहिले शरीर जड असते. दुसरे तेजोमय ऊर्जामय असते. त्याच्याशी माणसाच्या अतृप्त वासना निगडित असतात. त्याला लिंगदेह किंवा वासना-शरीर असेही नाव आहे. तिसरे शरीर हे अमर असा जो आत्मा त्याचे मरणोत्तर वास करण्याचे शरीर आहे, असे हे आमचे एतद्‌विषयक विज्ञान आहे. हे म्हणजे काही भोळ्या किंवा अडाणी समजुती नव्हेत. या विज्ञानावर आम्हा लामांचा पूर्ण विश्वास आहे. जो मनुष्य मरतो त्यास या तीन अवस्थांतून जावे लागते. त्याच्या स्थूल शरीराची विल्हेवाट लावायची असते. त्याचे सूक्ष्म शरीर आकाशामध्ये विरघळून टाकायचे असते व त्याच्या जीवात्म्याला परमात्म तत्त्वाप्रत जाण्यास मदत करायची असते. मिसर देशातील प्राचीन लोकांना या त्रिविध शरीराचे ज्ञान होते. तिबेटमध्ये आम्ही लामा लोक जीवात्म्यांना त्यांच्या मरणाच्या वेळी मदत करीत असतो. अध्यात्मात जो प्रगत असतो त्यास अशी मदत द्यावी लागत नाही. पण सर्वसाधारण माणसास अशा मदतीची जरुरी असते. आता या प्रकाराचे वर्णन मोठे मनोरंजक असल्याने विस्ताराने देत आहे.

एके दिवशी शवागारातील अधिकारी लामांनी मला बोलाविणे पाठविले. मी जाऊन त्यांना भेटलो. ते म्हणाले, ''लोबसंग, आत्म्याला शरीरापासून मुक्त करण्यासाठी आम्ही जी व्यावहारिक पद्धती अवलंबितो तिचा तू आता अभ्यास करून घे. आज तू माझ्याबरोबर चल.''

आम्ही तिकडे चालू लागलो. वाटेत जाताना मोठमोठ्या पडव्या लागल्या. दालने लागली. जिने चढावे, उतरावे लागले. त्रापांच्या वसतिगृहातून जावे लागले. तेथे आम्ही एका इस्पितळासारख्या दालनात जाऊन पोचलो. आमच्या बरोबरच एका म्हाताऱ्या जोग्याला त्या दालनात तेथल्या कर्मचाऱ्यांनी आणून ठेवले. त्याला कसला तरी झटका आलेला होता व तो अगदी अशक्त झालेला दिसत होता. त्याची ताकद क्षणोक्षणी

कमी कमी होत होती. त्याच्या चेहऱ्याभोवतीचे तेजोवलय आता फिकट, कळाहीन होत चालले होते. त्या जोग्याला आणखी काही थोडा वेळ जिवंत ठेवणे जरुरीचे होते. जे लामा मला तेथे घेऊन आले होते, त्यांनी त्या म्हाताऱ्या जोग्याचा हात आपल्या हातात घेतला व त्याला उद्देशून ते म्हणाले, ''हे वृद्ध मनुष्या, तू आता या हाडा-मांसाच्या शरीरातून मुक्त होत आहेस. पुढे कसे जायचे, पुढचा रस्ता कसा आहे, हे मी तुला सांगतो. नीट सावधपणे ऐकून घे. तुझे हातपाय आता गार पडत चालले आहेत. तुझी शेवटची घटिका जवळजवळ येत चालली आहे. मन शांत ठेव. घाबरू नकोस. परलोकात भिण्यासारखे काही नाही. तेथे तुला परमात्मतत्त्वाचे अधिक व्यापक असे दर्शन होईल. चिरंतन निद्रेची गडद छाया आता तुझ्या डोळ्यांवर पडू लागली आहे व शेवटचा अंतिम श्वास तुझ्या घशात घुटमळत आहे. हे शरीर सोडून परलोकात जाण्याची तुझी वेळ येऊन ठेपली आहे. घाबरू नकोस. हे वृद्ध माणसा, धीर धर. तुझ्या सुटकेची वेळ येऊन ठेपली आहे.''

हे असे तोंडाने म्हणत असताना लामा त्या वृद्ध माणसाच्या तोंडावरून अगदी मस्तकापर्यंत कनवाळूपणे हात फिरवीत होते. अशा कुरवाळण्याने आत्मा बाहेर पडताना शरीरास क्लेश होत नाहीत. परलोकात जाण्याच्या मार्गावर काय काय धोके आहेत, ते कसे टाळावेत, याविषयी लामा त्यास सारखे सांगत होते. त्या मार्गाचे वर्णन ते त्यास करून सांगत होते. परलोकात गेलेल्या लामांनी त्या मार्गाची सगळी हकिकत सूक्ष्म विश्वातून आपल्या अंतर्वीक्षणाच्या पद्धतीने मर्त्य लामांस सांगून ठेवलेली असते. सूक्ष्म विश्वात संचार करणारे लामा स्थूल विश्वात राहणाऱ्या लामांशी अशा अंतर्वीक्षणाच्या, संदेश वहनाच्या पद्धतीने संपर्क साधत असतात.

''हे वृद्ध माणसा, तुझी दृष्टी गेली आहे. तुझा श्वास घशात अडखळत आहे. तुझे शरीर थंडगार पडत चालले आहे. तुझ्या हृदयाचे ठोके आता मंद मंद पडू लागले आहेत. कानांना ऐकू येत नाही. शांत राहा. हे वृद्ध मनुष्या, तुला आता मृत्यू ग्रासीत आहे. आम्ही सांगतो त्या मार्गाने पुढे चालायला लाग. म्हणजे तुला क्लेश होणार नाहीत. शांती व आनंद यांचा लाभ तुला घडून येईल.''

अशा तऱ्हेने हे त्या लामांचे वृद्ध माणसाच्या चेहऱ्यावर हात फिरविणे त्याच्या चेहऱ्यावरचे तेजोवलय अंधूक होत होत शेवटी दिसेनासे होईपर्यंत चालले आणि मग एकदम त्या लामांनी आपल्या तोंडातून एक चीत्कारासारखा शब्द बाहेर काढला. तो शब्द तोंडातून काढल्यावर, त्या मंत्रोच्चाराने मृत्युमुखी माणसाचा आत्मा संपूर्णपणे शरीराच्या बाहेर पडतो. असा त्या मंत्राचा प्रभाव असतो.

त्या निश्चेष्ट शरीरावर त्या माणसाची प्राणशक्ती अभ्राच्या पुंजक्यासारखी जमू लागली. कापसाच्या पुंजक्यासारखे इतस्तत: विखुरलेले तिचे तंतू एकत्र येऊ लागले. हळूहळू त्या अभ्राचा त्या शरीराच्या प्रतिमेसारखा एक धूम्रमय पुतळा तयार झाला. हा पुतळा त्या शरीराशी अजूनही 'रजत-रज्जू'ने संबद्धच होता. हळूहळू तो रज्जूही बारीक बारीक होत होत सुतासारखा दिसू लागला. मग एकदम तो तुटला व त्याबरोबर लहान अर्भकाची नाळ कापल्याबरोबर त्याचा जसा मातेशी संबंध तुटतो व त्यास स्वतंत्र अस्तित्व प्राप्त होते तद्वत तो आत्मा त्या जीर्ण शरीराचा त्याग करून वेगळा झाला. रज्जू तुटल्यावर शरीराची ती धूम्रमय प्रतिमा आकाशात रेंगाळणाऱ्या ढगासारखी, देवळातल्या धूपदाणीतून बाहेर पडणाऱ्या धूम्रवलयांसारखी वरवर विरघळत अशी जाऊ लागली. खाली मृत देहापाशी बसून राहिलेले लामा त्या मृतात्म्यास सूक्ष्म संदेश देऊन पुढील प्रवासाविषयी मार्गदर्शन करीतच होते. ''हे वृद्ध माणसा, तू आता मृत्यू पावला आहेस. तुझे आता येथे काही राहिलेले नाही. या पार्थिव देहाचा संबंध आता पुरता तुटलेला आहे. तू आता आपल्या मार्गाने जा. आम्ही आमच्या मार्गाने जातो. तुला सांगितलेल्या मार्गाने तू जा. हा नश्वर मायाजन्य भूलोक सोडून दे व मध्याकाशात प्रवेश कर. तू आता मेलेला आहेस. तुझा पुढला प्रवास चालू दे.''

सुगंधी धूपाची धूम्रवलये वरवर जात होती. शांतपणे व मंदगतीने मृतात्म्याच्या वर दूषित होत चाललेली हवा, ती शुद्ध करीत होती. दूर अंतरावर पडघमाचे आवाज जुळून ऐकू येत होते. आश्रमातील छपरावर कोणीतरी प्रदीर्घ आवाजात तुतारी वाजवीत होते. बाहेर नित्याची गडबड सुरू होती. लोकांची ये-जा सुरू होत होती. कुठूनतरी बाहेरून याक बैलाचे रेकणे ऐकू येत होते. पण या लहानशा कोठडीत, खोलीत मात्र पूर्ण शांतता होती. मृत्यूची भीषण शांतता. लामांच्या मुखातून पुटपुटलेल्या उद्‌गारांनीच फक्त त्या शांततेचा भंग होत होता. त्या शांततेवर त्यांच्या विचारलहरींचे तरंग विखरत होते. खाली जमिनीवर तो वृद्ध निजधामाच्या दिशेने मर्त्य पार्थिव शरीराचा त्याग करून शेवटी प्रबुद्ध स्थितीप्रत पोचण्याकरिता वाटचाल करीत होता.

तो वृद्ध अशा तऱ्हेने मृत्यू पावल्यावर आम्ही त्याचे कलेवर पद्मासनात बसविले. नंतर शवागारातील सेवकांना बोलावणे पाठविले. शवागारात हे शव असे तीन दिवस राहिले. तीन दिवस लामा मंडळी त्या वृद्धाचे मंत्रोच्चारयुक्त और्ध्वदेहिक मार्गदर्शन करीत होती. चौथ्या दिवशी सकाळी शवागारातून एक मुडदेफरास आला. मुडद्याची विल्हेवाट करणाऱ्या मुडदेफरासाची एक वेगळी वस्ती आहे. तो आल्याबरोबर लामा मंडळींचे और्ध्वदेहिक विधी संपले. त्यांनी ते शव त्याच्या स्वाधीन केले. त्यांनी त्याची एक मुटकुळी करून ते कापडात गुंडाळून घेतले व त्याचे एक बोचके केले. ते बोचके

त्याने खांद्यावर घेतले. बाहेर आल्यावर त्याने ते बोचके आपल्या याक बैलाच्या पाठीवर लादले व तेथून तो निघाला. आपल्या वस्तीत गेला. तेथे निरनिराळी कामे करणारी मजूर माणसे होती. मुडद्यांचे सुटे भाग करून त्यांची पृथकपणे विल्हेवाट लावण्याचे त्यांचे काम असते. या वसतीच्या पुढे एक खडकाळ मैदान आहे. त्यात मधूनमधून मोठमोठे शिलाखंड आहेत. त्यात एक मोठी प्रचंड चौरसाकृती शिळा होती. या शिळेच्या चारी कोपऱ्यात भोके होती. व त्या भोकात खांब घालून ठेवलेले आहेत. त्या प्रचंड शिळेच्या शेजारीच तिच्या निम्म्या उंचीइतकी दुसरी लहान शिळा ठेवलेली होती.

त्या मुडदेफरासांनी तो मुडदा त्या प्रचंड शिळेवर ठेवून त्याचे हातपाय चार खांबांना बांधून टाकले. मग त्यांच्यातला जो मुख्य होता, त्याने लांब सुरी घेऊन त्या शवाचे पृथक् पृथक् भाग केले.

त्या शिळेवर काही ठेवल्यावर आकाशात गिधाडे जमू लागतात व मग ती एका भल्या मोठ्या कातळावर मोठ्या शिस्तीने बसतात. जणू काय उघड्या हवेतील थिएटरमध्ये नाटक पाहायला जमलेले प्रेक्षकगणच ते. शवविच्छेदन ते शांतपणे पाहत असतात. या गिधाडांमध्ये मोठी शिस्त पाळतात. मुडद्याचा काही भाग उघड्यावर फेकून दिला तर ती सगळी त्याच्यावर तुटून पडत नाहीत. तर त्यांपैकी एकच गिधाड तेथे येते. दुसरी येत नाहीत. जर आली तर त्या दुसऱ्या गिधाडाला बाकीची गिधाडे चोचींनी टोचून त्याचा जणू प्राण घेतात.

शवविच्छेदक शवाचे निरनिराळे भाग सुटे करून एक एक असे त्या गिधाडांपुढे फेकून देतात. त्या गिधाडांची शिस्त पाहा कशी! प्रेतातील हृदयाचा भाग फेकून दिला की त्या गिधाडांमध्ये जो राजा असतो, तो पुढे होतो व तो भाग मटकावून टाकतो. नंतर लिव्हरचा भाग फेकून दिला म्हणजे जो मंत्री असतो तो पुढे होतो व तो भाग मटकावून टाकतो. अशा तऱ्हेने प्रेतातील महत्त्वाचे व इतर भाग ती गिधाडे आपापल्या योग्यतेप्रमाणे, दर्जाप्रमाणे पुढे होऊन उचलीत व मटकावून टाकीत. अशा तऱ्हेने प्रेतातील सर्व भागांचा यथाक्रम ताबडतोब निचरा होई. शेवटी फक्त हांडाचा सांगाडा उरे. त्या हाडांचेही ते शवविच्छेदक चंदनाच्या लाकडासारखे बारीक बारीक तुकडे करीत व ते तुकडे त्या लहान शिळेच्या भोकात अडकवून ठेवीत. जात्यासारखे तेही रगडून काढीत व त्याचे चूर्ण तयार करीत. पाखरे तेही चूर्ण खाऊन फस्त करून टाकीत.

हे शवविच्छेदक फार कुशल कारागीर असतात. ते आपले काम फार मन लावून करतात व ते करताना मरणाचे कारणही शोधून काढण्याचा प्रयत्न करतात. या कामाचा त्यांना प्रदीर्घ अनुभव असल्याने त्यांनी शोधून काढलेली कारणे बरोबर ठरतात. अशा

तऱ्हेने मरणाचे कारण शोधून काढणे हे त्यांचे खरोखरी काम नव्हे, पण जीवात्म्यास ही कुडी का टाकून द्यावीशी वाटली, हे शोधून काढण्याची त्यांना उत्सुकता असते व तशी परंपराही आहे. म्हणजे एखाद्या माणसावर जर विषप्रयोग झाला किंवा अजाणता त्याच्या पोटात विष गेले तर शवविच्छेदन केल्यावर त्यांना ते ताबडतोब समजून येते. त्यांच्याबरोबर शवविच्छेदनाचा मी जेव्हा अभ्यास केला, तेव्हा हे माझ्या ध्यानात आले. मीही अल्पावधीतच शवविच्छेदनात त्यांच्यासारखा निष्णात झालो. प्रमुख शवविच्छेदक माझ्याजवळ उभा राही व मला म्हणे, 'लामा महाराज, हा इसम हृदयात रक्तस्त्राव एकदम थांबल्याने मेला आहे पाहा. ही रक्तवाहिनी आपण तोडू. पाहा येथे रक्त साकळलेले आहे की नाही. त्यामुळे ते वाहायचे बंद झाले आहे.' किंवा 'हे पाहा, महाराज, हे प्रेत एका बाईचे आहे. तिची नजर पाहा काही वेगळीच दिसत आहे. तिच्या ग्लँडमध्ये काही दोष आहे. आपण तेथे कापून पाहू.' असे बोलून तो ती ग्लँड कापून काढी व नंतर 'ही पाहा, त्या ग्लँडमध्ये आत किती सूज आली आहे' असे त्याचे स्पष्टीकरण करून सांगे.

अशा तऱ्हेने ही मंडळी मोठ्या निष्ठेने मला मदत करीत असत. अंत:श्रेष्ठांच्या आज्ञेने अभ्यासाकरिता मला येथे धाडलेले आहे, हे त्यांना माहीत होते. त्यामुळे त्यांचा माझ्या ठिकाणीचा आदरभाव दुणावला. त्या मंडळींना आपल्या कामाची शिसारी येत नसे. उलट त्याचा त्यांना अभिमान वाटायचा. एखादे वेळी मी तेथे नसायचो व संशोधनाच्या दृष्टीने महत्त्वाचे असे एखादे प्रेत तेथे आले तर ते तसेच मी येईपर्यंत ठेवायचे व मग मी आल्यानंतर माझ्यासमोर त्याचे शवविच्छेदन करू लागायचे. असे विच्छेदन प्रत्यक्ष डोळ्यांसमोर पाहिल्याने मला फार फायदा झाला. हॉस्पिटलमध्ये विद्यार्थी बरेच असतात. त्यामुळे विद्यार्थ्यांच्या बॅचेसना सामुदायिकपणेच शवविच्छेदनाची संधी मिळते. त्या शवविच्छेदकांकडून शरीरविज्ञानशास्त्राची मला फार माहिती मिळाली. तितकी एखाद्या मेडिकल कॉलेजमध्ये राहूनही मिळाली नसती.

तिबेटमध्ये प्रेते जमिनीत पुरत नाहीत. कारण तिबेटमध्ये जमीन अशी मिळत नाही. सगळा खडक, कातळ व थोडीशी जमीन मिळाली तरी अगदी वरवरची, त्याला खोली नाही. तसेच आमच्याकडे प्रेतांचे दहन करता येत नाही. ते खर्चाचे पडते. कारण लाकडे महाग. लाकूड आणायचे म्हणजे भारतातून. याक बैलांच्या पाठीवरून. त्याकरिता भरमसाट खर्च पडतो. तसेच प्रेते नदीच्या प्रवाहातसुद्धा आमच्याकडे टाकता येत नाहीत. कारण त्यामुळे नदीचे पाणी दूषित होण्याचा संभव असतो. तेव्हा प्रेतांची विल्हेवाट ती उघड्या हवेवर टाकूनच करतात. गिधाडे ती सगळी, हाडेसुद्धा खाऊन टाकतात. पाश्चिमात्यांची पद्धत आमच्या पद्धतीपेक्षा दोन बाबतीत भिन्न आहे. पाश्चिमात्य प्रेते पुरतात व ती पुढे जमिनीतील किडे खाऊन टाकतात. आमच्याकडे हे काम गिधाडे

व इतर पक्षी करतात. दुसरा फरक असा, की पाश्चिमात्यांच्या पद्धतीने मृत्यूचे कारणही शरीराबरोबर जमिनीत गाडले जाते. मृत्यू कशाने आला, याचे कारण शवविच्छेदन केल्याखेरीज सांगता येत नाही. आमच्याकडचे हे शवविच्छेदक मृत्यूचे कारण अगदी बिनचूक शोधून काढतात.

तिबेटमध्ये प्रत्येक प्रेताची अशी विल्हेवाट लावली जाते. याला अपवाद म्हणजे उच्च श्रेणीचे लामा. ते अवतारी सिद्ध समजले जातात. त्यांच्या मृत देहांना मसाले लावतात, ते देह औषधी द्रव्यांनी भरून काढतात. ते लाकडी पेटीत पुढच्या बाजूला काच लावून लोकांना पाहण्यासाठी ठेवून देतात व त्या पेट्या देवळात ठेवून देतात. काही शवांना सोन्याचा मुलामासुद्धा चढवितात. ही क्रिया मोठी मनोरंजक असते. सोन्याचा मुलामा चढविण्याच्या क्रियाविधीत मीसुद्धा पुष्कळदा भाग घेतलेला आहे. या विषयावर मी लिहिलेली टाचणे वाचल्यावर काही अमेरिकनांना आम्ही खरोखरीच या विधीत सोने वापरतो हे खरे वाटेना. तसेच ते म्हणतात की, 'ते जर आम्हाला करता येणे शक्य नसेल तर तुम्हाला कसे ते शक्य होईल?' म्हणजे ते स्वत:च्या कर्तबगारीवरून इतरांची कर्तबगारी अजमावितात. आता ही गोष्ट खरी की कोणतीही गोष्ट आम्ही कारागीराच्या भूमिकेवरून करतो. त्याचा बाजार करीत नाही. तिचे मोठ्या प्रमाणावर उत्पादन करीत नाही.

एके दिवशी संध्याकाळी मला धर्माध्यक्षांचे बोलावणे आले. मी लगोलग गेलो. ते म्हणाले, ''एक अवतारी सिद्धयोगी लवकरच देहत्याग करणार आहे. तो 'रानटी गुलाब' आश्रमात आहे. तर तू तेथे जा व त्याचा अंत्यविधी कसा करतात ते पाहून घे.''

पुन्हा एकदा मला घोड्यावर स्वार व्हावे लागले व 'सेरा' आश्रमात जावे लागले. त्या आश्रमात गेल्यावर तेथल्या आश्रमवासीयांनी मला त्या सिद्धयोग्याच्या खोलीत नेले. त्याच्या मुखावरच्या तेजोवलयातील रंग अंधूक अंधूक होऊ लागले होते आणि एका तासानंतर त्याने देहत्याग केला. तो स्वत:च प्रगत आत्मा असल्याने त्याला परलोकाप्रत जाण्याचे मार्गदर्शन इतर लामांना करावे लागले नाही. तसेच मृत्यू घडून आल्यानंतर नेहमीप्रमाणे तीन दिवस वाट पाहावी लागली नाही. त्याच रात्री त्याच्या मृतदेहास पद्मासनात बसविले व त्याच्या भोवती इतर लामा बसून राहिले.

दुसऱ्या दिवशी सकाळी उजाडल्यावर त्या मृतदेहाची मिरवणूक निघाली. मिरवणूक आश्रमाच्या मुख्य इमारतीपासून निघून नंतर देवळात गेली. तेथे ती थोडा वेळ थांबून तेथल्या एका तळघराच्या दरवाजातून बाहेर पडून भुयारात गेली. तो देह माझ्यापुढचे दोन लामा एका डोलीतून नेत होते. देह पद्मासनातच ठेवलेला होता. माझ्या पाठीमागचे

लामा काही मंत्र म्हणत होते व त्या शांत वातावरणात त्या मंत्रांबरोबर एक घंटा वाजत होती. आम्ही सगळ्यांनी तांबड्या रंगाचे झगे घातले होते व त्या झग्यांवर पिवळ्या रंगाचा दुपट्टा घातलेला होता. आमच्या छाया भिंतीवर पडलेल्या होत्या. आमच्या हालचालींबरोबर त्या छायाही हलायच्या. पण त्यांच्या उजेडात लहानमोठ्या व्हायच्या. कधीकधी त्यांचे आकार चमत्कारिक दिसायचे. आमच्याबरोबर काही पलितेही होते. आम्ही भुयारातून खाली खाली जाऊ लागलो. हे भुयार अगदी गुप्त असे होते. जमिनीखाली सुमारे पन्नास-साठ फुटांच्या खोलीवर आम्ही जाऊन पोचलो होतो. तेथपर्यंत येऊन पोचल्यावर आम्हाला एक दगडी शिळेचे द्वार लागले. ते बंद होते. लामा मंडळींनी ते उघडले. आम्ही आत प्रवेश केला. आत एक अगदी थंडगार अशी खोली होती. बरोबरच्या जोगी मंडळींनी तो पद्मासनात बसवून ठेवलेला मृतदेह खाली जमिनीवर ठेवून दिला व ते परत मागे फिरले. आत फक्त लामा मंडळी व मी राहिलो. त्या मंडळींनी तेथे शेकडो पणत्या लावल्या. पणतीमध्ये तेलाच्या ऐवजी नेहमीप्रमाणे लोणी टाकलेले होते. त्या पणत्यांचा पिवळा धमक सौम्य प्रकाश त्या मृतदेहावर पडला होता. नंतर त्यांनी मग त्या मृतदेहावरची सर्व वस्त्रे, अलंकार काढून बाजूला ठेवले व ते शरीर शुद्ध पाण्याने धुवून काढले. नंतर शरीराच्या नवद्वारांतून आतले अवयव बाहेर काढून घेतले व ते काचेच्या बरण्यात भरून ठेवले. त्या बरण्या नंतर बंद करून त्यावर मोहर केली. मग शरीराचा अंतर्भाग शुद्ध पाण्याने काळजीपूर्वक धुवून काढला व पुसून कोरडा केला. त्यात एक विशिष्ट प्रकारची लाख घालून ठेवली. त्यामुळे शरीर आकसून न जाता जिवंत असल्याप्रमाणे भरदार व फुगीर दिसू लागले. ही लाख सुकी व कठीण असल्याने शरीरामधली रंध्रे भरून निघाली होती व ती अशी भरून ठेवली होती की, शरीराची आकृती अगदी पूर्वीसारखी दिसावी. ती लाख पातळ करून आत घातल्याने भोके, मोकळ्या जागा व्यवस्थितपणे भरल्या गेल्या व अंतर्भाग चांगला भरदार व कठीण बनला. नंतर शरीराच्या बाह्य भागास, कातडीस लाख ओली करून तिचा लेप दिला व तो सुकू दिला. नंतर त्या शरीरावर बुळबुळीत असे एक प्रकारचे रोगण लावले. त्याचा उद्देश असा की, त्याच्यावर रेशमाचे पिवळे वस्त्र चिकटविता यावे. शिवाय ते काही थोड्या दिवसांनी आतल्या लाखेला काही इजा न करता वरच्यावर ओढून काढता यावे. नंतर त्याच्यावर रेशमी पातळ वस्त्राचे तुकडे जागजागी बसवून ते शरीर आच्छादून टाकले. त्यावर पुन्हा एका वेगळ्या प्रकारच्या लाखेचा लेप लावला. असे ते शरीर एक दिवस व एक रात्र सुकत, वाळत ठेवले. मग आम्ही तेथून बाहेर निघालो. दुसऱ्या दिवशी परत आल्यावर ते शरीर आम्हाला अगदी कठीण व घट्ट झाल्याचे आढळून आले. नंतर ते आम्ही मिरवणुकीसारखे तेथून हलवून आणखी खालच्या एका दुसऱ्या खोलीत नेले. ही दुसरी खोली म्हणजे एक भट्टी होती. ती भट्टी अशी बांधलेली होती

की, तिच्यातून निघालेल्या ज्वाला व उष्णता खोलीच्या भिंतीच्या बाहेरील भागासही लागावी व खोलीच्या आत उष्णतामान सम राखले जावे.

या खोलीतील जमिनीवर एका विशिष्ट प्रकारच्या पावडरीचा दाट थर पसरून दिलेला होता. अशा त्या खोलीच्या मध्यभागी आम्ही ते शरीर ठेवले. त्या खोलीच्या खाली भुयारात काही जोगी जाळ करण्याच्या उद्योगाला लागलेले होते. त्या खोलीत मग आम्ही एक विशिष्ट प्रकारचे मीठ, काही औषधी व खनिज पदार्थ गच्च भरून ठेवले. हे विशिष्ट प्रकारचे मीठ किंवा सैंधव तिबेटच्या एका भागात मिळते. अशा तऱ्हेने खोली या औषधी द्रव्यांनी भरून टाकल्यावर आम्ही तेथून बाहेर पडलो. खोलीचे दार बंद केले गेले. भट्टी पेटविली गेली. जळणारी लाकडे फुटत असतानाचा आवाज ऐकू येऊ लागला. त्या लाकडांवर लवकर पेट घेण्याकरिता लोणी ओतण्यात आले. त्यामुळे ज्वाळा चांगल्याच भडकून पसरू लागल्या. ज्वाळा चांगल्या पसरायला लागल्यावर त्यात शेणाच्या गोवऱ्या व घाणेरडे जुने झालेले लोणी टाकण्यात आले. अशा तऱ्हेने ही भट्टी सात दिवस सारखी पेटत ठेवली. त्या खोलीतून ज्वाळा व धूर सारखा वर येत होता. आठव्या दिवशी भट्टीत लाकडे व गोवऱ्या घालण्याचे बंद केले गेले. हळूहळू विस्तव विझून गेला. त्या खोलीच्या दगडी भिंती जसजशा गार व्हायला लागल्या, त्याबरोबर त्यात थोड्या भेगा पडायला लागल्या व त्यातून आवाज ऐकू येऊ लागले. खोलीच्या भोवतालच्या पडव्या हळूहळू गार होऊन आम्हाला तेथे परत येण्यासारख्या झाल्या. तीन दिवस आम्ही तेथे फिरकलो नाही. जमीन निववून दिली. भट्टीची खोली बंद केल्यापासून बरोबर अकराव्या दिवशी आम्ही त्या खोलीचे दार उघडले. खोलीच्या आत भरून ठेवलेल्या सैंधवाचे, औषधी द्रव्यांचे व खनिज पदार्थांचे एक नवीनच रसायन तयार झालेले होते व त्याचे जाड घट्ट थर सगळ्या खोलीत पसरून गेलेले होते. ते हातांनी उचलून बाहेर टाकून देण्याच्या कामाला आता काही जोगी लागले. भाजून विटांसारखे झालेले ते सगळे तुकडे त्यांनी बाहेर फेकून टाकले व खोली साफ केली. फक्त त्या शरीराची पद्मासनस्थ मूर्ती त्या खोलीच्या मध्यभागी राहिली. तेथून ती मूर्ती आम्ही काळजीपूर्वक खोलीत नेली व पणत्यांच्या उजेडात तिचे बारीक निरीक्षण करू लागलो.

नंतर शरीरावरची रेशमी वेष्टने आम्ही हळूवार हाताने काढली व केवळ शरीर आता दिसू लागले. शरीर जसेच्या तसे अबाधित राहिले. त्याचे जतन झाले. फक्त शरीराचा वर्ण चांगलाच काळा झाला होता. अन्यथा शरीराकृती व मुद्रा कायम राहिली होती. झोप लागलेल्या माणसासारखे व तो केव्हाही जागा होईल, असे ते शरीर दिसत होते. त्वचेचा पृष्ठभाग, हातापायांचे सांधे जसेच्या तसे होते. कोणताही भाग आकसून गेलेला

नव्हता. पुन्हा एकदा लाख पातळ करून तिचा लेप त्या मृत शरीरावर दिला गेला व त्या मूर्तीस सोनारांच्या ताब्यात दिले गेले. हे सोनार फार कुशल, कसबी कारागीर होते. ते त्या देहावर सोन्याचा मुलामा चढवीत, सोन्याचे पाणी देत. त्यांनी त्या देहावर सोन्याचे एकामागून एक असे पातळ थर चढविले. त्या सोन्याची किंमत चांगलीच होती. तिबेटबाहेर सोन्याला बाजारात फार किंमत असते. पण आमच्याकडे सोने हे फार पवित्र समजले जाते. त्याचा धंदा करीत नाहीत. या धातूवर हवा, पाणी, उष्णता याचा काही दूषित परिणाम होत नाही; ते शुद्ध राहते. त्याचा कस उतरत नाही. म्हणून माणसामधील निरंजन, अकल्मष अशा आत्मिक स्वरूपाचे ते प्रतीक मानले जाते. या सेवेकरी सोनारांनी फार कुशलतेने आपले काम केले. आपल्या कामातील बारीकसारीक बाबींकडे चांगले लक्ष पुरवून काम इतके बिनतोड केले की, ते शरीर म्हणजे एक सोन्याचा जिवंत पुतळा असे दिसू लागले. त्या शरीरावरची रेघ न् रेघ, अगदी सुरकुतीसुद्धा जिवंतपणीच्या सारखी कायम ठेवली. आता तिच्यावर सोन्याचे काम केले गेल्यामुळे ती चांगलीच जड झाली होती. त्या मूर्तीला आता तेथून उचलून एका मोठ्या दिवाणखान्यात नेले. तेथे अशाच मृतदेहांच्या सुवर्णाने मढविलेल्या मूर्ती सोन्याच्या सिंहासनांवर अधिष्ठित अशा रांगेने मांडून ठेवलेल्या होत्या. त्यापैकी काही मूर्ती अगदी पुरातन कालातील होत्या. त्या आपल्या अर्धोन्मिलीत नेत्रांनी विद्यमान पिढीतील माणसांचे गुणदोष व सदोष व्यवहार न्यायाधीशाच्या भूमिकेने अवलोकीत होते. त्यांच्या चिरनिद्रेचा भंग होऊ नये म्हणून आम्ही अगदी हलक्या आवाजात बोलत होतो व आवाज न करता अगदी जपून पावले टाकीत होतो. त्यापैकी एका विशिष्ट मूर्तीकडे माझे लक्ष वेधले गेले. तिच्याकडे काही एका अदृश्य शक्तीने मी आकर्षिला गेलो, ओढला गेलो. त्या मूर्तीच्या मुद्रेकडे सारखे पाहावेसे वाटले. ती मूर्तीही माझ्याकडे तितक्याच आकृष्ट नेत्रांनी पाहत आहे, असे मला वाटू लागले. जणू तिला सर्व कळत होते. इतक्यात माझ्या खांद्यावर कोणीतरी थाप म ारली. मी भीतीने गांगरून गेलो. ''लोबसंग, तो देह म्हणजे तुझाच पूर्वजन्मीचा देह आहे. तो तुझा पूर्वजन्मीचा देह तू निश्चितपणे ओळखशील असे आम्हाला वाटलेच होते!''

माझ्या गुरुजींनी मग जवळच्याच दुसऱ्या सुवर्णमूर्तीकडे नेले व म्हणाले, ''आणि ही मूर्ती माझ्या पूर्वदेहाची.''

आम्ही दोघेही चपापलो. क्षणभर निस्तब्ध झालो. मग हळूहळू पावलांचा आवाज न करता त्या दिवाणखान्यातून, त्या सभागारातून बाहेर पडलो. बाहेर पडल्यावर तेथल्या रखवालदार जोग्यांनी दरवाजा बंद करून घेतला व त्यांना कुलूप लावून मोहोर बसविली.

त्यानंतर पुष्कळदा त्या आगारात मला जावे लागले. त्यावेळी मी या सुवर्णमूर्तींचे

बारकाईने निरीक्षण केले. कधीकधी मला एकट्यालाच तेथे जावे लागे. तेव्हा आत गेल्यावर मूर्तीसमोर बसून मी ध्यान करू लागे. प्रत्येक मूर्तीच्या पाठीमागे मोठा इतिहास असे. त्या त्या मूर्तीवर ध्यान करून मला तो सारा इतिहास अवगत होत असे. माझ्या गुरुजींच्या पौर्वदेहिक मूर्तीवर मी ध्यान लावले. त्याबरोबर त्यांचा सारा पूर्वेतिहास, त्यांचे कार्य, त्यांचे सारे चरित्र माझ्या डोळ्यांसमोर उभे राहिले. त्यांना त्या जन्मी काय काय बहुमान मिळाले, त्यांचे निर्याण कसे झाले, या सगळ्या गोष्टींविषयीचे ज्ञान मला झाले.

तसेच माझ्याही पौर्वदेहिक मूर्तीवर मी ध्यान लावले व माझ्या पूर्वजन्मीचेही मला ज्ञान झाले. या सभागारात अठ्ठ्याण्णव सुवर्णमूर्ती हारीने मांडून ठेवलेल्या होत्या. हे सभागार एका खडकात कोरीव लेण्यासारखे कोरलेले होते व त्याचा दरवाजा अगदी गुप्त ठेवलेला होता. तिबेटचा सारा इतिहास आता माझ्या डोळ्यांपुढे मूर्तिमंत उभा होता. किंवा मला तसे त्यावेळी वाटले. यापूर्वीचाही प्राच्य पुरातन इतिहास मला पुढे दाखविण्यात आला.

१७

अंतिम दीक्षा

अशा तऱ्हेचे, मसाला वगैरे द्रव्ये घालून मृतदेह जतन करण्याचे विधी मला इतर आश्रमात पाच-सहा वेळा पाहावयास मिळाले. त्यानंतर एके दिवशी मला चाकपोरीच्या आश्रमाच्या धर्माध्यांचे बोलावणे आले. मी गेलो. भेट झाल्यावर ते म्हणाले, ''माझ्या मित्रा, तुला धर्माध्यक्षपदाची दीक्षा द्यावी अशी सर्वश्रेष्ठांची आज्ञा झाली आहे. पण 'लामा' याच श्रेणीने आपल्याला संबोधिले जावे अशी लामाश्री मिंग्यार डोंडुपजी यांच्याप्रमाणे तूही विनंती केल्याप्रमाणे तुला 'लामा' याच नावाने संबोधिले जाईल. सर्वश्रेष्ठ महाराजांनी तुझी विनंती मान्य केली आहे.''

सुमारे सहाशे वर्षांपूर्वी मी या भूलोकांचा ज्या श्रेणीतून त्याग केला, तो माझा पूर्वजन्म निश्चित केला जाऊन त्याच श्रेणीचं स्थान मला आज, या जन्मी मिळाले. अशाप्रकारे पुनर्जन्माचा एक फेरा पुरा झाला.

त्यानंतर काही दिवसांनी माझ्याकडे एक वृद्ध लामा आले व आता ''तूही 'अल्प मृत्यूच्या' तांत्रिक विधीतून पार पडून जावे अशी आज्ञा झाली आहे'' असे ते म्हणाले. ''मृत्यूचा प्रत्यक्ष अनुभव घेऊन, मृत्यूच्या दारातून परत भू-लोकात येण्याचा अनुभव घेतल्याखेरीज आत्म्याला जन्म-मरण वगैरे काही नसते, या सिद्धान्ताचा पुरता बोध तुम्हास होणार नाही. सूक्ष्म देहातून संचार करण्याचा तुमचा अभ्यास आता चांगला झाला आहे. या दिव्यातून बाहेर पडल्यावर आणखी प्रगती होईल. स्थल व काल याच्या पलीकडे जाऊन आपल्या देशाच्या अगदी पुरातन अशा इतिहास काळात तुम्हाला जाऊन येता येईल.''

या विधीतून जाण्याच्या पूर्वतयारीचे प्रशिक्षण फार कठीण होते व तेही बरेच

दिवस चालले होते. तीन महिने मला अगदी व्रतस्थ राहावे लागले. माझ्या दैनिक कार्यक्रमात काही औषधी वनस्पतींचे भक्षण समाविष्ट होते. त्या वनस्पतींची चव अगदी कडू जहर. साधारण माणसाने त्या वनस्पतींच्या रसाचा एक थेंब जरी जिभेवर टाकला तरी त्यास ओकारी होईल. परमतत्त्वावर अगदी कसून चिंतन, ध्यान करावे लागले. अगदी जवळजवळ निराहारावरच राहावे लागले. थोडा सांपा व चहा. या विधीतून जाण्याची पूर्वतयारी म्हणजे व्रतस्थ राहणे; यमनियमांचे कठोर पालन व प्रदीर्घ ध्यान.

अशा तऱ्हेने तीन महिने व्रतस्थ राहिल्यावर ज्योतिषांनी निर्वाळा दिला की त्या दिव्यातून बाहेर जाण्याकरिता भूमी चांगली तयार झाली आहे. उपास करून माझे उदर अगदी रिक्त व कृश झाले होते. त्यानंतर एक दिवस निश्चित केला गेला. त्या दिवशी पोतालामधील एका भूमिगत भुयारात मला नेण्यात आले. त्या भुयारात पायऱ्या उतरत उतरत आम्ही अगदी खोलवर गेलो. माझ्या बरोबरच्या माणसांच्या हातात मोठमोठे पलिते होते. मला वाटते अशा भुयारात मी पूर्वी गेलेलो होतो. शेवटी उतरण्याचे आम्ही थांबलो. आमच्या समोर एक प्रचंड शिळा होती. आम्ही तिथपर्यंत पोचल्यावर ती शिळा उघडली गेली व पुढे जाण्यास तिने आम्हाला रस्ता करून दिला. पुन्हा आम्ही अरुंद व अंधाऱ्या पायवाटेने आणखी खोल जाऊ लागलो. कोंदट हवेचा, कुजलेल्या पदार्थांचा दुर्गंध चोहीकडे पसरलेला होता. काही अंतर पुढे चालून गेल्यावर आम्हाला एक मोठा सोनेरी मुलामा चढविलेला दरवाजा लागला. तेथे जाऊन पोचल्यावर थोडा वेळ थांबावे लागले. हळूहळू रेकल्यासारखा आवाज करीत तो दरवाजा उघडला गेला. त्या आवाजाचे त्या कुंद व कोंडलेल्या हवेत सारखे प्रतिध्वनी निघत होते. दरवाजा उघडल्यावर आम्ही पलिते मालविले व हातात पणत्या घेतल्या. दरवाजाच्या आत खडकात भूकंपाच्या धक्क्याने निर्माण झालेले एक दडलेले मंदिर लागले. फार पुरातन काळात हे मंदिर निर्माण झालेले होते. त्या देवळाच्या ओवरीतून ज्वालामुखी पर्वताच्या मुखातून बाहेर पडून वाहत आलेला वितळलेला खडक पसरलेला होता. आता येथे आमच्यासारखी बुटकी माणसे वावरत होती व स्वत:ला प्रति-ईश्वर समजत होती. या मंदिराला 'गुप्त विद्येचे मंदिर' म्हणत.

तीन धर्माध्यक्षांनी मला हात धरून त्या मंदिरात नेले. लामांचा बाकीचा समुदाय बाहेर अंधारात राहिला. तो समुदाय आपल्या बरोबर होता हे जणू स्वपक्व होते असे वाटू लागले. हे तीन धर्माध्यक्ष-पुरोहित अगदी वृद्ध होते व देवाच्या घरी जाण्याची मोठ्या हौसेने वाट पाहत होते. हे तीन वृद्ध तपस्वी पराविद्येतील मोठे अधिकारी पुरुष असून माझ्यात ते अंतिम दीक्षेचे दिव्य घडवून आणणार होते. प्रत्येकाच्या उजव्या

हातात पणती व डाव्या हातात भलीमोठी काठीवजा अगरबत्ती होती. या भुयारात कडक थंडी होती. पण ती थंडी काही विलक्षणच होती. जणू जगावेगळी होती. भुयारात स्तब्धता भयानक होती. कुजबुजल्यासारखे आमच्या तोंडातून जे शब्द निघत त्यामुळे ती भयानकता अधिकच भेसूर होई. आमच्या पादत्राणांचा बिलकूल आवाज होत नव्हता. आम्ही जणू भुतांसारखे त्या आवारातच वावरत होतो. पुरोहितांच्या केशरी रेशमी झग्यांची थोडीशी सळसळ कानी पडे. मी तर भीतीने गांगरून गेलो होतो. माझ्या अंगावर थरकाप उठला होता. माझ्या हातावरचे तेजोवलय अधिक दाट व तेजस्वी झाले. त्या तेजात जणू आणखी भर घातली गेली. त्या पुरोहितांचे चेहरे अगदी तेज:पुंज दिसत होते. सभोवारची अगदी कोरडी हवा व आमच्या झग्यांच्या पदरांची वारंवार होणारी सळसळ जणू स्थायी स्वरूपाची विद्युच्छक्ती निर्माण करीत होती. इतक्यात एका पुरोहिताने माझ्या हातात एक लहानसा सुवर्णदंड दिला व सांगितले, ''हा दंड तू आपल्या डाव्या हातात घे व चालताना तो भिंतीला टेकवून चाल म्हणजे तुला त्रास होणार नाही.'' मी त्याप्रमाणे केले, त्याबरोबर माझ्या सगळ्या देहात, अगदी आपादमस्तक विजेचा संचार झाला आणि मग मला काही त्रास झाला नाही.

पणत्यांतल्या वाती एका पाठीमागून एक विझायच्या बेतात आल्या होत्या. पण काही अदृश्य हातांनी त्या पुनरपि प्रज्वलित केल्या गेल्या. कमीजास्त होणारा तो पिवळा प्रकाश वाढू लागला. त्या पिवळ्या जर्द प्रकाशात मला भव्य, प्रचंड, सोन्याने मढविलेल्या मूर्ती दिसल्या. त्यांपैकी काही मूर्ती रत्नखचित होत्या. त्यामध्ये बुद्धदेवाची एक प्रचंड मूर्ती होती. ती इतकी उंच होती की, प्रकाश तिच्या कमरेपर्यंतसुद्धा जाऊन पोचत नव्हता. त्या मूर्तीच्या आसपास आणखी पुष्कळ लहान मूर्ती होत्या. त्यात काही राक्षसांच्या, काही भुतांच्या होत्या. मानवास अंतिम मुक्ती मिळण्यापूर्वी ज्या परीक्षांतून जावे लागते त्या परीक्षांची प्रतीके दर्शविणाऱ्या त्यात काही मूर्ती होत्या.

आम्ही हळूहळू एका भिंतीजवळ गेलो. त्या भिंतीवर जीवनचक्राचे एक भलेमोठे, पंधरा फूट उंचीचे चित्र रंगविले होते. पणत्यांच्या फडफडणाऱ्या ज्योतींमध्ये ते चक्रही हलल्यासारखे दिसायचे व त्या चक्राच्या पाती फिरल्यासारख्या वाटायच्या. शेवटी आम्ही एका प्रचंड शिळेशी येऊन पोचलो. नीट समोर पाहिले म्हणून ठीक नाहीतर तिच्यावर आपटून माझा कपाळमोक्षच झाला असता. आणि मार्गदर्शन करणारा पुरोहित एकदम एकाकी नाहीसा झाला. पुढे समोर एक दाट छाया आली; पण ती छाया नसून गुप्त द्वार होते. त्या दारातून आम्ही आत गेलो. तेथून खाली खाली जाणारी एक पाऊलवाट लागली. ती वाट इतकी अरुंद, खोल खोल जाणारी व एकदम वळणे घेणारी

अशी होती. वाटाड्याच्या पणतीतील ज्योतीचा प्रकाश इतका अंधूक झाला होता की, आसमंतातील अंधकार अधिकच गडद झाला. आम्ही त्या पाऊलवाटेने चाचपडत, धडपडत, घसरत तसेच पुढे चाललो. हवा कोंदट, कुबट होती. श्वासोच्छ्वास नीट घेता येत नव्हता. छातीवर पृथ्वी आदळून ती आपल्या वजनाने मला खाली चेपीत होती असे वाटू लागले व त्याबरोबर तिच्या गाभ्यापर्यंत आपण जाऊन पोचत आहो असाही भास झाला. असे खोल खोल जात एक शेवटचे वळण लागले व आम्ही एका गुहेच्या तोंडाशी येऊन ठेपलो. ती गुहा म्हणजे जणू 'सुवर्णगुंफा.' त्या गुहेच्या दारावरचे व आतले प्रस्तर सोन्यासारखे चमकत होते; त्यावर सुवर्ण चमकत होते. सुवर्णाच्या लडी जागोजाग लागलेल्या होत्या. काही शिळा खडकांच्या तर काही सोन्याच्या. त्या गुहेच्या वर खडकातून सोन्याचे पुंजके अंधाऱ्या रात्री आकाशात जसे तारे आपल्या तेजाने चमकावेत तसे चमकत होते.

त्या गुहेच्या मध्यभागी काळ्या कुळकुळीत रंगाचे एक कुटार होते. शिसवीच्या लाकडाला पॉलीश दिल्यावर ते जसे चमकावे असे त्याचे छप्पर चमकत होते. छपराच्या खाली भिंतीवर काही गूढ चित्रे व आकृत्या, काही दिवसांपूर्वी भुयारातून आम्ही एका भूमिगत सरोवराकडे जात होतो त्या भुयारातील भिंतीवर जशा काढलेल्या होत्या तशा दिसत होत्या. आम्ही त्या कुटिराचा दरवाजा उघडून आत गेलो. आत तीन काळ्या कुळकुळीत दगडाच्या दफनपेट्या ठेवून दिलेल्या होत्या. त्या पेट्यांच्या बाजूंवर कोरीव काम व चमत्कारिक गूढ अशा आकृत्या काढलेल्या होत्या. त्या पेट्यांना झाकणे नव्हती. मी त्या पेट्यांमध्ये आत डोकावले व आत जे काही पाहिले त्याबरोबर माझा श्वास रुद्ध झाला व मला मूर्च्छा आली.

मार्गदर्शन करणारे धर्माध्यक्ष पुरोहित सांगू लागले, ''बेटा, या मूर्ती पाहा. आपल्या भूमीत हे पर्वत येण्यापूर्वी देव-देवता संचार करीत असत. त्या देवांच्या या मूर्ती. त्या पुरातन काळात आपली भूमी समुद्रकाठाशी होती. आकाशातही चमकणारे तारे वेगळेच होते. आपल्या देशाचा भूगोल त्यावेळी वेगळा होता. पाहा या मूर्ती. फक्त दीक्षित अशा लामांनाच या मूर्ती आम्ही दाखवितो.''

मी त्या मूर्तीकडे पुन्हा डोळे भरून पाहून घेतले. त्या मूर्तींनी मला जणू मोहिनी घातली. मी भारावून स्तंभित झालो. त्या तीन मूर्ती होत्या. दोन पुरुषाकृती व एका स्त्रीच्या आकृतीची होती. त्या मूर्तींच्या सुवर्णखचित आकृतींमधील प्रत्येक अंग, उपांग, अगदी जिवंत माणसाच्या अंगोपांगासारखे दिसत होते. पण त्या मूर्तीचे आकार मात्र भव्य. स्त्रीची आकृती, खाली ठेवलेली अशी दहा फूट लांबीची होती. पुरुषाकृतींपैकी

जी लहान होती तीच मुळी पंधरा फूट लांबीची होती. त्यांची डोकी मोठी असून टाळूशी किंचित निमुळती होती. जबडे अरुंद असून जिव्हणी बारीक होती. नाक लांब व पातळ, डोळे सरळ व खोल गेलेले दिसत होते. त्या मूर्ती जिवंतशा पण झोपी गेलेल्या व्यक्तींच्या दिसत होत्या. व त्यांची झोप मोडू नये म्हणून आम्ही तेथे पावले अगदी जपून, हळूवारपणे टाकीत होतो. एका दफन पेटीवरचे झाकण मी बाजूला करून पाहिले; त्यावर आकाशाचा नकाशा काढलेला होता. त्या नकाशातील ग्रह, तारका काही वेगळ्याच दिसत होत्या. सांप्रतच्या ग्रह-तारकांशी त्यांचे काही साम्य दिसून येत नव्हते. माझा ज्योतिषाचा अभ्यास चांगला होता व आकाशस्थ ग्रह तारकांची मला चांगली माहिती होती, पण हा जो नकाशा पाहिला तो काही विलक्षणच.

वरिष्ठ पुरोहित माझ्याकडे वळून म्हणाले, ''तुला आता अंतिम दीक्षा दिली जाणार आहे. तुला आता त्रिकाल ज्ञान होईल. भूत, वर्तमान, भविष्य तिन्ही काळात तुला आता जाता येईल. पण त्याचा तुझ्या मेंदूवर फार त्राण बसेल. पुष्कळ साधक ही अंतिम दीक्षा घेतल्यावर मृत्युमुखी पडतात. ही परीक्षा नापास होतात. पण ही परीक्षा पास झाल्याखेरीज येथून बाहेर पडता येत नाही. बोल, तुझी तयारी आहे का? तुझी इच्छा आहे का?''

मी 'हो' म्हणून उत्तर दिले. दोन दफनपेट्यांमध्ये एक शिळा होती. त्या शिळेपाशी त्यांनी मला नेले. तेथे त्यांनी मला पद्मासन घालून, मेरुदंड ताठ करून व हाताची बोटे वर करून व हात गुडघ्यांवर ठेवून बसण्यास सांगितले.

नंतर त्यांनी अगरबत्तीच्या चार कांड्या पेटविल्या. मूर्तीसाठी तीन व शिळेकरिता एक. ते पुरोहित हातात पणती घेऊन एका पाठीमागून एक असे बाहेर गेले. माझ्या पाठीमागचा जाडजूड शिसवी दरवाजा बंद झाला व मी तेथे एकटाच राहिलो. मी व माझ्या समोर त्या पुरातन मूर्ती. मी त्या शिळेवर ध्यान करीत बसलो. असा तेथे मी किती वेळ बसलो कोणास ठाऊक. समोरच्या पणत्या लोणी संपून गेल्यामुळे बारीक होत होत विझून गेल्या.

मी त्या शिळेशी पाठ टेकून बसलेलो होतो. मला शिकविलेला एक विशिष्ट प्रकारचा प्राणायाम करीत मी बसलो. सभोवार भेसूर स्तब्धता व अंधकार. खरोखरीची ती स्मशानशांतता होती.

आणि एकदम माझे शरीर जड व निर्जीव झाले. हातपाय गार पडले. बधिर होऊन गेले. आपण आता मरत आहो असे मला वाटू लागले. भूपृष्ठाखाली चारशे फूट खोलीवर

त्या दफनभूमीत आपणही गाडून जात आहोत, असे मला वाटू लागले. शरीरात एकदम एक धक्का बसला व सुकविलेले जुने कातडे पसरताना जसा आवाज होतो तसा आवाज माझ्या शरीरातून निघाला. एखाद्या गिरिशिखरावर चंद्राचा मृदू, धवल प्रकाश जसा पसरावा तसा किंचितसा नीलवर्ण प्रकाश त्या थडग्यांमध्ये व सभोवार भरून राहिला. जागच्या जागीच मी उठतोय, पडतोय व डोलतोय असे वाटू लागले. क्षणभर मला असे वाटले की, आपण पतंगपेटीत बसलेलो असून हवेत हेलकावे घेत आहोत. हळूहळू असे वाटू लागले की, आपण या हाडामांसाच्या स्थूल, जड देहावरती तरंगत आहोत. त्या जाणिवेबरोबर गतीही भासमान झाली. अभ्राचा पुंजका जसा वाऱ्याने हलावा तसे माझे सूक्ष्म शरीर इकडेतिकडे हलू लागले. माझ्या त्या शरीराच्या मस्तकावरती मला एक सोनेरी घुमटासारखा तेजस्वी प्रकाश दिसू लागला. माझ्या कमरेतून, नाभिकमलातून 'रजत-रज्जू' खाली लोंबकळत होता. त्यात अजून थोडी धुगधुगी होती व मधूनमधून त्यातून काजव्यासारखी चमक निघत होती.

खाली पडलेल्या माझ्या त्या तेजोहीन जड शरीराकडे पाहू लागलो. त्याला प्रेतकळा आली होती. त्या तीन मूर्तींच्या देहांत व माझ्या स्थूल देहातला फरक आता कमी कमी होत चालला. त्यांच्या देहांसारखा माझा स्थूल देहही अजस्त्र दिसू लागला. ते दृश्य मोठे मनोरंजक. सांप्रतच्या मानवाच्या कोत्या बुद्धीची, अहंतेची मला आता घृणा वाटू लागली. हे जडवादी लोक या अजस्त्र पुरातन अशा मानवी देहाकृतीबद्दल काय कल्पना करू शकणार? पण कोणीतरी एकमेकांशी बोलत आहेत. कोणीतरी माझ्या विचारात व्यत्यय आणीत आहे, असे वाटू लागले व तेथे मी काही एकटाच नाही. त्यांच्या बोलण्याचे नव्हे तर त्यांच्या विचारांचे झोत माझ्यापर्यंत येऊ लागले व त्यांचा आशय मला कळू लागला. माझ्या मनश्चक्षूपुढे विखुरलेली चित्रे, दृश्ये चमकू लागली. पण हे सर्व पार्थिव इंद्रियांखेरीज केवळ मनाने कळून येऊ लागले. कुठे दूर अंतरावर कोणीतरी एक भलीमोठी घंटा वाजवीत होता. तिचा गंभीर, खोल घुमणारा आवाज ऐकू येत होता. तो आवाज हळूहळू इतका मोठा होऊ लागला की, तो आता माझे मस्तक भेदून जाणार, असे मला वाटू लागले. माझ्या डोळ्यांसमोर निरनिराळ्या रंगांचे काजवे चमकू लागले. शिशिर ऋतूत वाहणाऱ्या वाऱ्यावर एखादे पान जसे गिरक्या घेऊ लागावे तसे माझे सूक्ष्म शरीर या सगळ्या विचारलहरींमध्ये दोलायमान होऊ लागले. माझ्या मनाला, जाणिवेला मधूनमधून तीव्र वेदना होऊ लागल्या. मधूनमधून कळा येऊ लागल्या. सर्व विश्व डळमळत आहे व त्या डळमळणाऱ्या विश्वावर मी एकटाच, असहाय असा कुठेतरी भटकतोय असे वाटू लागले. माझ्याभोवती धुक्यासारखी दाट छाया पसरू लागली व त्याच्याबरोबर त्या एकाकीपणात काही विलक्षण शांतता, की

जी भूलोकावर कधी मिळाली नाही अशी अलौकिक शांतता अनुभवास येऊ लागली.

हळूहळू माझ्याभोवती पसरलेल्या तमिस्त्रेचे अवगुंठन शिथील होऊ लागले. दाट छाया विरल होऊ लागली. कोठून तरी समुद्राची गर्जना ऐकू येऊ लागली. किनाऱ्यावर आदळणाऱ्या लाटांचा आवाज व त्या ओसरल्यावर त्याचा मंद मंद होत जाणारा मधुर आवाज ऐकू येऊ लागला. लाटांतून निघालेल्या फेसातून क्षार विखरून गेल्यामुळे खारट झालेल्या हवेचा वास येऊ लागला व किनाऱ्यावरच्या शेवाळातून कुजबुजल्यासारखे मंद ध्वनी ऐकू येऊ लागले. ही सारी दृश्ये, हे सारे ध्वनी माझ्या परिचयाचे होते. सूर्याच्या प्रकाशाने उबदार झालेल्या किनाऱ्यावरच्या रेतीवर मी जरा आरामशीर पडलो व सभोवारच्या माडांच्याकडे पाहू लागलो. पण माझे एक मन मला सांगू लागले की, ही सगळी दृश्ये मी कधीही पाहिलेली नाहीत. हा समुद्रकिनारा, ही माडांची झाडे, ही वायूवीची ही सगळी सृष्टी मला अगदी नवीन होती. हिची पूर्वी कधी ओळख झालेली नाही. जवळपासच्या एका लताकुंजातून हसल्याचा आवाज ऐकू आला. हळूहळू तो आवाज मोठा होत गेला व तेथे बसलेली काही माणसे दृष्टिपथात आली. सूर्याच्या उन्हाने त्यांच्या शरीराची त्वचा सावळी झाली होती. पण त्यांचे चेहरे पूर्ण आनंदी असे दिसत होते. त्यांची शरीरे धिप्पाड होती. जणू ते महामानवच दिसत होते. आणि मग मी स्वत:कडे पाहू लागलो. काय आश्चर्य! मीही त्यांच्यासारखाच धिप्पाड शरीराचा महामानव दिसू लागलो. माझ्या मनाला सूक्ष्म शरीराची, सूक्ष्म विश्वाची जाणीव होऊ लागली. ज्ञान होऊ लागले. असंख्य वर्षांपूर्वी कोठल्यातरी अतिपुरातन अशा युगामध्ये पृथ्वीचा गोल सूर्याच्या जवळून भ्रमण करीत होता व तोही आजच्या अगदी विरुद्ध दिशेने. त्या काळात दिवसमान लहान होते व वातावरण फार उष्ण होते. त्या युगातही पृथ्वीवर महान संस्कृती या भूमंचावर आपला खेळ करून गेल्या. त्या युगातल्या माणसाचे ज्ञान आजच्या माणसाच्या ज्ञानापेक्षा प्रगल्भ व विस्तृत होते. तेवढ्यात एकदम बाहेरून दूरच्या अंतरिक्षातून एक तेजोगोल, एक अनोखा ग्रह भ्रमण करीत करीत पृथ्वीच्या अगदी जवळ आला व पृथ्वीला चाटून पुढे निघून गेला. त्या संघर्षामुळे पृथ्वी डळमळली व तिच्या सूर्याभोवतीच्या परिभ्रमणाने प्रतल बदलले. ती सूर्यापासून लांब फेकली गेली व तिच्या परिभ्रमणाची दिशाही पूर्वीच्या अगदी विरुद्ध झाली. महाप्रलय ओढवला. सोसाट्याचे झंझावाती वारे आभाळातून पृथ्वीवर कोसळले. पर्वतप्राय प्रचंड लाटा समुद्रात उसळल्या. गुरुत्वाकर्षण बदलल्यामुळे पृथ्वीचा गोल उलथापालथा होऊन गेला. समुद्रांनी आपली मर्यादा ओलांडली. भूभागावर महापूर आले. त्यात भूकंपांनी हाहाकार उडविला. काही भूखंडे महासागरात बुडून गेली व काही ठिकाणी समुद्राचा तळ वरती आला व नवीन जमीन उत्पन्न झाली. तिबेट देश त्या युगात समुद्रकाठी होता.

तेथील हवामान सौम्य व सुखद होते. तो भूभाग आता पंधरा हजार फूट वर उचलला गेला व समुद्रकिनाऱ्यापासून फार दूर अंतरावर फेकला गेला. तिबेटच्या भोवती उंचच उंच पर्वत उभे राहिले व त्यांच्या शिखरातून जळजळता निखारा (लावा) बाहेर पडू लागला. दूर डोंगराळ जमिनीत जागोजाग घळी निर्माण झाल्या. त्या घळीत त्या पूर्वीच्या युगातील झाडेझुडपे तशीच वाढू लागली व त्या युगातील प्राणी तसेच वावरू लागले. पण या महाप्रलयाबद्दल अशा पुस्तकात फारसे लिहिता येत नाही. शिवाय माझा सूक्ष्म देहातील स्थलकालातील संचार हा विषय गहन, गुप्त व पवित्रसा आहे. त्याबद्दल प्राकृत जनांस अधिक माहिती देता येण्यासारखी नाही.

त्यानंतर ही दृश्ये अंधुकअंधुक होऊ लागली व पुनरपि अंधार निर्माण झाला. शेवटी माझे सूक्ष्म देहातील व स्थूल देहातीलही अस्तित्व मला सोडून गेले. आणखी काही वेळाने मला पुन्हा स्थूल देहाची हळूहळू जाण होऊ लागली. एका घुमटाच्या मध्यभागी गडद अंधारात, शरीर गोठविणाऱ्या थंडीत एका दगडी शिळेवर मी पडलेलो असून माझे शरीर, त्यातील अवयव त्या दगडाप्रमाणेच थंडगार झालेले आहेत. मी माझ्या डोळ्यांत बोटे घालून पाहिले. कानात आवाज ऐकू आले, होय, तो परत आपल्यात आला आहे. होय, आम्ही येतोच.' आणि मग काही मिनिटांनी अंधुकसा मिणमिणता प्रकाश तेथे नजरेस येऊ लागला. पूर्वीच्याच त्या तीन पणत्या व त्या पणत्यांच्या धूसर प्रकाशात ते पूर्वीचेच तीन वृद्ध पुरोहित दिसू लागले.

''वा मुला, तू अगदी कमाल केलीस. तुला सगळे छान जमले. आज तीन दिवस तू येथे प्रेतासारखा पडून आहेस. मरण म्हणजे काय, याचा तू अनुभव घेतलास. त्या दिव्यातून तू यशस्वीपणे बाहेर पडलास व पुन्हा भूलोकावर आलास. तुझे पुनरुत्थान झाले.''

माझे पाय जड झाले होते. ते मी ताणले. तसा माझ्या शरीरात पुन्हा जीव येऊ लागला. तशी मला अशक्तता व भूक लागू लागली. त्या यमाच्या दरवाजाच्या कोठडीचा मला कधीही विसर पडणार नाही. त्या मृत्यूच्या खाईतून मी बाहेर पडलो. नंतर त्या भुयारातील दालने, पडव्या ओलांडताना तेथल्या अतिशीत हवेने माझे अंग अगदी बर्फासारखे गार होऊन गेले. भुकेने माझा जीव कासावीस झाला होता. पण या तीन दिवसांत जे काय मी पाहिले व जो अनुभव घेतला, त्यामुळे मी अगदी भारावून गेलो होतो. पुन्हा वरती आल्यावर प्रथम पोटभर खाऊन घेतले. त्या रात्री निवांतपणे विश्रांती घेतली. झोप येण्यापूर्वी माझे मन मला सांगू लागले की, 'आता आपल्याला हा तिबेट देश सोडून दूर कोठेतरी परक्या देशामध्ये जावे लागणार आहे.' माझ्या भविष्यातच

तसे सांगितलेले आहे. त्या परक्या देशांबद्दल, लोकांबद्दल मी जी काय अनुमाने पडल्या पडल्या काढली होती, त्यापेक्षा अधिकच विलक्षण व कल्पना करता येणार नाही, अशा लोकांत, देशात व परिस्थितीत मला पुढे प्रत्यक्ष वावरावे लागले.

१८

तिबेटला रामराम

त्यानंतर काही दिवसांनी मी व माझे गुरुजी 'सुखदा' नदीच्या काठी असे बसलो असताना एक हरकारा तेथे दौडत आला. तो आमच्याकडे निरखून पाहू लागला. त्याने गुरुजींना ओळखले. ताबडतोब तो घोड्यावरून खाली उतरला. त्याच्या उतरण्याच्या गडबडीमुळे व घोड्याने पाय आपटल्यामुळे तेथे चांगलाच धुरळा उडाला.

''लामाश्री, लोबसंग रांपा यांचेसाठी महाराज अंत:श्रेष्ठांकडून निरोप घेऊन आलो आहे.'' त्याने आपला परिचय करून दिला.

पोतडीतून त्याने रेशमी रुमाल गुंडाळलेले एक लांबट पाकीट काढले व त्रिवार मुजरा करून ते माझ्या हातात दिले. न वळता तीन पावले मागे सरला, घोड्यावर मांड टाकली व तेथून तो लगोलग पसार झाला.

आता मी पूर्वीसारखा घाबरलो नाही. आता मला आत्मविश्वास आला होता. पोतालाच्या भुयारातल्या मृत्यूच्या कोठडीतल्या अनुभवाने माझे मन आता कोणत्याही संकटाच्या प्रसंगाला तयार झाले होते. मी ते पाकीट उघडले व आतील पत्र वाचून ते गुरुजींच्या हातात दिले.

''म्हणजे मला अंत:श्रेष्ठींकडे रतनबागेत जाण्यासाठी उद्या सकाळीच निघायला पाहिजे. तुलाही माझ्याबरोबर यायचे आहे.''

''महाराज सरकारांच्या पत्रातील मजकुरावरून साधारणपणे कोणी तर्क, अनुमान वगैरे काढीत नाहीत, पण लोबसंग, मला असे वाटते की, थोड्याच दिवसात तुला चीनकडे प्रयाण करावे लागेल आणि तुला पूर्वी सांगितल्याप्रमाणे, 'स्वर्गभूमी'कडे परत

जावे लागेल असे दिसते. तेव्हा थोडा जो अवधी राहिला आहे त्याचा आपण पुरा उपयोग करून घेऊया.''

दुसऱ्या दिवशी सकाळी आम्ही रतनबागेच्या दिशेने मार्गक्रम करू लागलो. प्रथम टेकडीहून खाली, नंतर हमरस्ता ओलांडून आणि मग बागेच्या मुख्य दरवाजापाशी. लामाश्री मिंग्यार डोंडुप गुरुजी माझ्याबरोबर होते. दोघांच्याही मनात हाच विचार चालू होता की, बरोबर जाण्याचा हा आता शेवटचाच प्रसंग. हा विचार माझ्या चेहऱ्यावर जणू प्रतिबिंबित झाला होता. कारण पुढे जेव्हा महाराज सरकार दलाई लामांनी मला एकट्याला भेटीला बोलाविले तेव्हा ते म्हणाले, ''वियोगाचा प्रसंग, मार्ग वेगळेपणे अनुसरण्याचे प्रसंग हे नेहमीच कठीण असतात. त्यामुळे मनाला क्लेश होतात. तेथे या उद्यानगृहात मी तासन् तास ध्यान करीत बसतो पण आपल्या देशावर जेव्हा परक्यांचे, शत्रूचे आक्रमण होते. तेव्हा येथेच राहावे की, देशत्याग करावा, हा विचार पडतो. कोणताही मार्ग स्वीकारला तरी क्लेश, यातना या व्हायच्याच. लोबसंग, तुझा पुढील मार्ग आता सरळ आहे. तसा तो सगळ्यांनाच सरळ आहे असे नाही. आप्तेष्ट, मायभूमी या सर्वांना सोडून जावे लागणार आहे. तुला पूर्वी सांगितलेच आहे, की तुझा पुढचा मार्ग मोठा कष्टाचा आहे, संकटांनी भरलेला आहे. तुला हाल-अपेष्टा सहन कराव्या लागतील. तुझ्या शरीरावर अत्याचार होतील. तुझ्याबद्दल परकीय लोक वाटेल ते संशय घेतील, ते तुझा छळ करतील. परकीय लोकांच्या मनात काय येईल याचा अंदाज करता येत नाही व त्यांच्या कृतीचे कारणही सांगता येत नाही. ते लोक आपल्याच मताप्रमाणे चालतात. त्यांच्या प्रयोगशाळांमध्ये जे सिद्ध होईल तेच ते खरे मानतात. त्यांना जे करता येईल तेच ते खरे मानतात. दुसऱ्यांचे ऐकून घ्यायलासुद्धा ते तयार होत नाहीत. पण भौतिकशास्त्राच्या पलीकडे ते अद्याप जाऊ शकलेले नाहीत. पराविद्येच्या, अध्यात्माच्या बाजूला ते अद्याप वळले नाहीत. त्या ज्ञानाचा त्यांना अजिबात गंध नाही, पण तुझा मार्ग त्या पराविद्येच्या प्रांतातला आहे. त्याकरिताच तू घरदार सोडलेस, आप्तेष्टांचा त्याग केलास व या आश्रमधर्माचा स्वीकार केलास. आणखी पाच-एक दिवस वाट पाहा. चीनकडील तुझ्या प्रयाणाचा सगळा बंदोबस्त मी करीत आहे.''

पाच दिवस! पाच दिवस! माझी अपेक्षा होती, पाच आठवडे. तेथून परत आम्ही आपल्या मुक्कामाच्या दिशेने पहाडावरून चढत असताना एकमेकांशी काही बोललो नाही. मंदिरापर्यंत जाऊन पोचल्यावर गुरुजी म्हणाले,

''लोबसंग, तुला आपल्या आईबापांचा निरोप घ्यायला पाहिजे. मी तिकडे मनुष्य धाडतो.''

आईबाप. लामाश्री मिंग्यार डोंडुप गुरुजी हेच माझे आईबाप! किंबहुना आईबापांहूनही अधिक पूज्य. त्यांच्या ठिकाणी मातृवात्सल्य व पितृवात्सल्य एकवटलेले होते. आणि ते तर आता हा लोक सोडून जाणार होते. पुन्हा काही थोड्या वर्षांनी जेव्हा तिबेटमध्ये मी परत येईन, तेव्हा ते असणार नाहीत. त्यांचा जिवंत देह माझ्या दृष्टीस पडणार नाही. फक्त तो देह जतन करून सुवर्णाने मढविलेला असा मृतदेहांच्या आगाराम ध्ये मूर्तीसारखा मांडून ठेवलेला आढळून येईल. ज्याप्रमाणे एखादे जीर्ण वस्त्र आता पुढे त्याचा काही उपयोग नाही म्हणून टाकून द्यावे असा तो देह माझ्या दृष्टीस पडेल.

पाच दिवस! पण ते फार गडबडीत गेले. पोताला म्युझियममधून पाश्चिमात्य पद्धतीचे कपडे मला कसे काय घालता येतात, हे पाहण्याकरिता मागविण्यात आले. म्हणजे ते कपडे मी चीनमध्ये वापरणार होतो असे नव्हे. चीनमध्ये हा माझा लामाचा वेषच अधिक साजेसा व शोभणारा होता. पण उगीचच पाश्चिमात्य वेष माझ्या अंगावर कसा दिसतो, हे लोकांना पाहायचे होते. तेव्हा त्यांच्याकरिता मी तो वेष अंगावर चढविला. अहाहा! काय ते माझे ध्यान! पँट तर काय माझ्या पायांना अगदी घट्ट बसली. न जाणो एकदम ती फाटायची. आता मला कळले की, पाश्चिमात्य लोकांना पद्मासन घालून का बसता येत नाही. त्यांचे कपडे अगदी घट्ट असतात. पिशव्यात पाय घालून उभे राहणे माझ्या जीवावर आले. नंतर त्यांनी मला अंग झाकून टाकणारा शर्ट घातला व गळ्यात एक जाडजूड फीत गुंडाळून ती सरकफासासारखी आवळून मानेभोवती घट्ट बसविली. माझी मान अगदी आवळून गेली. शर्टवर कोट घातला, हात घालण्याकरिता त्याला बाह्या असून किरकोळ सामान ठेवायला खिसे होते. मग त्यांनी माझ्या पायात पायमोजे घातले. ते अगदी घट्ट बसवून वर गार्टर बसविले. लिंगखोर रोडवर भिकारी असे हातमोजे घालूनही पायात काही नाही असे भीक मागताना दिसतात. हे कपडे घातल्यावर माझे शरीर आखडल्यासारखे झाले व अशा कपड्यातून मी चीनपर्यंत कसा काय जाणार, याची मला चिंता वाटू लागली. नंतर त्यांनी माझ्या डोक्यावर काळी फेल्ट हॅट ठेवली व मग मी अगदी हुबेहूब साहेब, प्रतिष्ठित गृहस्थ बनलो. नवे कपडे घातल्यावर अंगझटीचे काही काम करताच येण्यासारखे नव्हते. म्हणजे पाश्चिमात्य जगात असे कपडे घालून बसणारा काही शारीरिक हालचाल करीत नसावा, स्वस्थ बसून राहत असावा, असा माझा ग्रह झाला.

तिसऱ्या दिवशी मी आपल्या पूर्वीच्या घरी जाऊन आलो. तेथे जाण्याची ही माझी दुसरी खेप. या वेळीही एकटाच, पायी गेलो; पण या वेळी मी लामाच नव्हे तर धर्माध्यक्ष झालेलो होतो. घरी वडिलांची व आईची भेट झाली. यावेळी त्यांनी माझ्या योग्यतेप्रमाणे पाहुणचार, सत्कार केला. संध्याकाळी फिरून मी वडिलांच्या खाजगी दालनात गेलो व

तेथे कुटुंबीयांच्या नावनिशाणीची नोंद करून ठेवणाऱ्या जाडजूड चोपडीत मी माझे नाव, दर्जा व पदवी लिहून त्याच्यापुढे सही करून ठेवली. नंतर मी परत आश्रमात आलो. इतकी वर्षे मी आश्रमात घालविली होती. आश्रम म्हणजे माझे घरच झाले होते.

बाकीचे दोन दिवस असेच निघून गेले. दुसऱ्या दिवशी संध्याकाळी पुन्हा महाराज सरकार श्री दलाई लामांचे दर्शन घेतले. त्यांचे आशीर्वाद घेतले. त्यांचा निरोप घेताना माझे हृदय जड झाले, कंठ दाटून आला. पुन्हा काही त्यांची भेट होणार नाही, हे भविष्य मला व त्यांनाही माहीत होते.

सकाळी उजाडल्यावर मी तेथून निघालो, पण माझा तिथून पाय निघेना. पाय अगदी जड झाले होते. पुन्हा एकदा मी निराश्रित, मुशाफीर झालो. कोठेतरी दूरदेशी, परक्या जगात, पुन्हा सगळे तेच. पण तेच निराळ्या पद्धतीने शिकण्याकरिता निघालो होतो. पहाडावरच्या खिंडीत जाऊन पोचल्यावर ल्हासा पुरीकडे, त्या पवित्र नगरीकडे डोळे भरून पाहून घेतले. सगळीकडे शांत व निःस्तब्ध वातावरण होते. पोतालाच्या शिखरावरून केवळ एकच पतंग उडताना दिसत होता!

ooo

हे पुस्तक वाचल्यानंतर आपला अभिप्राय कृपया या mail ID *वर अवश्य पाठवा.*

books.feedback@tejgyan.org

सरश्री - अल्प परिचय

स्वीकार मुद्रा

सरश्रींचा आध्यात्मिक शोधाचा प्रवास त्यांच्या बालपणापासूनच सुरू झाला होता. हा शोध सुरू असतानाच त्यांनी अनेक प्रकारच्या पुस्तकांचं अध्ययन केलं. त्याचबरोबर या शोधकाळात त्यांनी अनेक ध्यानपद्धतींचा अभ्यासही केला. त्यांच्यातील या जिज्ञासेने त्यांना अनेक वैचारिक आणि शैक्षणिक संस्थांमध्ये जाण्यासाठी प्रेरित केलं. जीवनाचं रहस्य समजण्यासाठी त्यांनी **प्रदीर्घ काळ मनन करून आपलं शोधकार्य सातत्याने सुरू ठेवलं. या शोधातूनच त्यांना 'आत्मबोध' प्राप्त झाला.** आत्मसाक्षात्कारानंतर त्यांना जाणवलं, की **अध्यात्माचा प्रत्येक मार्ग ज्या शृंखलेने जोडलेला आहे, तो म्हणजे 'समज' (Understanding).**

आत्मबोधप्राप्तीनंतर त्यांनी अध्यापनाचं कार्य थांबवलं आणि जवळ जवळ दोन दशकांहूनही अधिक काळ आपलं समस्त जीवन मानवजातीच्या कल्याणासाठी आणि आध्यात्मिक विकासासाठी अर्पण केलं.

सरश्री म्हणतात, ''सत्यप्राप्तीच्या सर्व मार्गांचा प्रारंभ जरी वेगवेगळ्या मार्गांनी होत असला, तरी सर्वांचा अंत मात्र एकच समज प्राप्त केल्याने होतो. ही **'समज'च सर्व काही असून ती स्वतःमध्ये परिपूर्ण आहे.** आध्यात्मिक ज्ञानप्राप्तीसाठी या 'समजे'चं श्रवणच पुरेसं आहे.'' ही समज प्रकाशमान करण्यासाठी आजपर्यंत त्यांनी आध्यात्मिक विषयांवर **तीन हजारांहून अधिक प्रवचनं दिली आहेत.** या प्रवचनांद्वारे ते अध्यात्मातील अतिशय गहन संकल्पना सहज, सुलभ आणि व्यावहारिक भाषेत समजावून सांगतात. समाजातील प्रत्येक स्तरावरील मनुष्य सरश्रींद्वारे सांगितल्या जाणाऱ्या या समजेचा लाभ घेऊ शकतो. त्यासाठी कोणत्याही धर्म, जात, उपजात, वर्ण, पंथ वा लिंग यांचं बंधन नसतं. विश्वाच्या प्रत्येक कानाकोपऱ्यांतील लोक आज 'तेजज्ञान'च्या अनोख्या ज्ञानप्रणालीचा लाभ घेत आहेत. याच व्यवस्थेचा आणखी एक महत्त्वपूर्ण भाग म्हणजे, **दररोज सकाळी आणि रात्री ९ वाजून ९ मिनिटांनी लाखो लोक विश्वशांतीसाठी प्रार्थना करत आहेत.**

सरश्री – अल्प परिचय

सरश्री तेजज्ञान यूट्यूब चैनल

तेजज्ञान फाउंडेशन - परिचय

तेजज्ञान फाउंडेशन आत्मविकासातून आत्मसाक्षात्कार प्राप्त करण्याचा एक मार्ग आहे. यासाठी सरश्रींद्वारा एक अनोखी बोधप्रणाली (System for Wisdom) निर्माण झाली आहे. या प्रणालीला आंतरराष्ट्रीय प्रमाणपत्राद्वारे ISO 9001:2015च्या आवश्यकतेनुसार आणि निकष पडताळून सरळ, व्यावहारिक आणि प्रभावी बनवलं गेलं आहे. या संस्थेच्या प्रबोधनपद्धतीच्या भिन्न पैलूंना (शिक्षण, निरीक्षण आणि गुणवत्ता) स्वतंत्र गुणवत्ता परीक्षकांद्वारे (Quality Auditors) क्रमबद्ध पद्धतीने पडताळलं गेलं. त्यानंतर या पैलूंना ISO 9001:2015 साठी पात्र समजून या बोधपद्धतीला हे प्रमाणपत्र प्रदान करण्यात आलं. या फाउंडेशनचे लक्ष्य आहे नकारात्मक विचारांकडून सकारात्मक विचारांकडे वाटचाल.

तेजज्ञान फाउंडेशन परिचय

हॅपी थॉट्स तेजज्ञान यूट्यूब चैनल

महाआसमानी - अल्प परिचय

Self Delelopment to Self Realization Towords Self Stabilizaion

तुम्हाला सर्वोच्च आनंद हवाय? असा आनंद, जो कोणत्याही बाह्य कारणावर अवलंबून नाही... जो प्रत्येक क्षणी वृद्धिंगत होतो. या जीवनात तुम्हाला प्रेम, विश्वास, शांती, समृद्धी आणि परमसंतुष्टी हवी आहे का? शारीरिक, मानसिक, सामाजिक, आर्थिक आणि आध्यात्मिक अशा आयुष्याच्या सर्व स्तरांवर यशस्वी होण्याची तुमची इच्छा आहे का? 'मी कोण आहे' हे तुम्हाला अनुभवाने जाणावंसं वाटतं का? तुमच्या अंतर्यामी अशा सर्व प्रश्नांची उत्तरं जाणण्याची इच्छा आणि 'अंतिम सत्य' प्राप्त करण्याची तृष्णा असेल, तर तेजज्ञान फाउंडेशनतर्फे आयोजित 'महाआसमानी शिबिरा'त तुमचं स्वागत आहे. हे शिबिर सरश्रींच्या मार्गदर्शनावर आधारित आहे.

महाआसमानी अल्प परिचय

हॅपी थॉट्स सरश्री (इंग्लिश) यूट्यूब चैनल

'सरश्रीं'द्वारा रचित पुस्तकांची माहिती

सरश्रींनी विविध विषयांवर १५० हून अधिक पुस्तकं लिहिली आहेत. त्यांपैकी 'विचार नियम', 'स्वसंवाद एक जादू', 'शोध स्वतःचा', 'स्वीकाराची जादू', 'निर्णय आणि जबाबदारी', 'निःशब्द संवाद एक जादू', 'संपूर्ण ध्यान' इत्यादी पुस्तकं बेस्ट सेलर झाली आहेत. ही पुस्तकं दहापेक्षा अधिक भाषांमध्ये अनुवादित असून, पेंगुइन बुक्स, हे हाउस पब्लिशर्स, जैको बुक्स, मंजुळ पब्लिशिंग हाउस, प्रभात प्रकाशन, राजपाल ॲण्ड सन्स, पेंटागॉन प्रेस आणि सकाळ प्रकाशन इत्यादी प्रमुख प्रकाशन संस्थांद्वारे ती प्रकाशित झाली आहेत.

विचार नियम

आपल्या यशाचे रहस्य

विश्वास नियम

सर्वोच्च शक्तीचे सात नियम

पुस्तकं ऑर्डर करण्यासाठी लॉग इन करा

- www.gethappythoughts.org

पुस्तकांच्या अधिक माहितीसाठी संपर्क करा-

फोन नं.: 09011013210

तेजज्ञान फाउंडेशनच्या सोशल मिडिया ॲक्टिव्हिटीज

तेजज्ञान इंटरनेट रेडियो

तेजज्ञान इंटरनेट रेडिओद्वारे २४ तास ३६५ दिवस, सरश्रींच्या प्रवचन आणि भजनांचा लाभ घ्या. त्यासाठी पाहा लिंक

http://www.tejgyan.org internetradio.aspx

Tejgyan Internet Radio on all platforms like Android, iPhone, iPad and Amazon

यू ट्यूबद्वारे प्रार्थनेमध्ये सहभागी होऊ शकता.

गुड मॉर्निंग प्रेयर दररोज़ सकाळी 6.15am-6.25am

ध्यान प्रार्थना बीज :
3.30pm-3.45pm & 9pm -9.15pm

शिबिर – Train & Boost Your Immunity

उत्तम असेल आपली रोगप्रतिकारशक्ती,
तरच होईल आपली स्वास्थ्याशी युक्ती

शिबिर – श्राद्ध और पितृदोष युक्ति

पूर्वजांसाठी मुक्ती प्रार्थना कशी करावी

Liberation from Ancestral Karmic Bondage

शिबिर – हॅपीवाले रिश्ते

जीवित रिश्तों का लक्ष्य
– जितृ पक्ष

यूट्युबच्या साहाय्यानेदेखील सरश्रींच्या प्रवचनांचा लाभ घेऊ शकता.

आजच यूट्युब चॅनलला सबस्क्राइब करा.

YouTube channels

Happy Thoughts - Tejgyan
Sirshree - Tejgyan
Happy Thoughts - Parma Gyan

*****Voice of Happy Thoughts App**

Registration link : https://happythoughts.co/
Contact No. : 7447797317

Follow Us

www.ingramcontent.com/pod-product-compliance
Lightning Source LLC
Chambersburg PA
CBHW031322230926
51848CB00001B/57
* 9 7 8 8 1 8 4 1 5 4 6 3 4 *